മുഖാമുഖം

Mukhamukham
Speeches

Pinarayi Vijayan

CHINTHA PUBLISHERS
Thiruvananthapuram

First Edition
March 2025

Published & Typesetting
Chintha Publishers, Thiruvananthapuram

Printed at
Time Offset Printers, Thiruvananthapuram

Cover Design
Vinod Mangoes

Cover Photo
G Pramod

ISBN : 978-93-48009-27-2

CO - 3602 / 7340

Email: chinthapublishers@gmail. com
Website: www. chinthapublishers. com

A version is available at National Libraries
Kolkata, Mumbai, Chennai and Delhi

Distribution
DESHABHIMANI BOOK HOUSE
H O Thiruvananthapuram 695035

Branches & Agencies
Head Office Kunnukuzhi • Statue Thiruvananthapuram
Saphalyam Complex Thiruvananthapuram
Machingal Lane Thrissur • IG Road Kozhikode
Mavoor Road Kozhikode • NGO Union Building Kannur
Central Bus Terminal Complex Thavakkara Kannur
Revenue Tower Ernakulam • Sulthanpetta Palakkad
Postoffice Road Kottaym • Hospital Road Nilamboor
Old Municipal Bus Stand Kalpatta

മുഖാമുഖം

പിണറായി വിജയൻ

ചിന്ത പബ്ലിഷേഴ്സ്
തിരുവനന്തപുരം 695 035

പിണറായി വിജയൻ

കണ്ണൂർ ജില്ലയിലെ പിണറായിയിൽ 1945 മെയ് 24 ന് ജനിച്ചു. ബിരുദപഠനത്തിനുശേഷം സജീവ രാഷ്ട്രീയത്തിൽ. കേരള വിദ്യാർത്ഥി ഫെഡറേഷന്റെ സംസ്ഥാന പ്രസിഡന്റ്, സെക്രട്ടറി എന്നീ നിലകളിൽ പ്രവർത്തിച്ചു. തുടർന്ന് കെ എസ് വൈ എഫിന്റെ സംസ്ഥാന പ്രസിഡന്റായി. കേരള സ്റ്റേറ്റ് കോ-ഓപ്പറേറ്റീവ് ബാങ്കിന്റെ പ്രസിഡന്റായിരുന്നു. 1998 മുതൽ 2015 വരെ സി പി ഐ (എം) സംസ്ഥാന സെക്രട്ടറി. 1998 ഒക്ടോബർ 5 മുതൽ 11 വരെ നടന്ന കൊൽക്കത്ത പാർട്ടി കോൺഗ്രസിൽ സി പി ഐ (എം) കേന്ദ്ര കമ്മിറ്റി അംഗവും പോളിറ്റ് ബ്യൂറോ അംഗവുമായി.

1970, 1977, 1991 നിയമസഭാ തിരഞ്ഞെടുപ്പുകളിൽ കൂത്തുപറമ്പ് നിയമസഭാ നിയോജകമണ്ഡലത്തെ പ്രതിനിധീകരിച്ചു. 1996 ൽ പയ്യന്നൂർ നിയോജകമണ്ഡലം എം എൽ എയായി. 1996 മുതൽ 1998 വരെ കേരളത്തിലെ വൈദ്യുതി-സഹകരണ വകുപ്പ് മന്ത്രി. 2016 മുതൽ ധർമ്മടം എം എൽ എ, കേരളത്തിന്റെ മുഖ്യമന്ത്രി.

കൃതികൾ: *ഇടതുപക്ഷബദൽ, ജനങ്ങൾക്കൊപ്പം, കേരളീയ നവോത്ഥാനം നേരിടുന്ന വെല്ലുവിളി, ഇടതുപക്ഷം ചെയ്യേണ്ടത്, മതം മാധ്യമം മാർക്സിസം, നവകേരളത്തിലേക്ക്: കേരള വികസനം സംബന്ധിച്ച കുറിപ്പുകൾ, കേരളം:ചരിത്രവും വർത്തമാനവും, യു പി എ സർക്കാരും ഇടതുപക്ഷവും, കേരളം രണഭൂമികളിലൂടെ, നമ്മളാവുക.*

ഭാര്യ : കമല

മക്കൾ : വിവേക് കിരൺ, വീണ

ഉള്ളടക്കം

പ്രസാധകക്കുറിപ്പ്

ജനങ്ങളുടെ അഭിപ്രായങ്ങളും കാഴ്ചപ്പാടുകളും നിരന്തരം അറിഞ്ഞു പ്രവർത്തിക്കുക എന്നതാണ് ഭരണനേതൃത്വത്തിനു മുന്നിലുള്ള ഏറ്റവും വലിയ വെല്ലുവിളികളിലൊന്ന്. ഭരണകൂടം ചെയ്യുന്ന കാര്യങ്ങൾ ജനങ്ങളെ അറിയിക്കുക എന്നത് ഇതിന്റെ മറുപുറമാണ്. നിർഭാഗ്യവശാൽ ഈയൊരു പ്രവൃത്തി കൃത്യമായി നിർവ്വഹിക്കാൻ ഉത്തരവാദപ്പെട്ട മാധ്യമങ്ങൾ അതിനു പലപ്പോഴും തയ്യാറാകുന്നില്ല. സങ്കുചിത രാഷ്ട്രീയ താല്പര്യങ്ങൾ ഇതിനു പല വിലക്കുകളും തീർക്കുന്നത് കാണാം. നിലവിലുള്ള ഭരണ സംവിധാനങ്ങൾതന്നെ ഇക്കാര്യത്തിൽ പൂർണമായും പര്യാപ്തമല്ല താനും. സംസ്ഥാന മന്ത്രിസഭയൊന്നാകെ എല്ലാ നിയമസഭാ മണ്ഡലങ്ങളിലും നേരിട്ടെത്തി ജനങ്ങളുടെ അഭിപ്രായങ്ങൾ കേട്ട്, അവരുന്നയിക്കുന്ന പരാതികൾക്ക് പരിഹാരം കണ്ടെത്തുന്നതിനായി നവകേരള സദസ്സുകൾ സംഘടിപ്പിക്കപ്പെട്ടത് ഇത്തരമൊരു സാഹചര്യത്തിലാണ്.

ഇതിന്റെ അടുത്ത ഘട്ടമെന്ന നിലയിലാണ് മുഖ്യമന്ത്രി പിണറായി വിജയൻ വിവിധ ജനവിഭാഗങ്ങളുമായുള്ള നേരിട്ടുള്ള സമ്പർക്കപരിപാടിയായ മുഖാമുഖത്തിന് ആരംഭംകുറിച്ചത്. ഭരണസാരഥ്യമേൽക്കുമ്പോൾ വിവിധ വിഭാഗത്തിൽപ്പെട്ട ജനങ്ങൾക്ക് നൽകിയ വാഗ്ദാനങ്ങൾ എത്രത്തോളം നിറവേറ്റി എന്ന് ജനങ്ങളെ ബോധ്യപ്പെടുത്തുക എന്നതും ഈ പരിപാടിയുടെ സുപ്രധാന ലക്ഷ്യങ്ങളിലൊന്നായിരുന്നു. ഈ പ്രക്രിയയയുടെ ഡോക്യുമെന്റേഷനാണ് ഈ പുസ്തകം. ജനകീയ സർക്കാർ

ജനങ്ങൾക്ക് നൽകിയ വാഗ്ദാനങ്ങൾ എത്രത്തോളം പാലിച്ചു എന്നതും ഇത് സംബന്ധിച്ച് ജനങ്ങളുടെ പ്രതികരണങ്ങൾ എന്തൊക്കെ എന്നതും ഇതിൽ രേഖപ്പെടുത്തിയിട്ടുണ്ട്. പത്തുവർഷത്തിലേക്ക് നീളുന്ന കേരളത്തിലെ ഇടതുപക്ഷ സർക്കാരിന്റെ പ്രവർത്തനങ്ങൾ വിലയിരുത്താൻ ശ്രമിക്കുന്ന ഏതൊരാൾക്കും ഇത് വളരെ വിലപ്പെട്ട രേഖയായിരിക്കും.

ചിന്ത പബ്ലിഷേഴ്സ്

ആമുഖം

കേരളത്തിലെ ജനകീയ സർക്കാരുകളുടെ ചരിത്രത്തിലെ നൂതനമായൊരു അദ്ധ്യായമാണ് ഇടതുപക്ഷ ജനാധിപത്യ മുന്നണി സർക്കാരിന്റെ നേതൃത്വത്തിൽ നടത്തിയ മുഖാമുഖം പരിപാടി. നവകേരള സൃഷ്ടിക്കായി ജനങ്ങളുടെ അഭിപ്രായങ്ങളും കാഴ്ചപ്പാടുകളും സ്വരൂപിക്കുന്നതിന് സംസ്ഥാന സർക്കാർ ആവിഷ്കരിച്ച ബൃഹത്തും വ്യത്യസ്തവുമായ പരിപാടികളിൽ ഒന്നായിരുന്നു ഇത്.

140 നിയമസഭാ മണ്ഡലങ്ങളിലും സംസ്ഥാന മന്ത്രിസഭ ഒന്നാകെ നേരിട്ടെത്തി ജനങ്ങളുടെ അഭിപ്രായങ്ങൾ കേട്ട്, ലഭ്യമാകുന്ന പരാതികളിൽ സാദ്ധ്യമാകുന്നവ പരിഹരിക്കുന്നതിനായി സംഘടിപ്പിച്ച നവകേരള സദസ്സിന്റെ അടുത്ത ഘട്ടമെന്ന നിലയിലാണ് മുഖാമുഖം പരിപാടി സംഘടിപ്പിച്ചത്. മഹാപ്രളയമടക്കം തുടർച്ചയായുണ്ടായ പ്രകൃതിദുരന്തങ്ങൾ, കോവിഡും നിപയുമടക്കമുള്ള മഹാമാരികൾ സൃഷ്ടിച്ച പ്രതിബന്ധങ്ങൾ, സങ്കുചിത താല്പര്യങ്ങൾ മുൻനിർത്തി പ്രതിപക്ഷവും ഒരുകൂട്ടം മാധ്യമങ്ങളും തുടർച്ചയായി നടത്തിവന്ന ദുരാരോപണങ്ങൾ, കേരളത്തോട് കേന്ദ്ര സർക്കാർ പുലർത്തുന്ന വിവേചനം, ചരിത്രത്തിൽ മുമ്പ് ഉണ്ടായിട്ടില്ലാത്തവിധം സംസ്ഥാന സർക്കാരിനെതിരെ ഗവർണർ ഉയർത്തിയ പരസ്യ വെല്ലുവിളികൾ തുടങ്ങിയവയെ അതിജീവിച്ച് എൽ ഡി എഫ് സർക്കാർ എങ്ങനെയാണ് അഭിമാനകരമായ ഭരണമുന്നേറ്റം തുടരുന്നതെന്ന് ജനങ്ങളോട് വിശദീകരിക്കാൻ ഈ രണ്ട് പരിപാടികളും സഹായകരമായി.

പ്രകടന പത്രികയിലൂടെ നൽകിയ വാഗ്ദാനങ്ങൾ എത്രത്തോളം നിറവേറ്റപ്പെട്ടു എന്നതിന്റെ പുരോഗതി വർഷംതോറും ജനങ്ങളെ ബോദ്ധ്യപ്പെടുത്തുക എന്ന ഒരു പുതിയ സംസ്കാരത്തിന് തുടക്കമിട്ട സർക്കാരാണിത്. 2017 മുതൽ ഒരു മുടക്കവുമില്ലാതെ സർക്കാരിന്റെ പ്രോഗ്രസ് റിപ്പോർട്ട് ജനസമക്ഷം അവതരിപ്പിച്ചു വരുന്നുണ്ട്. അവിടെനിന്ന് ഒരു പടികൂടി കടന്ന്, ജനങ്ങളുടെ നിർദ്ദേശങ്ങളും അഭിപ്രായങ്ങളും നേരിട്ട് സ്വീകരിക്കുകവഴി ജനാധിപത്യ പ്രക്രിയ കൂടുതൽ അർത്ഥപൂർണ്ണമായി. ഇത് പൊതുസമൂഹത്തിന്റെ ആത്മവിശ്വാസം വർദ്ധിപ്പിച്ചതിനൊപ്പം സർക്കാരിന്റെ മുന്നോട്ടുള്ള പ്രയാണത്തിന് ഊർജ്ജം പകർന്നിട്ടുമുണ്ട്.

2016 മുതൽ എട്ടര വർഷക്കാലത്തെ അഭിമാനകരമായ ഭരണനേട്ടങ്ങളുമായാണ് എൽ ഡി എഫ് സർക്കാർ ജനങ്ങളിലേക്ക് ഇറങ്ങിച്ചെന്നത്. ജനക്ഷേമ പദ്ധതികളുടെ വിജയകരമായ നടത്തിപ്പ്, അടിസ്ഥാന സൗകര്യ വികസനത്തിൽ കൈവരിച്ച സമാനതകളില്ലാത്ത കുതിപ്പ്, ജനങ്ങൾക്ക് നേരിട്ട് അനുഭവവേദ്യമാകുന്ന ഭരണനിർവ്വഹണം, ഭക്ഷണം, പാർപ്പിടം, വിദ്യാഭ്യാസം, ആരോഗ്യപരിരക്ഷ, തൊഴിലവസരങ്ങൾ, ജീവിതനിലവാരത്തിലുണ്ടായ വർദ്ധന തുടങ്ങി സർവ്വതലസ്പർശിയായ ഭരണനേട്ടങ്ങൾ നിരത്തിവെച്ചുകൊണ്ടാണ് ജനങ്ങളെ അഭിമുഖീകരിച്ചത്.

ഫെബ്രുവരി 18 ന് കോഴിക്കോട് വിദ്യാർത്ഥികളുമായി സംവദിച്ചുകൊണ്ടാണ് മുഖാമുഖം പരിപാടിക്ക് തുടക്കമിട്ടത്. മാർച്ച് 3 ന് കൊച്ചിയിൽ റസിഡന്റ്സ് അസോസിയേഷൻ പ്രതിനിധികളുമായുള്ള കൂടിക്കാഴ്ചയോടെയാണ് പരിപാടി സമാപിച്ചത്. ചരിത്രത്തിൽ ആദ്യമായാണ് റസിഡൻസ് അസോസിയേഷനുകൾക്ക് ഒരു ഭരണാധികാരിയോട് നേരിട്ട് സംവദിക്കാനും അഭിപ്രായം രേഖപ്പെടുത്താനും അവസരമുണ്ടായത്. യുവജനങ്ങൾ, പെൻഷൻകാർ, വയോജനങ്ങൾ, ഭിന്നശേഷി വിഭാഗങ്ങളിൽപ്പെട്ടവർ എന്നിവരുമായി തിരുവനന്തപുരത്തും വനിതകളുമായി എറണാകുളത്തും ദലിത്-ആദിവാസി വിഭാഗങ്ങളുമായി കണ്ണൂരിലും സാംസ്കാരിക പ്രവർത്തകരുമായി തൃശ്ശൂരിലും തൊഴിൽമേഖലയിലുള്ളവരുമായി കൊല്ലത്തും കാർഷിക മേഖലയിലുള്ളവരുമായി ആലപ്പുഴയിലുമായിരുന്നു മുഖാമുഖം.

സർക്കാർ പദ്ധതികൾ മുകൾത്തട്ടിൽ നിന്ന് ആവിഷ്കരിക്കേണ്ടവയല്ല എന്നും താഴേത്തട്ടിൽ നിന്ന് ജനകീയ സഹകരണത്തോടെ രൂപീകരിക്കുകയും നടപ്പിലാക്കുകയും ചെയ്യേണ്ടവയാണെന്നുമുള്ള കാഴ്ചപ്പാട് കേരളത്തിൽ ആദ്യമായി മുന്നോട്ടുവച്ചത് ഇടതുപക്ഷ സർക്കാരുകളായിരുന്നു. കേരളത്തിന്റെ ഭൂപ്രശ്ന പരിഹാരം, സാക്ഷരതാ പ്രസ്ഥാനം എന്നിവയടക്കം നിരവധി ഉദാഹരണങ്ങൾ നമ്മുടെ നാട്ടിലുണ്ട്.

അതിന്റെ വിപുലമായ ഘട്ടമായിരുന്നു ജനകീയാസൂത്രണ പദ്ധതി. 2016 ലെ ഇടതുപക്ഷ ജനാധിപത്യ മുന്നണി സർക്കാർ ഹരിതകേരളം, ലൈഫ്, ആർദ്രം, പൊതുവിദ്യാഭ്യാസ സംരക്ഷണയജ്ഞം എന്നിവയ്ക്ക് രൂപംനൽകിക്കൊണ്ട് ഈ ആശയത്തെ സമ്പുഷ്ടമാക്കി. ഈ ജനകീയ വികസന പരിപ്രേക്ഷ്യത്തിന്റെ തുടർച്ചയ്ക്കായുള്ള ജനകീയാഭിപ്രായ സ്വരൂപണമാണ് മുഖാമുഖം പരിപാടിയിലൂടെ ലക്ഷ്യമിട്ടത്.

ഓരോ സംവാദങ്ങളിലും ഉയർന്ന നിർദ്ദേശങ്ങൾ നവകേരള സൃഷ്ടിക്ക് കരുത്തു പകരുന്നവയായിരുന്നു. വിജ്ഞാന സമ്പദ്‌വ്യവസ്ഥയിൽ അധിഷ്ഠിതമായ പുതിയ കേരളത്തിന്റെ സാദ്ധ്യതകൾ വിദ്യാർത്ഥികളുമായുള്ള സംവാദത്തിൽ പങ്കുവെച്ചു. സ്വതന്ത്രവും ക്രിയാത്മകവുമായ പഠനവും ഗവേഷണവും പ്രോത്സാഹിപ്പിക്കാൻ ഇടപെടൽ ഉണ്ടാകുമെന്ന് അവരെ അറിയിച്ചു. ലിംഗനീതിയിലും ലിംഗസമത്വത്തിലും അധിഷ്ഠിതമായ ഒരു സ്ത്രീപക്ഷ നവകേരളത്തെക്കുറിച്ചാണ് വനിതകളുമായുള്ള സംവാദം ചർച്ച ചെയ്തത്.

സാമൂഹിക-രാഷ്ട്രീയബോധ്യമുള്ള യുവതലമുറയെ എങ്ങനെ രൂപപ്പെടുത്താമെന്ന ആശയമാണ് യുവജനങ്ങളുമായുള്ള മുഖാമുഖത്തിൽ ചർച്ച ചെയ്തത്. സാമൂഹ്യനീതിയിൽ അധിഷ്ഠിതമായ നവകേരളത്തിന് ഉറപ്പു പകർന്നുകൊണ്ടാണ് ആദിവാസി-ദലിത് വിഭാഗങ്ങളുമായുള്ള കൂടിക്കാഴ്ച അവസാനിച്ചത്. സാംസ്കാരിക ഫാസിസത്തിന്റെ കാലത്തെ ശരിയായ സാംസ്കാരിക നയത്തിന്റെ രൂപപ്പെടുത്തലായിരുന്നു തൃശ്ശൂരിൽ നടന്ന സാംസ്കാരിക കൂട്ടായ്മ. ഭിന്നശേഷി സൗഹൃദ കേരളത്തിനായുള്ള മൂർത്തമായ നിർദ്ദേശങ്ങളും അഭിപ്രായങ്ങളും ആ വിഭാഗത്തിൽപ്പെട്ടവർ മുന്നോട്ടുവച്ചു.

ജീവിത സായാഹ്നത്തിൽ ആരും ഒറ്റപ്പെടില്ലായെന്നും എല്ലാവരേയും ചേർത്തുപിടിക്കുന്നതാണ് സർക്കാരിന്റെ നയമെന്നും വയോജനങ്ങൾക്ക് ഉറപ്പുനൽകി. അസംഘടിത തൊഴിലാളികൾക്കും സംരക്ഷണം നൽകുന്നതിനുള്ള നിർദ്ദേശങ്ങളും നടപടികളും തൊഴിലാളി പ്രതിനിധികളുമായുള്ള സംവാദത്തെ അർത്ഥപൂർണ്ണമാക്കി. അനതിവിദൂര ഭാവിയിൽ കൃഷി എങ്ങനെ ആകർഷകമായ ജീവനോപാധിയാക്കാം എന്ന വിഷയമാണ് കാർഷിക മേഖലയിലുള്ളവരുമായി പങ്കുവച്ചത്.

പറയുന്ന കാര്യങ്ങൾ നടപ്പാക്കുകയും നടപ്പാക്കുന്ന കാര്യങ്ങൾ മാത്രം പറയുകയും ചെയ്യുന്ന ഇടതുപക്ഷ ജനാധിപത്യ മുന്നണി സർക്കാരിനോടുള്ള ജനങ്ങളുടെ അഭിനിവേശം വിളിച്ചോതുന്നതായിരുന്നു മുഖാമുഖം പരിപാടിയിലെ ജനപങ്കാളിത്തം. സാധാരണക്കാർ മുതൽ അതാതു മേഖലയിൽ പ്രാഗത്ഭ്യം തെളിയിച്ചവർ വരെ ആദ്യവസാനം പരിപാടിയിൽ പങ്കെടുത്തു. തങ്ങളുടെ അഭിപ്രായങ്ങൾ നേരിട്ട് കേൾക്ക

ന്നൊരു ഭരണകൂടം ഇവിടെയുണ്ടെന്ന ആത്മവിശ്വാസം ആ മുഖങ്ങളിൽ ദൃശ്യമായിരുന്നു. സമൂഹത്തിന്റെ എല്ലാ പരിച്ഛേദങ്ങളെയും സർക്കാർ ഒരുപോലെ ചേർത്തുനിർത്തുന്നു എന്ന ബോദ്ധ്യം അവരുടെയെല്ലാം വാക്കുകളിൽ പ്രകടമായിരുന്നു.

പത്ത് വേദികളിലായി കാൽലക്ഷത്തോളം പേർ പരിപാടിയുടെ ഭാഗമായി. ഓരോ വേദിയിലും ഒരു മണിക്കൂർ വീതം പ്രതിനിധികൾ ആശയങ്ങൾ പങ്കുവച്ചു. 600 ഓളം പേർ നേരിട്ട് സംവദിച്ചു. 20,000 ത്തോളം പേരാണ് അവരുടെ ആശയങ്ങൾ എഴുതി നൽകിയത്. മുഖാമുഖത്തിൽ ഉരുത്തിരിഞ്ഞ ആശയങ്ങൾ വിവിധ വകുപ്പുകൾക്ക് കൈമാറിയിട്ടുണ്ട്. ലഭിച്ച നിർദ്ദേശങ്ങൾ ബന്ധപ്പെട്ട വകുപ്പുകൾ ക്രോഡീകരിച്ച് തുടർപ്രവർത്തനങ്ങളിലേക്കു കടക്കും.

വിദ്യാർത്ഥികൾ മുതൽ വയോജനങ്ങൾ വരെ സമൂഹത്തിന്റെ വിവിധ കോണുകളിലുള്ളവർ പങ്കുവച്ച ആശയങ്ങളും നിർദ്ദേശങ്ങളും ഇനി നവകേരള കാഴ്ച്ചപ്പാടിലൂന്നിയ നാടിന്റെ വികസനത്തിന്റെ ഭാഗമാകും. നയങ്ങളിൽ മാത്രമല്ല, സർക്കാരിന്റെ പ്രവർത്തനത്തിലും ഇടതുപക്ഷ ബദൽ എങ്ങനെ നടപ്പിലാക്കാം എന്നത് അടിവരയിടുന്നതായിരുന്നു മുഖാമുഖം പരിപാടി. ഭരണവും ജനതയും തമ്മിലുള്ള പാരസ്പര്യത്തിന്റെ ജനായത്ത മുഖം അവതരിപ്പിക്കുന്ന ഈ കൃതിക്ക് നമ്മുടെ ജനാധിപത്യ സമൂഹത്തിൽനിന്നും വലിയ സ്വീകാര്യതയുണ്ടാവുമെന്നു പ്രതീക്ഷിക്കുന്നു.

നവകേരള

വിദ്യാർത്ഥി സദസ്സ്

കോഴിക്കോട്

18 ഫെബ്രുവരി, 2024

ആമുഖം

പൊതുവിദ്യാഭ്യാസ രംഗത്ത് കേരളം കാഴ്ചവെച്ച അഭൂതപൂർവ്വ മായ മുന്നേറ്റത്തിന്റെ തുടർച്ചയായി ഉന്നത വിദ്യാഭ്യാസ മേഖലയുടെ ശാക്തീകരണത്തിലൂടെ കേരളത്തെ ആധുനിക വൈജ്ഞാനിക സമൂഹ മായി വികസിപ്പിക്കുക എന്നതാണ് സർക്കാർ ലക്ഷ്യമിടുന്നത്. ശാസ്ത്ര സാങ്കേതിക രംഗത്തും സാമൂഹിക രംഗത്തും നേടിയ അറിവുകൾ വിക സിപ്പിച്ച് ഉല്പാദന ശക്തികളെ ശക്തിപ്പെടുത്തി ഉല്പാദന ക്ഷമതയും ഉല്പാ ദനവും വർദ്ധിപ്പിക്കലാണ് വിജ്ഞാന സമൂഹം എന്നതുകൊണ്ട് അർത്ഥ മാക്കുന്നത്. വിജ്ഞാന സമ്പദ്ഘടനയായി പരിവർത്തിപ്പിക്കുന്നതിന് ഉന്നത വിദ്യാഭ്യാസ രംഗത്തിന്റെ നവീകരണം ഉറപ്പാക്കി വിജ്ഞാന ത്തെ നൂതന വിദ്യാകളാക്കി മാറ്റണം.

അറിവിനൊപ്പം പ്രായോഗിക പരിജ്ഞാനം പ്രദാനം ചെയ്ത് വി ദ്യാർത്ഥികൾക്ക് പ്രൊഫഷണലുകളായി മാറാനുള്ള അവസരം ഒരുക്കി യാണ് ഉന്നത വിദ്യാഭ്യസ രംഗം മുന്നേറേണ്ടത്. ഗവേഷണ പ്രവർത്ത നങ്ങൾ നാടിന്റെ വികസനാവശ്യങ്ങൾ പരിഗണിക്കുന്നവയാകണം. വിദ്യാർത്ഥികൾ വിദഗ്ദ്ധ തൊഴിലാളികളായി മാറുന്നതുപോലെ പ്ര ധാനമാണ് സംരംഭകരായി മാറുകയെന്നത്. തൊഴിൽ ദാതാക്കളായി മാറാനാകുംവിധം പഠന കാലത്തുതന്നെ അവസരമൊരുക്കാൻ ശ്രദ്ധി ക്കേണ്ടതുണ്ട്. പഠനത്തിനൊപ്പം വരുമാനംകൂടി കണ്ടെത്തുന്നതിനുള്ള പരിപാടികൾ 'ഏൺ വൈൽ യൂ ലേൺ' പദ്ധതിയുടെ ഭാഗമായി നടപ്പി ലാക്കി വരുന്നു.

സർവ്വകലാശാലകളിലും ഇതര ഉന്നത വിദ്യാഭ്യാസ സ്ഥാപനങ്ങളിലും സെക്ഷൻ 8 കമ്പനികൾ, ഇൻക്യൂബേഷൻ ലാബുകൾ, ട്രാൻസ്ലേഷണൽ റിസർച്ച് സെന്ററുകൾ മുതലായവ സ്ഥാപിച്ചും വിവിധ വ്യവസായ സംരംഭങ്ങളും അക്കാദമിക സ്ഥാപനങ്ങളുമായുള്ള സഹകരണത്തിലൂടെയും അറിവിനെ പരിവർത്തനത്തിനുള്ള ഉപാധിയാക്കാവുന്നതാണ്. ആ നിലയ്ക്കുള്ള പ്രവർത്തനങ്ങൾ ആരംഭിച്ചിട്ടുണ്ട്.

സർക്കാർ ഇതിനകം ആരംഭിച്ച പ്രവർത്തനങ്ങളെ ശക്തിപ്പെടുത്തുന്നതിനും പുതിയ പദ്ധതികൾ ആവിഷ്കരിക്കുന്നതിനും വിദ്യാർത്ഥികളിൽ നിന്നുള്ള അഭിപ്രായങ്ങൾ ആരായുന്നതിനാണ് 2024 ഫെബ്രുവരി 18ന് മലബാർ ക്രിസ്ത്യൻ കോളേജ് ഗ്രൗണ്ടിൽ പ്രത്യേകം തയ്യാറാക്കിയ വേദിയിൽ വിദ്യാർത്ഥി സമൂഹവുമായുള്ള മുഖാമുഖം പരിപാടി സംഘടിപ്പിച്ചത്. സംസ്ഥാനത്തെ സർവ്വകലാശാലകൾ ഉൾപ്പെടെയുള്ള എല്ലാ ഉന്നതവിദ്യാഭ്യാസ സ്ഥാപനങ്ങളെയും പ്രതിനിധീകരിച്ച് 2,034 വിദ്യാർത്ഥികൾ പങ്കെടുത്തു. 60 വിദ്യാർത്ഥികൾ ആശയങ്ങൾ പങ്കുവെച്ചു. മറ്റുള്ളവർ എഴുതി നൽകിയ നിർദ്ദേശങ്ങൾ കൂടി പരിഗണിച്ചാണ് ഉന്നത വിദ്യാഭ്യാസ ശാക്തീകരണ പരിപാടികൾ ആവിഷ്കരിക്കുക.

മുഖാമുഖം പരിപാടിയിൽ മന്ത്രി. ഡോ. ആർ ബിന്ദു അദ്ധ്യക്ഷയായി. ചീഫ് സെക്രട്ടറി ഡോ. വേണു. വി സ്വാഗതവും കോളേജ് വിദ്യാഭ്യാസ ഡയറക്ടർ സുധീർ കെ നന്ദിയും പറഞ്ഞു.

പ്രസംഗം

നവകേരള സദസ്സിന്റെ തുടർച്ചയായി സംഘടിപ്പിക്കുന്ന ഈ മുഖാമുഖം പരിപാടിയിൽ പങ്കെടുക്കുന്ന വിദ്യാർത്ഥി സുഹൃത്തുക്കളെ അഭിവാദ്യം ചെയ്യുന്നു. 10 വ്യത്യസ്ത മേഖലകളിലെ പ്രതിനിധികളുമായി സംവദിക്കാൻ സംസ്ഥാനത്തിന്റെ വിവിധ ഭാഗങ്ങളിൽ ഇങ്ങനെ മുഖാമുഖം സംഘടിപ്പിക്കുകയാണ്. അതിന്റെ ആദ്യ സെഷനാണിത്. കേരളത്തിന്റെ ഭാവി ഭാഗധേയം നിർണ്ണയിക്കാൻ പോകുന്ന പുതുതലമുറയോട് സംവദിച്ചുതന്നെ ഇത് തുടങ്ങാൻ സാധിക്കുന്നതിലുള്ള സന്തോഷം ആദ്യം രേഖപ്പെടുത്തട്ടെ.

വലിയ കാര്യങ്ങൾ സാദ്ധ്യമാകുന്ന പ്രായമാണ് നിങ്ങളുടേത്. ഇരുപത്തിനാലാമത്തെ വയസ്സിലാണ് ക്ലൈഡ് ടോംബെ എന്ന യുവാവ് പ്ലൂട്ടോ എന്ന ഗ്രഹം കണ്ടുപിടിച്ചത്. അതിന് പേരിട്ടത് 11 വയസ്സ് മാത്രം പ്രായമുണ്ടായിരുന്ന വെനീഷ്യാ ബെർണി ഫേർ എന്ന പെൺകുട്ടിയായിരുന്നു. 1930 ഫെബ്രുവരി 18 നാണ് പ്ലൂട്ടോ കണ്ടുപിടിക്കപ്പെട്ടത്. 94 വർഷങ്ങൾക്കിപ്പുറമുള്ള മറ്റൊരു ഫെബ്രുവരി 18 ആണിന്ന്. ഇന്നിപ്പോൾ പ്ലൂട്ടോയെ ഒരു ഗ്രഹമായി ശാസ്ത്രലോകം കണക്കാക്കുന്നില്ല. എങ്കിലും ആ കണ്ടുപിടുത്തത്തിന്റെ പ്രസക്തി ഒട്ടുംതന്നെ ചോർന്നുപോകുന്നില്ല. വിജ്ഞാനത്തിന്റെ ആകാശത്തിൽ നിന്ന് അനന്തമായ നേട്ടങ്ങളാകുന്ന പുതിയ ഗ്രഹങ്ങൾ കണ്ടുപിടിക്കാൻ നിങ്ങൾക്ക് ഓരോരുത്തർക്കും കഴിയട്ടെയെന്ന് തുടക്കത്തിൽത്തന്നെ ആശംസിക്കുന്നു.

വികസന പദ്ധതികളും ക്ഷേമ പദ്ധതികളും ഒരുപോലെ സംയോജിപ്പിച്ചുകൊണ്ട് ഒരു നവകേരളം കെട്ടിപ്പടുക്കാനാണ് ഇടതുപക്ഷ ജനാ

ധിപത്യ മുന്നണി സർക്കാർ ശ്രമിക്കുന്നത്. കഴിഞ്ഞ ഏഴ് വർഷങ്ങളിൽ കേരളം ഒട്ടേറെ നേട്ടങ്ങൾ കൈവരിച്ചു. നിരവധി വൻകിട പദ്ധതികൾക്ക് ഇവിടെ തുടക്കമിട്ടു. ഒരിക്കലും നടക്കില്ലായെന്ന് എല്ലാവരും എഴുതിത്തള്ളിയ പദ്ധതികളടക്കം പൂർത്തിയാക്കി. പ്രളയവും കോവിഡും ഉയർത്തിയ വെല്ലുവിളികളെയും കേന്ദ്ര സർക്കാർ ബോധപൂർവ്വം സൃഷ്ടിക്കുന്ന സാമ്പത്തിക പ്രതിസന്ധികളെയും കേരളത്തിന്റെ സമാധാനപരമായ അന്തരീക്ഷത്തെ അസ്ഥിരപ്പെടുത്താൻ ചിലർ നടത്തുന്ന ശ്രമങ്ങളെയും എല്ലാം അതിജീവിച്ചാണ് നമ്മൾ മുന്നേറിയത്.

കേരളത്തെ ഒരു വിജ്ഞാന സമ്പദ്ഘടനയായും നൂതനത്വ സമൂഹമായും പരിവർത്തിപ്പിക്കുക എന്ന ചുമതലയാണ് നാം ഏറ്റെടുത്തിട്ടുള്ളത്. ഈ കാഴ്ചപ്പാടോടെ ഭാവികേരളത്തെ രൂപപ്പെടുത്തുന്നതിനുള്ള നിർദ്ദേശങ്ങൾ സമാഹരിക്കാനും പൊതുസമൂഹവുമായി സംവദിക്കാനുമാണ് നവകേരള സദസ്സുകൾ സംഘടിപ്പിച്ചത്. അവിടെ നിന്നും ലഭിച്ച ഒട്ടേറെ നിർദ്ദേശങ്ങളുണ്ട്. അവയെല്ലാം ക്രോഡീകരിച്ച് കുറച്ചുകൂടി സൂക്ഷ്മ തലത്തിലുള്ള ആശയവിനിമയം നടത്തുന്നതിനാണ് ഈ മുഖാമുഖം പരിപാടി സംഘടിപ്പിച്ചിട്ടുള്ളത്.

വിജ്ഞാന സമ്പദ്ഘടനയായും നൂതനത്വ സമൂഹമായും മാറുന്നതിന് കേരളം പ്രാഥമികമായി ശ്രദ്ധ കൊടുക്കേണ്ടത് വിദ്യാഭ്യാസ മേഖലയ്ക്കാണ്, പ്രത്യേകിച്ചും ഉന്നതവിദ്യാഭ്യാസ മേഖലയ്ക്ക്. പൊതുവിദ്യാഭ്യാസ രംഗത്തുണ്ടായ നേട്ടങ്ങളുടെ തുടർച്ച ഉന്നതവിദ്യാഭ്യാസ രംഗത്തും ഉണ്ടാവണമെന്നതാണ് സർക്കാരിന്റെ കാഴ്ചപ്പാട്. ഇതിനായി കഴിഞ്ഞ സർക്കാരിന്റെ അവസാനഘട്ടത്തിൽത്തന്നെ ചില പരിപാടികൾക്ക് തുടക്കമിട്ടിരുന്നു.

കേരളത്തിലെ പ്രധാനപ്പെട്ട സർവ്വകലാശാലകളിൽ 'സിഎം@ ക്യാമ്പസ്' എന്ന പരിപാടി സംഘടിപ്പിച്ച കാര്യം നിങ്ങൾ ഓർക്കുന്നുണ്ടാകും. വിദ്യാർത്ഥികളുടെ അഭിപ്രായങ്ങളും നിർദ്ദേശങ്ങളും കൂടി പരിഗണിച്ച് ഉന്നത വിദ്യാഭ്യാസ രംഗം സമഗ്രമായി പരിഷ്കരിക്കുക എന്നതായിരുന്നു അതുവഴി ലക്ഷ്യമിട്ടത്. വളരെ ഫലപ്രദമായ പല നിർദ്ദേശങ്ങളും ആ ഘട്ടത്തിൽ ഉയർന്നുവന്നു. അവ കൂടി പരിഗണിച്ച് ഉന്നത വിദ്യാഭ്യാസ രംഗത്തിന്റെ ഘടനയിലും ഉള്ളടക്കത്തിലും സമൂലമായ പരിഷ്കരണ പ്രവർത്തനങ്ങൾക്ക് സർക്കാർ തുടക്കംകുറിച്ചിട്ടുണ്ട്.

ഉപരിപ്ലവമായ കേവല പരിഷ്കരണം എന്നതിനപ്പുറം ഉന്നത വിദ്യാഭ്യാസ മേഖലയെ കാലാനുസൃതമായി ഉടച്ചുവാർക്കുക എന്നതാണ് ലക്ഷ്യം. അതിനായി ഈ സർക്കാർ അധികാരമേറ്റ ഉടൻതന്നെ രാജ്യത്തെ പ്രഗത്ഭരായ വിദ്യാഭ്യാസ വിചക്ഷണർ ഉൾപ്പെട്ട മൂന്ന് കമിഷനുകളെ നിയോഗിച്ചു. സർക്കാർ തലത്തിലും സർവ്വകലാശാലാ തലത്തിലും

സമഗ്രമായ ചർച്ചകളും സംവാദങ്ങളും നടത്തി 9 മാസത്തിനകം മൂന്ന് കമിഷനുകളും റിപ്പോർട്ട് സമർപ്പിച്ചു. അവ സൂക്ഷ്മമായി പരിശോധിച്ചതിനു ശേഷമുള്ള ഇടപെടലുകളാണ് ഇപ്പോൾ നടത്തുന്നത്.

ഉന്നതവിദ്യാഭ്യാസ രംഗത്ത് പ്രാപ്യത, തുല്യത എന്നീ മേഖലകളിൽ രാജ്യത്തിനുതന്നെ മാതൃകയാകുന്ന നേട്ടങ്ങളാണ് കഴിഞ്ഞ ചില വർഷങ്ങളിൽ കേരളം കൈവരിച്ചിട്ടുള്ളത്. കഴിഞ്ഞ ഏഴു വർഷം കൊണ്ട് ജി ഇ ആറിൽ (ഗ്രോസ് എൻറോൾമെന്റ് റേഷ്യോ) ഏകദേശം 10 ശതമാനത്തോളം മുന്നേറ്റമുണ്ടാക്കുവാൻ കേരളത്തിന് കഴിഞ്ഞു. പെൺകുട്ടികളുടെ ജി ഇ ആർ 50 ശതമാനമാണ്. എന്നാൽ ഈ നേട്ടം ഗുണമേന്മയുടെ, അല്ലെങ്കിൽ മികവിന്റെ കാര്യത്തിൽ വേണ്ടത്ര കൈവരിക്കാനായിട്ടില്ല. അതുറപ്പുവരുത്താനുള്ള പരിശ്രമങ്ങൾക്ക് തുടക്കമിട്ടു കഴിഞ്ഞിട്ടുണ്ട്.

എൻ ഐ ആർ എഫ് റാങ്കിങ് പ്രകാരം രാജ്യത്തെ മികച്ച 200 കോളേജുകളിൽ 42 കോളേജുകളും കേരളത്തിലാണ്. അതായത് 21 ശതമാനം. സർക്കാർ, എയ്ഡഡ് മേഖലയിലുള്ളവയാണ് അവയെന്നതു പ്രത്യേകം ശ്രദ്ധിക്കണം. നാക്ക് ഗ്രേഡിങ്ങിൽ എ പ്ലസ് പ്ലസ് ലഭിച്ച രാജ്യത്തെ 147 സ്ഥാപനങ്ങളിൽ 21 എണ്ണം കേരളത്തിലാണ്. കേരളത്തിലെ 359 കോളേജുകൾക്കും 8 സർവ്വകലാശാലകൾക്കും നാക്കിന്റെ അംഗീകാരം ഉണ്ട്.

എന്നാൽ കേരളത്തെ ഉന്നതവിദ്യാഭ്യാസത്തിന്റെ ഹബ്ബാക്കി മാറ്റാൻ ഈ നേട്ടങ്ങൾ മാത്രം മതിയാകുമോ? പോര എന്നതാണ് സർക്കാരിന്റെ അഭിപ്രായം. കേരളത്തിലെ ഉന്നത വിദ്യാഭ്യാസ രംഗത്തിന്റെ മികവ് തിരിച്ചറിഞ്ഞ് മറ്റു സംസ്ഥാനങ്ങളിൽനിന്നും രാജ്യങ്ങളിൽ നിന്നും വിദ്യാർത്ഥികൾ ഇങ്ങോട്ടു വരണം. അതിനു സഹായകരമാവുന്ന ഒരു ഹയർ എഡ്യൂക്കേഷൻ ഇക്കോസിസ്റ്റം ഇവിടെ സംജാതമാകണം.

'വിജ്ഞാന സമ്പദ്വ്യവസ്ഥ' സൃഷ്ടിക്കുന്നതിനുള്ള ശ്രമങ്ങളെ, 'വിജ്ഞാന സമൂഹം' സൃഷ്ടിക്കുന്നതിനുള്ള ശ്രമങ്ങളിൽനിന്നും വേറിട്ടു കാണാൻ സാധിക്കില്ല. അതുകൊണ്ടാണ് കേരളത്തെ ഒരു ജനപക്ഷ - നവവൈജ്ഞാനിക സമൂഹമാക്കി പരിവർത്തനപ്പെടുത്താൻ സർക്കാർ ശ്രമിക്കുന്നത്. അതിനായി ഉന്നതവിദ്യാഭ്യാസ സ്ഥാപനങ്ങളും വ്യവസായങ്ങളും പൊതുസമൂഹവും ഒക്കെ തമ്മിലുള്ള ബന്ധം കൂടുതൽ ഊട്ടി ഉറപ്പിക്കേണ്ടതുണ്ട്.

ഈ സർക്കാരിന്റെ ആദ്യ ബജറ്റിൽ നിർദ്ദേശിച്ച ട്രാൻസ്ലേഷണൽ റിസർച്ച് ലാബുകൾ ഈ ദിശയിലുള്ള പ്രധാനപ്പെട്ട ചുവടുവെപ്പാണ്. അക്കാദമികരംഗത്തുണ്ടാവുന്നനേട്ടങ്ങളുംകണ്ടെത്തലുകളുംസമൂഹത്തിന് ഉപകാരപ്രദമാകുന്ന രീതിയിലേക്ക് പരിവർത്തനപ്പെടുത്താനുള്ള അവ

സരമാണ് ഇതുവഴി തുറക്കുന്നത്. ഇതിന്റെ ഭാഗമായി സർവ്വകലാശാല കളിൽത്തന്നെ സ്റ്റാർട്ടപ്പ് - ഇൻക്യുബേഷൻ സൗകര്യങ്ങൾ ലഭ്യമാക്കു കയാണ്. ഇൻഡസ്ട്രി ഓൺ ക്യാംപസ് പദ്ധതിക്ക് ഇതിനകം തന്നെ തുടക്കംകുറിച്ചു കഴിഞ്ഞിട്ടുമുണ്ട്.

ഇത്തരം സൗകര്യങ്ങൾ പൂർണ്ണാർത്ഥത്തിൽ ഉപയോഗിക്കാൻ ശേ ഷിയുള്ള, നൂതന ആശയങ്ങളും അഭിരുചിയും നൈപുണിയുമുള്ള മിടുക്ക രായ വിദ്യാർത്ഥി സമൂഹമാണ് നമുക്കുള്ളത്. തിരുവനന്തപുരത്തെ എൽ ബി എസ് വിമൻസ് എഞ്ചിനീയറിങ് കോളേജിലെ വിദ്യാർത്ഥിനികളും അദ്ധ്യാപകരും ചേർന്നൊരുക്കിയ സാറ്റ്ലൈറ്റ്, തൃശ്ശൂർ ഗവൺമെന്റ് എഞ്ചിനീയറിങ് കോളേജിലെ വിദ്യാർത്ഥികൾ തയ്യാറാക്കിയ സാനി റ്റൈസർ കുഞ്ഞപ്പൻ 2.0 എന്ന റോബോട്ട്, പാലക്കാട് എൻ എസ് എസ് എഞ്ചിനീയറിങ് കോളേജ് വിദ്യാർത്ഥികൾ തയ്യാറാക്കിയ തേങ്ങ ചിര കാനുള്ള ഉപകരണം തുടങ്ങിയവയൊക്കെ ഇതിന്റെ തെളിവാണ്.

ഇത്തരത്തിൽ നമ്മുടെ നിത്യജീവിതത്തിൽ വലിയ മാറ്റങ്ങൾക്ക് കാരണമാകുന്ന ചെറുതും വലുതുമായ നിരവധി കണ്ടെത്തലുകൾ കേര ളത്തിലെ കലാലയങ്ങളിൽ ഉണ്ടാകുന്നുണ്ട്. കണ്ടെത്തലുകളെ വാണി ജ്യാടിസ്ഥാനത്തിൽ ഉല്പന്നങ്ങളാക്കി മാറ്റാൻ സഹായിക്കുന്ന ഇൻക്യു ബേഷൻ ലഭ്യമാക്കിക്കൊണ്ട് നാടിന്റെ സാമ്പത്തിക, വ്യാവസായിക പുരോഗതിക്ക് മുതൽക്കൂട്ടാകുന്ന നിലയിലേക്ക് അവയെ മാറ്റാനാണ് സർക്കാർ ശ്രമിക്കുന്നത്. മുഖ്യമന്ത്രിയുടെ നവകേരള പോസ്റ്റ് ഡോക്ടറൽ ഫെല്ലോഷിപ്പുകൾ, കൈരളി റിസർച്ച് അവാർഡുകൾ തുടങ്ങിയവയും ഈ മുന്നേറ്റത്തിന്റെ ഭാഗമാകാൻ ഗവേഷകരെ സഹായിക്കുന്നവയാണ്.

വ്യത്യസ്ത മേഖലകളിൽ അവയ്ക്കോരോന്നിനും വേണ്ടി പ്രത്യേക മായ സർവ്വകലാശാലകൾ തന്നെ കേരളത്തിലുണ്ട്. അവയിലൊന്നാണ് ഇന്ത്യയിലെ ആദ്യത്തെ ഫിഷറീസ് സർവ്വകലാശാലയായ കുഫോസ്. 1979 ൽ ആരംഭിച്ച ഫിഷറീസ് കോളേജിന്റെ വികസിത രൂപമായി 2011 ൽ സ്ഥാപിതമായ കുഫോസ് ഇന്ന് മത്സ്യബന്ധന രംഗത്ത് അത്യാധുനിക മു ന്നേറ്റങ്ങൾ നടത്തിയ നോർവെ പോലെയുള്ള രാജ്യങ്ങളുമായി അക്കാദമി ക രംഗത്തു സഹകരിക്കുന്നുണ്ട്. ഈ എൽ ഡി എഫ് സർക്കാർ കുഫോ സിന്റെ കീഴിൽ പയ്യന്നൂരിൽ ഒരു ഫിഷറീസ് കോളേജ് ആരംഭിച്ചിട്ടുണ്ട്.

മിടുക്കരായ വിദ്യാർത്ഥികൾ പഠിക്കുന്ന ഇടങ്ങളാണ് നമ്മുടെ മെ ഡിക്കൽ വിദ്യാഭ്യാസ രംഗം. എന്നാൽ ഈ രംഗത്തിന്റെ സാദ്ധ്യതകളെ ഇനിയും പൂർണ്ണമായും ഉപയോഗപ്പെടുത്താൻ നമുക്ക് സാധിച്ചിട്ടില്ല. ഡോക്ടർമാരടക്കം ഈ രംഗത്തുള്ളവർ തൊഴിൽ മേഖലയിലേക്ക് മാത്ര മായി ചുരുങ്ങുന്നതാണ് ഇവിടുത്തെ പൊതുരീതി. അത് പോര. അതുകൊ ണ്ടുതന്നെ നമ്മുടെ മെഡിക്കൽ കോളേജുകളിൽ ബയോ മെഡിക്കൽ

ഗവേഷണത്തിനുള്ള ഇക്കോസിസ്റ്റം രൂപപ്പെടുത്താനുള്ള ശ്രമങ്ങൾ സർക്കാർ ആരംഭിച്ചിട്ടുണ്ട്.

ഒരു ചെറിയ വിഭാഗം ഡോക്ടർമാർ ഓരോ പ്രശ്നത്തെ അടിസ്ഥാനമാക്കിയുള്ള ഗവേഷണങ്ങൾ ഏറ്റെടുക്കാൻ തയ്യാറായാൽത്തന്നെ, അത് സമൂഹത്തിൽ വലിയ മാറ്റങ്ങൾക്കു കാരണമാകും. ബയോ മെഡിക്കൽ ഗവേഷണം പ്രോത്സാഹിപ്പിക്കുന്നതിന് ജ്ഞാനോല്പാദനം, സമന്വയം, സന്ദർഭികവൽക്കരണം, അറിവിന്റെ കൈമാറ്റം എന്നിവയ്ക്കായുള്ള നെറ്റ്‌വർക്ക് സജീവമായി പ്രവർത്തിക്കുന്നുണ്ട്. മെഡിക്കൽ, ടെക്നിക്കൽ വിദ്യാഭ്യാസ രംഗത്തുള്ളവർ ഇതിന്റെ ഭാഗമാവണം എന്നാണ് അഭ്യർത്ഥിക്കാനുള്ളത്.

ആരോഗ്യ സർവ്വകലാശാലയുടെ നേതൃത്വത്തിൽ മെഡിക്കൽ പഠനരംഗത്ത് മികച്ച രീതിയിലുള്ള മുന്നേറ്റമാണ് നമ്മുടേത്. രണ്ടു വർഷത്തിനിടയിൽ രണ്ട് മെഡിക്കൽ കോളേജുകളും പത്ത് നഴ്സിങ് കോളേജുകളും രണ്ട് പാരാമെഡിക്കൽ കോളേജുകളും ചേർന്ന് ആകെ 14 പുതിയ കോളേജുകൾ അതിന്റെ കീഴിൽ ആരംഭിച്ചിട്ടുണ്ട്. നിലച്ചുപോയി എന്നു പലരും കരുതിയ കോന്നി മെഡിക്കൽ കോളേജിന്റെ പ്രവർത്തനങ്ങൾ ഏറ്റെടുത്ത് മുന്നോട്ടുകൊണ്ടുപോകാൻ കഴിഞ്ഞു എന്നത് വലിയ നേട്ടമാണ്. കോന്നി, ഇടുക്കി മെഡിക്കൽ കോളേജുകളിൽ നൂറുവീതം സീറ്റുകളാണ് അധികമായി ഒരുക്കിയിട്ടുള്ളത്.

കഴിഞ്ഞ രണ്ടു വർഷത്തിനുള്ളിൽ ആരോഗ്യ സർവ്വകലാശാലയിൽ ആറ് പുതിയ കോഴ്സുകൾ ആരംഭിക്കാൻ കഴിഞ്ഞു. അണ്ടർ ഗ്രാജ്വേറ്റ് കോഴ്സുകളിൽ മാത്രം 1,558 സീറ്റുകളാണ് രണ്ടു വർഷംകൊണ്ട് വർദ്ധിപ്പിച്ചത്. പോസ്റ്റ് ഗ്രാജ്വേറ്റ് കോഴ്സുകളിൽ 576 സീറ്റുകൾ വർദ്ധിപ്പിച്ചിട്ടുണ്ട്. ഇതിന്റെയൊക്കെ തുടർച്ചയായാണ് മെഡിക്കൽ ഗവേഷണ മേഖലയുടെ വളർച്ചയ്ക്കുവേണ്ട ഇടപെടലുകൾ സംസ്ഥാന സർക്കാർ നടത്തിവരുന്നത്. മെഡിക്കൽ വിദ്യാഭ്യാസത്തിന് എത്ര വലിയ പ്രാധാന്യമാണ് നൽകുന്നതെന്നത് ഇതിൽ നിന്നൊക്കെ വ്യക്തമാണ്.

സാങ്കേതികവിദ്യാ പഠനരംഗത്തെ പ്രവർത്തനങ്ങൾ ഏറ്റെടുത്താണ് എ പി ജെ അബ്ദുൾ കലാം സാങ്കേതിക സർവ്വകലാശാല പ്രവർത്തിക്കുന്നത്. തിരുവനന്തപുരത്തെ വിളപ്പിൽശാലയിൽ സർവ്വകലാശാലയുടെ ആസ്ഥാനത്തിന്റെ നിർമ്മാണം പുരോഗമിക്കുകയാണ്. സർക്കാർ എഞ്ചിനീയറിങ് കോളേജുകളിലെ ലബോറട്ടറികളും അക്കാദമിക് കെട്ടിടങ്ങളും ഹോസ്റ്റലുകളുമെല്ലാം നവീകരിക്കുകയാണ്. നൂതന തൊഴിൽ മേഖലകളിലേക്ക് കടക്കാൻ നമ്മുടെ വിദ്യാർത്ഥികളെ പ്രാപ്തരാക്കുന്ന ഇൻക്യുബേഷൻ സെന്ററുകൾ എല്ലാ സർക്കാർ എഞ്ചിനീയറിങ് കോളേജുകളിലും ആരംഭിച്ചിട്ടുണ്ട്.

ആധുനിക ഡിജിറ്റൽ ലോകത്ത് നാലാം വ്യാവസായിക വിപ്ലവത്തിന് അനുഗുണമായ വിധത്തിലുള്ള വിദ്യകളും ശേഷികളും ഉള്ളവരെയാണ് ആവശ്യമായിട്ടുള്ളത്. അതുകൊണ്ടുതന്നെ വിവിധ മേഖലകളിലെ അറിവുകളെ സമന്വയിപ്പിക്കാനും അവയെ ക്രിയാത്മകമായി പ്രയോഗിക്കാനും കഴിയുന്ന വിധത്തിലുള്ള മൾട്ടി ഡിസിപ്ലിനറി സമീപനമാണ് ഇന്ന് ലോകത്തുടനീളമുള്ള ഉന്നത വിദ്യാഭ്യാസ മേഖലയിൽ സ്വീകരിക്കപ്പെടുന്നത്. അതിൽ തന്നെ ഡിജിറ്റൽ വിവരങ്ങളുടെ, അഥവാ ഡേറ്റയുടെ, വിശകലനത്തിനും വിജ്ഞാപനത്തിനും സവിശേഷമായ പ്രാധാന്യം ലഭിക്കുന്നുണ്ട്.

ആർട്ടിഫിഷ്യൽ ഇന്റലിജൻസിൽ അധിഷ്ഠിതമായ ചാറ്റ് ജി പി റ്റിയെ പോലുള്ള സംവിധാനങ്ങളുടെ വിസ്മയകരമായ സംഭാവനകൾ നാം ഓരോ ദിവസവും കണ്ടുകൊണ്ടിരിക്കുകയാണ്. അവ വിദ്യാഭ്യാസ - തൊഴിൽ മേഖലകളിൽ മൗലികമായ മാറ്റങ്ങൾക്കു വഴിവെക്കും എന്നാണ് പ്രതീക്ഷിക്കപ്പെടുന്നത്. അതുകൊണ്ടുതന്നെ അതിനൂതനമായ മേഖലകളിൽക്കൂടി കേരളത്തിലെ വിദ്യാർത്ഥികൾക്ക് പ്രാവീണ്യം ലഭ്യമാക്കണം എന്നാണ് സംസ്ഥാന സർക്കാർ കരുതുന്നത്. അതുറപ്പുവരുത്തുക എന്ന ഉദ്ദേശ്യത്തോടെയാണ് ഡിജിറ്റൽ യൂണിവേഴ്സിറ്റിക്ക് തുടക്കംകുറിച്ചത്.

രാജ്യത്തെ ആദ്യത്തെ ഡിജിറ്റൽ യൂണിവേഴ്സിറ്റി സ്ഥാപിച്ച സംസ്ഥാനമാണ് നമ്മുടേത്. അതിലൂടെ ഉല്പാദിപ്പിക്കപ്പെടുന്ന അറിവുകൾക്ക് റിയൽ ടൈം ആപ്ലിക്കേഷൻ ഉണ്ടാകുന്നു എന്നുറപ്പുവരുത്താൻ കൂടിയാണ് ഡിജിറ്റൽ സയൻസ് പാർക്കിനു കൂടി ആരംഭംകുറിച്ചിരിക്കുന്നത്. അതും അത്തരത്തിലുള്ള ഇന്ത്യയിലെ ആദ്യത്തെ സംരംഭമാണ്. നിർമ്മിത ബുദ്ധി, മെഷീൻ ലേണിങ് തുടങ്ങിയ വിഷയങ്ങളിൽ മികവിന്റെ കേന്ദ്രങ്ങൾ സ്ഥാപിക്കുന്നതിനായി എഡിൻബറ യൂണിവേഴ്സിറ്റി, ക്യൂ എൽ എസ് സ്പേസ് എന്നിവയുമായി ചേർന്ന് ഡിജിറ്റൽ യൂണിവേഴ്സിറ്റി പ്രത്യേക പദ്ധതികൾ നടപ്പാക്കിവരികയാണ്.

റിന്യൂവബിൾ എനർജി, നെറ്റ് സീറോ, നാനോ ടെക്നോളജി, ബയോ മെഡിക്കൽ എഞ്ചിനീയറിങ്, ജിനോമിക് സ്റ്റഡീസ്, ആർട്ടിഫിഷ്യൽ ഇന്റലിജൻസ്, മെഷീൻ ലേണിങ്, ബിഗ് ഡേറ്റാ സയൻസസ്, ന്യൂട്രാസ്യൂട്ടിക്കൽസ് തുടങ്ങിയ മേഖലകളെ പ്രോത്സാഹിപ്പിക്കാനായി പുതിയ മികവിന്റെ കേന്ദ്രങ്ങൾ ആരംഭിക്കാൻ സർക്കാർ ഉദ്ദേശിക്കുന്നുണ്ട്. ഇവയെല്ലാം അതിനൂതനമായ മേഖലകളാണ്.

വരാനിരിക്കുന്ന കാലത്തിനായി കേരളത്തെ സജ്ജമാക്കാൻ ഉദ്ദേശിച്ചുകൊണ്ടാണ് ഈ മേഖലകളിലൊക്കെ സംസ്ഥാന സർക്കാർ സജീവമായി ഇടപെടുന്നത്. ഇവയുടെയൊക്കെ ഭാഗമാകാനും ഈ മേഖ

ലകളിൽ നൂതനമായ സംഭാവനകൾ നൽകാനും നമ്മുടെ വിദ്യാർത്ഥിസമൂഹത്തിന് കഴിയണം. ആ നിലയ്ക്ക്, ഏതെങ്കിലുമൊരു തൊഴിൽ നേടുക എന്നതിനപ്പുറത്ത് തൊഴിൽ ദാതാക്കളായി മാറുക എന്ന നിലയിലേക്ക് വിദ്യാർത്ഥികളുടെ ചിന്ത വളരണം. ഉന്നതവിദ്യാഭ്യാസ വകുപ്പും വ്യവസായ വകുപ്പും ഇതിനുതകുന്ന പദ്ധതികൾ രൂപപ്പെടുത്തിയിട്ടുണ്ട്.

ഓരോ വിഷയത്തിലുമുള്ള അറിവുമാത്രം പോരാ. അറിവ് സമൂഹവുമായി, അധികാരവുമായി എങ്ങനെ ബന്ധപ്പെടുന്നു എന്നറിയണം. അറിവിന്റെ രാഷ്ട്രീയം മനസ്സിലാക്കണം. ജനങ്ങളുടെ പ്രശ്നങ്ങൾ പരിഹരിക്കുന്നതിനെപ്പറ്റി ഗൗരവതരമായ ചിന്തകൾ മനസ്സിൽ ഉയരണം. ചിന്ത വളർത്തിക്കൊണ്ട് നയവിശകലനം നടത്താനും പ്രതികരിക്കാനുമുള്ള ശേഷി ആർജ്ജിക്കണം. പഠിക്കുന്നത് ഏതു വിഷയമായാലും വിഷയത്തിനപ്പുറം കടന്നു ചിന്തിക്കാൻ കഴിയണം. അങ്ങനെ മാത്രമേ കഴിവുകളും ശേഷികളും വികസിപ്പിക്കാനാവുകയുള്ളൂ.

കലാമണ്ഡലത്തിന്റെ ചരിത്രത്തിൽ ആദ്യമായി 2019 ൽ പെൺകുട്ടികൾക്ക് കഥകളിക്കായുള്ള പ്രവേശനം നൽകി. ആദ്യ ബാച്ച് പുറത്തിറങ്ങി. ആ കുട്ടികൾ ഇപ്പോൾ കഥകളി രംഗത്ത് സജീവമാണ്. തിമില, ചെണ്ട, കഥകളി ചുട്ടി, കഥകളി സംഗീതം തുടങ്ങിയ മേഖലകളിലെല്ലാം പെൺകുട്ടികൾക്ക് അവസരം നൽകി. അതുവഴി കല്പിത സർവ്വകലാശാലയായ കേരള കലാമണ്ഡലത്തിൽ ലിംഗനീതി ഉറപ്പുവരുത്താൻ കഴിഞ്ഞു.

ഒന്നുമില്ലായ്മയിൽനിന്നു വളർന്നാണ് ദാക്ഷായണി വേലായുധൻ സയൻസ് ബിരുദധാരിണിയും നമ്മുടെ പാർലമെന്റിലെ ആദ്യ വനിത മെമ്പറുമായത്. ഇന്ന് അത്തരമൊരു ദുർഘട സാഹചര്യമില്ല. സർക്കാർ എല്ലാ സഹായങ്ങളും പ്രോത്സാഹനവും നൽകുന്നുണ്ട്. അണ്ടർ ഗ്രാജ്വേറ്റ് തലം മുതൽ ബിരുദാനന്തര ബിരുദതലം വരെ മെറിറ്റ് കം മീൻസ് സ്കോളർഷിപ്പ്, ഗവേഷണം പ്രോത്സാഹിപ്പിക്കുന്നതിനായി 5 ലക്ഷം രൂപയുടെ കൈരളി ലൈഫ്ടൈം അച്ചീവ്മെന്റ് ഗ്ലോബൽ പ്രൈസ്, ലൈഫ്ടൈം അച്ചീവ്മെന്റ് നാഷണൽ അവാർഡ്, ഗവേഷണ പുരസ്കാരം, ഗവേഷക പുരസ്കാരം എന്നിങ്ങനെയുള്ളവ നൽകുന്നുണ്ട്. ഇതിനൊക്കെ പുറമെ മുഖ്യമന്ത്രിയുടെ പേരിൽ നവകേരള പോസ്റ്റ് ഡോക്ടറൽ ഫെലോഷിപ്പ് ഏർപ്പെടുത്തിയിട്ടുണ്ട്. ഇതിനോടകം 176 ഗവേഷകർക്ക് ഈ ഫെലോഷിപ്പ് നൽകിക്കഴിഞ്ഞിട്ടുണ്ട്.

കഴിഞ്ഞ മൂന്നു വർഷമായി സംസ്ഥാന സർക്കാർ ഗവേഷണ മേഖലയിൽ വലിയ തുകയാണ് മുതൽമുടക്കുന്നത്. അതു കേവലം ചെലവല്ല, മറിച്ച് ഭാവിക്കുവേണ്ടിയുള്ള നിക്ഷേപമാണെന്ന ഉത്തമ ബോദ്ധ്യം സർക്കാരിനുണ്ട്. ഇത്രയധികംപേർക്ക് സ്കോളർഷിപ്പു നൽകുന്ന പദ്ധ

തികൾ വേറൊരു സംസ്ഥാനത്തുമില്ല. എന്നാൽ പോലും നല്ല പ്രതിഭയുള്ളവർ വികസിത രാജ്യങ്ങളിലേക്കു ചേക്കേറുന്ന പ്രവണതയാണ് കാണുന്നത്.

വിദേശത്തേക്കു പോയവരെ തൽക്കാലത്തേക്ക് തിരികെ കൊണ്ടുവരാനുള്ള ബ്രെയിൻ ഗെയിൻ സ്കീം ഉന്നതവിദ്യാഭ്യാസ കൗൺസിൽ വഴി നമ്മൾ നടപ്പാക്കിവരികയാണ്. അതുപോലെ നോബേൽ ജേതാക്കളെ ക്ഷണിച്ചുവരുത്തി നമ്മുടെ ഗവേഷകർക്ക് അവരുമായി ഇടപഴകാനും ആത്മവിശ്വാസം വർദ്ധിപ്പിക്കാനും സഹായിക്കുന്ന സ്കോളർ - ഇൻ - റസിഡൻസ് സ്കീമും കൗൺസിൽ വഴി നടത്തിവരുന്നുണ്ട്. ഇതൊക്കെ ഇന്ത്യയിൽ വേറൊരിടത്തും ഇല്ലാത്ത സ്കീമുകളാണ്.

രാജ്യത്തിനകത്തും പുറത്തുമുള്ള സുപ്രധാന പഠന ഗവേഷണ സ്ഥാപനങ്ങളിലെല്ലാം പഠിതാക്കളായും പരിശീലകരായും മലയാളികളുണ്ട്. നോബേൽ ജേതാക്കളുടെ ഗവേഷണ സംഘങ്ങളിൽപ്പോലും നിർണ്ണായക പദവികളിൽ മലയാളികളുണ്ട്. എന്നിട്ടും ഗവേഷണ മേഖലകളിൽ ലോകനിലവാരത്തിലേക്കെത്താൻ കേരളത്തിനു കഴിയുന്നില്ല എന്നത് വസ്തുതയാണ്. 'ഇൻഹൗസ് എക്സലൻസ്' നമുക്ക് സാദ്ധ്യമാവുന്നില്ല. അതെന്തുകൊണ്ടാണെന്ന് നിങ്ങളും ചിന്തിക്കണം. പരിഹാരമാർഗ്ഗങ്ങൾ നിർദ്ദേശിക്കുകയും വേണം.

'വിദ്യകൊണ്ടു പ്രബുദ്ധരാവുക' എന്നു പഠിപ്പിച്ച ഗുരുവിന്റെ സ്മരണയ്ക്കുള്ള ഏറ്റവും ഉചിതമായ ആദരം എന്ന നിലയിലാണ് പുതുതായി ആരംഭിച്ച ഓപ്പൺ യൂണിവേഴ്സിറ്റിക്ക് ശ്രീനാരായണ ഗുരുവിന്റെ പേരുതന്നെ നൽകിയത്. ഉയർന്ന മാനവികതയുടെ മഹത്തായ മൂല്യങ്ങൾ സമൂഹത്തിനു പകരുന്ന മികച്ച സ്ഥാപനമാക്കി, ഈ ഓപ്പൺ യൂണിവേഴ്സിറ്റിയെ മാറ്റിത്തീർക്കാനാണ് സർക്കാർ ആഗ്രഹിക്കുന്നത്. പല കാരണങ്ങളാൽ ഉന്നതപഠനം ഉപേക്ഷിക്കേണ്ടി വന്നവർക്കും അതിലേക്ക് ചുവടുവെക്കാൻ കഴിയാതെ പോയവർക്കും തുടർപഠനം നടത്താൻ കഴിയുന്ന സ്ഥാപനമായാണ് ഇതിനെ വിഭാവനം ചെയ്തിരിക്കുന്നത്.

ജനകീയ ജനാധിപത്യ മതനിരപേക്ഷ വിദ്യാഭ്യാസം എന്ന കേരളീയ വിദ്യാഭ്യാസത്തിന്റെ അടിസ്ഥാനമൂല്യങ്ങളിൽ ഊന്നിനിന്നുകൊണ്ട് വിദ്യാർത്ഥി കേന്ദ്രീകൃതവും പാർശ്വവൽക്കരിക്കപ്പെട്ടവർ ഉൾപ്പെടെ എല്ലാവരേയും ഉൾക്കൊള്ളുന്നതുമായ വിദ്യാഭ്യാസ പരിഷ്കരണമാണ് ഉന്നതവിദ്യാഭ്യാസ രംഗത്തിനായി വിഭാവനം ചെയ്തിട്ടുള്ളത്. ഈ പ്രവർത്തനങ്ങൾക്കുള്ള മാർഗ്ഗനിർദ്ദേശമായാണ് കേരള ഹയർ എഡ്യൂക്കേഷൻ കരിക്കുലം ഫ്രെയിംവർക്ക് വികസിപ്പിച്ചിട്ടുള്ളത്. ആദ്യഘട്ടത്തിൽ നാലു വർഷ ഡിഗ്രി സംബന്ധിച്ചാണ് ഫ്രെയിംവർക്ക് കൂടുത

ലായി ഊന്നൽ നൽകിയിട്ടുള്ളത്. അധികം വൈകാതെ എല്ലാ കോഴ്സു കൾക്കും ബാധകമാകുന്ന വിപുലീകൃത ഫ്രെയിംവർക്ക് വികസിപ്പിക്കും.

ശാസ്ത്ര-സാങ്കേതിക മേഖലകളിലെന്ന പോലെതന്നെ കലാ-കായിക മേഖലകളിലും പ്രതിഭകൾ സൃഷ്ടിക്കപ്പെടണം എന്നതാണ് സർക്കാരിന്റെ കാഴ്ചപ്പാട്. അതിന്റെ ഭാഗമായി അടുത്തവർഷം നാലുവർഷ ബിരുദകോഴ്സ്ആരംഭിക്കുമ്പോൾകലാ-കായികമേഖലയിലെ പങ്കാളി ത്തത്തിനു കൂടി ക്രെഡിറ്റ് ലഭിക്കുന്ന വിധത്തിൽ കോഴ്സുകൾ പരി ഷ്കരിക്കാൻ തീരുമാനിച്ചിട്ടുണ്ട്. ഈ മേഖലയിലെ നേട്ടങ്ങൾക്കു ഗ്രേസ് മാർക്കും നൽകും. നാല് വർഷ ബിരുദം നടപ്പിലാവുന്നതോടുകൂടി ആർട്സ് ആന്റ് സയൻസ് കോളേജുകളുടെ മുഖച്ഛായ തന്നെ മാറും.

നിലവിലെ മൂന്നു വർഷത്തിൽനിന്ന് അധികമായി ഒരു വർഷം കൂടി പഠിക്കുക എന്നതല്ല കേരളം ലക്ഷ്യമിടുന്നത്. മറിച്ച് നിലവിലെ അദ്ധ്യാപന - പഠന - മൂല്യനിർണ്ണയ രീതികളിൽ നിന്നുള്ള സമൂലമായ മാറ്റമാണ് ഉദ്ദേശിക്കുന്നത്. പൂർണ്ണമായും വിദ്യാർത്ഥി കേന്ദ്രീകൃതമായ, വിദ്യാർത്ഥികളുടെ താല്പര്യങ്ങൾക്കും അഭിരുചികൾക്കും പ്രാധാന്യം നൽകുന്ന, അവർക്ക് താല്പര്യമുള്ള മേഖലകളിൽ കരിയർ കണ്ടെത്താൻ സഹായിക്കുന്ന, അതിലുപരി അവരെ മികച്ച സാമൂഹിക ജീവികളായി വാർത്തെടുക്കുന്ന ബിരുദ പദ്ധതിയാണ് കേരളം മുന്നോട്ടുവെക്കുന്നത്.

ശാസ്ത്രബോധമുള്ള, ഭരണഘടനാ മൂല്യങ്ങളിൽ വിശ്വാസമുള്ള, മാന വികത ഉയർത്തിപ്പിടിക്കുന്ന ബഹുസ്വര സമൂഹമായി കേരളത്തെ മുന്നോട്ടു കൊണ്ടുപോകുവാൻ ഇത് അത്യന്താപേക്ഷിതമാണ്. ശാസ്ത്രത്തിന്റെ പേരിൽ അസംബന്ധങ്ങൾ പ്രചരിപ്പിക്കുന്ന ഈ കാലത്ത് ഭരണഘടന വിഭാവനം ചെയ്യുന്ന ശാസ്ത്രാവബോധം സമൂഹത്തിൽ പ്രചരിപ്പിക്കുക എന്നത് സർക്കാരിന്റെ ഉത്തരവാദിത്വമാണ്. അടിസ്ഥാന ശാസ്ത്രബോധ വും മാനവിക മൂല്യങ്ങളുമുള്ള തലമുറയ്ക്കു മാത്രമേ വിദ്വേഷരഹിതമായ ഒരു നവകേരളം സൃഷ്ടിക്കാൻ സാധിക്കൂ. ഈ ബോദ്ധ്യം വിദ്യാർത്ഥികൾക്ക് പ്രത്യേകമായി ഉണ്ടാകണം.

എല്ലാ വിദ്യാർത്ഥികളെയും ഒരൊറ്റ അച്ചിൽ വാർത്തെടുക്കുന്ന നിലവിലെ രീതി ഒഴിവാക്കിയേ തീരൂ. ഗവേഷണത്തിനും അദ്ധ്യാ പനത്തിനും താല്പര്യമുള്ളവർക്ക് ആ അർത്ഥത്തിൽ വളരണം. കലാ-കായിക മേഖലകളിൽ താല്പര്യമുള്ളവർക്ക് ആ തലങ്ങളിൽ മുന്നേറണം. ബിരുദത്തിനുശേഷം തൊഴിൽ മേഖലകളിലേക്ക് പോവാൻ താല്പര്യമു ള്ളവർക്ക് ആവശ്യമായ ജ്ഞാനവും നൈപുണിയും അഭിരുചിയും നേടാ നുമുള്ള അവസരമുണ്ടാകണം. ഇങ്ങനെയുള്ള വിശാലവും സമഗ്രവുമായ കാഴ്ചപ്പാടോടെയാണ് സർക്കാർ ഇടപെടുന്നത്.

നിലവിൽ കെമിസ്ട്രി ഐച്ഛിക വിഷയമായി ബിരുദത്തിനു ചേരുന്ന വിദ്യാർത്ഥി നിർബ്ബന്ധമായി കണക്കും ഫിസിക്സും പഠിക്കണമല്ലോ. അതേപോലെ തന്നെ, നാളെ കെമിസ്ട്രിയോടൊപ്പം മ്യൂസിക്കോ സാഹിത്യമോ, അല്ലെങ്കിൽ ഏതെങ്കിലുമൊരു തൊഴിലധിഷ്ഠിത കോഴ്സോ പഠിക്കാനുള്ള സ്വാതന്ത്ര്യം വിദ്യാർത്ഥികൾക്ക് ഉണ്ടാകും. പഠിക്കുന്ന കോളേജുകളിൽ അതിനുപറ്റിയ സാഹചര്യമില്ലായെങ്കിൽ മറ്റു കോളേജുകളിൽ നിന്നോ ഓൺലൈൻ ആയോ അവ പഠിക്കാനുള്ള അവസരം ലഭ്യമാക്കും.

താല്പര്യമുള്ള മുഴുവൻ വിദ്യാർത്ഥികൾക്കും ഒരു സെമസ്റ്റർ പൂർണ്ണമായും ഇന്റേൺഷിപ്പ് അല്ലെങ്കിൽ പ്രോജക്റ്റ് ചെയ്യാനുള്ള അവസരം ഉണ്ടാകും. മിടുക്കരായ വിദ്യാർത്ഥികൾക്ക് വേണമെങ്കിൽ രണ്ടര വർഷം കൊണ്ട് ഡിഗ്രി നേടാനുള്ള എൻ വൺ സെമസ്റ്റർ സംവിധാനവും ഉറപ്പുവരുത്തുകയാണ്. ആവശ്യമെങ്കിൽ പഠനത്തിനിടയ്ക്ക് ഇടവേള എടുക്കാനും കോളേജോ സർവ്വകലാശാലയോ മാറാനുമുള്ള സ്വാതന്ത്ര്യം ഉണ്ടാവും.

ഇതെല്ലാം സുഗമമായി നടപ്പാക്കാൻ സഹായകമാകുന്ന കെ-റീപ് (കേരള റിസോഴ്സ് ഫോർ എഡ്യൂക്കേഷൻ അഡ്മിനിസ്ട്രേഷൻ ആന്റ് പ്ലാനിങ്) എന്ന സംവിധാനം ഒരുക്കുകയാണ്. പ്രവേശനം മുതൽ സർട്ടിഫിക്കറ്റ് ലഭ്യമാക്കൽ വരെയുള്ള വിദ്യാർത്ഥി ജീവിതത്തിന്റെ സമസ്ത മണ്ഡലങ്ങളെയും ഭരണപരമായ സാങ്കേതിക കുരുക്കുകളിൽ നിന്നു മോചിപ്പിച്ച് വിദ്യാഭ്യാസ ഇടപെടൽ ആയാസരഹിതമാക്കാൻ സാങ്കേതികവിദ്യയെ പ്രയോജനപ്പെടുത്തുകയാണ് കെ-റീപ്പിലൂടെ ചെയ്യുക. വിമർശനാത്മക ചിന്ത ഉണർത്തുംവിധം സമഗ്രമായ ലേണിങ് മാനേജ്മെന്റ് സിസ്റ്റം ഉൾപ്പെടെ ഉൾച്ചേർത്തു സജ്ജമാക്കുന്ന കെ-റീപ് ആർട്ടിഫിഷ്യൽ ഇന്റലിജൻസ്, ബ്ലോക്ക് ചെയിൻ, വെർച്വൽ റിയാലിറ്റി, ഓഗ്മെന്റഡ് റിയാലിറ്റി എന്നിവയുടെ സാദ്ധ്യതകൾ പ്രയോജനപ്പെടുത്തി സമകാലികമാക്കും. അതതു ഘട്ടങ്ങളിൽ സംഭവിക്കുന്ന സാങ്കേതികവിദ്യാ മാറ്റങ്ങളെ ഉൾക്കൊണ്ട് കാലികമാക്കുന്നതിനുള്ള ഇടപെടലുമുണ്ടാകും. കെ-റീപ് യാഥാർത്ഥ്യമാകുന്നതോടെ വിദ്യാർത്ഥികൾക്കും അക്കാദമിക് സമൂഹത്തിനും വളരെ വേഗത്തിലും ലളിതമായും സർവ്വകലാശാലാ സേവനങ്ങൾ ഉറപ്പുവരുത്താനാകും. വിവിധ ആവശ്യങ്ങൾക്കായി സർവ്വകലാശാലാ ഓഫീസുകൾ കയറിയിറങ്ങേണ്ട സാഹചര്യം ഇതോടെ പൂർണ്ണമായും ഇല്ലാതാവും. ഇതിനെല്ലാം ആവശ്യമായ രീതിയിൽ നിയമങ്ങളും ചട്ടങ്ങളും ഉടൻ പരിഷ്കരിക്കുമെന്നു കൂടി അറിയിക്കട്ടെ.

ശാസ്ത്ര സാങ്കേതിക പഠനത്തിലെന്നപോലെ തന്നെ സാമൂഹിക ശാസ്ത്ര-മാനവിക വിഷയങ്ങളുടെ പഠനത്തിലും ഭാഷാപഠനത്തിലും എല്ലാം

മാറ്റങ്ങൾ ഉണ്ടാവും. ഇന്റർ ഡിസിപ്ലിനറി, ട്രാൻസ് ഡിസിപ്ലിനറി തലത്തിലുള്ള പഠനങ്ങളും ഗവേഷണങ്ങളും കൂടുതൽ പ്രോത്സാഹിപ്പിക്കും. കേരളത്തിലും കേരള ഇൻസ്റ്റിറ്റ്യൂട്ട് ഓഫ് അഡ്വാൻസ്ഡ് സ്റ്റഡീസ് സ്ഥാപിക്കും. ഏത് വിഷയത്തെക്കുറിച്ചും സ്വതന്ത്രവും ക്രിയാത്മകവുമായ അന്വേഷണത്തെ പിന്തുണയ്ക്കുന്ന കേന്ദ്രമായിരിക്കുമത്.

ഈ നിലയിൽ നമ്മുടെ ഉന്നത വിദ്യാഭ്യാസ മേഖലയെ ലോകോത്തരമാക്കാനുള്ള നിരവധി ഇടപെടലുകളാണ് സർക്കാർ നടത്തിവരുന്നത്. ഇതുമായി ബന്ധപ്പെട്ട തുറന്ന സംവാദത്തിനുള്ള വേദിയാണിത്. ഉന്നത വിദ്യാഭ്യാസ മേഖലയുടെ ഉപഭോക്താക്കളെന്ന നിലയിൽ നിങ്ങളുടെ അഭിപ്രായങ്ങൾക്ക് വലിയ പരിഗണനയാകും സർക്കാർ നൽകുക എന്ന് ഉറപ്പുനൽകട്ടെ. ഈ സംവാദപരിപാടി ഉദ്ഘാടനം ചെയ്തതായി അറിയിക്കുന്നു.

മറുപടി

ഉന്നതവിദ്യാഭ്യാസ ശാക്തീകരണം

നവകേരള സൃഷ്ടിക്കായി ഉന്നതവിദ്യാഭ്യാസ രംഗത്തെ ഫലപ്രദമായി പ്രയോജനപ്പെടുത്തുന്നതു സംബന്ധിച്ച് ധാരാളം നിർദ്ദേശങ്ങൾ ഇവിടെ ഉയർന്നുവന്നിട്ടുണ്ട്. പ്രാദേശിക സമ്പദ്ഘടനയെ മെച്ചപ്പെടുത്തുന്നതിന് ഗവേഷണ ഫലങ്ങളും ഉന്നതവിദ്യാഭ്യാസ മേഖലയുടെ ശാക്തീകരണവും പ്രധാനമാണ്. നൂതന വിദ്യാ സംരംഭങ്ങൾ, ഗവേഷണ ഫലങ്ങൾ ജനങ്ങളിലേക്ക് എത്തിക്കാനുള്ള ശൃംഖലകൾ എന്നിവ മെച്ചപ്പെടുത്തും. അതുവഴി കേരളത്തെ ഉന്നതവിദ്യാഭ്യാസത്തിന്റെ ധിഷണാകേന്ദ്രമാക്കി പരിവർത്തിപ്പിക്കും. അടിസ്ഥാന സൗകര്യ വികസന ഗുണമേന്മയിൽ അധിഷ്ഠിതമായ പഠനബോധന രീതികൾ, സാമൂഹ്യ നിയന്ത്രണത്തോടെയുള്ള സ്വകാര്യ മേഖലയുടെ ഇടപെടലുകൾ എന്നിവ ഉറപ്പാക്കും.

പുതിയ പേറ്റന്റുകൾ വ്യാപകമായി സൃഷ്ടിക്കുന്നവിധം നിലവാരം വർദ്ധിപ്പിക്കും. സർവ്വകലാശാലകളുടെ ഭാഗമായി മികവ് കേന്ദ്രങ്ങൾ ആരംഭിക്കും. അടുത്ത 25 വർഷംകൊണ്ട് കേരളത്തിലെ ജീവിതനിലവാരം അന്താരാഷ്ട്ര തലത്തിലെ വികസിത മദ്ധ്യവരുമാന രാഷ്ട്രങ്ങൾക്കു സമാനമായി ഉയർത്തുകയാണ് നമ്മുടെ ലക്ഷ്യം. ശാസ്ത്ര സാങ്കേതിക വിദ്യയിലെ നേട്ടങ്ങൾ പ്രയോജനപ്പെടുത്തി കൃഷി, അനുബന്ധ മേഖലകൾ, നൂതന വ്യവസായം, അടിസ്ഥാന സൗകര്യം, ആരോഗ്യ രംഗം മുതലായവയെ മെച്ചപ്പെടുത്തും. ഉന്നതവിദ്യാഭ്യാസ രംഗമാണ് ഇക്കാര്യ

ങ്ങളിൽ നൂതനവും ക്രിയാത്മകവുമായ സംഭാവനകൾ നൽകി വിജ്ഞാനാധിഷ്ഠിത സമൂഹ സൃഷ്ടിയിലേക്ക് നയിക്കുക.

ഇപ്പോൾ ചെയ്തുവരുന്ന ജോലികളിൽ മിക്കവയും സമീപഭാവിയിൽ ഇല്ലാതായേക്കുമെന്ന് വിദഗ്ധർ പ്രവചിച്ചിട്ടുണ്ട്. ജോലിയുടെ രൂപത്തിലും ഭാവത്തിലും മാറ്റം വരും. ഇപ്പോൾത്തന്നെ ഗിഗ് ജോലികൾ സർവ്വസാധാരണമായി മാറിക്കൊണ്ടിരിക്കുകയാണ്. കാലാനുസൃതമായ മാറ്റത്തോടെ അറിവും ശേഷിയും നൈപുണിയും അപ്ഡേറ്റ് ചെയ്യേണ്ടതുണ്ട്. ഓരോ വ്യക്തിയുടെയും സർവീസ് കാലയളവിനിടയിൽ ജോലിയുടെ സ്വഭാവം പൂർണ്ണമായും മാറ്റേണ്ടതായും വന്നേക്കാം. അതിനനുസൃതമായി തുടർച്ചയായി പുതിയ അറിവുകൾ കരസ്ഥമാക്കാനും കഴിവുകൾ ആർജിക്കാനും ലൈഫ് ലോങ് ലേണിങ് സാദ്ധ്യതകൾ പ്രയോജനപ്പെടുത്തേണ്ടതുണ്ട്. ഉന്നതവിദ്യാഭ്യാസ സ്ഥാപനങ്ങൾ ലൈഫ് ലോങ് ലേണിങ് സെന്ററുകളായി ഭാവിയിൽ പരിവർത്തിപ്പിക്കപ്പെടേണ്ടി വരും.

നാല് വർഷ ബിരുദം

ദേശീയ വിദ്യാഭ്യാസ നയം 2020 നാല് വർഷ ബിരുദം നടപ്പിലാക്കാൻ നിർദ്ദേശിച്ചിട്ടുണ്ട്. ഈ നിർദ്ദേശങ്ങളിൽനിന്ന് വ്യത്യസ്തമായി കേരളത്തിന്റെ സവിശേഷതകളെ ഉൾച്ചേർത്തുകൊണ്ടാണ് നാല് വർഷ ബിരുദ പരിപാടി നാം നടപ്പിലാക്കുന്നത്. ഉന്നതവിദ്യാഭ്യാസ ശാക്തീകരണം സംബന്ധിച്ച് നിർദ്ദേശങ്ങൾ സമർപ്പിക്കാൻ നിയോഗിച്ച പ്രൊഫ. ശ്യാം ബി മേനോൻ ചെയർമാനായ ഉന്നതവിദ്യാഭ്യാസ പരിഷ്കരണ കമിഷന്റെ നിർദ്ദേശങ്ങളുടെ അടിസ്ഥാനത്തിലാണ് കേരളം നാല് വർഷ ബിരുദം രൂപകല്പന ചെയ്തിരിക്കുന്നത്.

നിലവിലെ മൂന്ന് വർഷ ബിരുദത്തിൽനിന്ന് യാന്ത്രികമായി ഒരു വർഷം കൂടുതൽ പഠിക്കുക എന്നതല്ല നാല് വർഷ ബിരുദംകൊണ്ട് ഉദ്ദേശിക്കുന്നത്. പാഠ്യപദ്ധതി, വിനിമയ രീതിശാസ്ത്രം, പഠന പ്രക്രിയകൾ, മൂല്യനിർണ്ണയം എന്നിവയിലെല്ലാം സമൂലമായ മാറ്റം പ്രകടമാകും. വിദ്യാർത്ഥി കേന്ദ്രീകൃതവും വിമർശനാത്മക ചിന്തയുണർത്തുന്നതുമായ ജനാധിപത്യ ക്ലാസ് മുറികൾ എന്ന ആശയത്തിന് പ്രാമുഖ്യം നൽകിയാണ് ഓരോ സർവ്വകലാശാലയും പാഠ്യപദ്ധതി രൂപീകരിക്കേണ്ടത്. എല്ലാ വിഷയത്തിലും ഭരണഘടനാ മൂല്യങ്ങൾ, സാമൂഹ്യജീവിതത്തെ പുരോഗമനാത്മകമായി മാറ്റിത്തീർക്കാൻ സഹായകമാകുന്ന ഘടകങ്ങൾ എന്നിവ ഉൾച്ചേർക്കേണ്ടതുണ്ട്. പാർശ്വവൽക്കരിക്കപ്പെട്ടവരുൾപ്പെടെ എല്ലാ വിഭാഗം വിദ്യാർത്ഥികളെയും ചേർത്തുപിടിക്കുകയും അവരുടെ അക്കാദമികവും സാമൂഹികവുമായ മികവുകളെ പോഷിപ്പിക്കുന്നതുമാവും പാഠ്യപദ്ധതി. സാങ്കേതികവിദ്യയെ പരമാവധി പ്രയോജനപ്പെടുത്തുകയും

അറിവുകൾ സമകാലികമാക്കുകയും ചെയ്യാവുന്ന വിധം അയവാർന്ന സമീപനമാണ് പാഠ്യപദ്ധതി രൂപീകരണത്തിൽ കൈക്കൊള്ളുക.

മാനവിക, ഭാഷാ വിഷയങ്ങൾക്ക് പ്രാധാന്യം കുറയുമെന്ന ആശങ്ക ഇവിടെ പലരും പ്രകടിപ്പിച്ച് കണ്ടു. തെറ്റായ പ്രചരണങ്ങളുടെ അടിസ്ഥാനത്തിലാണ് അത്തരം ആശങ്ക ഉളവായിട്ടുള്ളത്. പ്രചരിപ്പിക്കപ്പെട്ടവ വാസ്തവ വിരുദ്ധമാണ്. നൂതനവും ക്രിയാത്മകവുമായ പ്രവർത്തനങ്ങളിലൂടെ ഭാഷാ-മാനവിക വിഷയങ്ങളുടെ പ്രാധാന്യം വർദ്ധിക്കുകയാണ് ചെയ്യുക. പ്രായോഗിക പാഠങ്ങൾക്ക് ഊന്നൽ നൽകി വൈവിദ്ധ്യമാർന്ന ആഡ് ഓൺ കോഴ്സുകൾക്ക് സാദ്ധ്യതകൾ തുറന്നിട്ടുകൊണ്ടാണ് പാഠ്യപദ്ധതി വിഭാവനം ചെയ്യുക. വിഷയങ്ങളുടെ തെരഞ്ഞെടുപ്പിൽ അയവാർന്ന സമീപനം സ്വീകരിക്കുന്നതിനാൽ തങ്ങളുടെ താല്പര്യങ്ങൾക്കനുസരിച്ച് വിദ്യാർത്ഥികൾക്ക് ഡിഗ്രി പഠനത്തെ വിഭാവനം ചെയ്യാൻ സാധിക്കും. ഒരു വർഷം കഴിഞ്ഞാൽ വേണമെങ്കിൽ മുഖ്യ വിഷയം തന്നെ മാറ്റാനുള്ള അവസരമുണ്ടാവും. ഇതോടൊപ്പം കോളേജോ സർവ്വകലാശാലയോ പഠനത്തിനിടയ്ക്ക് മാറുന്നതിനും തടസ്സമുണ്ടാവില്ല.

നൈപുണിയും - അഭിരുചിയും വർദ്ധിപ്പിക്കൽ ലക്ഷ്യമിട്ട് അവസാന സെമസ്റ്റർ പൂർണ്ണമായും പ്രോജക്ട് അധിഷ്ഠിത പഠനത്തിനും ഇന്റേൺഷിപ്പിനും അവസരമൊരുക്കും. സാമൂഹ്യ പ്രതിബദ്ധത ഉറപ്പുവരുത്തുന്ന കോഴ്സുകൾ കരിക്കുലത്തിന്റെ ഭാഗമാക്കണമെന്ന നിർദ്ദേശം പലരും മുന്നോട്ടുവെച്ചിട്ടുണ്ട്. നല്ല ആശയമാണിത്. പാഠ്യപദ്ധതി പരിഷ്കരണത്തിൽ ഇക്കാര്യംകൂടി പരിഗണിക്കാൻ നേരത്തെ തന്നെ നിർദ്ദേശം നൽകിയിട്ടുണ്ട്.

ജേർണലിസം പഠനം സംബന്ധിച്ച്

നാല് വർഷ ബിരുദം നടപ്പിലാക്കുമ്പോൾ ഒരു സെമസ്റ്റർ പൂർണ്ണമായും ഇന്റേൺഷിപ്പിന്/പ്രോജക്ട് അധിഷ്ഠിത പഠനത്തിന് അവസരമുണ്ടാകുമെന്ന് ഞാൻ സൂചിപ്പിച്ചു കഴിഞ്ഞു. പഠനത്തിനൊപ്പം തൊഴിൽ ചെയ്യാനുള്ള സാഹചര്യംകൂടി ഒരുക്കാനാണ് ശ്രമിക്കുന്നത്. ഇതിന്റെ ഭാഗമായി ജേർണലിസമടക്കമുള്ള എല്ലാ പ്രൊഫഷണൽ പഠന മേഖലകളുടെയും സ്വഭാവം മാറും. കോഴ്സ് പൂർത്തിയാക്കുന്ന മുറയ്ക്ക് താല്പര്യമുള്ളവർക്ക് നേരിട്ട് തൊഴിലിൽ പ്രവേശിക്കാൻ സാധിക്കുംവിധം പ്രായോഗിക പാഠങ്ങളിൽ ഊന്നിനിന്നുകൊണ്ട് കോഴ്സുകൾ വിഭാവനം ചെയ്യാനാണ് സർവ്വകലാശാലകൾ ശ്രമിക്കുക.

ഏൺ വൈൽ യു ലേൺ

കഴിഞ്ഞ സർക്കാരിന്റെ കാലത്ത് സംഘടിപ്പിച്ച സി എം@ക്യാമ്പസ് പരിപാടിയിൽ ഉയർന്നുവന്ന നിർദ്ദേശങ്ങളുടെ അടിസ്ഥാനത്തിൽ

ഏൺ വൈൽ യു ലേൺ പദ്ധതി 2021 ൽ ആരംഭിച്ചിട്ടുണ്ട്. പദ്ധതിയുടെ ഭാഗമായി ചില ഉന്നത വിദ്യാഭ്യാസ സ്ഥാപനങ്ങൾ ഇൻഡസ്ട്രി ഓൺ ക്യാമ്പസ്, ഫിനിഷിങ് സ്കൂൾ, സ്റ്റാർട്ടപ്പുകൾ എന്നിവ ആരംഭിച്ചിട്ടുണ്ട്. തൊഴിലാളികളെ സൃഷ്ടിക്കുക എന്നതിനേക്കാളേറെ തൊഴിൽ ദാതാക്കളായ വിദ്യാർത്ഥി സമൂഹത്തെ സൃഷ്ടിക്കുക കൂടി നാം ലക്ഷ്യമിടുന്നുണ്ട്. വേണ്ടത്ര അംഗീകാരവും പ്രോത്സാഹനവും ഇതിനു ലഭിച്ചില്ല എന്നത് യാഥാർത്ഥ്യമാണ്. വിദേശ രാജ്യങ്ങളിൽ വലിയ തോതിൽ നടപ്പിലാക്കുന്ന രീതിയാണിത്. നവകേരള സദസ്സിന്റെ പ്രഭാത യോഗങ്ങളിലും ഈ നിർദ്ദേശം ഉയർന്നുവന്നിരുന്നു. ഈ പദ്ധതി വ്യാപകമായി നടപ്പിലാക്കാനാണ് സർക്കാർ ശ്രമിക്കുക. അതിനാവശ്യമായ സൗകര്യങ്ങളും സംവിധാനങ്ങളും ഒരുക്കും. പ്രൊഫഷണൽ കോളേജുകൾ, പോളിടെക്നിക് കോളേജുകൾ, തൊഴിൽ സാദ്ധ്യതയുള്ള കോഴ്സുകൾ നടപ്പിലാക്കുന്ന സ്ഥാപനങ്ങൾ മുതലായവ അതത് സ്ഥാപനങ്ങളുടെ സവിശേഷതകൾക്കും കോഴ്സുകൾക്കും ഇണങ്ങുംവിധം തൊഴിൽ സംരംഭകത്വത്തിന് അവസരമൊരുക്കാൻ ശ്രദ്ധിക്കണം. വ്യത്യസ്ത വ്യവസായ സംരംഭങ്ങളുമായി ചേർന്ന് പ്രവർത്തനങ്ങൾ ആസൂത്രണം ചെയ്യുന്നതും നടപ്പിലാക്കുന്നതും ഉചിതമാകും. ഇതിനെല്ലാം സഹായകമാകുംവിധം അയവാർന്ന സമീപനം സർവ്വകലാശാലകൾ കൈക്കൊള്ളേണ്ടതുണ്ട്. നിലവിലെ പഠനസമയമാണ് പദ്ധതി നടപ്പിലാക്കുന്നതിന് പ്രധാന തടസ്സമായി നിൽക്കുന്നത്. പഠനസമയം ക്രമീകരിക്കുന്നതു സംബന്ധിച്ച് പഠനം നടത്തി റിപ്പോർട്ട് സമർപ്പിക്കാൻ നിർദ്ദേശം നൽകിയിട്ടുണ്ട്.

ക്രെഡിറ്റ് ട്രാൻസ്ഫർ

അഭിരുചിക്കധിഷ്ഠിതമായി പഠനത്തെയും തൊഴിലിനെയും ഗവേഷണപരതയെയും ചിട്ടപ്പെടുത്തുന്നതിനും കോഴ്സുകൾ തിരഞ്ഞെടുക്കുന്നതിനും വിദ്യാർത്ഥികൾക്ക് അവസരമുണ്ടാകും. ഇഷ്ടവിഷയം പഠിക്കുന്ന കലാലയത്തിൽ ലഭ്യമല്ലെങ്കിൽ പുറത്തുനിന്നും സ്വായത്തമാക്കാവുന്നതാണ്. ഇങ്ങനെ പഠിക്കുമ്പോൾ അതിന് അർഹമായ ക്രെഡിറ്റ് ലഭിക്കും. ഈ ക്രെഡിറ്റ് ആഡ് ഓൺ കോഴ്സ് എന്ന നിലയിൽ പരിഗണിക്കുകയും കോഴ്സ് വിജയപ്രദമായി പൂർത്തീകരിക്കുന്നതിന് ആവശ്യമായ ആകെ ക്രെഡിറ്റിന്റെ ഭാഗമാക്കുകയും ചെയ്യും. പ്രായോഗികമായി അല്പം ബുദ്ധിമുട്ടുള്ള സംഗതിയായി ഒറ്റനോട്ടത്തിൽ ഈ നിർദ്ദേശം അനുഭവപ്പെട്ടേക്കാം. എന്നാൽ കെ-റീപ് സോഫ്റ്റ് വെയർ ഉപയോഗിച്ച് ആയാസരഹിതമായി ക്രെഡിറ്റ് ട്രാൻസ്ഫർ നടപ്പിലാക്കാനാണ് സർക്കാർ ഉദ്ദേശിക്കുന്നത്. ഇതിനായി ഏകീകൃത അക്കാദമിക കലണ്ടർ വികസിപ്പിക്കണമെന്ന് നിർദ്ദേശിച്ചിട്ടുണ്ട്.

പരീക്ഷാഫലം പ്രസിദ്ധീകരിക്കൽ

പരീക്ഷ, മൂല്യനിർണ്ണയം, ഫലപ്രഖ്യാപനം എന്നിവയിൽ അനിശ്ചിതത്വം, കാലതാമസം എന്നിവ ഒഴിവാക്കേണ്ടതുണ്ട്. ഏകീകൃത അക്കാദമിക കലണ്ടർ രൂപീകരിക്കണമെന്ന നിർദ്ദേശം നടപ്പിലാകുന്നതോടെ പ്രൊഫഷണൽ കോളേജുകൾ ഉൾപ്പെടെ എല്ലാ വിദ്യാഭ്യാസ സ്ഥാപനങ്ങളിലും ഈ പ്രശ്നം പരിഹരിക്കപ്പെടും. ഈ രംഗം ആയാസരഹിതമാക്കുന്നതിന് കെ-റീപ് സഹായിക്കും.

ഏകീകൃത പോർട്ടൽ

ഉന്നതവിദ്യാഭ്യാസ സ്ഥാപനങ്ങളുടെ സേവനങ്ങൾ, വിവരങ്ങൾ എന്നിവ ഉൾക്കൊള്ളിച്ച് ഏകീകൃത പോർട്ടൽ വികസിപ്പിക്കണമെന്ന നിർദ്ദേശം നടപ്പിലാക്കാവുന്നതാണ്. ഇക്കാര്യങ്ങൾകൂടി ഉൾച്ചേർത്താണ് കെ-റീപ് വികസിപ്പിക്കാൻ ഉദ്ദേശിക്കുന്നത്.

പാർശ്വവൽക്കരിക്കപ്പെട്ടവരുടെ വിദ്യാഭ്യാസം

ഭിന്നശേഷിക്കാർ, പട്ടികവർഗ്ഗ / പട്ടികജാതി വിഭാഗങ്ങളിൽപ്പെട്ടവർ, സാമൂഹ്യമായും സാമ്പത്തികമായും പിന്നോക്കം നിൽക്കുന്നവർ മുതലായവരുടെ വിദ്യാഭ്യാസാവസ്ഥ മെച്ചപ്പെടുത്തുന്നത് സംബന്ധിച്ച് ധാരാളം നിർദ്ദേശങ്ങൾ വന്നിട്ടുണ്ട്. എല്ലാ ഉന്നതവിദ്യാഭ്യാസ സ്ഥാപനങ്ങളും ഭിന്നശേഷി സൗഹൃദവും ലിംഗനീതിയധിഷ്ഠിതവും ആക്കണമെന്നാണ് സർക്കാരിന്റെ കാഴ്ചപ്പാട്. അതിനനുസൃതമായ പ്രവർത്തനങ്ങൾ ഘട്ടം ഘട്ടമായി നടപ്പിലാക്കും. ഉന്നതവിദ്യാഭ്യാസ സ്ഥാപനങ്ങളെല്ലാം ബാരിയർ ഫ്രീയായി മാറേണ്ടതുണ്ട്. പുതുതായി നിർമ്മിക്കുന്ന കെട്ടിടങ്ങളെല്ലാം ബാരിയർ ഫ്രീയാക്കണമെന്ന് നിർദ്ദേശിച്ചിട്ടുണ്ട്.

നവകേരള സദസ്സിന്റെ പര്യടനത്തിനിടയിൽ കാലിക്കറ്റ് സർവ്വകലാശാലയിൽ പഠിക്കാനെത്തിയ ഭിന്നശേഷിക്കാരനായ ഒരു വിദ്യാർത്ഥി തന്റെ അനുഭവം പങ്കുവെച്ചത് ഓർക്കുന്നു. വീൽച്ചെയറിൽ മാത്രം സഞ്ചരിക്കാനാകുന്ന ആ വിദ്യാർത്ഥിക്ക് താമസിച്ച് പഠിക്കാൻ സൗകര്യമില്ലാത്തതിനാൽ പഠനം ഉപേക്ഷിക്കേണ്ട നില സംജാതമായി. ആവശ്യമായ സൗകര്യമൊരുക്കണമെന്ന് അഭ്യർത്ഥിച്ച് പല വാതിലുകൾ മുട്ടിനോക്കി. അന്നത്തെ മുഖ്യമന്ത്രി ഉൾപ്പെടെ പലരെയും കണ്ടു. നൽകിയ വാഗ്ദാനങ്ങളൊന്നും പാലിക്കപ്പെട്ടില്ല. നിരാശനായി പഠനം മുടങ്ങുമെന്ന് ഉറപ്പിച്ച് കഴിയുന്ന ഘട്ടത്തിലാണ് 2016 ൽ ഇടതുപക്ഷ ജനാധിപത്യ മുന്നണി സർക്കാർ അധികാരത്തിൽ വന്നത്. മുഖ്യമന്ത്രിക്ക് ഇ-മെയിലിലൂടെ തന്റെ ആവശ്യം നിവേദനമായി സമർപ്പിച്ചു. ഉടൻ തീരുമാനം കൈക്കൊള്ളണമെന്ന് നിർദ്ദേശിച്ചതിന്റെ അടിസ്ഥാനത്തിൽ ലക്ഷങ്ങൾ

ചെലവഴിച്ച് ഹോസ്റ്റലിൽ പ്രത്യേക സൗകര്യം ഒരുക്കി. ഈ അനുഭവം നമ്മുടെ മുന്നിലുണ്ട്. വികാരാധീനനായാണ് അദ്ദേഹം ഈ അനുഭവം പ്രഭാതയോഗത്തിൽ വിവരിച്ചത്. സംവിധാനത്തിന്റെ കുറവുകൊണ്ട് ഒരു കുട്ടിയും പഠനത്തിൽനിന്ന് പിന്തള്ളപ്പെട്ടുകൂടാ എന്നതാണ് സർക്കാരിന്റെ കാഴ്ചപ്പാട്.

കാഴ്ചാപരിമിതി അഭിമുഖീകരിക്കുന്ന വിദ്യാർത്ഥി ടോക്കിങ് ബുക്ക് ലൈബ്രറികൾ സ്ഥാപിക്കുന്നത് സംബന്ധിച്ച നിർദ്ദേശം മുന്നോട്ടുവെച്ചിട്ടുണ്ട്. ഓഡിയോ ടെക്സ്റ്റുകൾ, പോഡ്കാസ്റ്റുകൾ, സ്ക്രീൻ റീഡറുകൾ മുതലായ സൗകര്യങ്ങൾ ഉന്നതവിദ്യാഭ്യാസ സ്ഥാപനങ്ങളുടെ ഭാഗമാകേണ്ടതുണ്ട്. പഠന സൗകര്യങ്ങളിലും പഠന രീതികളിലും കാലോചിതമായ പരിഷ്കാരം അനിവാര്യമാണ്. കാഴ്ചപരിമിതിക്കാരുടെ ആവശ്യമാണ് ഇവിടെ ഉയർന്നുവന്നതെങ്കിലും ലൈബ്രറികൾ, ലബോറട്ടറികൾ മുതലായവ 21 തരം ഭിന്നശേഷിക്കാരെ പരിഗണിച്ച് എല്ലാവർക്കും പ്രയോജനപ്പെടുത്താവുന്ന വിധം ഭിന്നശേഷി സൗഹൃദമാക്കുന്നതിന് ശ്രദ്ധിക്കണം.

പാഠ്യപദ്ധതിയിലും കാലികമായ മാറ്റങ്ങളും ഭിന്നശേഷി സൗഹൃദ സമീപനവും ആവശ്യമാണ്. എല്ലാവർക്കും ഒരേ പാഠപുസ്തകം, പഠനപ്രവർത്തനം, പരീക്ഷ എന്ന നിലവിലെ സമ്പ്രദായത്തിൽ കാലികമായ മാറ്റം വരുത്തേണ്ടതുണ്ട്. അനുരൂപീകൃത പഠനോപകരണങ്ങളും പാഠ്യപദ്ധതി വിനിമയരീതികളും മൂല്യനിർണ്ണയോപാധികളും വികസിപ്പിക്കാൻ സർവ്വകലാശാലകൾ പ്രത്യേകം ശ്രദ്ധിക്കണം. സാങ്കേതികവിദ്യയുടെ സഹായത്തോടെ നിർമ്മിതബുദ്ധിയിലധിഷ്ഠിതമായ അസിസ്റ്റീവ് ഡിവൈസുകൾ പ്രയോജനപ്പെടുത്താൻ സാധിക്കണം.

അദ്ധ്യാപക പരിശീലന കോഴ്സുകളെ ഭിന്നശേഷി സൗഹൃദമാക്കുന്നതിന് നിങ്ങൾ മുന്നോട്ടുവെച്ച നിർദ്ദേശങ്ങൾ സ്വാഗതാർഹമാണ്. ഈ നിർദ്ദേശങ്ങൾ പരിഗണിച്ച് കോഴ്സുകളിൽ ആവശ്യമായ ക്രമീകരണങ്ങൾ ഉറപ്പാക്കേണ്ടതുണ്ട്. കോളേജ് യൂണിയൻ തിരഞ്ഞെടുപ്പിൽ ഭിന്നശേഷി സംവരണം നടപ്പിലാക്കണമെന്ന നിർദ്ദേശം പരിശോധിച്ച് നടപടി കൈക്കൊള്ളും.

ട്രാൻസ്ജൻഡർ വ്യക്തികൾക്ക് 2 ശതമാനം സംവരണം ഉറപ്പാക്കി പഠനാവസരം ഒരുക്കാൻ നമുക്ക് കഴിഞ്ഞിട്ടുണ്ട്. സാമൂഹ്യ മണ്ഡലത്തിൽ നേരിടുന്ന പ്രശ്നങ്ങൾ പരിഹരിക്കുന്നതിന് ബോധവൽക്കരണം അനിവാര്യമാണ്. ട്രാൻസ് വിഭാഗങ്ങളിൽപ്പെട്ട വിദ്യാർത്ഥികൾ പഠിക്കുന്ന ക്യാമ്പസുകളിൽ ഈ വിദ്യാർത്ഥികൾക്ക് ആവശ്യമായ പ്രത്യേക സൗകര്യങ്ങൾ ഉറപ്പാക്കണം. എല്ലാ ഉന്നതവിദ്യാഭ്യാസ സ്ഥാപനങ്ങളിലും

സ്ത്രീസൗഹൃദ ശുചിമുറികൾ, വിശ്രമ മുറികൾ, വെന്റിങ് മെഷീൻ മുതലായവ ഉറപ്പാക്കേണ്ടതുണ്ട്.

പട്ടികവർഗ്ഗ/പട്ടികജാതി വിഭാഗങ്ങളുൾപ്പെടെ എല്ലാ വിഭാഗം അരികുവൽക്കരിക്കപ്പെട്ടവരെയും ചേർത്തുപിടിക്കാൻ സാധിക്കുന്നു എന്നതാണ് കേരളത്തിലെ ഉന്നതവിദ്യാഭ്യാസ സംവിധാനത്തിന്റെ സവിശേഷത. സ്കോളർഷിപ്പുകൾ, ഹോസ്റ്റൽ സൗകര്യങ്ങൾ, ഇതര പ്രോത്സാഹന പ്രവർത്തനങ്ങൾ എന്നിവ ശക്തിപ്പെടുത്താൻ നമുക്ക് കഴിഞ്ഞിട്ടുണ്ട്. ഇതുവഴി ഈ വിഭാഗങ്ങളിൽ നിന്നുള്ള കോളേജ് പ്രവേശനം മറ്റ് സംസ്ഥാനങ്ങളിൽനിന്ന് വ്യത്യസ്തമായി ഉയർന്ന നിലയിൽ ഉറപ്പാക്കാൻ കഴിഞ്ഞിട്ടുണ്ട്. ഈ മേഖലയിൽ കൂടുതൽ പ്രവർത്തനങ്ങൾ സർക്കാർ ഏറ്റെടുക്കും.

ഫെലോഷിപ്പുകൾ / സ്കോളർഷിപ്പുകൾ കൃത്യമായി ലഭിക്കാത്ത സാഹചര്യം

ഗവേഷകർക്കും വിദ്യാർത്ഥികൾക്കും കൃത്യമായി ഫെലോഷിപ്പുകൾ/സ്കോളർഷിപ്പുകൾ ലഭിക്കുന്നില്ലെന്ന പരാതി ശ്രദ്ധയിൽപ്പെട്ടിട്ടുണ്ട്. പരിഹരിക്കുന്നതിന് ആവശ്യമായ നടപടികൾ കൈക്കൊള്ളാൻ നിർദ്ദേശം നൽകിയിട്ടുമുണ്ട്.

വിദ്യാർത്ഥികളുടെ വിദേശ കുടിയേറ്റം

കുടിയേറ്റമെന്നത് നമുക്ക് പുതിയ അനുഭവമല്ല. കേരളത്തിന്റെ സാമ്പത്തിക സാമൂഹ്യ വളർച്ചയിൽ കുടിയേറ്റം വലിയ പങ്ക് വഹിച്ചിട്ടുണ്ട്. ഈയിടെയായി വിദ്യാർത്ഥികൾ ധാരാളമായി കേരളം വിട്ടുപോകുന്നുവെന്ന പ്രചരണം വ്യാപകമാണ്. യഥാർത്ഥത്തിൽ ഈ പ്രചരണത്തിൽ വലിയ കഴമ്പില്ല. രാജ്യത്തിന്റെ മൊത്തം കണക്കെടുത്താൽ ശരാശരി 4 ശതമാനം മാത്രമാണ് കേരളത്തിൽ നിന്നുള്ള വിദ്യാർത്ഥി കുടിയേറ്റം.

നാട്ടിൽ വന്ന മാറ്റം നാം കാണാതെ പോകരുത്. ഞങ്ങളുടെ കുട്ടിക്കാലത്ത് അദ്ധ്യാപകരോ രക്ഷിതാക്കളോ പകർന്നുനൽകുന്ന അറിവു മാത്രമാണ് ഉന്നതവിദ്യാഭ്യാസ സ്ഥാപനങ്ങളെയും സൗകര്യങ്ങളെയും സംബന്ധിച്ച് ശരാശരി വിദ്യാർത്ഥിക്ക് ലഭിച്ചിരുന്നത്. ഇന്ന് കാലം മാറി. ലോകത്തിന്റെ ഏതു ഭാഗത്തെയും ഏതു സ്ഥാപനത്തെയും സംബന്ധിച്ച വിവരങ്ങളും അറിവും കുട്ടിയുടെ ഉള്ളംകൈയിൽ ലഭ്യമാണ്. ഓരോരുത്തരും അവരവരുടെ ഇഷ്ടത്തിനും അഭിരുചിക്കുമനുസരിച്ച കോഴ്സുകളും സ്ഥാപനങ്ങളും കണ്ടുപിടിച്ച് അവിടെ പഠിക്കണമെന്ന് തീരുമാനിക്കുകയാണ്. തങ്ങളുടെ ഇംഗിതം നടപ്പിലാക്കാൻ രക്ഷിതാക്കൾക്കു മുകളിൽ സമ്മർദ്ദം ചെലുത്തുന്ന കുട്ടികളാണ് ഇപ്പോൾ നമുക്കു

ച്ചുറ്റുമുള്ളത്. അത് വേണ്ടെന്നു വെക്കാനോ നിരുത്സാഹപ്പെടുത്താനോ മെനക്കെടേണ്ടതില്ല. ഒരർത്ഥത്തിൽ അതവരുടെ അവകാശമാണ്.

സമീപകാലത്ത് നമ്മുടെ രാജ്യത്ത് ഉയർന്നുവന്നിട്ടുള്ള സങ്കുചിത ചിന്തയും ഭരണകൂട സമീപനവും ഉപേക്ഷിച്ച് പാശ്ചാത്യ രാജ്യങ്ങളുടെ 'തുറന്ന' സമീപനം സ്വീകരിക്കാൻ തയ്യാറാവുന്ന നിലകൂടി നാം കാണണം. അതുകൊണ്ടാണ് മറ്റു സംസ്ഥാനങ്ങളിൽ കേരളത്തെക്കാൾ ഉയർന്നതോതിലുള്ള വിദേശ കുടിയേറ്റം നടക്കുന്നത്. ഒരു ഘട്ടത്തിൽ നമ്മുടെ നാട്ടിൽനിന്നും ധാരാളം പേർ ഉന്നത പഠനത്തിനായി ഡൽഹിയിലേക്കും ഇതര സംസ്ഥാനങ്ങളിലേക്കും പോകുന്നുവെന്നായിരുന്നു പ്രചരണം. പ്രധാനമന്ത്രി വിളിച്ചുചേർത്ത മുഖ്യമന്ത്രിമാരുടെ യോഗത്തിൽ ഹരിയാന മുഖ്യമന്ത്രി പരാതിപ്പെട്ടത് ആ സംസ്ഥാനത്തു നിന്നും വലിയ തോതിൽ കുട്ടികൾ വിദേശത്തേക്ക് പോകുന്നുവെന്നാണ്.

വിദേശത്തേക്കുള്ള കുടിയേറ്റം പല കാരണങ്ങളാൽ സ്വീകരിക്കപ്പെട്ടുന്നുണ്ടെങ്കിലും നമ്മുടെ നാട്ടിലെ ഉന്നതവിദ്യാഭ്യാസ സ്ഥാപനങ്ങളെ ശാക്തീകരിച്ച് കേരളത്തിൽത്തന്നെ മികച്ച പഠനാവസരം ഒരുക്കാനാണ് സർക്കാർ ശ്രദ്ധയൂന്നുന്നത്. ലോകത്തിലെ ഏതു സർവ്വകലാശാലയിലെയും കോളേജിലെയും വിദ്യാർത്ഥികളുമായി കിടപിടിക്കാവുന്ന അക്കാദമിക മേന്മ ഉറപ്പാക്കാനുള്ള നടപടികളാണ് നാം സ്വീകരിച്ചുവരുന്നത്. അതിന്റെ ഗുണഫലങ്ങൾ കണ്ടു തുടങ്ങിയിട്ടുണ്ട്. എൻ ഐ ആർ എഫ്, നാക്ക് ഗ്രേഡിങ്ങുകളിൽ കേരളം കൈവരിച്ച നേട്ടത്തെക്കുറിച്ച് ഞാൻ ഉദ്ഘാടന പ്രസംഗത്തിൽ സൂചിപ്പിച്ചുവല്ലോ. ഘട്ടം ഘട്ടമായി കേരളത്തിലെ സ്ഥാപനങ്ങൾ മികച്ച നിലവാരമുള്ളവയായി മാറും. അതോടെ വിദേശത്തു നിന്നും ധാരാളമായി കുട്ടികൾ ഇവിടേക്കു വരുന്ന സാഹചര്യമുണ്ടാകും. അതിനനുകൂലമായ ഭൂമിശാസ്ത്രപരവും കാലാവസ്ഥാപരവുമായ ഘടകങ്ങൾ നമുക്ക് ഇവിടെയുണ്ട്.

ഏകാരോഗ്യം

മനുഷ്യർ, മൃഗങ്ങൾ, സസ്യങ്ങൾ ഇവ ഉൾപ്പെടുന്ന പരിസ്ഥിതിക്ക് പരസ്പരം അനുയോജ്യമായ ആരോഗ്യസ്ഥിതി കൈവരിക്കൽ ലക്ഷ്യമാക്കി സാർവ്വത്രികമായി അംഗീകരിക്കപ്പെട്ട ആശയമാണ് ഏകാരോഗ്യം (വൺ ഹെൽത്ത്). സംസ്ഥാനത്ത് നവകേരള കർമ്മപദ്ധതി ആർദ്രം 2ന്റെ ഭാഗമായി ഈ പദ്ധതി സംസ്ഥാനത്ത് നടപ്പിലാക്കിവരുന്നു. നിപ്പ, എച്ച് വൺ എൻ വൺ, ക്യാസനൂർ ഫോറസ്റ്റ് രോഗം മുതലായ ജന്തുജന്യ രോഗങ്ങളും ഡെങ്കി, ചിക്കൻഗുനിയ പോലുള്ള കൊതുകുജന്യ രോഗങ്ങളും കേരളത്തെ അലട്ടിക്കൊണ്ടിരിക്കുന്നുണ്ട്. ഈ സാഹചര്യം കണക്കിലെടുത്താണ് ആരോഗ്യനിലവാരം മെച്ചപ്പെടുത്താൻ ഏകാരോഗ്യ

പരിപാടി ആരംഭിച്ചിട്ടുള്ളത്. പമ്പാനദീതട ജില്ലകളായ കോട്ടയം, ഇടുക്കി, ആലപ്പുഴ, പത്തനംതിട്ട എന്നിവിടങ്ങളിലാണ് ഇപ്പോൾ പദ്ധതി നടപ്പിലാക്കുന്നത്. ബാക്കി 10 ജില്ലകളിലേക്കും പദ്ധതി വ്യാപിപ്പിക്കും. ഏകാരോഗ്യ പരിപാടിയുമായി ബന്ധപ്പെട്ട് ആരോഗ്യ, കാർഷിക, വെറ്ററിനറി സർവ്വകലാശാലകൾ നടത്തുന്ന പഠനങ്ങളും ഗവേഷണങ്ങളും പ്രധാനമാണ്. സാങ്കേതികവിദ്യാധിഷ്ഠിതമായി ഗവേഷണ പ്രവർത്തനങ്ങൾ പ്രോത്സാഹിപ്പിക്കുന്നതിന് നടപടികൾ കൈക്കൊള്ളും.

കാർഷിക വിദ്യാഭ്യാസ സ്ഥാപനങ്ങളെ ഇന്നവേഷൻ സെന്ററാക്കൽ

കാർഷികരംഗത്ത് നല്ല മുന്നേറ്റമുണ്ടാക്കാൻ 2016 മുതലുള്ള സർക്കാർ ഇടപെടലുകൾ സഹായിച്ചിട്ടുണ്ട്. പച്ചക്കറി ഉല്പാദനത്തിൽ ഏതാണ്ട് സ്വയംപര്യാപ്തതയോടടുത്തുള്ള നേട്ടം കൈവരിക്കാൻ സാധിച്ചിട്ടുണ്ട്. ശാസ്ത്ര സാങ്കേതിക രംഗത്തെ വികാസങ്ങളെ കാർഷിക മേഖലയുമായി കൂട്ടിയിണക്കിയുള്ള ധാരാളം പ്രവർത്തനങ്ങൾ ആസൂത്രണം ചെയ്തിട്ടുണ്ട്. ആധുനിക രീതിയിലുള്ള കൃഷിരീതികളെ പ്രോത്സാഹിപ്പിക്കുന്നതിന് പദ്ധതികളും ആവിഷ്കരിച്ചിട്ടുണ്ട്. സാങ്കേതിക വിദ്യാഭ്യാസ സ്ഥാപനങ്ങളെ അഗ്രോ ഇന്നവേഷൻ സെന്ററുകളാക്കി മാറ്റുക എന്ന ആശയം നല്ലതാണ്. കാർഷിക സർവകലാശാലകളെയും സാങ്കേതിക വിദ്യാഭ്യാസ സ്ഥാപനങ്ങളെയും കൂട്ടിയിണക്കി ഈ പ്രവർത്തനങ്ങൾ ഏകോപിപ്പിക്കുന്നതിന്റെ സാദ്ധ്യതകൾ പരിശോധിക്കുന്നതാണ്.

മാനവവികസനത്തിന് സഹായകമായ നിരവധി കണ്ടുപിടിത്തങ്ങൾ കാർഷിക മേഖലയുമായി ചേർന്നുനിൽക്കുന്നു. ജനിതകശാസ്ത്രം വികസിച്ചത് കാർഷികരംഗവുമായി ചേർന്നുനിന്നുകൊണ്ടാണ്. കാർഷിക രംഗത്ത് ഏറ്റവും പുതുതായി നടക്കുന്ന ഗവേഷണങ്ങൾ വിരൽചൂണ്ടുന്നത് അത്തരം നേട്ടത്തിലേക്ക് നയിക്കാവുന്ന ഫലങ്ങളിലേക്കാണ്. അന്തരീക്ഷത്തിലെ നൈട്രജൻ സസ്യങ്ങൾക്ക് നേരിട്ട് ഉപയോഗിക്കാനാവില്ല. ഡൈഅസ്ട്രോഫ് എന്ന സൂക്ഷ്മ ജീവിയാണ് നൈട്രജൻ ഉപയോഗിക്കാൻ സസ്യങ്ങളെ പ്രാപ്തമാക്കുന്നത്. രസതന്ത്രത്തിൽ നൈട്രജൻ ദൃഢീകരണമെന്ന് വിശേഷിപ്പിക്കുന്ന ഈ പ്രതിഭാസത്തെ നൈട്രജൻ ഫിക്സേഷൻ നടത്തി കാർഷിക വിളകളിൽ പരീക്ഷിക്കാനുള്ള ശ്രമങ്ങൾ ആരംഭിച്ചുകഴിഞ്ഞു. നെല്ല്, ഗോതമ്പ്, മുതലായ ചെടികൾ അന്തരീക്ഷവായുവിൽനിന്നും നൈട്രജൻ സ്വാംശീകരിച്ച് സ്വന്തമായി പോഷകം സൃഷ്ടിക്കാനുള്ള സാദ്ധ്യതയാണ് പരീക്ഷണത്തിലുള്ളത്. ഇങ്ങനെ സാങ്കേതികവിദ്യയെയും നാടിന്റെ വികസനത്തെയും കൂട്ടിയിണക്കിയുള്ള പുതുമയാർന്ന പരീക്ഷണങ്ങൾക്ക് അനന്തമായ സാദ്ധ്യതയുണ്ട്.

നിർമ്മിതബുദ്ധി ഉൾപ്പെടെയുള്ള സാങ്കേതികവിദ്യയെ ഫലപ്രദമായി പ്രയോജനപ്പെടുത്തി കാർഷികരംഗം മെച്ചപ്പെടുത്തുന്നതിനുള്ള സാ

ദ്ധ്യതകൾ ആരായേണ്ടതുണ്ട്. ചാറ്റ് ജി പി റ്റി പോലെയുള്ള സമകാലിക സാങ്കേതികവിദ്യയെ പ്രയോജനപ്പെടുത്തുന്നതു സംബന്ധിച്ച് ഉദ്ഘാടന പ്രസംഗത്തിൽ സൂചിപ്പിച്ചിരുന്നു. അഗ്രോണമിസ്റ്റ്, ക്രോപ്പ് സയന്റിസ്റ്റ്, അഗ്രികൾച്ചറൽ എഞ്ചിനീയർ, അഗ്രികൾച്ചറൽ എക്കണോമിസ്റ്റ്, അഗ്രികൾച്ചറൽ പോളിസി അനലിസ്റ്റ് മുതലായ തലങ്ങളിൽ ഇത്തരം സാങ്കേതികവിദ്യയുടെ സാദ്ധ്യതകളെ പ്രയോജനപ്പെടുത്തണം.

കാർഷികമേഖലയുടെ അവാന്തര വിഭാഗമായി കണക്കാക്കപ്പെടുന്ന മൃഗസംരക്ഷണ മേഖലയിലും ഈ സാദ്ധ്യത പ്രയോജനപ്പെടുത്താനാകും. വെറ്ററിനേറിയൻ, അനിമൽ റിസർച്ചർ, ബയോളജിസ്റ്റ്, അനിമൽ ന്യൂട്രീഷ്യനിസ്റ്റ്, ജനറ്റിസിസ്റ്റ് മുതലായ തലങ്ങളിൽ ഈ സാദ്ധ്യത പ്രയോജനപ്പെടുത്താവുന്നതാണ്. അക്വാ കൾച്ചർ, ഫിഷറീസ് ബയോളജിസ്റ്റ്, ഫിഷറീസ് റിസർച്ചർ, മറൈൻ കൺസർവേഷനിസ്റ്റ്, ഫിഷറീസ് പോളിസി അനലിസ്റ്റ് മുതലായ മേഖലകളിലും ഈ സാദ്ധ്യതകൾ പ്രയോജനപ്പെടുത്തേണ്ടതുണ്ട്. ചുരുക്കത്തിൽ സാങ്കേതികവിദ്യാ സ്ഥാപനങ്ങളെയും കാർഷിക, വെറ്ററിനറി, ഫിഷറീസ് സ്ഥാപനങ്ങളെയും കൂട്ടിയിണക്കി നാടിന്റെ വികസനത്തിന് സഹായകരമാകുന്ന സംയോജിത പദ്ധതികൾ ആവിഷ്കരിക്കുന്നതിന്റെ സാധ്യത പരിശോധിക്കും.

കാർഷിക സർവകലാശാലയിലെ സ്ഥിരാധ്യാപക നിയമനം

സർവ്വകലാശാലകളിൽ സ്ഥിരം അദ്ധ്യാപകരെ നിയമിക്കുന്നതിന് മികച്ച പരിഗണനയാണ് സർക്കാർ നൽകിപ്പോരുന്നത്. അക്കാദമിക ഗുണമേന്മ ഉറപ്പാക്കുന്നതിൽ നാം നടത്തിയിട്ടുള്ള ഇടപെടലുകളിൽ പ്രധാനപ്പെട്ട ഒരു വശം ഇതുകൂടിയാണ്. നാം ഈ രംഗത്ത് കൈവരിച്ചിട്ടുള്ള മികച്ച നേട്ടങ്ങളുടെ കാരണങ്ങളിലൊന്ന് മിടുക്കരായ അദ്ധ്യാപകരുടെ നിയമനമാണ്. ഇവിടെ ഉയർന്നുവന്ന കാർഷിക സർവ്വകലാശാലയുടെ പ്രശ്നം പ്രത്യേകം പരിശോധിക്കും.

മലയാള ഭാഷയുടെ വൈജ്ഞാനിക പദവി ഉയർത്താനുള്ള പദ്ധതികൾ

ക്ലാസിക്കൽ ഭാഷകളിൽ ഒന്നായി കണക്കാക്കപ്പെടുന്ന മലയാളത്തിന്റെ പദവി ഉയർത്തുന്നതിനും സാഹിത്യ, സാംസ്കാരിക സംഭാവനകളെ നവോത്ഥാന മൂല്യങ്ങളുടെയും കാഴ്ചപ്പാടുകളുടെയും വെളിച്ചത്തിൽ പ്രചരിപ്പിക്കുന്നതിനും വിവിധങ്ങളായ പദ്ധതികൾ നടപ്പിലാക്കിവരുന്നുണ്ട്. വിവിധ അക്കാദമികൾ, ഗവേഷണ സ്ഥാപനങ്ങൾ എന്നിവ ഈ രംഗത്ത് പ്രവർത്തനങ്ങൾ ആസൂത്രണം ചെയ്തിട്ടുണ്ട്. മലയാള സർവ്വകലാശാലയും കേരള ഭാഷാ ഇൻസ്റ്റിറ്റ്യൂട്ടും ഉൾപ്പെടെയുള്ള സ്ഥാപനങ്ങളുടെ

കഴിവും ശേഷിയും പ്രയോജനപ്പെടുത്തി നൂതനാനുഭവ പ്രവർത്തനങ്ങൾ ആസൂത്രണം ചെയ്യാവുന്നതാണ്.

കേരളത്തിലെ ആതുര സേവനരംഗത്തെ പ്രൊഫഷണലുകൾ മറ്റു രാജ്യങ്ങളിലേക്ക് കുടിയേറുന്നത്

കേരളം എല്ലാ കാലത്തും മികച്ച ഹെൽത്ത് കെയർ പ്രൊഫഷണലുകളെ സൃഷ്ടിക്കുന്നതിൽ മുൻപന്തിയിൽ നിൽക്കുന്ന സംസ്ഥാനമാണ്. ലോകത്തിന്റെ ഏതു ഭാഗത്തും മലയാളികളായ ഡോക്ടർമാരെയും നേഴ്സുമാരെയും മറ്റും നമുക്ക് കാണാൻ സാധിക്കും. നമ്മുടെ പ്രൊഫഷണൽ സ്ഥാപനങ്ങളിൽനിന്ന് പഠിച്ചിറങ്ങുന്ന വിദ്യാർത്ഥികളുടെ കഴിവും ശേഷിയും വൈദഗ്ധ്യവുമാണ് യൂറോപ്പ് ഉൾപ്പെടെ വിവിധ ഭൂഖണ്ഡങ്ങളിലേക്ക് കുടിയേറ്റത്തിന് അവസരം ഒരുക്കുന്നത്. പ്രൊഫഷണലുകൾ സാമ്പത്തികവും മറ്റുമായ നേട്ടത്തിനായി നടത്തുന്ന കുടിയേറ്റത്തെ തടയേണ്ട കാര്യമില്ല.

നഴ്സിങ് മേഖലയുടെ വൈവിദ്ധ്യവൽക്കരണം

അക്കാദമിക മേഖലകളിൽ കാലാനുസൃതമായ മാറ്റം കൊണ്ടുവരേണ്ടതുണ്ട്. നഴ്സിങ് ഉൾപ്പെടെയുള്ള എല്ലാ പ്രൊഫഷണൽ കോഴ്സുകൾക്കും ഇത് ബാധകമാണ്. ആധുനിക ശാസ്ത്ര സാങ്കേതിക രംഗത്തെ മാറ്റങ്ങളെയും സമകാലിക ജീവിതാനുഭവങ്ങളിലെ മാറ്റങ്ങളെയും ഉൾക്കൊണ്ടുകൊണ്ട് പ്രൊഫഷണൽ മേഖല ശാക്തീകരിക്കേണ്ടതുണ്ട്. ഓരോ മേഖലയിലും പുതിയ പുതിയ സ്പെഷ്യലൈസേഷനുകൾ കടന്നുവരികയാണ്. അവയെല്ലാം ഉൾക്കൊള്ളാനും പരിശീലിക്കാനും അവസരമൊരുക്കുക എന്നത് പ്രധാനമാണ്. അതിനനുസൃതമായി പൊതുവിൽ ഉന്നതവിദ്യാഭ്യാസ പാഠ്യപദ്ധതി മാറേണ്ടതുണ്ട്. പ്രൊഫഷണൽ കോഴ്സുകളെ സംബന്ധിച്ചിടത്തോളം വേഗതയാർന്ന മാറ്റം കോഴ്സുകളുടെ ഉള്ളടക്കത്തിലും നടത്തിപ്പിലും വിനിമയത്തിലും പ്രകടമാക്കേണ്ടതുണ്ട്.

കല എന്ന സാംസ്കാരിക ഉപകരണം

സാമൂഹ്യ മാറ്റത്തിൽ വലിയ തോതിൽ പങ്കുവഹിച്ച സാംസ്കാരിക ഉപകരണമാണ് കല. വ്യത്യസ്ത കലാരൂപങ്ങൾ നാടിന്റെ സാംസ്കാരിക ജീവിതവുമായി ഇഴുകിച്ചേർന്നിട്ടുണ്ട്. വിവിധ മതങ്ങൾ, ആചാരങ്ങൾ, അനുഷ്ഠാനങ്ങൾ എന്നിവയെല്ലാം കലാപ്രവർത്തനവുമായി ബന്ധപ്പെട്ടാണ് നിൽക്കുന്നത്. അതോടൊപ്പം മതേതര സാംസ്കാരിക അവബോധം സൃഷ്ടിക്കുന്നതിൽ കലയും സംസ്കാരവും സാഹിത്യവുമെല്ലാം വലിയ പങ്കുവഹിക്കുന്നുണ്ട്.

കലാപരിപാടികൾ അരങ്ങേറുന്ന വേദികൾ ജാതി-മത സാമൂഹ്യ സാംസ്കാരിക കക്ഷിരാഷ്ട്രീയ ഭേദമന്യേ എല്ലാവർക്കും ഒരുമിച്ചിരിക്കുവാനും പരിപാടികൾ ആസ്വദിക്കാനുമുള്ള പൊതു ഇടമായാണ് ഇപ്പോൾ കണക്കാക്കപ്പെടുന്നത്. നേരത്തെ സ്ഥിതി ഇതായിരുന്നില്ല. ജാതിയുടെയും മതത്തിന്റെയും വേർതിരിവുകൾ മനുഷ്യരെ അന്യവൽക്കരിച്ചിരുന്ന കാലത്തുനിന്നും ഇത്തരം വേർതിരിവുകൾക്ക് അതീതമായി മാനവികത ഉയർത്തിപ്പിടിക്കുന്ന ഇടങ്ങളായി കലാവേദികൾ മാറിയിട്ടുണ്ട്.

കലാ-സാംസ്കാരിക പരിപാടികളുടെ സംഘാടനത്തിലും ഗുണമേന്മയുള്ള അവതരണത്തിലും കലാമണ്ഡലം ഉൾപ്പെടെയുള്ള സ്ഥാപനങ്ങൾക്ക് വലിയ സംഭാവനകൾ നൽകാൻ സാധിക്കും. ഇപ്പോൾത്തന്നെ അത് ചെയ്തുവരുന്നുണ്ട്. സമീപകാലത്ത് കേരളം ഏറ്റവും കൂടുതൽ ചർച്ച ചെയ്ത വേദികളിലെല്ലാം കലാമണ്ഡലത്തിന്റെ സാന്നിദ്ധ്യവും അവതരണവും ഉണ്ടായിട്ടുണ്ട്. ഇത് കൂടുതൽ ശക്തിപ്പെടുത്താനാണ് തുടർന്നും ഉദ്ദേശിക്കുന്നത്. സാംസ്കാരിക രംഗത്തെ ഗവേഷണവും പുതുമയാർന്ന അവതരണങ്ങളുടെ കണ്ടെത്തലും പ്രധാനമാണ്. കൊറിയോഗ്രാഫി ഉൾപ്പെടെയുള്ളവ ഇതിനായി പ്രയോജനപ്പെടുത്തണം. ആ നിലയ്ക്കുള്ള അന്വേഷണങ്ങൾ കലാമണ്ഡലത്തിന്റെ ഭാഗമായി മാറേണ്ടതുണ്ട്.

കലാമണ്ഡലത്തിന്റെ പ്രവർത്തനങ്ങൾ ഇന്നുള്ള നിലയിൽനിന്നും കൂടുതൽ മെച്ചപ്പെടുത്താനും സാംസ്കാരിക സർവ്വകലാശാലയായി വികസിപ്പിക്കാനും നാം ലക്ഷ്യമിടുന്നു. അതുമായി ബന്ധപ്പെട്ട പ്രാരംഭ പ്രവർത്തനങ്ങൾ ആരംഭിച്ചിട്ടുണ്ട്.

കലാമണ്ഡലത്തിൽ സ്കൂൾ ഓഫ് ലിബറൽ ആർട്സ് ആരംഭിക്കാൻ നടപടികൾ കൈക്കൊണ്ടിട്ടുണ്ട്. വിദേശത്തുനിന്നുള്ള കുട്ടികളെ കേരളത്തിലേക്ക് ആകർഷിക്കാൻ വൈവിദ്ധ്യങ്ങളായ പദ്ധതികൾ കലാമണ്ഡലം ആവിഷ്കരിച്ചിട്ടുണ്ട്. അത് കൂടുതൽ പ്രയോജനപ്പെടുത്തി കേരളത്തിന്റെ സാംസ്കാരിക തനിമ വിദേശരാജ്യങ്ങളിൽ അംഗീകാരം നേടുന്ന നില ശക്തിപ്പെടുത്തും.

ഗ്രേസ് മാർക്ക്

ഗ്രേസ് മാർക്ക് നൽകുന്നതുമായി ബന്ധപ്പെട്ട് സർവ്വകലാശാലകളിൽ വ്യത്യസ്ത സമീപനമാണുള്ളത് എന്ന നിങ്ങളുടെ നിരീക്ഷണം ശരിയാണ്. ഏകീകൃതമായ സമീപനം ഇക്കാര്യത്തിൽ ഉണ്ടാകേണ്ടതുണ്ട്. ഇതേ അഭിപ്രായമാണ് പരീക്ഷ പരിഷ്കരണ കമിഷനും മുന്നോട്ടുവെച്ചിട്ടുള്ളത്. സംസ്ഥാനത്തെ എല്ലാ സർവ്വകലാശാലകളും ഗ്രേസ് മാർക്ക് നൽകുന്നതുമായി ബന്ധപ്പെട്ട് പൊതുവായ മാനദണ്ഡം രൂപീകരിക്കും. വിദ്യാർത്ഥികളുടെ കലാ-കായിക-സാമൂഹ്യ സേവന പ്രവർത്ത

നങ്ങളെ പ്രോത്സാഹിപ്പിക്കുന്ന സമീപനമാണ് സർക്കാരിന്റേത്. ഈ സമീപനത്തിന് അനുഗുണമായവിധം സർവ്വകലാശാലകൾ രൂപീകരിക്കുന്ന മാനദണ്ഡത്തിന്റെ അടിസ്ഥാനത്തിൽ ഗ്രേസ് മാർക്ക് നൽകലിന് ഏകീകൃത രൂപം കൈക്കൊള്ളും.

പി റ്റി എസ് എ

വിദ്യാർത്ഥികളുടെ അക്കാദമികവും അനുബന്ധ പ്രവർത്തനങ്ങളും സംബന്ധിച്ച് ചർച്ച ചെയ്യാനും തീരുമാനം കൈക്കൊള്ളാനുമായി അദ്ധ്യാപകരുടെയും രക്ഷിതാക്കളുടെയും കൂട്ടായ്മയായി അദ്ധ്യാപക രക്ഷാകർത്തൃ സമിതി (പേരന്റ് ടീച്ചേഴ്സ് അസോസിയേഷൻ) ആണ് നിലവിലുള്ളത്. ഈ സമിതിയിൽ വിദ്യാർത്ഥി പ്രാതിനിധ്യമില്ല എന്ന് നിങ്ങൾ ചൂണ്ടിക്കാട്ടിയത് ശരിയായ കാര്യമാണ്. നിലവിലെ പി റ്റി എയ്ക്ക് പകരം പേരന്റ് ടീച്ചേഴ്സ് സ്റ്റുഡന്റ്സ് അസോസിയേഷൻ (പി റ്റി എസ് എ) രൂപീകരിക്കണമെന്ന നിർദ്ദേശം പരിശോധിച്ച് തീരുമാനം കൈക്കൊള്ളും.

മണിപ്പൂരിലെ വിദ്യാർത്ഥികൾക്ക് കേരളത്തിൽ പ്രവേശനം നൽകിയത്

ജനങ്ങളുടെ ജീവിതത്തിൽ ഗുണപരമായ ചലനങ്ങൾ സൃഷ്ടിക്കാൻ കഴിഞ്ഞാൽ മാത്രമേ ഭരണം ഫലപ്രദമാകൂ. കഴിഞ്ഞ ഏതാനും വർഷങ്ങൾക്കിടയിൽ സാമുദായികമായ സംഘർഷങ്ങൾ ഒന്നുപോലും ഉണ്ടാകാത്ത രാജ്യത്തെ ഏക സംസ്ഥാനമാണ് കേരളം. ഇത്തരം സംഘർഷങ്ങൾ ജനങ്ങളുടെ ജീവനെയും ജീവിതായോധന മാർഗ്ഗങ്ങളെയും ഇല്ലാതാക്കും. അത് നന്നായി അറിയാവുന്നതുകൊണ്ടാണ് മണിപ്പൂരിൽ നിന്നുള്ള വിദ്യാർത്ഥികൾ തുടർപഠനത്തിനായി നമ്മളെ സമീപിച്ചപ്പോൾ, അവരുടെ വിദ്യാഭ്യാസത്തിന് ഒരു മുടക്കവും വരാത്ത രീതിയിൽ എല്ലാ സൗകര്യങ്ങളും നമ്മൾ ചെയ്തു കൊടുത്തത്.

സമൂഹത്തിലെ ഒരു വിഭാഗത്തെയും ശത്രുക്കളായി കാണാത്ത ഞങ്ങളുടെ ചിന്താഗതിയാണ് ഇതിനു പിന്നിലെ പ്രത്യയശാസ്ത്രം. എല്ലാവരും ഞങ്ങൾക്ക് തുല്യരാണ്. എല്ലാ വിഭവങ്ങളും അവസരങ്ങളും മുഴുവൻ ആൾക്കാർക്കും തുല്യമായി ലഭിക്കണം എന്നതാണ് ഞങ്ങളുടെ ചിന്താഗതി.

കേരളത്തിലെ ഇടതുപക്ഷ സർക്കാരിനെ നയിക്കുന്നത് സി പി ഐ (എം) ആണ്. ഒറീസ്സയിലെ കണ്ഡമാലിൽ ആരാധനാലയങ്ങൾ നഷ്ടപ്പെട്ടവർക്ക് ഞങ്ങൾ പാർട്ടി ഓഫീസുകൾ തുറന്നുകൊടുത്തു. ഉത്തർപ്രദേശിലെ മുസഫ്ഫർ നഗറിൽ വീടുകൾ നഷ്ടപ്പെട്ടവർക്ക് ഏക്താ കോളനികൾ പണിതുകൊടുത്തത് ഇടതുപക്ഷമാണ്.

നവകേരള
യുവജന സദസ്സ്

തിരുവനന്തപുരം

20 ഫെബ്രുവരി, 2024

ആമുഖം

കേരളത്തെ പുതിയ രൂപഭാവങ്ങളിലൂടെ വൈജ്ഞാനിക സമൂഹമായി പരിവർത്തിപ്പിക്കാനുള്ള പ്രവർത്തനങ്ങളാണ് സംസ്ഥാന സർക്കാർ നടപ്പിലാക്കിവരുന്നത്. പുതിയ യന്ത്രങ്ങളും ആധുനിക സാങ്കേതിക വിദ്യകളും നവീകരിക്കപ്പെട്ട സംവിധാനങ്ങളും പ്രയോഗിക്കാനും പ്രയോജനപ്പെടുത്താനും പ്രാവീണ്യമുള്ള തൊഴിലാളികൾ രൂപപ്പെട്ടുവരേണ്ടതുണ്ട്. അതോടൊപ്പം പുതിയ പ്രവണതകൾ സംബന്ധിച്ച് പഠനം നടത്താനും ഗവേഷണാഭിരുചിയോടെ സമീപിക്കാനുമുള്ള അറിവും അറിവിന്റെ പ്രയോഗവും പ്രധാനമാണ്. അടുത്ത 25 വർഷംകൊണ്ട് കേരള ജനതയുടെ ജീവിത നിലവാരം അന്താരാഷ്ട്ര തലത്തിലെ വികസിത മദ്ധ്യവരുമാന രാഷ്ട്രങ്ങൾക്ക് സമാനമായി ഉയർത്തുകയാണ് ലക്ഷ്യം. ഈ യാത്രയിൽ യുവാക്കളുടെ പങ്ക് നിർണ്ണായകമാണ്.

നാടിന് ചേർന്ന സാങ്കേതിക വിദ്യ രൂപപ്പെടുത്താനും കേരള വികസനത്തിന് സഹായകമാകുംവിധം ലോകത്തെമ്പാടുമുള്ള വിജ്ഞാനത്തേയും പുതിയ വൈജ്ഞാനിക സാദ്ധ്യതകളേയും പ്രയോജനപ്പെടുത്താൻ കഴിയണം. യുവതയ്ക്കാണ് ഇക്കാര്യത്തിൽ ക്രിയാത്മകമായ പങ്കുവഹിക്കാനാവുക. പുതിയ തലമുറ സംരംഭകരെ സൃഷ്ടിച്ച് അഭ്യസ്തവിദ്യരായ യുവതീയുവാക്കളിലൂടെ കേരള വികസനത്തിന് പുതിയ മാനം നൽകാനാകണം. യുവാക്കളുടെ മുൻകൈയിൽ നൂതന വിദ്യകളെ അടിസ്ഥാനമാക്കിയുള്ള സംരംഭങ്ങൾ ആരംഭിക്കാനാകും.

കേരള വികസനത്തിന്റെ പുതുരൂപം സംബന്ധിച്ച യുവതയുടെ സ്വപ്നങ്ങളും നിർദ്ദേശങ്ങളും ആരായുന്നതിനാണ് 2024 ഫെബ്രുവരി 20 ന് തിരുവനന്തപുരം കവടിയാർ ഉദയ് പാലസിൽ യുവജനങ്ങളുമായുള്ള മുഖാമുഖം സംഘടിപ്പിച്ചത്. 37 മേഖലകളിൽ നിന്നായി 2,011 യുവജന ങ്ങൾ പങ്കെടുത്തു. 45 യുവജനങ്ങളും 13 വിദഗ്ദ്ധരും ആശയങ്ങൾ പങ്കു വെച്ചു. മറ്റുള്ളവർ എഴുതി നൽകിയ നിർദ്ദേശങ്ങൾകൂടി പരിഗണിച്ചാണ് യുവജനരംഗത്തെ പദ്ധതികൾ ആവിഷ്കരിക്കുക. സ്റ്റാർട്ടപ്പ് മിഷൻ സജ്ജീകരിച്ച സായ റോബോട്ടാണ് മുഖാമുഖം പരിപാടിയിൽ എത്തി യവരെയെല്ലാം സ്വീകരിച്ചത്. സായയുടെ വക ഒരു ചോദ്യവും ഉണ്ടായി എന്നത് പരിപാടിയെ വ്യത്യസ്തമാക്കി.

മുഖാമുഖം പരിപാടിയിൽ മന്ത്രി സജി ചെറിയാൻ അദ്ധ്യക്ഷനാ യി. യുവജന കാര്യവകുപ്പ് സെക്രട്ടറി പ്രണബ് ജ്യോതിനാഥ് സ്വാഗത വും എ എ റഹീം എം പി നന്ദിയും പറഞ്ഞു.

പ്രസംഗം

കേരളത്തിലെ യുവജനങ്ങളുടെ പ്രതിനിധികളായി എത്തിയിട്ടുള്ള നിങ്ങളുമായി സംവദിക്കാൻ കഴിയുന്നതിൽ അതിയായ സന്തോഷമുണ്ട്.

ചരിത്രത്തെത്തന്നെമാറ്റിമറിക്കാൻകഴിയുന്നവരാണ്യുവജനങ്ങൾ. ഇക്കാര്യം തെളിയിച്ച എത്രയോ ദീപ്ത വ്യക്തിത്വങ്ങളുണ്ട്. 'എനിക്ക് മരണത്തെ ഭയമില്ല, നിങ്ങളെന്നെ മുന്നിൽനിന്നുവേണം വെടിവയ്ക്കാൻ' എന്ന് ബ്രിട്ടീഷ് ഗവർണർക്ക് കത്തെഴുതി, അഭിമാനത്തോടെ വധശിക്ഷ ഏറ്റുവാങ്ങിയ ഭഗത്സിങ്. രാജ്യത്തിന്റെ സ്വാതന്ത്ര്യത്തിനുവേണ്ടി പോരാടാൻ ഒരു സൈന്യത്തെ തന്നെ സജ്ജമാക്കിയ സുഭാഷ് ചന്ദ്ര ബോസ്. നന്നേ ചെറുപ്പത്തിൽ സാമ്രാജ്യത്വത്തിനെതിരെ പട നയിച്ച ഝാൻസി റാണി. ഇന്ത്യയുടെ സാമ്രാജ്യത്വവിരുദ്ധ ദേശീയ പ്രസ്ഥാനത്തെ ചലിപ്പിച്ചത് ഇത്തരം യുവാക്കളുടെ ഒരു നീണ്ട നിര തന്നെയായിരുന്നു.

ശാസ്ത്ര-സാങ്കേതിക-കലാ രംഗങ്ങളിലും യുവാക്കൾ ലോകോത്തര സംഭാവനകൾ നൽകിയിട്ടുണ്ട്. പരിണാമ സിദ്ധാന്തത്തിലേക്ക് ഡാർവിനെ നയിച്ച എച്ച് എം എസ് ബീഗിളിലെ യാത്ര അദ്ദേഹം നടത്തിയത് തന്റെ 20 കളിലായിരുന്നു. തന്റെ 30കളുടെ തുടക്കത്തിൽത്തന്നെ വൈദ്യുതി വിതരണവുമായി ബന്ധപ്പെട്ട വിപ്ലവകരമായ കണ്ടെത്തലുകൾ നിക്കോള ടെസ്‌ല നടത്തിയിരുന്നു. 37-ാമത്തെ വയസ്സിൽ അകാലചരമം പ്രാപിക്കുന്നതിനു മുമ്പുതന്നെ തന്റെ ചിത്രങ്ങളിലൂടെ വാൻഗോഗ് ആഗോള പ്രശസ്തിയാർജ്ജിച്ചിരുന്നു.

ലാറ്റിനമേരിക്കയിൽ ഉൾപ്പെടെ ലോകത്തിന്റെ പല ഭാഗങ്ങളിൽ വിപ്ലവ പോരാട്ടങ്ങൾക്ക് നേതൃത്വം നൽകിയ ചെഗുവേരയും യുവാവായിരുന്നു. യുവത്വത്തിൽത്തന്നെ ഒരായുഷ്കാലംകൊണ്ട് ചെയ്തു തീർക്കാവുന്നതിനപ്പുറം ചെയ്തു തീർത്തിട്ട് യുവത്വത്തിൽത്തന്നെ കടന്നുപോയവരാണ് യേശു ക്രിസ്തുവും സ്വാമി വിവേകാനന്ദനും ഷെല്ലിയും കീറ്റ്സുമെല്ലാം. ഓഷ്‌വിറ്റ്സ് ജയിലറയിൽ നരകിച്ച ആൻഫ്രാങ്ക് എന്ന ചെറുപ്പക്കാരിയുടെ കാര്യവും ഇതുപോലൊരു കൂട്ടായ്മയിൽ വിസ്മരിക്കപ്പെട്ടുകൂടാ.

തങ്ങൾക്ക് മുന്നിലുള്ള സാദ്ധ്യതകളെ ഭയരഹിതവും ക്രിയാത്മകവുമായി ഏറ്റെടുക്കാൻ സദാസന്നദ്ധരാണ് യുവാക്കൾ എന്നു വ്യക്തമാക്കുന്നതാണ് ഇവരുടെയൊക്കെ ജീവിതം. ഇങ്ങനെയുള്ള യുവത്വത്തിന്റെ ശക്തിയെ കൃത്യമായി തിരിച്ചറിയുകയും അതിനെ ലോകത്തിന്റെ തന്നെ ഭാഗധേയം നിർണ്ണയിക്കാൻ പാകത്തിൽ വിനിയോഗിക്കുകയും ചെയ്ത ചരിത്രമാണ് എല്ലാ കാലത്തും പുരോഗമന പ്രസ്ഥാനങ്ങൾക്കുള്ളത്.

1957 ൽ വിദ്യാഭ്യാസം സാർവ്വത്രികമാക്കിയും പൊതുജനാരോഗ്യ സംവിധാനത്തെ ശാക്തീകരിച്ചും ഭൂബന്ധങ്ങൾ അഴിച്ചുപണിതുമൊക്കെ കേരളത്തിലെ യുവാക്കൾക്ക് മുന്നിൽ വലിയ സാദ്ധ്യതകളാണ് അന്നത്തെ കമ്യൂണിസ്റ്റ് മന്ത്രിസഭ തുറന്നുവെച്ചത്.

അതിൽനിന്നുള്ള വികാസം ഉറപ്പാക്കുംവിധം ഇന്നത്തെ കാലത്തിനനുസൃതമായ സാദ്ധ്യതകൾ നമ്മുടെ യുവാക്കൾക്ക് ഒരുക്കിക്കൊടുക്കാനാണ് ഇപ്പോൾ കേരളത്തിൽ അധികാരത്തിലിരിക്കുന്ന ഇടതുപക്ഷ ജനാധിപത്യമുന്നണി സർക്കാർ ശ്രമിക്കുന്നത്. ഈ ശ്രമത്തിന് കേരളത്തിലെ യുവജനങ്ങളുടെ അഭിപ്രായങ്ങളും നിർദ്ദേശങ്ങളും പ്രധാനമാണ്. അവ ഉൾക്കൊണ്ട് മുന്നോട്ടുപോകണമെന്നാണ് സർക്കാർ കരുതുന്നത്. ആ ചിന്തയോടെയാണ് നവകേരള സദസ്സുകളുടെ തുടർച്ചയായി ഈ മുഖാമുഖം പരിപാടി നടത്തുന്നത്.

ഇന്നുവരെയുള്ള നേട്ടങ്ങളെ ഉറപ്പിക്കേണ്ടതുണ്ട്. അവയിൽ ഊന്നിക്കൊണ്ട് കേരളത്തെ വികസിത മദ്ധ്യവരുമാന രാജ്യങ്ങൾക്കു തുല്യമായ ഇടമാക്കി മാറ്റേണ്ടതുണ്ട്. അതിനായി കേരളത്തെ വിജ്ഞാന സമ്പദ്ഘടനയും നൂതനത്വ സമൂഹവുമായി പരിവർത്തിപ്പിക്കുകയാണ്. അങ്ങനെ നമ്മുടെ ജനങ്ങളുടെ ജീവിതനിലവാരത്തെ ആകെ ഉയർത്തി നവകേരളത്തെ സാർവ്വദേശീയ തലത്തിൽത്തന്നെ സ്ഥാപിക്കുകയാണ്. ആ നവകേരള നിർമ്മിതിയിൽ ഏറ്റവും വലിയ സംഭാവനകൾ നൽകാൻ കഴിയുന്നവരാണ് നിങ്ങൾ, യുവാക്കൾ.

കേരളത്തിന്റെ നേട്ടങ്ങളെ ശക്തിപ്പെടുത്തണമെങ്കിൽ അതിനനുവദിക്കുന്ന സാമൂഹിക സാഹചര്യം ശക്തിപ്പെടണം. രാജ്യത്തിനും ലോകത്തിനാകെയും മാതൃകയാണ് നമ്മുടെ മതനിരപേക്ഷ സമൂഹം. അത്തരമൊരു സമൂഹത്തിലേ ജനങ്ങൾക്കാകെ ഒരുപോലെ പ്രാപ്യമാകുന്ന

നേട്ടങ്ങളുണ്ടാക്കാനാകൂ. അതുകൊണ്ട് ഈ സവിശേഷ സാമൂഹ്യ സാഹചര്യത്തെ സംരക്ഷിക്കേണ്ടതുണ്ട്. അതു തകർന്നാൽ നമുക്ക് ഒന്നും നേടാനാവില്ല. അതുകൊണ്ട് ജാതിരഹിതമായും മതാതീതമായും ചിന്തിക്കാനും പ്രവർത്തിക്കാനും നമ്മുടെ യുവജനങ്ങൾ മുന്നോട്ടുവരണം. ആ മുന്നോട്ടുവരവിന് നമ്മുടെ നവോത്ഥാന പ്രസ്ഥാനങ്ങളും അവ ഉയർത്തിപ്പിടിച്ച മൂല്യങ്ങളും വലിയ ഊർജ്ജം പകരും. അവയിൽ നിന്നുള്ള ഊർജ്ജം ഉൾക്കൊണ്ടുകൊണ്ട് സമൂഹത്തിന്റെ ഒരുമ നിലനിർത്തുന്നതും ശക്തിപ്പെടുത്തുന്നതുമായ പ്രവർത്തനങ്ങൾ ഏറ്റെടുക്കേണ്ടതുണ്ട്. സമൂഹത്തിന്റെ പുരോഗമനപരമായ മുന്നോട്ടുപോക്കിന് അത്യന്താപേക്ഷിതമാണ് ശാസ്ത്രാവബോധവും യുക്തിചിന്തയും വളർത്തുക എന്നത്. അതിനായുള്ള പ്രവർത്തനങ്ങളുടെ മുൻപന്തിയിൽ കേരളത്തിലെ യുവജനങ്ങളുണ്ടാകണം.

ശാസ്ത്രവും സാങ്കേതികവിദ്യയും സാമൂഹിക-സാമ്പത്തിക പുരോഗതിക്ക് ഉതകുന്നവയാണ്. അവയെ ആ നിലയ്ക്ക് ഉപയോഗിക്കുകയാണ് കേരളത്തിലെ ഇടതുപക്ഷ ജനാധിപത്യമുന്നണി സർക്കാർ. അവ മനുഷ്യനന്മയ്ക്കും സാമൂഹ്യപരിവർത്തനത്തിനും കൂടി ഉപകാരപ്പെടുന്നു എന്നുറപ്പുവരുത്തുകയാണ്. ഇൻസ്റ്റിറ്റ്യൂട്ട് ഓഫ് അഡ്വാൻസ്ഡ് വൈറോളജി, ഡിജിറ്റൽ യൂണിവേഴ്സിറ്റി, ഡിജിറ്റൽ സയൻസ് പാർക്ക്, ജീനോം ഡേറ്റാ സെന്റർ, ന്യൂട്രാസ്യൂട്ടിക്കൽസ് ഉൾപ്പെടെ വിവിധ മേഖലകളിലെ മികവിന്റെ കേന്ദ്രങ്ങൾ, ഡിഫൻസ് പാർക്ക്, സ്പേസ് പാർക്ക്, എ ഐ ക്യാമറ തുടങ്ങിയ സംവിധാനങ്ങളൊക്കെ കേരളത്തിൽ ഒരുക്കുന്നത് അതിന്റെ ഭാഗമായാണ്. ഇവയിൽ പലതിലും രാജ്യത്തിനു തന്നെ മാതൃകയാണു നമ്മൾ എന്നു നിങ്ങൾക്കറിയാമല്ലോ.

സാങ്കേതികവിദ്യ പ്രയോജനപ്പെടുത്തിക്കൊണ്ട് കൃഷി മുതൽ ആതുരശുശ്രൂഷ വരെ നവീകരിക്കുകയാണ്. നാടിന്റെ വളർച്ചയ്ക്ക് കാർഷിക വളർച്ച ഉണ്ടായേ തീരൂ. എന്നാൽ യുവാക്കൾ ആ രംഗത്തുനിന്നും മുഖം തിരിച്ചു നിൽക്കുന്ന ഒരവസ്ഥയുണ്ട്. ആ നില മാറണം. കാർഷികവൃത്തിയിലേക്ക് യുവാക്കളെ ആകർഷിക്കാൻ കഴിയണം. ആ രംഗത്ത് അവരുടെ പങ്കാളിത്തം ഉറപ്പുവരുത്തേണ്ടതുമുണ്ട്. യുവതലമുറയ്ക്ക് കാർഷിക സംരംഭകത്വ സാദ്ധ്യതകൾ തുറന്നുകൊടുക്കാനാണ് വൈഗ കാർഷികമേള പോലുള്ളവ നടത്തിവരുന്നത്. യുവാക്കളെ കൃഷിയിലേക്ക് ആകർഷിക്കുന്നതിനും കൃഷിയിൽ ആധുനിക സാങ്കേതികവിദ്യകളുടെയും യന്ത്രങ്ങളുടെയും ഉപയോഗം പരിശീലിപ്പിക്കുന്നതിനും ആവശ്യമായ പരിപാടികൾ നടത്തിവരുന്നുണ്ട്. കൃഷിയിലൂടെ യുവാക്കൾക്ക് ആകർഷകമായ വരുമാനം ഉറപ്പുവരുത്താൻ കാർഷിക കർമ്മ സേനകൾ ഉൾപ്പെടെയുള്ളവ സ്ഥാപിച്ച് 30 ലക്ഷം രൂപ വരെയുള്ള യന്ത്രോപകരണങ്ങൾ സൗജന്യനിരക്കിൽ ലഭ്യമാക്കുന്നുണ്ട്. ഹൈഡ്രോപോണിക്സ്, ഹൈടെക്

ഫാമിങ് എന്നീ കൃഷി രീതികൾ നടപ്പാക്കുന്നത് യുവാക്കളെ കൃഷിയിലേക്ക് ആകർഷിക്കാനാണ്.

കാർഷികോല്പാദനം മാത്രമല്ല, വ്യാവസായിക ഉല്പാദനവും വർദ്ധിപ്പിക്കാനാണ് ലക്ഷ്യമിടുന്നത്. സംരംഭക വർഷം, മിഷൻ 1000 ഉൾപ്പെടെയുള്ള പദ്ധതികൾ കേരളത്തിന്റെ വ്യവസായ മേഖലയെ ചടുലമാക്കിക്കൊണ്ടിരിക്കുകയാണ്. ഇവയുടെ വിശദാംശങ്ങളിലേക്ക് പിന്നീട് വരാം. ഏതായാലും ഇത്തരം ഇടപെടലുകളിലൂടെ ഉല്പാദനവും ഉല്പാദനക്ഷമതയും മെച്ചപ്പെടുത്തി സമൂഹത്തിനാകെ ലഭ്യമാകുന്ന വിഭവങ്ങൾ വർദ്ധിപ്പിക്കാനാണ് സംസ്ഥാന സർക്കാർ ലക്ഷ്യമിട്ടിരിക്കുന്നത്. വിഭവങ്ങളുടെ നീതിയുക്തമായ വിതരണത്തിലൂടെ സാമൂഹ്യനീതി ഉറപ്പുവരുത്താനുമാണ് ശ്രമിക്കുന്നത്.

അതായത്, ഉപഭോഗ സംസ്ഥാനമായ കേരളത്തെ ഉല്പാദക സംസ്ഥാനമാക്കി മാറ്റുക. അങ്ങനെ നമ്മുടെ ചെറുപ്പക്കാർക്ക് ആവശ്യമായ തൊഴിലുകൾ ലഭ്യമാക്കുക. അതോടൊപ്പംതന്നെ ഉദ്യോഗാർത്ഥി എന്ന തലത്തിൽ നിന്ന് ഉദ്യോഗ ദാതാക്കളായി നമ്മുടെ ചെറുപ്പക്കാരെ മാറ്റിയെടുക്കുക. ഇതൊക്കെ ചെയ്യുമ്പോൾ തന്നെ സാമൂഹ്യനീതി ഉയർത്തിപ്പിടിക്കുകയും ചെയ്യുക. ഇത്തരത്തിലുള്ള സമഗ്രമായ ഒരു കാഴ്ചപ്പാടോടെയാണ് ഇടതുപക്ഷ ജനാധിപത്യ മുന്നണി സർക്കാർ മുന്നോട്ടുപോകുന്നത്.

ഒരുവർഷം കൊണ്ട് ഒരു ലക്ഷം സംരംഭങ്ങൾ തുടങ്ങുക എന്ന ലക്ഷ്യത്തോടെയാണ് 2022-23 ൽ സംരംഭക വർഷം പദ്ധതി നടപ്പാക്കിയത്. ആദ്യത്തെ എട്ട് മാസംകൊണ്ടുതന്നെ പ്രതീക്ഷിച്ച ലക്ഷ്യം കൈവരിച്ചു. കഴിഞ്ഞ സാമ്പത്തികവർഷം ആകെയെടുത്താൽ 1,39,000 ത്തിലധികം സംരംഭങ്ങളാണ് പുതുതായി നമ്മുടെ നാട്ടിൽ സൃഷ്ടിക്കപ്പെട്ടത്. 3 ലക്ഷത്തോളം തൊഴിലവസരങ്ങളും 8,500 കോടിയോളം രൂപയുടെ നിക്ഷേപവും ഇതുവഴിയുണ്ടായി.

അതിൽ നിന്ന് ഊർജ്ജം ഉൾക്കൊണ്ട് ഈ സാമ്പത്തിക വർഷത്തിൽ സംരംഭക വർഷം 2.0 പദ്ധതി നടപ്പാക്കിവരികയാണ്. അതിന്റെ ഭാഗമായി 91,000 ത്തോളം സംരംഭങ്ങൾ ആരംഭിക്കുകയും 6,100 കോടിയിലധികം രൂപയുടെ നിക്ഷേപം സമാഹരിക്കുകയും 1,90,000 ത്തിലധികം തൊഴിലവസരങ്ങൾ സൃഷ്ടിക്കുകയും ചെയ്തിട്ടുണ്ട്. വ്യവസായ വളർച്ച ലക്ഷ്യമിട്ടുകൊണ്ട് മിഷൻ 1000 എന്ന പദ്ധതി ആവിഷ്കരിച്ചിരിക്കുകയാണ്. കേരളത്തിൽനിന്നും തിരഞ്ഞെടുക്കപ്പെട്ട 1,000 എം എസ് എം ഇകളെ നാലു വർഷത്തിനുള്ളിൽ ആകെ ഒരു ലക്ഷം കോടി രൂപ വിറ്റുവരവുള്ള സംരംഭങ്ങളാക്കി മാറ്റിത്തീർക്കാനാണ് ഇതിലൂടെ ഉദ്ദേശിക്കുന്നത്. ഇതിനോടകം തന്നെ 552 അപേക്ഷകൾ ലഭിച്ചുകഴിഞ്ഞു. ഇതിൽ 88 എണ്ണത്തിന്റെ പരിശോധന പൂർത്തിയാക്കി പദ്ധതിയിൽ ഉൾപ്പെടുത്തിയിട്ടുണ്ട്. കഴിഞ്ഞ സാമ്പത്തിക വർഷത്തിലെ കേരളത്തിന്റെ വ്യവസായ വളർച്ച 17.3 ശതമാനമാണ്.

വ്യവസായങ്ങളെ പരിപോഷിപ്പിച്ചുകൊണ്ട് തൊഴിലവസരങ്ങൾ ലഭ്യമാക്കാനാണ് ശ്രമിക്കുന്നത്. തൊഴിലവസരങ്ങളുടെ അഭാവം പുരുഷന്മാരെ മാത്രമല്ല, സ്ത്രീകളെയും ട്രാൻസ്ജെൻഡറുകളെയും എല്ലാം ബാധിക്കുന്ന വിഷയമാണ്. ഉന്നതവിദ്യാഭ്യാസം സിദ്ധിച്ചിട്ടും തൊഴിലെടുക്കാൻ കഴിയാത്ത നിരവധി സ്ത്രീകളുണ്ട് നമ്മുടെ നാട്ടിൽ. അവർക്ക് ലോക തൊഴിൽ വിപണിയിലേക്കുള്ള അവസരങ്ങൾ തുറന്നുനൽകുന്നതിനായി സർക്കാർ പല ഇടപെടലുകളും നടത്തുന്നുണ്ട്. വർക്ക് ഫ്രം ഹോം, വർക്ക് നിയർ ഹോം പോലുള്ളവ അതിനുദാഹരണമാണ്.

അതുപോലെ തന്നെ ഉയർന്നുവരുന്ന മറ്റൊരു തൊഴിൽ സംസ്കാരമാണ് വർക്ക് എവേ ഫ്രം ഹോം. തൊഴിൽ രംഗത്തുണ്ടാകുന്ന ഇത്തരം മാറ്റങ്ങൾ ടൂറിസം രംഗത്തിനുകൂടി ഉപകാരപ്പെടും. പ്രാദേശിക ടൂറിസം വികസനത്തിലടക്കം ഇത് മികച്ച സംഭാവന നൽകും. അതുകൊണ്ടു തന്നെ ലോക ടൂറിസം ഭൂപടത്തിൽ ഇടംപിടിച്ചിട്ടുള്ള നമ്മുടെ നാട്ടിൽ പുതുതായി ഉയർന്നുവരുന്ന ഇത്തരം അവസരങ്ങൾകൂടി ഫലപ്രദമായി പ്രയോജനപ്പെടുത്തേണ്ടതുണ്ട്.

സംരംഭകരാകാൻ താല്പര്യമുള്ളവർക്ക് ശക്തമായ പിന്തുണയാണ് സംസ്ഥാന സർക്കാർ നൽകുന്നത്. ആശയങ്ങളെ ഉല്പന്നങ്ങളാക്കി പരിവർത്തിപ്പിക്കാൻ യുവാക്കൾക്ക് പിന്തുണ നൽകുന്ന സ്റ്റാർട്ടപ്പ് നയമാണ് നടപ്പാക്കുന്നത്. അതിന്റെ ഫലമായി 2016 മെയ് മുതൽ 2021 മെയ് വരെ 3,200 സ്റ്റാർട്ടപ്പുകൾ ആരംഭിക്കുകയും അവയിലൂടെ 32,000 തൊഴിലവസരങ്ങൾ സൃഷ്ടിക്കുകയും ചെയ്തിട്ടുണ്ട്. 2021 ജൂൺ മുതൽ നാളിതുവരെ 4,127 സ്റ്റാർട്ടപ്പുകൾ ആരംഭിക്കുകയും അവയിലൂടെ 42,000 തൊഴിലവസരങ്ങൾ സൃഷ്ടിക്കുകയും ചെയ്തിട്ടുണ്ട്.

സർവ്വകലാശാലാ വിദ്യാർത്ഥികളിൽനിന്നും സംരംഭകരെ പ്രോത്സാഹിപ്പിക്കുന്നതിനായി 466 ഐ ഇ ഡി സി (ഇന്നവേഷൻ ആന്റ് എന്റർപ്രണർഷിപ്പ് ഡെവലപ്മെന്റ് സെന്റർ) കളാണ് സ്ഥാപിച്ചത്. ക്യാംപസുകളിൽനിന്നും നൂതന ആശയങ്ങൾ കണ്ടെത്തുന്ന 'ഐഡിയ ഫെസ്റ്റ്'കൾ സംഘടിപ്പിക്കുന്നുണ്ട്. ഇന്നവേഷൻ ഗ്രാന്റുകൾ നൽകുകയും ചെയ്യുന്നുണ്ട്. വളർന്നുവരുന്ന സംരംഭകർക്കുള്ള ഒരു സ്പ്രിങ് ബോർഡാണ് യുവജന സംരംഭകത്വ വികസന പദ്ധതി. വളർന്നുവരുന്ന യുവ സംരംഭകർക്ക് നൂതന വിദ്യാഭ്യാസം ഉറപ്പുവരുത്തുകയും സംരംഭകത്വം വികസിപ്പിക്കുകയുമാണ് അതിന്റെ ലക്ഷ്യം.

സ്കൂളുകൾക്ക് സ്റ്റാർട്ടപ്പ് ഇക്കോസിസ്റ്റവുമായി ബന്ധപ്പെടാൻ കഴിയുന്ന വിധത്തിൽ ഐടി@സ്കൂളിന്റെ പിന്തുണ ലഭ്യമാക്കുന്നുണ്ട്. കേരള ടെക്നോളജിക്കൽ സർവ്വകലാശാലയുടെ കീഴിലുള്ള സ്ഥാപനങ്ങളിൽ 7 ലക്ഷം വിദ്യാർത്ഥികളെ പങ്കെടുപ്പിച്ചുകൊണ്ട് 300 ലധികം ബൂട്ട് ക്യാമ്പുകൾ നടത്തിയിട്ടുണ്ട്. തിരുവനന്തപുരം, എറണാകുളം, കോ

ഴിക്കോട് ജില്ലകളിൽ കേരള ടെക്നോളജി ഇന്നൊവേഷൻ സോൺ എന്ന പേരിൽ 3 മേഖലാ ഇൻക്യുബേറ്ററുകൾ ഒരുക്കുകയാണ്. 5 ലക്ഷം ചതുരശ്ര അടി വിസ്തീർണ്ണത്തിൽ തിരുവനന്തപുരം ടെക്നോസിറ്റിയിൽ എമേർജിങ് ടെക്നോളജി ഹബ് ഒരുങ്ങുകയാണ്.

2016 മെയ് മുതൽ 2021 മെയ് വരെ 3,37,000 ചതുരശ്ര അടിയുടെയും 2021 ജൂൺ മുതൽ നാളിതുവരെ 5,37,000 ചതുരശ്ര അടിയുടെയും സ്പേസ് ഇൻക്യുബേഷൻ സൗകര്യത്തിനായി ലഭ്യമാക്കിയിട്ടുണ്ട്. ഇൻക്യുബേഷൻ കേന്ദ്രങ്ങളെ ലീപ് കോ-വർക്സ് സ്പേസുകളായി റീ ബ്രാൻഡ് ചെയ്തിട്ടുണ്ട്. തിരുവനന്തപുരം, കൊച്ചി, കൊല്ലം, കാസർഗോഡ്, പാലക്കാട്, കണ്ണൂർ എന്നിവിടങ്ങളിൽ ലീപ് കോ-വർക്സ് സ്പേസ് സൗകര്യങ്ങൾ ഒരുക്കിയിട്ടുണ്ട്. ഇന്റർനാഷണൽ എന്റർപ്രണർഷിപ്പ് എക്സ്ചേഞ്ച് പ്രോഗ്രാം വഴി 180 സ്റ്റാർട്ടപ്പുകൾക്കാണ് ഇതുവരെ പിന്തുണ നൽകിയത്.

വെഞ്ചർ ക്യാപ്പിറ്റൽ ഫണ്ടിങ്ങിലൂടെ സ്റ്റാർട്ടപ്പ് മേഖലയിൽ 5,500 കോടി രൂപയുടെ നിക്ഷേപം സമാഹരിക്കാൻ കഴിഞ്ഞിട്ടുണ്ട്. സംസ്ഥാനത്തെ 778 സ്റ്റാർട്ടപ്പുകൾക്കായി 35 കോടി രൂപ വിതരണം ചെയ്തിട്ടുണ്ട്. ഇതിന്റെയൊക്കെ ഫലമായി ദേശീയ സ്റ്റാർട്ടപ്പ് റാങ്കിങ്ങിൽ ബെസ്റ്റ് പെർഫോമർ പുരസ്കാരം കേരളം സ്വന്തമാക്കി. സ്റ്റാർട്ടപ്പ് ജീനോമിന്റെ ഗ്ലോബൽ സ്റ്റാർട്ടപ്പ് ഇക്കോസിസ്റ്റം റിപ്പോർട്ട് പ്രകാരം അഫോർഡബിൾ ടാലന്റ് റേറ്റിങ്ങിൽ ഏഷ്യയിൽ ഒന്നാമതാണ് കേരളം. ലോകത്തെ ഏറ്റവും മികച്ച പബ്ലിക് ബിസിനസ് ഇൻക്യുബേറ്ററായി യു ബി ഐ ഗ്ലോബൽ തിരഞ്ഞെടുത്തത് കേരള സ്റ്റാർട്ടപ്പ് മിഷനെയാണ്.

കേരളത്തിലെ സ്റ്റാർട്ടപ്പുകളും പരമ്പരാഗത വ്യവസായങ്ങളും തമ്മിൽ സഹകരിക്കുന്ന സാഹചര്യം സൃഷ്ടിച്ചെടുക്കണം. നാലാം വ്യാവസായിക വിപ്ലവത്തിന്റെ ഈ കാലത്ത് പരമ്പരാഗത വ്യവസായ മേഖലയിൽ നൂതന സാങ്കേതികവിദ്യയെ പ്രയോജനപ്പെടുത്താനും നമുക്ക് കഴിയണം. ലോക വസ്ത്ര വിപണിയിൽ മാറിവരുന്ന സങ്കല്പങ്ങൾക്കനുസരിച്ച് പുതിയ വിഭവങ്ങൾ സൃഷ്ടിച്ചെടുക്കുന്നതിന് സ്റ്റാർട്ടപ്പ് മിഷന്റെ ഫാബ് ലാബുകൾ പ്രയോജനപ്പെടുത്തുന്ന നിലയുണ്ടാകണം. അങ്ങനെ ഓരോ മേഖലയ്ക്കും ഉതകുന്ന വിധത്തിൽ സ്റ്റാർട്ടപ്പുകളെ ഉപയോഗപ്പെടുത്താൻ യുവാക്കൾക്കു കഴിയണം. അതിനുള്ള എല്ലാ പിന്തുണയും സർക്കാർ നൽകും.

സമൂഹത്തിന്റെ ഒരു പരിപ്രേക്ഷ്യം തന്നെയാണ് ഇവിടെയുള്ളത് എന്നറിയാം. അതിൽ ലോവർ പ്രൈമറി അദ്ധ്യാപകർ മുതൽ ഉന്നത വിദ്യാഭ്യാസ രംഗത്തെ പ്രഗത്ഭർ വരെയുണ്ട്. യുവ അഭിഭാഷകരും യുവ എഞ്ചിനീയർമാരുമുണ്ട്. പരിസ്ഥിതിരംഗത്തു പ്രവർത്തിക്കുന്നവരും ട്രാവൽ ടൂറിസം രംഗങ്ങളിൽ പ്രവർത്തിക്കുന്നവരുമുണ്ട്. ഇങ്ങനെ എണ്ണി

യെണ്ണി പറയാൻ പല വിഭാഗങ്ങളിൽ നിന്നുമുള്ള പ്രതിനിധികളുണ്ട്. ഓരോ വിഭാഗത്തിനും തങ്ങളുടേതായ പ്രശ്നങ്ങളുണ്ട്. ജനങ്ങളുമായി നന്നായി ഇടപഴകുന്നവരാണ് ഇന്ന് സർക്കാരിലുള്ളത് എന്നതുകൊണ്ടു തന്നെ പറയട്ടെ നിങ്ങളുടെയൊക്കെ പ്രശ്നങ്ങളെക്കുറിച്ച് ഏകദേശ ധാരണ സർക്കാരിനുണ്ട്. അവയൊക്കെ മനസ്സിൽ വെച്ചുകൊണ്ടു തന്നെ യാണ് സർക്കാർ നീങ്ങുന്നത്. ഒരു വിഭാഗത്തെയും കൈവിടില്ല. എല്ലാ വിഭാഗത്തെയും ഉൾച്ചേർത്തുള്ള മുന്നോട്ടുപോക്കാണ് സർക്കാരിന്റെ മന സ്സിലുള്ളത്.

ചില മേഖലകളുടെ കാര്യം എടുത്തുപറയട്ടെ. വ്യത്യസ്ത മേഖലക ളിലെ തൊഴിലാളികൾക്ക് മിനിമം കൂലി നൽകാതെയിരിക്കുന്നതുമായി ബന്ധപ്പെട്ട പിഴ വർദ്ധിപ്പിച്ചുകൊണ്ട് 2017 ൽ മിനിമം വേജ് ആക്ടിൽ ഭേദഗതികൾ വരുത്തിയിട്ടുണ്ട്. ഗിഗ് മേഖലയിലെ തൊഴിലാളികൾക്ക് ന്യായമായ വേതനവും മെച്ചപ്പെട്ട തൊഴിൽ സാഹചര്യവും ഉറപ്പാക്കു ന്നതിനായി ഗിഗ് സമ്പദ്‌വ്യവസ്ഥയെ നിയന്ത്രിക്കുന്നതിനുള്ള ഒരു നയം രൂപീകരിക്കുന്ന കാര്യം സംസ്ഥാന സർക്കാർ ആലോചിച്ചുവരി കയാണ്. ഓൺലൈൻ ഡെലിവറി ഏജന്റുമാർക്കായി ഒരു ക്ഷേമനിധി രൂപീകരിക്കുന്ന കാര്യവും പരിഗണനയിലാണ്. ഡിജിറ്റൽ ലേബർ പ്ലാ റ്റ്ഫോമുകളും പ്ലാറ്റ്ഫോം തൊഴിലാളികളുടെ കൂട്ടായ്മകളും തമ്മിലുള്ള തർക്ക പരിഹാരത്തിന് സംസ്ഥാന സർക്കാർ നിരവധി സന്ദർഭങ്ങളിൽ ഇടപെട്ടിട്ടുണ്ട്.

കേരള ഷോപ്പ്സ് ആന്റ് കൊമേഴ്സ്യൽ എസ്റ്റാബ്ലിഷ്മെന്റ് (ഭേദഗതി) നിയമം, 2018 വഴി 'ഇരിക്കാനുള്ള അവകാശം' ഉറപ്പാക്കിയത് വനിത കൾക്ക് ഏറെ പ്രയോജനകരമായി. 2017 ലെ മെറ്റേണിറ്റി ബെനഫിറ്റ് (ഭേദഗതി) നിയമം, 2017 ലെ വ്യാവസായിക തർക്ക (കേരള ഭേദഗതി) നിയമം എന്നിവയും പ്രസക്തമാണ്. കേരള സർക്കാർ ഗാർഹിക തൊഴി ലാളി(നിയന്ത്രണവും ക്ഷേമവും)ബിൽ തയ്യാറാക്കിയിട്ടുണ്ട്. അതുചെയ്യുന്ന ആദ്യത്തെ ഇന്ത്യൻ സംസ്ഥാനമാണ് കേരളം. ഹോംനഴ്സുമാർക്കും വീട്ടുജോലിക്കാർക്കും ന്യായമായ വേതനവും ആരോഗ്യ ആനുകൂല്യങ്ങളും ശമ്പളത്തോടുകൂടിയ അവധിയും ലഭ്യമാക്കാനാണ് ബിൽ നിർദ്ദേശിക്കു ന്നത്.

തൊഴിലാളിക്ഷേമം ഉറപ്പുവരുത്തിക്കൊണ്ടു തന്നെയാണ് കേരളം വ്യവസായ മുന്നേറ്റം കൈവരിക്കുന്നത്. എന്നാൽ, കേരളത്തിൽ വ്യവ സായങ്ങൾ വളരുന്നില്ലായെന്നും ഇവിടെ നിക്ഷേപങ്ങൾ നടത്താൻ കഴിയില്ലായെന്നുമൊക്കെ പ്രചരിപ്പിക്കുന്നവരുണ്ട്. വസ്തുത എന്താണ്? ഗ്ലോബൽ സ്പൈസസ് പ്രോസസിങ്ങിന്റെ ഹബ്ബാണ് കേരളം. ലോകത്ത് ഉല്പാദിപ്പിക്കപ്പെടുന്ന ആകെ ഒലിയോറെസിനുകളുടെ 50 ശതമാന ത്തോളം കേരളത്തിലാണ് ഉല്പാദിപ്പിക്കുന്നത്. സീ ഫുഡ് പ്രോസസിങ്

നടത്തുന്ന 75 ശതമാനം കമ്പനികൾക്കും യൂറോപ്യൻ യൂണിയൻ സർട്ടിഫിക്കേഷനുള്ള ഇന്ത്യയിലെ ഏക സംസ്ഥാനം കേരളമാണ്. ലോകത്ത് ഏറ്റവുമധികം കൃത്രിമപ്പല്ലുകൾ ഉണ്ടാക്കുന്ന കമ്പനിയും ഏഷ്യയിലെ ഏറ്റവും വലിയ ബ്ലഡ് ബാഗ് ഉല്പാദന കമ്പനിയും ലോകത്തെ ഏറ്റവും വലിയ മെഡിക്കൽ എക്യുപ്മെന്റ് ഉല്പാദന കമ്പനികളിലൊന്നും കേരളത്തിലാണുള്ളത്.

25 വർഷത്തിലധികമായി പ്രവർത്തിച്ചുകൊണ്ടിരിക്കുന്ന, ലോകത്തിലെതന്നെ ഒരു മുൻനിര സോഫ്റ്റ്‌വെയർ കമ്പനി കേരളം ആസ്ഥാനമായാണ് പ്രവർത്തിക്കുന്നത്. കഴിഞ്ഞ സർക്കാരിന്റെ കാലത്താണ് എയർബസ്, നിസാൻ, ടെക്ക് മഹീന്ദ്ര എന്നിങ്ങനെയുള്ള ലോകോത്തര കമ്പനികൾ കേരളത്തിലേക്ക് വന്നത്. ഈ സർക്കാരിന്റെ കാലത്താകട്ടെ ടി സി എസ്, ടാറ്റാ എലക്സി, ഐ ബി എം തുടങ്ങിയ കമ്പനികൾ കേരളത്തിലെ തങ്ങളുടെ പ്രവർത്തനങ്ങൾ വ്യാപിപ്പിക്കുകയോ കേരളത്തിൽ പുതുതായി പ്രവർത്തനം ആരംഭിക്കുകയോ ചെയ്തിട്ടുണ്ട്. എല്ലാ പ്രതിസന്ധികളേയും അതിജീവിച്ച് 'ടോറസ് ഡൗൺടൗൺ' എന്ന വൻകിട പദ്ധതി നടപ്പാക്കിയത് ഈ സർക്കാരിന്റെ കാലത്താണ്. കേരളം എത്രമാത്രം വ്യവസായ സൗഹൃദമാണ് എന്നതിന്റെ ഉദാഹരണങ്ങളാണ് ഇതൊക്കെ.

തൊഴിലുകൾ ഇല്ലാത്തതോ മാന്യമായി തൊഴിൽ ചെയ്യാനുള്ള സാഹചര്യമില്ലാത്തതോ ആയ സ്ഥലമാണ് കേരളമെന്നു പലരും പ്രചരിപ്പിക്കാൻ ശ്രമിക്കാറുണ്ട്. യുവാക്കൾ വിദേശത്തേക്ക് പോകുന്നത് ഇതുകൊണ്ടാണെന്നും അത്തരക്കാർ ആക്ഷേപിക്കാറുണ്ട്. നമ്മുടെ യുവാക്കൾ തങ്ങളുടെ ശേഷികൾക്കനുസൃതമായ തൊഴിലുകൾ തേടി ലോകത്തിന്റെ പല ഭാഗങ്ങളിലേക്കും പോകാറുണ്ടെന്നത് വസ്തുതയാണ്. കുടിയേറ്റത്തിന്റെ ഒരു നൂറ്റാണ്ടിലധികം നീണ്ടുനിൽക്കുന്ന ചരിത്രം തന്നെ കേരളത്തിനുണ്ട്. എന്നാൽ ഇതിനെ കേവലം ബ്രെയിൻ ഡ്രെയ്ൻ ആയി ചുരുക്കിക്കാണേണ്ടതില്ല. കേരളത്തിന്റെ സോഷ്യൽ ക്യാപിറ്റലിനെ ലോകത്താകെ വിന്യസിപ്പിക്കുന്ന പ്രക്രിയയായി ഇതിനെ കാണാൻ കഴിയും. ഏത് നൂതന മേഖലയിലും ലോകത്താകെ ഇന്ന് മലയാളികളുള്ളത് നമ്മൾ ആ മേഖലകളിലെല്ലാം മികച്ച ശേഷികൾ കൈവരിച്ചതുകൊണ്ടാണ്. അതുകൊണ്ട് കേരളീയരുടെ പ്രവാസം നമ്മൾ ആർജ്ജിച്ച കഴിവുകളുടെയും ശേഷികളുടെയും ദൃഷ്ടാന്തമാണ്.

നമ്മുടെ ചെറുപ്പക്കാർ വിദേശത്ത് പോകുമ്പോൾ അവർക്കുവേണ്ട സൗകര്യങ്ങൾ സംസ്ഥാന സർക്കാർ ഒരുക്കുന്നുണ്ട്. സ്വകാര്യ ഏജൻസികളുടെ തട്ടിപ്പുകളിൽ നിന്ന് തൊഴിലന്വേഷകരെ മോചിപ്പിച്ചുകൊണ്ടാണ് ഒഡെപെക് എന്ന സംവിധാനം നടപ്പാക്കിയിട്ടുള്ളത്. ഏറ്റവും മികച്ച റിക്രൂട്ട്മെന്റ് ഏജൻസിക്കുള്ള 2022 ലെ ഫിക്കി അവാർഡ് കരസ്ഥമാ

ക്കിയത് ഒഡെപെക് ആണ്. ഒഡെപെക്കിന് കീഴിൽ അയാട്ടാ അംഗീകാരമുള്ള ഒരു ട്രാവൽ ഡിവിഷനുമുണ്ട്.

കഴിഞ്ഞ നാലുവർഷംകൊണ്ട് 1,625 പേരെയാണ് ഒഡെപെക്കിലൂടെ റിക്രൂട്ട് ചെയ്തത്. സൗദി അറേബ്യ, യു എ ഇ, ഒമാൻ, ഖത്തർ, യു കെ, അയർലണ്ട്, ജർമ്മനി, ബെൽജിയം, ഉസ്ബെക്കിസ്ഥാൻ എന്നിവിടങ്ങളിലേക്കുള്ള റിക്രൂട്ട്മെന്റുകളാണ് നടത്തിയിട്ടുള്ളത്. ജർമ്മനിയിലേക്ക് നഴ്സുമാർക്കുള്ള സൗജന്യ റിക്രൂട്ട്മെന്റും അതിനുള്ള സൗജന്യ പരിശീലനവും നടത്തിയത് ഒഡെപെക്കിലൂടെയാണ്. 2023 ആഗസ്റ്റ് മാസത്തിലാണ് ആദ്യ ബാച്ച് ജർമ്മനിയിലേക്കു പോയത്. യു കെ എച്ച് ഇ ഇ (ഹെൽത്ത് എഡ്യൂക്കേഷൻ ഇംഗ്ലണ്ട്) യുമായി ചേർന്ന് കഴിഞ്ഞ 3 വർഷമായി നഴ്സുമാർക്കുള്ള റിക്രൂട്ട്മെന്റ് നടത്തുന്നുണ്ട്. 600 ലധികം നഴ്സുമാർക്ക് 3 വർഷത്തിനകം യു കെയിൽ ജോലി ലഭ്യമാക്കിയിട്ടുണ്ട്. നഴ്സുമാരെ റിക്രൂട്ട് ചെയ്യുന്നതിന് യു കെയിലെ ഡബ്ല്യു വൈ ഐ സി ബി (വെസ്റ്റ് യോക്ഷേർ ഇന്റഗ്രേറ്റഡ് കെയർ ബോർഡ്) യുമായി കരാർ ഒപ്പുവെച്ചിട്ടുണ്ട്.

വിദ്യാർത്ഥികൾക്ക് വിദേശരാജ്യങ്ങളിൽ പഠിച്ച് ഉന്നതബിരുദം നേടാനും ഉന്നതജോലി ഉറപ്പാക്കുന്നതിനും 'സ്റ്റഡി എബ്രോഡ്' പദ്ധതി നടപ്പാക്കുന്നുണ്ട്. കേരള അക്കാദമി ഫോർ സ്കിൽസ് എക്സലൻസുമായി സഹകരിച്ച് റിയാദ്, ദുബായ്, അബുദാബി എന്നിവിടങ്ങളിൽ ഇന്റർനാഷണൽ എംപ്ലോയ്മെന്റ് എക്സ്പോകൾ നടത്തിയിട്ടുണ്ട്. തിരുവനന്തപുരം, എറണാകുളം, അങ്കമാലി, കോഴിക്കോട്, ന്യൂഡൽഹി എന്നിവിടങ്ങളിൽ പരിശീലന കേന്ദ്രങ്ങൾ നടത്തുന്നുണ്ട്. അവയിലൂടെ ഐ ഇ എൽ ടി എസ്, ഒ ഇ ടി എന്നീ പരീക്ഷകൾക്കും ജർമ്മൻ ഭാഷയിലും പരിശീലനം നൽകുന്നുണ്ട്. ഏഷ്യയിലെ ഏറ്റവും വലിയ ഒ ഇ ടി പരീക്ഷാകേന്ദ്രമാണ് 2021 ൽ അങ്കമാലിയിൽ ആരംഭിച്ചത്.

വിദേശത്ത് പോകാൻ താല്പര്യമുള്ളവർക്ക് അതിനുള്ള അവസരങ്ങൾ ഒരുക്കുമ്പോൾത്തന്നെ കേരളത്തിൽ മികച്ച സാഹചര്യങ്ങൾ നിലനിൽക്കുന്നു എന്നുറപ്പുവരുത്തുകയും ചെയ്യുന്നുണ്ട്. ഇന്ത്യയിൽ ഏറ്റവും മികച്ച തൊഴിൽ സാഹചര്യമാണ് കേരളത്തിൽ ഉള്ളതെന്നാണ് ഇന്ത്യ സ്കിൽസ് റിപ്പോർട്ട് വ്യക്തമാക്കുന്നത്. പഠനം പൂർത്തിയാക്കി തൊഴിൽരംഗത്ത് ഇറങ്ങുന്ന ഇന്ത്യയിലെ കൂടുതൽ യുവജനങ്ങളും ലിംഗഭേദമന്യേ ജോലി ചെയ്യാൻ ഇഷ്ടപ്പെടുന്ന നാട് കേരളമാണെന്ന് ആ റിപ്പോർട്ട് സാക്ഷ്യപ്പെടുത്തുന്നു. 18 നും 21 നും ഇടയിലുള്ള പ്രായക്കാരിൽ ഏറ്റവും തൊഴിൽക്ഷമതയുള്ള സംസ്ഥാനങ്ങളിൽ രണ്ടാം സ്ഥാനം കേരളത്തിനാണ്. പ്രായവ്യത്യാസമില്ലാതെ സ്ത്രീകളും പുരുഷന്മാരും ഒരേപോലെ ജോലിചെയ്യാൻ ഇഷ്ടപ്പെടുന്ന രാജ്യത്തെ നഗരങ്ങളിൽ കൊച്ചി രണ്ടാമതും തിരുവനന്തപുരം നാലാമതുമാണ്.

പൊതുമേഖലയിൽ തൊഴിലവസരങ്ങൾ ഒരുക്കുന്ന കാര്യത്തിലും കേരളം വളരെ മുന്നിലാണ്. റെക്കോർഡ് നിയമനം നടത്തിക്കൊണ്ട് കേരള പി എസ് സി രാജ്യത്തിനാകെ മാതൃകയാവുകയാണ്. 2,30,000 ത്തിലധികം നിയമന ശിപാർശകളാണ് 2016 ജൂൺ മുതൽക്കിങ്ങോട്ടുള്ള കാലയളവിൽ നൽകിയത്. ഇക്കാലയളവിൽ 30,000ത്തോളം അധിക തസ്തികകളാണ് സംസ്ഥാന സർക്കാർ സൃഷ്ടിച്ചത്. കേന്ദ്ര സർവീസുകളിൽ, റെയിൽവേ അടക്കമുള്ള കേന്ദ്ര പൊതുമേഖലാ സ്ഥാപനങ്ങളിൽ ദശലക്ഷക്കണക്കിന് തസ്തികകൾ ഒഴിഞ്ഞുകിടക്കുകയും നിയമനനിരോധനം നിലനിൽക്കുകയും രാജ്യസുരക്ഷയുമായി ബന്ധപ്പെട്ട പട്ടാളത്തിൽവരെ കരാർ നിയമനം നടപ്പാക്കാൻ ഒരുങ്ങുകയും ചെയ്യുന്ന ഘട്ടത്തിലാണ് ഇതെന്ന് ഓർക്കണം.

2018 മുതലുള്ള കാലയളവിൽ ഇന്ത്യയിലൊട്ടാകെ കേന്ദ്ര സർവീസുകളിൽ യൂണിയൻ പബ്ലിക് സർവീസ് കമിഷൻ നടത്തിയത് 16,434 നിയമനങ്ങൾ മാത്രമാണ്. എന്നാൽ ഇതേ കാലയളവിൽ കേരള പി എസ് സി നടത്തിയത് 1,38,000 ത്തിലധികം നിയമനങ്ങളാണ്. കേരളത്തിന്റെ എട്ടിരട്ടി ജനസംഖ്യയും മൂന്നിരട്ടി സർക്കാർ ജീവനക്കാരുമുള്ള ഉത്തർപ്രദേശിലെ സംസ്ഥാന പബ്ലിക് സർവീസ് കമിഷൻ നടത്തിയത് 37,637 നിയമനങ്ങൾ മാത്രമാണ്. കഴിഞ്ഞ അഞ്ചു വർഷംകൊണ്ട് മദ്ധ്യപ്രദേശിൽ ആകെ നടന്നത് 4,590 നിയമനങ്ങളാണ്. മഹാരാഷ്ട്രയിൽ 11,535. ഗുജറാത്തിൽ 8,890. രാജസ്ഥാനിൽ 31,869. പശ്ചിമബംഗാളിൽ 12,940. മറ്റ് സംസ്ഥാനങ്ങളിലെയും രാജ്യത്തെയും സ്ഥിതിയെ അപേക്ഷിച്ച് ഇത്രയേറെ കാര്യക്ഷമമായി പ്രവർത്തിക്കുന്ന കേരള പബ്ലിക് സർവീസ് കമിഷനെ വ്യാജ ആരോപണങ്ങൾ ഉന്നയിച്ച് തകർക്കാനുള്ള ശ്രമങ്ങൾ നടക്കുന്നതുകൊണ്ടാണ് ഇതൊക്കെ വ്യക്തമാക്കിയത്.

പുതുതലമുറയ്ക്ക് ഏറ്റവും ആവശ്യമുള്ളത് മികച്ച വിദ്യാഭ്യാസ സംവിധാനങ്ങളും ആധുനികമായ ശേഷിവികസന പരിപാടികളുമാണ്. ഉന്നതവിദ്യാഭ്യാസ രംഗത്ത് വലിയ ഇടപെടലാണ് സംസ്ഥാന സർക്കാർ നടത്തുന്നത്. ഈ സർക്കാർ അധികാരത്തിൽ വന്നതിനുശേഷം 4,149 സീറ്റുകളാണ് ഉന്നതവിദ്യാഭ്യാസ മേഖലയിൽ പുതുതായി അനുവദിച്ചത്. പുതുതായി 6 സ്വകാര്യ കോളേജുകളും ഒരു എയ്ഡഡ് കോളേജും അനുവദിച്ചിട്ടുണ്ട്. നിരവധി പുതുതലമുറ കോഴ്സുകൾക്കും 131 ബിരുദ പ്രോഗ്രാമുകൾക്കും അനുമതി നൽകിയിട്ടുണ്ട്.

നൈപുണ്യ വികസനം ലക്ഷ്യമിട്ട് അസാപിന്റെ നേതൃത്വത്തിൽ കമ്യൂണിറ്റി സ്കിൽ പാർക്കുകൾ സ്ഥാപിക്കുകയാണ്. അതോടൊപ്പം തന്നെ കണക്ട് കരിയർ ടു ക്യാമ്പസ്, യങ് ഇന്നവേറ്റേഴ്സ് പ്രോഗ്രാം, ഇൻഡസ്ട്രി ഓൺ ക്യാമ്പസ് തുടങ്ങിയ പരിപാടികളും നടത്തിവരികയാണ്. കെ-ഡിസ്ക് ആവിഷ്കരിച്ച ഡിജിറ്റൽ വർക്ക്ഫോഴ്സ് മാനേ

ജ്മെന്റ് സിസ്റ്റത്തിലൂടെ തൊഴിൽ അന്വേഷകരെ തൊഴിൽ ദാതാക്കളുമായി ബന്ധിപ്പിക്കുന്നുണ്ട്. ഇതുവരെ 31,935 ഉദ്യോഗാർത്ഥികൾക്ക് തൊഴിൽ നൽകിയിട്ടുണ്ട്. കേരള നോളഡ്ജ് ഇക്കണോമി മിഷനാകട്ടെ ഗിഗ് തൊഴിലാളികൾക്ക് വിദഗ്ദ്ധ പരിശീലനം നൽകിവരികയാണ്.

ആധുനിക ലോകത്ത് സമയത്തിനാണ് ഏറ്റവുമധികം മൂല്യമുള്ളത്. മനുഷ്യന്റെ സമയം നഷ്ടപ്പെടാതിരിക്കാനാണ് അത്യാധുനിക ഗതാഗത സംവിധാനങ്ങൾ ഒരുക്കുന്നത്. ദേശീയപാതകൾ വികസിപ്പിക്കുന്നതും ദേശീയ ജലപാത നവീകരിക്കുന്നതുമൊക്കെ അതിന്റെ ഭാഗമായാണ്. കൊച്ചി മെട്രോ വികസിപ്പിക്കുന്നതും വാട്ടർ മെട്രോ യാഥാർത്ഥ്യമാക്കിയതും ലൈറ്റ് മെട്രോ പ്രാബല്യത്തിൽ വരുത്താൻ ശ്രമിക്കുന്നതും ഒക്കെ അതിന്റെ ഭാഗമായാണ്. കെ-റെയിൽ പോലെയുള്ള നൂതന ഗതാഗത സംവിധാനങ്ങൾ കേരളത്തിനാവശ്യമാണ് എന്ന് കാണുന്നതും അതിന്റെയൊക്കെ തുടർച്ചയായാണ്. ഇവയെല്ലാം തന്നെ നമ്മുടെ നാടിന്റെ ഭാവിയെ കരുതി, അതായത് നമ്മുടെ യുവജനങ്ങളെ കരുതിയുള്ള ഇടപെടലുകളാണ്.

ഇത്തരം അത്യാധുനിക സംവിധാനങ്ങളൊക്കെ ഉപയോഗിക്കുമ്പോൾത്തന്നെ അവ ഒരു വിഭാഗത്തിന്റെയും ജീവസന്ധാരണത്തെ പ്രതികൂലമായി ബാധിക്കുന്നില്ല എന്നുറപ്പുവരുത്തുകയും ചെയ്യുന്നുണ്ട്. കമ്പ്യൂട്ടർ സ്വീകരിച്ചപ്പോൾ കമ്പ്യൂട്ടർവൽക്കരണം കാരണം ആരുടെയും തൊഴിൽ നഷ്ടപ്പെടരുത് എന്ന് പറഞ്ഞതുപോലെതന്നെ തുറമുഖം വരുമ്പോൾ തുറമുഖ പ്രദേശത്തെ യുവാക്കൾക്ക് തൊഴിൽ ഉറപ്പുവരുത്തുന്ന അടിസ്ഥാന സൗകര്യങ്ങളും ശേഷിവികസനവുമൊക്കെ ഒരുക്കുകയാണ് സർക്കാർ. ആർട്ടിഫിഷ്യൽ ഇന്റലിജൻസ് സംവിധാനങ്ങളെ ആശ്രയിക്കുമ്പോഴും അവയുടെ ഹ്യൂമൻ ഓഡിറ്റിലൂടെ അവയിൽ മനുഷ്യത്വത്തിന്റെ അംശങ്ങൾ അവശേഷിക്കുന്ന എന്നുറപ്പുവരുത്തും.

കേരളം ഉപയോഗിക്കുന്ന അത്യാധുനിക സംവിധാനങ്ങളിലൊന്നാണ് ഗതാഗതം നിയന്ത്രിക്കാനായി ഏർപ്പെടുത്തിയിരിക്കുന്ന എ ഐ ക്യാമറ സംവിധാനം. അതു നടപ്പാക്കിയതിന്റെ ഫലമായി വാഹനങ്ങൾ ഓടിക്കുന്നവർ റോഡ് സുരക്ഷാ നിയമങ്ങൾ കൃത്യമായി പാലിക്കുന്നുണ്ടെന്നും റോഡപകടങ്ങളും ജീവഹാനിയും കാര്യമായി കുറഞ്ഞിട്ടുണ്ടെന്നുമാണ് കണക്കുകൾ വ്യക്തമാക്കുന്നത്. 2023 ജൂൺ മാസത്തിലാണ് എ ഐ ക്യാമറകൾ പ്രവർത്തനമാരംഭിക്കുന്നത്. അന്ന് മുതൽ 2023 ഡിസംബർ വരെയുള്ള കാലയളവിൽ 1,857 ജീവനുകളാണ് റോഡപകടങ്ങളിൽ പൊലിഞ്ഞത്. എന്നാൽ, 2022 ജൂൺ മുതൽ 2022 ഡിസംബർ വരെയുള്ള കാലയളവിലെ റോഡപകട മരണങ്ങളുടെ എണ്ണം 2,385 ആയിരുന്നു.

ഇത്തരം നൂതന സംവിധാനങ്ങളൊക്കെ ഒരുക്കുമ്പോൾത്തന്നെ അവ പരിസ്ഥിതി സൗഹൃദമാണെന്ന് ഉറപ്പുവരുത്തുകയും ചെയ്യുന്നുണ്ട്.

2040 ആകുമ്പോഴേക്കും 100 ശതമാനം പുനരുല്പാദന ഊർജ്ജ സ്രോതസ്സുകളിൽ അധിഷ്ഠിതമായ സംസ്ഥാനം എന്ന ലക്ഷ്യം കൈവരിക്കാനുള്ള പ്രവർത്തനങ്ങളാണ് ഈ ഘട്ടത്തിൽ നമ്മൾ ഏറ്റെടുത്തിരിക്കുന്നത്. 2050 ഓടെ കേരളത്തെ നെറ്റ് കാർബൺ ന്യൂട്രൽ സംസ്ഥാനമാക്കാനുള്ള ഇടപെടലുകളും നടത്തുന്നുണ്ട്. കാർബൺ ബഹിർഗമനം കുറയ്ക്കുന്നതിനു വേണ്ടി ഇ-വാഹന നയവും നടപ്പാക്കുന്നുണ്ട്. ഇതിനെല്ലാം പുറമേ വന സംരക്ഷണത്തിനായുള്ള പ്രത്യേക നയവും നടപ്പാക്കും.

യുവജനങ്ങളുടെ ക്ഷേമം മുൻനിർത്തി പ്രവർത്തിക്കുന്ന യുവജന ക്ഷേമ ബോർഡ്, യൂത്ത് കമിഷൻ എന്നിവ വഴി നിരവധി പദ്ധതികൾ സർക്കാർ നടപ്പാക്കി വരുന്നുണ്ട്. സംരംഭകത്വ വികസന ശില്പശാലയായ കീ-സമ്മിറ്റ്, യുവാ ക്ലബ്ബ്, ടീം കേരള, അവളിടം, മാരിവില്ല്, യെസ് ക്ലബ്ബ് കേരളോത്സവം, യുവശക്തി തുടങ്ങിയവ അവയിൽ പ്രധാനപ്പെട്ടവയാണ്.

കേരളത്തിലെ പുതിയ കായികനയം യുവജനങ്ങളെ മുന്നിൽക്കണ്ടാണ് തയ്യാറാക്കിയിട്ടുള്ളത്. എല്ലാവർക്കും കായികരംഗത്ത് ശാസ്ത്രീയ മാനദണ്ഡങ്ങളോടെ വിദഗ്ദ്ധ പരിശീലനം നൽകി ഉന്നത നിലവാരമുള്ള കായികതാരങ്ങളെ വാർത്തെടുക്കുക എന്ന ലക്ഷ്യത്തോടെയാണ് കായികനയം പ്രഖ്യാപിച്ചിട്ടുള്ളത്. യുവജനങ്ങൾക്ക് കായികപ്രവർത്തനങ്ങളിൽ ഏർപ്പെടുന്നതിനുള്ള കൂടുതൽ പദ്ധതികളും പരിപാടികളും ഇതുവഴി ഉണ്ടാകും. ഓരോ വാർഡിലും കളിക്കളം ഒരുക്കുന്നതിന് മുന്നോടിയായി എല്ലാ പഞ്ചായത്തുകളിലും കളിക്കളം എന്ന സർക്കാരിന്റെ വാഗ്ദാനം യാഥാർത്ഥ്യമാക്കാനുള്ള നടപടികൾ ആരംഭിച്ചിട്ടുണ്ട്. കായികമേഖലയിൽ തൊഴിൽ നൈപുണ്യം വികസിപ്പിക്കാൻ സ്പോർട്സ് ഇൻസ്റ്റിറ്റ്യൂട്ടും ആരംഭിക്കുകയാണ്.

പ്രതിസന്ധി ഘട്ടങ്ങളിൽ നാടിനു കൈത്താങ്ങാകുന്നവരാണ് നമ്മുടെ യുവാക്കൾ. പ്രളയത്തിന്റെയും കോവിഡ് മഹാമാരിയുടെയുമൊക്കെ ഘട്ടത്തിൽ അത് നമ്മൾ അനുഭവിച്ചതാണ്. കേരളീയ യുവത്വം സാമൂഹിക പ്രതിബദ്ധതയോടെ ഇടപെട്ട നിരവധി ഉദാഹരണങ്ങൾ നമ്മുടെ മുന്നിലുണ്ട്. പ്രളയ ഘട്ടത്തിൽ ഒരു യുവജനപ്രസ്ഥാനം ആക്രി പെറുക്കിയും മീൻപിടിച്ചു വിറ്റുമൊക്കെ 11 കോടി രൂപയാണ് മുഖ്യമന്ത്രിയുടെ ദുരിതാശ്വാസനിധിയിലേക്ക് സംഭാവന ചെയ്തത്. ക്വാറന്റൈൻ കേന്ദ്രങ്ങളിൽ കൂട്ടിരുപ്പുകാരായി ഇരുന്നവരും കോവിഡ് ബാധിച്ചു മരിച്ചവരുടെ മൃതശരീരം സംസ്കരിക്കാൻ നേതൃത്വം കൊടുത്തവരുമൊക്കെ ഇക്കൂട്ടത്തിലുണ്ടാകും. ഇത്തരം പ്രവർത്തനങ്ങൾ തുടർന്നുകൊണ്ടുപോയി, 'മറ്റുള്ളവർക്ക് വേണ്ടി ജീവിക്കുന്നവരാണ് യഥാർത്ഥത്തിൽ ജീവിക്കുന്നത്, അല്ലാത്തവർ മരിച്ചവരാണ്' എന്ന സ്വാമി വിവേകാനന്ദന്റെ വാക്കുകൾ നവകേരള സൃഷ്ടിയിൽ അന്വർത്ഥമാക്കാൻ കഴിയണം.

പ്രളയത്തേയും മറ്റു പ്രകൃതി ദുരന്തങ്ങളേയും നിപ്പ, കോവിഡ് തുടങ്ങിയ മഹാമാരികളേയും അതിജീവിച്ചാണ് നമ്മൾ നവകേരളം സൃഷ്ടിക്കുന്നത്. എന്നാൽ, കേരളം ആർജ്ജിച്ച നേട്ടങ്ങളെ ഇകഴ്ത്തിക്കാട്ടാനും കേരളത്തെ സാമൂഹികമായും സാമ്പത്തികമായും തകർക്കാനുമുള്ള ശ്രമങ്ങൾ നടക്കുന്നുണ്ട്. ഇവയെല്ലാം അതിജീവിച്ചുവേണം നമുക്ക് മുന്നേറാൻ. കേരളത്തിന്റെ അതിജീവനത്തിന്റെ അന്തഃസത്ത ഉൾക്കൊള്ളാൻ നമ്മുടെ യുവാക്കൾക്കും കഴിയണം. പ്രതിസന്ധികളും വിഷമങ്ങളും ജീവിതത്തിലുണ്ടാകും. അവയെ മുറിച്ചുകടന്ന് മുന്നോട്ടുപോവുക, അതിനുള്ള കരുത്താർജ്ജിക്കുക എന്നതൊക്കെയാണ് പ്രധാനം.

യുവാക്കളാണ് നാടിന്റെ മുഖം. ആ മുഖം വാടാതെ നോക്കേണ്ടത് സർക്കാരിന്റെ ഉത്തരവാദിത്വമായാണ് കാണുന്നത്. ആ മുഖം വാടിയാൽ വരും തലമുറകളുടെ കാര്യമാകെയാണ് ഇരുളിലാവുക. അത് സഹിക്കാൻ കഴിയുന്നതല്ല. അതുകൊണ്ടുതന്നെ യുവാക്കൾക്ക് ഏറ്റവും വലിയ കരുതൽ സർക്കാരിൽ നിന്നുണ്ടാകും. ഏതു മേഖലയിൽ ഏതൊക്കെ തരത്തിൽ? അതൊക്കെ സംബന്ധിച്ച് അഭിപ്രായം പറയേണ്ടത് നിങ്ങളാണ്. ആ അഭിപ്രായങ്ങൾക്ക് കാതോർത്ത് കാത്തിരിക്കുകയാണ് ഈ സർക്കാർ എന്നറിയിക്കട്ടെ. നിങ്ങളുടെ അഭിപ്രായങ്ങൾ ഇനിയുള്ള ഘട്ടത്തിലെ സർക്കാർ നയങ്ങളിലും നിലപാടുകളിലും പ്രതിഫലിക്കുക തന്നെ ചെയ്യും.

മാനവിക മൂല്യങ്ങളേയും നൂതനാശയങ്ങളേയും നാടിന്റെ വളർച്ചയ്ക്കായി ഏറ്റവും മികച്ച രീതിയിൽ പ്രയോജനപ്പെടുത്താൻ ഈ സർക്കാർ പ്രതിജ്ഞാബദ്ധമാണെന്ന് അറിയിക്കട്ടെ. നവകേരള നിർമ്മിതിക്ക് അനുയോജ്യമായ നിങ്ങളുടെ ആശയങ്ങളും നിർദ്ദേശങ്ങളും പങ്കുവയ്ക്കണമെന്ന് അഭ്യർത്ഥിച്ചുകൊണ്ട് ഈ യുവജന മുഖാമുഖ സംഗമം ഉദ്ഘാടനം ചെയ്തതായി അറിയിക്കുന്നു.

മറുപടി

പാലിയേറ്റീവ് കെയർ

2023 മെയ് മാസം പുറത്തിറക്കിയ പാലിയേറ്റീവ് കെയർ ആക്ഷൻ പ്ലാനിൽ വീടുകളിൽ നിരന്തര പരിചരണം ആവശ്യമായി വരുന്ന രോഗികളുടെ വീട്ടുകാർക്ക് ആവശ്യമായ പരിശീലനം നൽകുന്നതിനുള്ള പ്രവർത്തനങ്ങൾ ആസൂത്രണം ചെയ്തിട്ടുണ്ട്. ഇങ്ങനെയുള്ള രോഗികളുടെ അടുത്ത് പാലിയേറ്റീവ് കെയർ പരിശീലനം ലഭിച്ച ഒരു സന്നദ്ധ പ്രവർത്തകന്റെ സാന്നിദ്ധ്യം ഉറപ്പാക്കാൻ തീരുമാനിച്ചിട്ടുണ്ട്. സന്നദ്ധപ്രവർത്തകൻ ആഴ്ചയിലൊരിക്കൽ വീട് സന്ദർശിച്ച് രോഗിക്കും കുടുംബത്തിനും ആവശ്യമായ മാനസികവും സാമൂഹ്യവുമായ പിന്തുണ ലഭ്യമാക്കും. പ്രദേശത്തുള്ള വിവിധ പാലിയേറ്റീവ് കെയർ സംവിധാനങ്ങളുമായി ബന്ധപ്പെട്ട് ഏറ്റവും മെച്ചപ്പെട്ട പരിചരണം വീടുകളിൽ ലഭ്യമാക്കുവാനും പദ്ധതി വിഭാവനം ചെയ്തിട്ടുണ്ട്.

എല്ലാ ദിവസവും പരിചരണം ആവശ്യമുള്ള രോഗികളുടെ വീടുകളിലേക്ക് പരിശീലനം ലഭിച്ച ആളുകളെ ലഭ്യമാക്കുക എന്ന ലക്ഷ്യത്തോടെ പാലിയേറ്റീവ് കെയർ യൂണിറ്റുകളുമായി സഹകരിച്ച് ഡിപ്ലോമ ഇൻ ഡൊമിസിലിയറി നഴ്സിങ് കെയർ എന്ന കോഴ്സ് സ്കോൾ കേരളയുടെ ആഭിമുഖ്യത്തിൽ നടന്നുവരുന്നു. കോഴ്സ് കഴിഞ്ഞവരുടെ സേവനം ഉപയോഗപ്പെടുത്താവുന്നതാണ്. സാമ്പത്തികമായി പിന്നോക്കം നിൽക്കുന്നവർക്ക് ഇത്തരം സേവനം സൗജന്യമായി ലഭ്യമാക്കുവാൻ ഗ്രാമപഞ്ചായത്തുകളും സാമൂഹ്യനീതി വകുപ്പും സന്നദ്ധ സംഘടനകളും പദ്ധതികൾ നടപ്പിലാക്കിവരുന്നുണ്ട്.

സ്പെഷ്യാലിറ്റി സേവനങ്ങൾ

മെച്ചപ്പെട്ട സ്പെഷ്യാലിറ്റി സേവനങ്ങൾ ഉറപ്പാക്കുന്നതിന് ആശുപത്രികളെ സ്റ്റാൻഡേർഡൈസ് ചെയ്യും. ഓരോ തലത്തിലും നൽകേണ്ട സേവനങ്ങൾ നിജപ്പെടുത്തും. അതിന്റെ അടിസ്ഥാനത്തിൽ കൃത്യമായ റഫറൽ സംവിധാനങ്ങൾ നടപ്പിലാക്കാനുള്ള പ്രവർത്തനങ്ങൾ പുരോഗമിക്കുന്നു. റഫറൽ പ്രോട്ടോക്കോളിന്റെ കരട് തയ്യാറായി. വിദഗ്ധരുമായുള്ള ചർച്ചകൾക്കുശേഷം പ്രോട്ടോകോൾ നടപ്പിലാക്കും.

ഇ-ഹെൽത്ത്

കുടുംബാരോഗ്യ കേന്ദ്രങ്ങൾ മുതൽ മെഡിക്കൽ കോളേജുകൾ വരെയുള്ള മുഴുവൻ ആശുപത്രികളിലും ഇ-ഹെൽത്ത് സംവിധാനം നടപ്പിൽ വരുത്താനാണ് തീരുമാനം. മെഡിക്കൽ കോളേജുകളിൽ ഇ-ഹെൽത്ത് സംവിധാനം നടപ്പിലാക്കിയിട്ടുണ്ട്. ആകെ 603 സ്ഥാപനങ്ങളിലാണ് ഇ-ഹെൽത്ത്സംവിധാനംനടപ്പിലാക്കിയിട്ടുള്ളത്. സെക്കന്ററിതലമായ താലൂക്ക്, ജില്ലാതല ആശുപത്രികളിൽ ഇ-ഹെൽത്ത് സംവിധാനം പൂർണ്ണതോതിൽ പ്രവർത്തനക്ഷമമായിട്ടില്ല. സെക്കന്ററിതല ആശുപത്രികളിലെല്ലാം ഇ-ഹെൽത്ത് നടപ്പിലാക്കാനുള്ള നടപടികൾ ദ്രുതഗതിയിൽ പുരോഗമിക്കുന്നു. ഇത് പൂർണ്ണതോതിലാകുന്നതോടെ ഇ-ഹെൽത്ത് വഴിയുള്ള റഫറൽ സംവിധാനം നടപ്പിലാക്കും.

താലൂക്ക് ആശുപത്രികളിൽ ബ്ലഡ് ബാങ്ക്

സംസ്ഥാനത്ത് 42 സർക്കാർ ബ്ലഡ് ബാങ്കുകൾ പ്രവർത്തിക്കുന്നു. ഇവയിൽ 32 ബ്ലഡ് ബാങ്കുകൾ കംപോണന്റ് സെപ്പറേഷൻ യൂണിറ്റുകളാണ്. ഇത്രയധികം കംപോണന്റ് സെപ്പറേഷൻ യൂണിറ്റുകളുള്ള ഏക സംസ്ഥാനമാണ് കേരളം. പരിശോധനയ്ക്കെത്തുന്ന രോഗികളുടെ എണ്ണവും രക്തത്തിന്റെ ആവശ്യകതയും കണക്കാക്കിയാണ് ബ്ലഡ് ബാങ്കിന്റെ ആവശ്യകത നിർണ്ണയിക്കുന്നത്. ജില്ലാതല ആശുപത്രികളിലാണ് പ്രധാനമായും രക്ത ബാങ്കുകൾ പ്രവർത്തിക്കുന്നത്. രക്ത ബാങ്കുകൾ ആരംഭിക്കുന്നതിന് എയ്ഡ്സ് കൺട്രോൾ സൊസൈറ്റിയുടെയും ഡ്രഗ് കൺട്രോളറുടെയും അനുമതി ആവശ്യമാണ്. പ്രസവ വാർഡുകളുള്ള താലൂക്ക് ആശുപത്രികളിൽ രക്ത സ്റ്റോറേജ് യൂണിറ്റുകളാണുള്ളത്. അടുത്തുള്ള രക്ത ബാങ്കുകളിൽനിന്ന് ആവശ്യമായ രക്തം സ്റ്റോറേജ് യൂണിറ്റിൽ എത്തിച്ച് രോഗികൾക്ക് ലഭ്യമാക്കി വരുന്നു.

അടിമാലി താലൂക്ക് ഹെഡ് ക്വാർട്ടേഴ്സ് ആശുപത്രി, നെടുങ്കണ്ടം ജില്ലാ ആശുപത്രി, കൽപ്പറ്റ ജനറൽ ആശുപത്രി, പൊന്നാനി താലൂക്ക് ഹെഡ് ക്വാർട്ടേഴ്സ് ആശുപത്രി എന്നിവിടങ്ങളിൽ പുതുതായി ബ്ലഡ് ബാങ്കുകൾ തുടങ്ങാനുള്ള നടപടികൾ പുരോഗമിക്കുന്നു.

കൊച്ചിയിലെ രക്ത ലഭ്യതക്കുറവ്

കൊച്ചിയിൽ ആവശ്യമായ രക്തം ലഭ്യമാകുന്നില്ലെന്ന പരാതി ശ്രദ്ധിച്ചു. രക്ത ലഭ്യത ഉറപ്പാക്കുന്നതിന് നാഷണൽ പോർട്ടൽ ഇ-രക്തകോശ് ആരംഭിച്ചിട്ടുണ്ട്. രക്തത്തിന്റെ സ്റ്റോക്കനുസരിച്ച് ആവശ്യമായ ഇടങ്ങളിൽ രക്തം ലഭ്യമാക്കിവരുന്നുണ്ട്. കേരള പോലീസുമായി ചേർന്ന് പ്രിൻസിപ്പൽ ആപ്പിൽക്കൂടിയും രക്തത്തിന്റെ ലഭ്യത ഉറപ്പാക്കാൻ നടപടി എടുത്തിട്ടുണ്ട്. സ്വമേധയാ രക്തദാനം ചെയ്യാൻ സന്നദ്ധരായാൽ മാത്രമേ രക്തത്തിന്റെ ദൗർലഭ്യം കുറയ്ക്കാൻ സാധിക്കുകയുള്ളൂ. ഇക്കാര്യത്തിൽ യുവാക്കളായ നിങ്ങൾ സ്വയം സന്നദ്ധരായി രക്തദാനത്തിന് തയ്യാറാവണം.

ബോധവൽക്കരണം

രക്തദാനം സംബന്ധിച്ച ബോധവൽക്കരണം നടത്തണമെന്ന നിർദ്ദേശം നല്ലതാണ്. ആരോഗ്യ വകുപ്പ്, കേരള സ്റ്റേറ്റ് ബ്ലഡ് ട്രാൻസ്ഫ്യൂഷൻ കൗൺസിൽ, കേരള സ്റ്റേറ്റ് എയ്ഡ്സ് കൺട്രോൾ സൊസൈറ്റി എന്നിവ മുഖേന രക്തദാനം സംബന്ധിച്ച ബോധവല്ക്കരണ പ്രവർത്തനങ്ങൾ നടത്തിവരുന്നുണ്ട്. കോവിഡ്-19 നുശേഷം കേരളത്തിൽ രക്തദാനം നടത്തുന്നവരുടെ എണ്ണം കൂടിയിട്ടുണ്ട്. നേരത്തെ 4.5 ലക്ഷം യൂണിറ്റ് രക്തമാണ് ശേഖരിച്ചിരുന്നത്. ഇപ്പോൾ 6 ലക്ഷത്തോളം യൂണിറ്റ് രക്തം ശേഖരിക്കുന്നുണ്ട്. ബോധവൽക്കരണ പ്രവർത്തനങ്ങൾ കൂടുതൽ ഊർജ്ജിതമായി നടത്താവുന്നതാണ്.

രക്തദാതാക്കൾക്കുള്ള റിസൾറ്റ് നൽകൽ

എയ്ഡ്സ് കൺട്രോൾ സൊസൈറ്റിയുടെ നിയമം അനുസരിച്ച് ടെസ്റ്റ് റിസൾട്ടുകൾ എല്ലാം രക്ത ദാതാക്കൾക്ക് നൽകാനാവില്ല. രക്തദാന വേളകളിൽ രക്ത സ്ക്രീനിങ് നടത്തുമ്പോൾ റിയാക്റ്റീവ് ആയ എല്ലാ ദാതാക്കളെയും ബന്ധപ്പെട്ട് റിയാക്ടീവായ രോഗത്തിന്റെ തുടർ പരിശോധനയ്ക്കും ചികിത്സയ്ക്കുമായി റഫർ ചെയ്യുന്നുണ്ട്.

രക്തദാനത്തിന് അവധി ലഭ്യമാക്കൽ

സർക്കാർ സർവീസിലുള്ളവർക്ക് രക്തദാനത്തിന് വർഷത്തിൽ 4 അവധി അനുവദിക്കണമെന്നാണ് ഇവിടെ ആവശ്യമായി ഉയർന്നിട്ടുള്ളത്. ഈ സൗകര്യം ഇപ്പോൾത്തന്നെ നിലവിലുണ്ട്. രക്തദാനം നടത്തുന്നവർക്കായി നാല് സ്പെഷ്യൽ കാഷ്വൽ ലീവ് അനുവദിച്ചുകൊണ്ടുള്ള സർക്കാർ ഉത്തരവ് പുറപ്പെടുവിച്ചിട്ടുണ്ട്.

ഇൻഫോപാർക്ക് ഫേസ് 3

കൊച്ചി ഇൻഫോപാർക്കിലെ വർദ്ധിച്ചു വരുന്ന ഐ ടി സ്പേസിന്റെ ആവശ്യകത കണക്കിലെടുത്ത് ഇൻഫോപാർക്ക് ഫേസ് 1 ൽ 1.5 ലക്ഷം ചതുരശ്ര അടി ഐ ടി മന്ദിരം നിർമ്മിക്കും. ഇതിനായുള്ള പ്രാഥമിക നടപടി സ്വീകരിച്ചു. കരട് ഐ ടി നയത്തിൽ ലാന്റ് പൂളിങ് വ്യവസ്ഥയിൽ സ്വകാര്യ ഐ ടി പാർക്കുകളും സ്വകാര്യ സംരംഭകരിൽ നിന്ന് കെട്ടിടങ്ങൾ ഏറ്റെടുത്ത് ഐ ടി സ്പേസിന്റെ ദൗർലഭ്യം പരിഹരിക്കലും ഉൾപ്പെടുത്തിയിട്ടുണ്ട്. ഐ ടി സംരംഭകരെയും ഭൂഉടമകളെയും പങ്കാളികളാക്കി ഐ ടി, താമസം, വിനോദോപാധികൾ മുതലായവ ഉൾക്കൊള്ളിച്ച് 'ഇൻഫോപാർക്ക് ഫേസ് 3' നടപ്പിലാക്കൽ പരിഗണനയിലുണ്ട്.

ഐ ടി കമ്പനികൾക്ക് സഹായം ലഭ്യമാക്കൽ

ഐ ടി സർവീസസ്, കൺസൾട്ടൻസി കമ്പനികൾക്ക് സ്റ്റാർട്ടപ്പ് മിഷന്റെ സഹായങ്ങൾ ലഭ്യമാക്കണമെന്ന ആവശ്യം ന്യായമാണ്. ഇപ്പോൾത്തന്നെ അതിനുള്ള സംവിധാനം നിലവിലുണ്ട്. നൂറു കോടി രൂപയിൽ താഴെ ടേൺ ഓവറുള്ളതും കമ്പനി രൂപീകരിച്ച് പത്തു വർഷം തികയാത്തതുമായ ഐ ടി സർവീസസ്, ഐ ടി കൺസൾട്ടൻസി കമ്പനികൾക്ക് സ്റ്റാർട്ടപ്പ് ഇന്ത്യയുടെ രജിസ്ട്രേഷനായി അപേക്ഷിക്കാവുന്നതാണ്. രജിസ്ട്രേഷൻ ലഭിച്ച കമ്പനികൾക്ക് കേരള സ്റ്റാർട്ടപ്പ് മിഷനിൽനിന്നും യുണീക് ഐ ഡി കരസ്ഥമാക്കി സ്റ്റാർട്ടപ്പ് മിഷന്റെ സ്കീമുകൾക്ക് അർഹത നേടാവുന്നതാണ്. എല്ലാ ആനുകൂല്യങ്ങളും ഐ ടി സർവീസസ്, ഐ ടി കൺസൾട്ടൻസി കമ്പനികൾക്കും ലഭ്യമാവും. ഇന്നോവേഷൻ ഗ്രാന്റിന് നൂതനത്വമുള്ള ആശയമോ മാതൃകയോ വികസിപ്പിക്കണം.

കൊച്ചി ഡാറ്റാ സെന്റർ പാർക്ക്

പുതുതലമുറ സാങ്കേതികവിദ്യകളായ നിർമ്മിതബുദ്ധി, ഡാറ്റാ സയൻസ്, റോബോട്ടിക്സ്, ബ്ലോക്ക്ചെയിൻ എന്നിവയിലധിഷ്ഠിതമായി പ്രവർത്തിക്കുന്ന ഐ ടി കമ്പനികൾക്ക് ക്ലൗഡ് ഡാറ്റാ സ്പേസും ഡാറ്റാ കൈമാറ്റത്തിൽ വേഗതയും കൈവരിക്കാൻ ഡാറ്റാ സെന്ററുകളുടെ സേവനം അത്യന്താപേക്ഷിതമാണ്. സമുദ്രാന്തര ഒപ്റ്റിക്കൽ ഫൈബർ കേബിളുകൾ വന്നുചേരുന്ന ദക്ഷിണേന്ത്യയിലെ പ്രധാന കേന്ദ്രമാണ് കൊച്ചി. അതുകൊണ്ടുതന്നെ ഡാറ്റാ സെന്ററുകൾ സ്ഥാപിക്കുവാൻ അനുയോജ്യമായ സ്ഥലവുമാണിത്. രാജ്യത്തെ പല പ്രമുഖ ഡാറ്റാ കമ്പനികളും ഇൻഫോപാർക്കിൽ ഡാറ്റാ സെന്റർ ആരംഭിക്കുന്നത് സംബന്ധിച്ച്

അന്വേഷണം നടത്തിയിട്ടുണ്ട്. ഇൻഫോപാർക്ക് ഫേസ് 3 പദ്ധതിയുടെ ഭാഗമായി ഡാറ്റാ സെന്റർ നിക്ഷേപങ്ങളുടെ സാദ്ധ്യത പരമാവധി പ്രയോജനപ്പെടുത്താൻ നടപടികൾ സ്വീകരിക്കും.

ഐ ടി വെൽഫെയർ ബോർഡിന്റെ പ്രവർത്തനം

വെൽഫെയർ ഫണ്ട് ബോർഡിൽ ഐ ടി, അനുബന്ധ മേഖലകളിലെ ജീവനക്കാർക്ക് അംഗത്വമെടുക്കാൻ അവസരമുണ്ട്. 2007 ൽ ആരംഭിച്ച കേരള ഷോപ്പ്സ് & കൊമേഴ്സ് എസ്റ്റാബ്ലിഷ്മെന്റ് വർക്കേഴ്സ് വെൽഫെയർ ഫണ്ട് ബോർഡിന്റെ കീഴിലാണ് ഐ ടി, ഐ ടി അനുബന്ധ മേഖലയിലെ ജീവനക്കാരും സംരംഭകരും അംഗത്വമെടുത്ത് അംശാദായം അടച്ചുവരുന്നത്. ഏകദേശം ഒന്നര ലക്ഷത്തോളം അംഗങ്ങൾ ഐ ടി മേഖലയിൽനിന്നും ഈ ക്ഷേമനിധിയിൽ അംഗത്വം എടുത്തിട്ടുണ്ട്.

25.02.2021 ലെ സർക്കാർ ഉത്തരവുപ്രകാരം ഐ ടി, ഐ ടി അനുബന്ധ മേഖലയിലെ ജീവനക്കാർക്കും സംരംഭകർക്കും വേണ്ടി മാത്രമായി ക്ഷേമ പദ്ധതി നിലവിൽ വന്നു. ഈ പദ്ധതി നടപ്പിലാക്കുന്നതിന് പുതിയ പോർട്ടൽ രൂപീകരിക്കാൻ പ്രാഥമിക നടപടികൾ കൈക്കൊണ്ടു. പോർട്ടൽ വികസിപ്പിച്ച ശേഷം പുതിയ സ്കീം നടപ്പിലാക്കും.

സ്റ്റാർട്ടപ്പുകൾക്ക് നിയമസഹായം

സ്റ്റാർട്ടപ്പ് കോമൺസ്, സ്റ്റാർട്ടപ്പ് 360 മുതലായ പരിപാടികൾ വഴി സ്റ്റാർട്ടപ്പുകൾക്ക് നിയമസഹായം നൽകുവാനുള്ള സംവിധാനം ഒരുക്കിയിട്ടുണ്ട്.

ഐ ടി നയം

കേരള സർക്കാരിന്റെ പുതിയ ഐ ടി നയത്തിന്റെ കരട് തയ്യാറായിട്ടുണ്ട്. ഈ മേഖലയിലെ വിദഗ്ദ്ധരുടെ സഹായത്തോടെയാണ് ഇത് തയ്യാറാക്കിയത്. തുടർന്ന് പൊതുജനാഭിപ്രായം ആരായുന്നതിനായി പ്രസിദ്ധീകരിച്ചു. പൊതുജനങ്ങളിൽനിന്ന് ലഭിച്ച നിർദ്ദേശങ്ങൾ ഉൾക്കൊള്ളിച്ച ശേഷം അന്തിമ അംഗീകാരത്തിനായുള്ള പരിശോധനയിലാണ്. വിശദമായ പരിശോധന നടത്തി നയം പ്രസിദ്ധീകരിക്കും.

ഡിജിറ്റൽ ഹബ്ബ്

സ്റ്റാർട്ടപ്പ് മിഷന്റെ പുതിയ കെട്ടിടമായ ഡിജിറ്റൽ ഹബ്ബിന്റെ നിർമ്മാണ പ്രവൃത്തി പുരോഗമിക്കുകയാണ്. ഈ വർഷം തന്നെ പണി പൂർത്തിയാക്കി സ്ഥലം സ്റ്റാർട്ടപ്പുകൾക്കു ലഭ്യമാക്കാനാകുമെന്നാണ് പ്രതീക്ഷിക്കുന്നത്.

സ്റ്റാർട്ടപ്പ് മിഷന്റെ നിലവിലെ വാടക നിരക്കുകൾ ഇപ്പോഴുള്ള വിപണി നിരക്കുകളേക്കാൾ 40% കുറവാണ്. ഈ ആനുകൂല്യം തുടർന്നും ലഭ്യമാക്കും.

സ്കൂൾ പാഠ്യപദ്ധതിയിൽ ഗെയിമിങ്

അനിമേഷൻ, വിഷ്വൽ ഇഫക്ടുകൾ, ഗെയിമിങ്, കോമിക്സ് മുതലായ മേഖലയിൽ ഉന്നനിലവാരമുള്ള കമ്പനികളും വൈദഗ്ധ്യമുള്ള പ്രതിഭകളും പ്രാദേശികമായി ലഭ്യമാകുന്നില്ല. ഈ രംഗത്ത് വിദഗ്ധരെ സൃഷ്ടിക്കാൻ സ്കൂൾ പാഠ്യപദ്ധതിയിൽ ഈ വിഷയങ്ങൾ ഉൾപ്പെടുത്തണമെന്ന നിർദ്ദേശം സ്വാഗതാർഹമാണ്. റ്റു ഡി അനിമേഷൻ ഇപ്പോൾത്തന്നെ പാഠ്യപദ്ധതിയുടെ ഭാഗമാണ്. കൂടാതെ ത്രീ ഡി അനിമേഷൻ, ബ്ലന്റർ സോഫ്റ്റ്‌വെയറുകൾ, വിഷ്വൽ ഇഫക്ട് ടൂളുകൾ എന്നിവ ലിറ്റിൽ കൈറ്റ്സ് ഐ ടി ക്ലബ്ബ് അംഗങ്ങൾക്ക് പരിചയപ്പെടുത്തിവരുന്നു. 2024-25 അദ്ധ്യയന വർഷം മുതലുള്ള അദ്ധ്യയനത്തിനായി പാഠ്യപദ്ധതി പരിഷ്കരണം നടന്നുവരികയാണ്. ഇതിന്റെ ഭാഗമായി ഇപ്പോൾ ലിറ്റിൽ കൈറ്റ്സ് ഐ ടി ക്ലബ്ബ് അംഗങ്ങൾക്കു മാത്രമായി ലഭ്യമാകുന്ന പരിശീലനം എല്ലാ വിദ്യാർത്ഥികൾക്കും ലഭ്യമാക്കും. പ്രൈമറി തലം മുതൽ നിർമ്മിത ബുദ്ധിയുടെ സാദ്ധ്യതകൾ പരിചയപ്പെടുത്തുന്ന ഭാഗവും ഉൾക്കൊള്ളിക്കും.

ഉന്നതവിദ്യാഭ്യാസ സ്ഥാപനങ്ങളിൽ സ്റ്റാർട്ടപ്പ്

കഴിഞ്ഞ സർക്കാരിന്റെ കാലത്ത് സംഘടിപ്പിച്ച സി.എം@ക്യാമ്പസ് പരിപാടിയിൽ ഉയർന്നുവന്ന നിർദ്ദേശങ്ങളുടെ അടിസ്ഥാനത്തിൽ 'ഏൺ വൈൽ യു ലേൺ' പദ്ധതി 2021 ൽ ആരംഭിച്ചിട്ടുണ്ട്. വിദേശ രാജ്യങ്ങളിൽ വലിയ തോതിൽ നടപ്പിലാക്കുന്ന രീതിയാണിത്. പദ്ധതിയുടെ ഭാഗമായി ചില ഉന്നതവിദ്യാഭ്യാസ സ്ഥാപനങ്ങൾ ഇൻഡസ്ട്രി ഓൺ ക്യാമ്പസ്, ഫിനിഷിങ് സ്കൂൾ, സ്റ്റാർട്ടപ്പുകൾ എന്നിവ ആരംഭിച്ചിട്ടുണ്ട്. തൊഴിലാളികളെ സൃഷ്ടിക്കുക എന്നതിനേക്കാളേറെ തൊഴിൽ ദാതാക്കളായ വിദ്യാർത്ഥി സമൂഹത്തെ സൃഷ്ടിക്കുക എന്നുകൂടി നാം ലക്ഷ്യമിടുന്നുണ്ട്. നവകേരള സദസ്സിന്റെ പ്രഭാത യോഗങ്ങളിലും ഈ നിർദ്ദേശം ഉയർന്നുവന്നിരുന്നു. ഈ പദ്ധതി വ്യാപകമായി നടപ്പിലാക്കാനാണ് സർക്കാർ ശ്രമിക്കുക. അതിനാവശ്യമായ സൗകര്യങ്ങളും സംവിധാനങ്ങളും ഒരുക്കും. പ്രൊഫഷണൽ കോളേജുകൾ, പോളിടെക്നിക് കോളേജുകൾ, തൊഴിൽ സാദ്ധ്യതയുള്ള കോഴ്സുകൾ നടപ്പിലാക്കുന്ന സ്ഥാപനങ്ങൾ മുതലായവ അതത് സ്ഥാപനങ്ങളുടെ സവിശേഷതകൾക്കും

കോഴ്സുകൾക്കും ഇണങ്ങുംവിധം തൊഴിൽ സംരംഭകത്വത്തിന് അവസരമൊരുക്കും.

ക്യാമ്പസ് ഇൻഡസ്ട്രിയൽ പാർക്ക്

സ്വകാര്യ വ്യവസായ പാർക്ക് മാതൃകയിൽ വിദ്യാഭ്യാസ സ്ഥാപനങ്ങളുടെ അധീനതയിലുള്ള അധിക ഭൂമി വ്യവസായ വികസനത്തിനായി ഉപയോഗിക്കാനാണ് ക്യാമ്പസ് ഇൻഡസ്ട്രിയൽ പാർക്ക് പദ്ധതി വിഭാവനം ചെയ്തിട്ടുള്ളത്. കുറഞ്ഞത് അഞ്ച് ഏക്കർ ഭൂമിയുള്ള വിദ്യാഭ്യാസ സ്ഥാപനങ്ങൾക്ക് ക്യാമ്പസ് വ്യവസായ പാർക്കിനായി അപേക്ഷിക്കാം. ബഹുനില വ്യവസായ സമുച്ചയങ്ങൾ സ്ഥാപിക്കുന്നതിന് കുറഞ്ഞത് രണ്ട് ഏക്കർ ഭൂമിയാണ് ആവശ്യം.

പാർക്കുകളിൽ ആരംഭിക്കുന്ന സംരംഭങ്ങളിൽ വിദ്യാർത്ഥികൾക്ക് ജോലി ചെയ്യുന്നതിനും ഇന്റേൺഷിപ്പിനുമുള്ള അവസരമുണ്ടാകും. ക്യാമ്പസിലെ വിദ്യാർത്ഥികൾക്ക് സംരംഭങ്ങൾ ആരംഭിക്കുന്നതിനുള്ള സൗകര്യം പാർക്കുകളിൽ ഉണ്ടാകും. ട്രാൻസ്ലേഷണൽ ഗവേഷണ പദ്ധതികൾക്ക് ഊർജ്ജം പകരുന്നതിനുകൂടിയാണ് ഈ പാർക്കുകൾ. ഉന്നതവിദ്യാഭ്യാസ വകുപ്പുമായി സഹകരിച്ച് നടപ്പിലാക്കുന്ന ഈ പദ്ധതി ആരംഭിക്കുന്നതിനുള്ള നടപടികൾ അന്തിമഘട്ടത്തിലാണ്.

സംരംഭകത്വ വികസന ക്ലബ്ബുകൾ

യുവജനങ്ങളിൽ സംരംഭക സംസ്കാരം വികസിപ്പിക്കുന്നതിന് സ്കൂൾ, കോളേജ് തലങ്ങളിൽ സംരംഭകത്വ വികസന ക്ലബ്ബുകൾ ആരംഭിച്ചു. ഏകദേശം 850 വിദ്യാഭ്യാസ സ്ഥാപനങ്ങളിൽ സംരംഭകത്വ വികസന ക്ലബ്ബുകൾ പ്രവർത്തിക്കുന്നുണ്ട്. ഈ സാമ്പത്തിക വർഷം ക്ലബ്ബുകളുടെ എണ്ണം 1000 ആകും. രജിസ്റ്റർ ചെയ്യപ്പെട്ടിട്ടുള്ള ഇ ഡി ക്ലബ്ബുകൾക്ക് ഓരോ ഗഡുവിലും 10,000 രൂപ നിരക്കിൽ രണ്ട് ഗഡുവായി തുക അനുവദിച്ച് വരുന്നു. സ്റ്റാർട്ടപ്പുകൾക്കുള്ള സേവനങ്ങൾ നൽകുന്നതിനും ജില്ലാ വ്യവസായ കേന്ദ്രങ്ങളിൽ ബിസിനസ് ഇൻക്യുബേഷൻ സെന്റർ ആരംഭിക്കുന്നതിനും വ്യവസായ വകുപ്പ് മുൻഗണന നൽകുന്നു.

മാലിന്യസംസ്കരണത്തിൽ സ്റ്റാർട്ടപ്പ്

ശുചിത്വ മിഷന്റെ നേതൃത്വത്തിൽ മാലിന്യ ശേഖരണത്തിനും സംസ്കരണത്തിനും പ്രവർത്തിക്കുന്ന ഏജൻസികളിൽ പകുതിയോളം സ്റ്റാർട്ടപ്പുകളാണ്. ഐ ടി അധിഷ്ഠിത സംവിധാനം ഉപയോഗിച്ച് മാലിന്യനീക്കവും സംസ്കരണവും കാര്യക്ഷമമാക്കുന്നത് സംബന്ധിച്ച പദ്ധതികൾ ആവിഷ്കരിക്കും. ഇപ്പോൾ ഹരിതകേരള മിത്രം മൊബൈൽ

ആപ്പ് പ്രയോജനപ്പെടുത്തുന്നുണ്ട്. ഇതിന്റെ പ്രവർത്തനങ്ങൾ വിപുലീകരിക്കുന്നതിന് സ്റ്റാർട്ടപ്പുകളുടെ സഹായത്തോടെ പദ്ധതികൾ ആവിഷ്കരിച്ചു. പുതിയ സോഫ്റ്റ്‌വെയർ അധിഷ്ഠിത മാലിന്യസംസ്കരണ പ്രവർത്തനങ്ങൾ സംബന്ധിച്ച് ചർച്ചകൾ നടന്നുവരുന്നു. മാലിന്യ സംസ്കരണ സംവിധാനങ്ങളുടെ നടത്തിപ്പ്, പരിപാലനം, ബോധവൽക്കരണം മുതലായ മേഖലകളിൽ സ്റ്റാർട്ടപ്പുകൾക്ക് സാദ്ധ്യതയുണ്ട്. മാലിന്യസംസ്കരണ രംഗത്ത് നൂതനാശയ പ്രവർത്തനങ്ങളെ പ്രോത്സാഹിപ്പിക്കും. അത്തരം ആശയങ്ങളുള്ളവർക്ക് വിശദമായ പദ്ധതി രേഖ തയ്യാറാക്കി ശുചിത്വ മിഷനെ സമീപിക്കാവുന്നതാണ്.

ടൂറിസം ക്ലബ്ബുകൾ

യുവജനങ്ങളെ ടൂറിസം വികസനത്തിൽ പങ്കാളികളാക്കുക, ടൂറിസം ബോധവൽക്കരണം നടത്തുക എന്നീ ഉദ്ദേശ്യങ്ങളോടെയാണ് ഉന്നത വിദ്യാഭ്യാസ സ്ഥാപനങ്ങളിൽ ടൂറിസം ക്ലബ്ബുകൾ രൂപീകരിച്ചത്. ടൂറിസം കേന്ദ്രങ്ങളുടെ പരിപാലനം, ശുചിത്വം ഉറപ്പാക്കൽ തുടങ്ങിയ ഉത്തരവാദിത്വങ്ങൾ നിർവ്വഹിച്ച് പാർട്ട് ടൈം ജോലിയിലൂടെ വരുമാനം നേടാൻ ടൂറിസം ക്ലബ്ബ് അംഗങ്ങൾക്ക് സാധിക്കും. ഹയർ സെക്കന്ററി, വൊക്കേഷണൽ ഹയർ സെക്കന്ററി സ്കൂളുകളിലേക്കും ടൂറിസം ക്ലബ്ബുകൾ വ്യാപിപ്പിക്കും. ഇതിനായുള്ള മാർഗ്ഗരേഖ വികസിപ്പിക്കുന്നതിന് കമ്മിറ്റിയെ ചുമതലപ്പെടുത്തി.

ടൂറിസം രംഗത്തെ വളർച്ച

2030 ഓടെ ടൂറിസം രംഗത്ത് അഭൂതപൂർവ്വമായ മുന്നേറ്റമുണ്ടാക്കാനാണ് ശ്രമിക്കുന്നത്. ഏതെങ്കിലും ചില ടൂറിസം ഡെസ്റ്റിനേഷനുകൾ എന്ന സങ്കല്പം കേരളത്തിൽ മാറിവരികയാണ്. കേരളമാകെ ടൂറിസം ഡെസ്റ്റിനേഷനുകളായി പരിവർത്തിപ്പിക്കപ്പെട്ടുകൊണ്ടിരിക്കുന്നു. ഓരോ പഞ്ചായത്തിലും ഏറ്റവും ചുരുങ്ങിയത് ഒരു ടൂറിസം ഡെസ്റ്റിനേഷൻ ഉണ്ടാവുക എന്നതാണ് ലക്ഷ്യം.

ഗ്രാമീണ മേഖലയിൽ ഉത്തരവാദിത്വ ടൂറിസം വഴിയുണ്ടാകുന്ന മാറ്റങ്ങൾ, അടിസ്ഥാന സൗകര്യ വികസനം എന്നിവയിലൂടെ യുവജനങ്ങൾക്ക് ടൂറിസം രംഗത്ത് തൊഴിൽ സാദ്ധ്യതകൾ വർദ്ധിക്കും. പ്രമുഖ ടൂറിസം കേന്ദ്രങ്ങളായ വർക്കല, കോവളം, മൂന്നാർ എന്നിവയുടെ മാസ്റ്റർ പ്ലാനുകൾ, കാരവാൻ ടൂറിസം, ഹെലി ടൂറിസം, നൈറ്റ് ലൈഫ്, സിനിമാ ടൂറിസം, തീർത്ഥാടന ടൂറിസം, ഹെൽത്ത് ടൂറിസം തുടങ്ങിയവ വലിയ തോതിൽ വികസിപ്പിക്കും.

ബീച്ച് ടൂറിസം, സാഹസിക ടൂറിസം എന്നിവ കുതിപ്പിന്റെ പാതയിലാണ്. ഏറ്റവും കൂടുതൽ പഞ്ചനക്ഷത്ര ഹോട്ടലുകളുള്ള സംസ്ഥാനം കേരളമാണ്. അന്തർദ്ദേശീയ തലത്തിൽ ടൂറിസത്തിന്റെ എല്ലാ മേഖലകളിലും കേരളത്തിന് ലഭിച്ചുകൊണ്ടിരിക്കുന്ന നിരവധിയായ അംഗീകാരങ്ങൾ നമ്മുടെ വളർച്ചയുടെ അടയാളപ്പെടുത്തലുകൾ കൂടിയാണ്. 2023 നവംബർ 16 ന് കേരള ടൂറിസം നടത്തിയ ഇൻവെസ്റ്റേഴ്സ് മീറ്റ് കേരളത്തിലേക്ക് സ്വകാര്യ സംരംഭകരുടെ മൂലധന നിക്ഷേപം ഉറപ്പിച്ചു. ഇവയെല്ലാം പുതിയ തൊഴിലവസരങ്ങൾ കൂടി സൃഷ്ടിക്കും. ഇതിന്റെ ഗുണഫലം ഏറ്റവും കൂടുതലായി അനുഭവിക്കാനാവുക യുവജനങ്ങൾക്കാണ്.

ടൂറിസം കോഴ്സ്, സർവ്വകലാശാല

ടൂറിസം മേഖലയിലെ പ്രൊഫഷണലുകളെ വാർത്തെടുക്കുന്നതിന് പ്രവർത്തിക്കുന്ന സർക്കാർ സ്ഥാപനമാണ് കേരള ഇൻസ്റ്റിറ്റ്യൂട്ട് ഫോർ ട്രാവൽ ആന്റ് ടൂറിസം (കിറ്റ്സ്). ബിരുദ, ബിരുദാനന്തര ബിരുദ, ഡിപ്ലോമ, പി ജി ഡിപ്ലോമ കോഴ്സുകൾ ഇവിടെയുണ്ട്. കൺസൾട്ടൻസി സർവീസ്, പ്രൊഫഷണലുകൾക്കുള്ള പരിശീലനങ്ങൾ എന്നിവ നിർവ്വഹിച്ചുവരുന്നു. കിറ്റ്സിനെ മികവിന്റെ കേന്ദ്രമാക്കാനുള്ള നടപടികൾ ആരംഭിച്ചു. കേരള സർവ്വകലാശാലയുടെ അംഗീകൃത ഗവേഷണ കേന്ദ്രമാക്കാനുള്ള നടപടിയും ആരംഭിച്ചിട്ടുണ്ട്. കേരള ഇൻസ്റ്റിറ്റ്യൂട്ട് ഓഫ് ഹോട്ടൽ മാനേജ്മെന്റ്, സ്റ്റേറ്റ് ഇൻസ്റ്റിറ്റ്യൂട്ട് ഓഫ് ഹോട്ടൽ മാനേജ്മെന്റ് എന്നിവയും മികച്ച രീതിയിൽ പ്രവർത്തിച്ചുവരുന്നു.

13 ഫുഡ് ക്രാഫ്റ്റ് ഇൻസ്റ്റിറ്റ്യൂട്ടുകൾ നമ്മുടെ സംസ്ഥാനത്തുണ്ട്. കോവളത്ത് കേന്ദ്ര സർക്കാരിന്റെ കീഴിലുള്ള ഹോട്ടൽ മാനേജ്മെന്റ് ഇൻസ്റ്റിറ്റ്യൂട്ട് പ്രവർത്തിക്കുന്നു. വിവിധ യൂണിവേഴ്സിറ്റികളുടെ കീഴിലായി നിരവധി സ്വകാര്യ ഇൻസ്റ്റിറ്റ്യൂട്ടുകളും പ്രവർത്തിക്കുന്നുണ്ട്. ഈ സ്ഥാപനങ്ങളെയെല്ലാം ഒരു കുടക്കീഴിൽ കൊണ്ടുവരുന്ന കാര്യം സർക്കാരിന്റെ പരിഗണനയിലാണ്.

ടൂറിസം സർവ്വകലാശാല എന്ന ആശയം പൊതുവിൽ സ്വീകാര്യമാണെന്ന് തോന്നുന്നില്ല.

നിർമ്മാണ മേഖലയിലെ യുവജന പങ്കാളിത്തം

ലേബർ സഹകരണ സംഘങ്ങളെയും അപെക്സ് ബോഡിയായ ലേബർ ഫെഡിനെയും ശക്തിപ്പെടുത്തി നിർമ്മാണ മേഖലയിൽ കൂടുതൽ തൊഴിലവസരങ്ങൾ സൃഷ്ടിക്കാൻ പദ്ധതി തയ്യാറാക്കി. തദ്ദേശ സ്വയംഭരണ സ്ഥാപനങ്ങളുടേതുൾപ്പെടെയുള്ള നിർമ്മാണ ജോലികൾക്കായുള്ള കരാർ ഏറ്റെടുത്ത് നടപ്പിലാക്കാൻ സംഘങ്ങളെ പ്രാപ്തമാ

ക്കുകയാണ് ചെയ്യുന്നത്. ഇതുവഴി നിർമ്മാണ മേഖലയ്ക്ക് പുത്തനുണർവ്വ് സമ്മാനിക്കാനാകും. ഒപ്പം നിർമ്മാണ പ്രവർത്തനങ്ങളിൽ തല്പരരായ യുവജനങ്ങൾക്ക് വലിയ തോതിൽ തൊഴിലവസരം ലഭ്യമാവുകയും ചെയ്യും. സാങ്കേതികവിദ്യാ രംഗത്തെ മാറ്റങ്ങൾ ഉൾക്കൊണ്ടുകൊണ്ട് ആധുനിക രീതിയിലുള്ള നിർമ്മാണ പ്രവർത്തനങ്ങൾ ഏറ്റെടുക്കാനും പ്രവൃത്തികൾ മെച്ചപ്പെടുത്താനും നൈപുണ്യം ആവശ്യമുള്ള മേഖലകളിൽ തൊഴിലാളികൾക്കും യുവജനങ്ങൾക്കും വിദഗ്ധ പരിശീലനം നൽകി വരുന്നു. ഇതിനായി കൊല്ലം ചവറയിലെ ഇന്ത്യൻ ഇൻസ്റ്റിറ്റ്യൂട്ട് ഓഫ് ഇൻഫ്രാസ്ട്രക്ച്ചർ ആന്റ് കൺസ്ട്രക്ഷനിൽ പ്രത്യേക കോഴ്സുകൾ നടത്തിവരുന്നു.

ന്യൂജനറേഷൻ ബാങ്കുകൾ

കമ്പനി നിയമത്തിലെ വ്യവസ്ഥകൾ പ്രകാരം രജിസ്റ്റർ ചെയ്തിട്ടുള്ള നോൺ ബാങ്കിങ് സ്ഥാപനമാണ് നിധി. മൾട്ടി സ്റ്റേറ്റ് കോ-ഓപ്പറേറ്റീവ് സ്ഥാപനങ്ങളായാണ് ഇവ പ്രവർത്തിക്കുന്നത്. സംസ്ഥാന സഹകരണ വകുപ്പിന് ഇവയുടെ മേൽ കാര്യമായി നിയമപരമായ നിയന്ത്രണങ്ങളില്ല. നിക്ഷേപിക്കുന്നതിനുമുമ്പ് ഇത്തരം സ്ഥാപനങ്ങൾ നൽകുന്ന ഓഫറുകൾ സൂക്ഷ്മമായി വിലയിരുത്തിയും വിശകലനം ചെയ്തും മാത്രമേ നിക്ഷേപം നടത്താവൂ. അമിത ലാഭം മോഹിച്ച് ഇത്തരം സ്ഥാപനങ്ങളുടെ പരസ്യങ്ങളിൽ വീണുപോകുന്നവരുടെ എണ്ണം ധാരാളമായി വർദ്ധിച്ചിട്ടുണ്ട്. ഇക്കാര്യത്തിൽ നല്ല ജാഗ്രത പുലർത്തണം. നിധി കമ്പനികളുടെ വിശ്വാസ്യത ഉറപ്പാക്കേണ്ടത് സംസ്ഥാനമല്ല; അതത് സ്ഥാപനങ്ങളാണ്. അതേസമയം സംസ്ഥാനത്തെ സഹകരണ മേഖലയെ ശക്തിപ്പെടുത്തുന്നതിനും ആശാസ്യമല്ലാത്ത പ്രവർത്തനങ്ങൾ തടയുന്നതിനും ശക്തമായ നടപടികൾ സ്വീകരിച്ചിട്ടുണ്ട്. ആയതിനാൽ നമ്മുടെ സഹകരണ സ്ഥാപനങ്ങളിൽ നിക്ഷേപിക്കുന്നതിന് ആശങ്കപ്പെടേണ്ടതില്ല.

കല

ജില്ല സാംസ്കാരിക സമുച്ചയങ്ങളുടെ പ്രവർത്തനങ്ങൾ സംബന്ധിച്ച് നവകേരള സദസ്സിന്റെ പ്രഭാത യോഗത്തിൽ നിർദ്ദേശങ്ങൾ ഉയർന്നുവന്നിരുന്നു. കലാരംഗത്ത് പ്രവർത്തിക്കുന്ന വിദഗ്ധർ, കലാകാരന്മാർ, കൾച്ചറൽ ആക്ടിവിസ്റ്റുകൾ എന്നിവരുമായി കൂടിയാലോചിച്ച് അതത് സമുച്ചയങ്ങൾക്ക് ഇണങ്ങുന്ന പ്രവർത്തന പദ്ധതി ആവിഷ്കരിക്കും. തനത് കലകൾക്കും പാരമ്പര്യ കലകൾക്കും ഇതിന്റെ ഭാഗമായി മതിയായ പരിഗണനയും പ്രോത്സാഹനവും ഉറപ്പാക്കും. മറ്റ് രാജ്യങ്ങളി

ലെയും സംസ്ഥാനങ്ങളിലെയും കലാരൂപങ്ങൾ അവതരിപ്പിക്കുന്നതിന് വിനിമയ പരിപാടികൾ സംഘടിപ്പിക്കുന്നതിന്റെ സാധ്യതകൾ പരിശോധിക്കും.

കലാകാരന്മാരുടെ സഹകരണ സംഘം രജിസ്റ്റർ ചെയ്ത് വിവിധങ്ങളായ പ്രവർത്തനങ്ങൾ ആസൂത്രണം ചെയ്തുവരുന്നു

സിനിമ

ആമസോൺ, നെറ്റ്ഫ്ളിക്സ് മുതലായ പ്ലാറ്റ്ഫോമുകൾ പൊളിറ്റിക്കൽ പരമ്പരകളും സിനിമകളും നീക്കം ചെയ്തതിനെക്കുറിച്ച് ഒരാൾ പരാമർശിച്ചത് കേട്ടു. എത്രകാലം ധൈര്യത്തോടെ എഴുതാനും പറയാനും സാധിക്കുമെന്ന ആശങ്കയും അദ്ദേഹം പങ്കുവെച്ചു. എഴുതാനും പറയാനുമുള്ള സ്വാതന്ത്ര്യത്തെ, ആവിഷ്കാര സ്വാതന്ത്ര്യത്തെ, ജനാധിപത്യ മൂല്യങ്ങളിൽ ഉറച്ചുനിന്നുകൊണ്ട് സംരക്ഷിക്കുന്ന നിലപാടാണ് കേരളം സ്വീകരിച്ചിട്ടുള്ളത്. രാജ്യത്തിന്റെ മറ്റ് ഭാഗങ്ങളിൽ ഇപ്പോൾ സ്ഥിതി അതല്ല. സ്വാഭാവികമായും കലാകാരന്മാരും കലാകാരികളും വലിയ തോതിൽ അക്രമത്തിനും ഭീഷണിക്കും ഇരയാകേണ്ടിവരുന്നുണ്ട്. *രാം കെ നാം* സിനിമയ്ക്കു നേരെ ഈ അടുത്ത കാലത്തുപോലും നടന്നിട്ടുള്ള അക്രമോത്സുകമായ പ്രതികരണങ്ങൾ നാം കണ്ടതാണ്. ഇത് ഒരു ഒറ്റപ്പെട്ട സംഭവമല്ല. ഇത്തരം പ്രവണതകളെ ശക്തമായി ചെറുക്കുക തന്നെ ചെയ്യണം.

സ്വതന്ത്രമായും നിർഭയമായും തങ്ങളുടെ ആവിഷ്കാരങ്ങൾ അവതരിപ്പിക്കാൻ സ്വാതന്ത്ര്യവും വേദിയുമുണ്ടാവുക എന്നത് പ്രധാനമാണ്. ഇത് ലക്ഷ്യംവച്ചുകൊണ്ടാണ് പരമാവധി ഇടങ്ങളിൽ പൊതു ഇടങ്ങൾ സൃഷ്ടിക്കാൻ സംസ്ഥാന സർക്കാർ മുൻകൈ എടുക്കുന്നത്. സിനിമാ പ്രവർത്തകരെ സംബന്ധിച്ചിടത്തോളം പുതിയ കാലത്ത് സാങ്കേതിക വിദ്യയിലധിഷ്ഠിതമായ പ്ലാറ്റ്ഫോമുകൾ പ്രയോജനപ്പെടുത്തേണ്ടതുണ്ട്. ഇന്ത്യയുടെ ചരിത്രത്തിലാദ്യമായി സർക്കാർ ഉടമസ്ഥതയിൽ ഒ ടി ടി പ്ലാറ്റ്ഫോം കേരളത്തിൽ ആരംഭിക്കുകയാണ്. സി-സ്പേസ് എന്ന ഈ ഒ ടി ടി പ്ലാറ്റ്ഫോമിനു പിന്നിൽ കച്ചവട താല്പര്യമോ ലാഭേച്ഛയോ അല്ല, മതേതര, ജനാധിപത്യ കാഴ്ചപ്പാടുകൾ ഉയർത്തിപ്പിടിക്കുന്ന സിനിമകൾ ഉൾപ്പെടെ പൊതുതാല്പര്യം മുൻനിർത്തിയുള്ള സിനിമകൾ പ്രദർശിപ്പിക്കാനുള്ള ബദൽ അന്വേഷണമാണ്.

പൊതുമേഖലാ സ്ഥാപനങ്ങളുടെ ടീം – കായികം

ലാഭത്തിൽ പ്രവർത്തിക്കുന്ന പൊതുമേഖലാ സ്ഥാപനങ്ങളിൽ കായിക ടീമുകൾ രൂപീകരിക്കണമെന്ന ആവശ്യം ഉയർന്നുവന്നിട്ടുണ്ട്.

ഓരോ പൊതുമേഖലാ സ്ഥാപനത്തിനും പ്രത്യേകം ടീമുകൾ എന്നതി നുപകരം ലാഭത്തിൽ പ്രവർത്തിക്കുന്ന പൊതുമേഖലാ സ്ഥാപനങ്ങൾ ചേർന്ന് വിവിധ കായിക ഇനങ്ങളിൽ ടീം രൂപീകരിക്കുന്ന കാര്യം പരി ഗണനയിലാണ്.

എലൈറ്റ് അക്കാദമി

അന്താരാഷ്ട്ര നിലവാരത്തിലുള്ള കായിക പരിശീലനം ഉറപ്പാക്കു ന്നതിന് സ്പോർട്സ് കൗൺസിലിന്റെ 3 എലൈറ്റ് അക്കാദമികൾ പ്ര വർത്തിക്കുന്നുണ്ട്. ഓപ്പറേഷൻ ഒളിമ്പ്യ പദ്ധതി പ്രകാരം കായിക ഇന ങ്ങൾ തിരഞ്ഞെടുത്ത് അന്താരാഷ്ട്ര മത്സരങ്ങൾക്ക് ഒരുങ്ങാൻ ഇവിടെ പരിശീലനം നൽകുന്നു. എല്ലാ ജില്ലകളിലും എലൈറ്റ് അക്കാദമികൾ രൂപീകരിക്കാനുള്ള പദ്ധതി പുരോഗമിക്കുകയാണ്. തിരുവനന്തപുരം മേ നംകുളത്ത് 60 കോടി രൂപാ ചെലവിൽ ഹൈ പെർഫോമൻസ് സെന്റർ ആരംഭിക്കും.

പരിശീലകർക്ക് ജോലി സ്ഥിരത

സ്പോർട്സ് കൗൺസിൽ, ജി വി രാജ സ്പോർട്സ് സ്കൂൾ, കണ്ണൂർ, കുന്നംകുളം സ്പോർട്സ് ഡിവിഷനുകൾ എന്നിവിടങ്ങളിൽ പരിശീലക ർക്ക് നിയമനം നൽകിവരുന്നു. ഒഴിവുള്ള തസ്തികകളിൽ നിയമനത്തിന് നടപടി സ്വീകരിക്കും.

വിദേശ പരിശീലനം

വിദേശ രാജ്യങ്ങളിലെ അക്കാദമികളും സർവകലാശാലകളുമായി ചേർന്ന് പരിശീലന സഹകരണത്തിന് നിരവധി പരിപാടികൾ നടപ്പി ലാക്കിവരുന്നുണ്ട്.

നെതർലാൻഡ്സ് ഫുട്ബോൾ അസോസിയേഷനും നെതർലാ ൻഡ്സിലെ ബൊവ്ലാൻഡർ ഫൗണ്ടേഷനുമായി ചേർന്ന് ഫുട്ബോൾ, ഹോക്കി പരിശീലന പദ്ധതി ആരംഭിച്ചു.

ഓസ്ട്രേലിയയിലെ വിക്ടോറിയ യൂണിവേഴ്സിറ്റിയുമായി സഹകരിച്ചു ള്ള പരിശീലന പദ്ധതി പുരോഗമിക്കുന്നു. ഒന്നാംഘട്ടമായി പരിശീലക ർക്കുള്ള പരിശീലനം സംഘടിപ്പിച്ചു.

ക്യൂബ, ജമൈക്ക, ഉക്രൈയ്ൻ പരിശീലകരെ ലഭ്യമാക്കാൻ നടപടി ആരംഭിച്ചു. അത്‌ലറ്റിക്സ്, ബാസ്കറ്റ്ബോൾ, ബോക്സിങ് പരിശീലകരെ കൊണ്ടുവരും.

ഇറ്റലിയിൽ നിന്നുള്ള ലോകോത്തര ക്ലബ്ബായ എ സി മിലാനുമായി ചേർന്ന് ജി വി രാജ ഫുട്ബോൾ അക്കാദമി സജീവമാക്കാൻ നടപടികൾ സ്വീകരിച്ചുവരികയാണ്.

കായിക സെസ്

കായിക പ്രവർത്തനങ്ങൾക്ക് ഫണ്ട് സ്വരൂപിക്കുന്നതിന് സെസ് ഏർപ്പെടുത്തണമെന്ന നിർദ്ദേശം ഉയർന്നുവന്നിട്ടുണ്ട്. കായിക സെസ് ഇപ്പോൾ പരിഗണനയിലില്ല.

സി എം ഗോൾഡ് കപ്പ്

എല്ലാ കായിക ഇനങ്ങളിലും സി എം ഗോൾഡ് കപ്പ് മത്സരങ്ങൾ സംഘടിപ്പിക്കാൻ ഇത്തവണ ബജറ്റിൽ തുക വകയിരുത്തിയിട്ടുണ്ട്. കോളേജ് ഗെയിംസ് മാതൃകയിൽ സംഘടിപ്പിക്കുന്നത് പരിഗണിക്കാവുന്നതാണ്.

സ്പോർട്സ് യൂണിവേഴ്സിറ്റി

സ്പോർട്സ് യൂണിവേഴ്സിറ്റി പരിഗണനയിലില്ല. അതേസമയം നിലവിലെ യൂണിവേഴ്സിറ്റികളിൽ ഏറ്റവും മികച്ച കായിക അടിസ്ഥാന സൗകര്യങ്ങൾ സജ്ജമാക്കും. ഇവിടങ്ങളിൽ സ്പോർട്സുമായി ബന്ധപ്പെട്ട നവീനമായ കോഴ്സുകൾ ആരംഭിക്കും. കാലിക്കറ്റ് സർവകലാശാലയിൽ കോഴ്സുകൾ തുടങ്ങാൻ നടപടികൾ ആരംഭിച്ചു.

ഇടുക്കി സിന്തറ്റിക് ട്രാക്ക്

നെടുങ്കണ്ടത്ത് ഇടുക്കി ജില്ലയിലെ ആദ്യത്തെ സിന്തറ്റിക് ട്രാക്കും ഫുട്ബോൾ കോർട്ടും ഒരുക്കിയിട്ടുണ്ട്. ഈ കായിക സൗകര്യങ്ങളുടെ ഫലപ്രദമായ ഉപയോഗത്തിനായി മാനേജിങ് കമ്മിറ്റി രൂപീകരിച്ചിട്ടുണ്ട്. അക്കാദമി, മത്സര നടത്തിപ്പ് തുടങ്ങിയ കാര്യങ്ങൾ കമ്മിറ്റി തീരുമാനിക്കും. ഈ പ്രദേശത്തെ സാധ്യതകൾക്കനുസരിച്ചുള്ള പരിശീലന പരിപാടികൾ ആവിഷ്കരിക്കും. ജി എച്ച് എസ് എസ് നെടുങ്കണ്ടത്ത് സ്പോർട്സ് കൗൺസിൽ ഹോസ്റ്റൽ ആരംഭിക്കുന്നത് പരിഗണിക്കും.

കായികാധ്യാപക നിയമനം

കായികാധ്യാപക നിയമനം ഗൗരവമായി പരിഗണിക്കും. ലോവർ പ്രൈമറി തലം മുതൽ കായിക വിദ്യാഭ്യാസത്തിനായി തയ്യാറാക്കിയ പാഠപുസ്തകങ്ങൾ അനുസരിച്ച് പ്രായോഗിക പരിശീലനം നൽകുന്നതിന് താല്ക്കാലിക പരിശീലകരെ നിയോഗിക്കാൻ വിദ്യാഭ്യാസ-കായിക വകുപ്പുകൾ തീരുമാനിച്ചിട്ടുണ്ട്. നിശ്ചിത എണ്ണം കുട്ടികളുള്ള സ്കൂളുകളിൽ കായികാധ്യാപകരുടെ സ്ഥിരം നിയമനവും നടത്തിവരുന്നു.

ഐഡിയ ഗ്രൗണ്ട് വികസിപ്പിക്കൽ

ഐഡിയ ഗ്രൗണ്ടും സ്പോർട്സ് കൗൺസിലിന്റെ വോളിബോൾ അക്കാദമിയുടെ കൈവശമുള്ള സ്ഥലവും പ്രയോജനപ്പെടുത്തി കായിക പരിശീലനം സാധ്യമാക്കുന്നതിനുള്ള പദ്ധതി തയ്യാറായിവരുന്നു.

സ്പോർട്സ് മെഡിസിൻ

എല്ലാ മെഡിക്കൽ കോളേജുകളിലും സ്പോർട്സ് മെഡിസിൻ സെന്ററും എല്ലാ ജില്ലയിലും ആയുർവേദ സ്പോർട്സ് മെഡിസിൻ കേന്ദ്രങ്ങളും തുടങ്ങും. ഇതിനായി ഈ വർഷത്തെ ബജറ്റിൽ തുക വകയിരുത്തിയിട്ടുണ്ട്.

അടിസ്ഥാന സൗകര്യ വികസനം

കിഫ്ബി ഫണ്ടും പ്ലാൻ ഫണ്ടും ഉൾപ്പെടെ 2,000 കോടിയോളം രൂപയാണ് കഴിഞ്ഞ ഏഴര വർഷത്തിനിടെ കായിക മേഖലയിലെ അടിസ്ഥാന സൗകര്യ വികസനത്തിനായി മാറ്റിവെച്ചിട്ടുള്ളത്. വികസന പ്രവർത്തനങ്ങൾ പുരോഗമിക്കുകയാണ്.

പാരാ അത്‌ലറ്റിക്കുകൾക്ക് നിയമനം

സ്പോർട്സ് ക്വാട്ട നിയമനത്തിൽ ഒരു വർഷം 50 നിയമനങ്ങൾ നടത്തിവരുന്നു. ഇതിൽ 2 ഒഴിവ് പാരാ കായികതാരങ്ങൾക്ക് നീക്കിവെച്ചിട്ടുണ്ട്. കേരളത്തിലെ ആദ്യത്തെ ഭിന്നശേഷി സ്റ്റേഡിയം 10 കോടി രൂപാ ചെലവിൽ ഒറ്റപ്പാലത്ത് നിർമ്മിക്കും. ഇവിടെ സ്പോർട്സ് അക്കാദമി ആരംഭിക്കൽ പരിഗണിക്കും.

നീന്തൽ പരിശീലനം

കായിക വകുപ്പിനുകീഴിലെ തിരുവനന്തപുരത്തെ 3 പൂളുകളിലും കോഴിക്കോട്ടെ പൂളിലും നീന്തൽ പരിശീലനം നൽകിവരുന്നുണ്ട്. പുതുതായി 25 നീന്തൽക്കുളങ്ങൾ നിർമ്മിക്കാനുള്ള പദ്ധതിയുണ്ട്. തദ്ദേശ സ്ഥാപനങ്ങളുടെ നേതൃത്വത്തിൽ കുളങ്ങൾ നവീകരിച്ച് നീന്തലിന് സൗകര്യം ഒരുക്കും.

അഡ്വഞ്ചർ സ്പോർട്സ്

അഡ്വഞ്ചർ സ്പോർട്സ് പ്രോത്സാഹിപ്പിക്കാൻ കായിക, ടൂറിസം വകുപ്പുകൾ പദ്ധതികൾ നടപ്പാക്കി വരുന്നുണ്ട്. തിരുവനന്തപുരം പൊന്മുടിയിൽ ഏഷ്യൻ മൗണ്ടൻ ബൈക്കിങ് ചാമ്പ്യൻഷിപ്പ് സംഘടിപ്പിച്ചു.

ദേവികുളത്തെ അഡ്വഞ്ചർ അക്കാദമിയിൽ വിവിധ സാഹസിക കായിക ഇനങ്ങൾക്കുള്ള സൗകര്യമുണ്ട്. ആലപ്പുഴയിൽ കായിക വകുപ്പ് റോവിങ് അക്കാദമി ആരംഭിക്കും. മൂന്നാറിലെ ഹൈ ആൾട്ടിറ്റ്യൂഡ് ടെയിനിങ് സെന്ററിൽ ഹോഴ്സ് റൈഡിങ് സൗകര്യം ഒരുക്കും. തിരഞ്ഞെടുക്കപ്പെട്ട ബീച്ചുകളിലും പുഴകളിലും യാട്ടിങ്, റാഫ്റ്റിങ്, സർഫിങ്, സ്കീയിങ് സൗകര്യങ്ങളുണ്ട്.

ശൈശവ വിവാഹം

ശൈശവ വിവാഹം തടയുന്നതിന് നിരന്തരമായി ബോധവൽക്കരണം നടത്തിവരുന്നു. ആചാരപ്രകാരമുള്ള ശൈശവ വിവാഹങ്ങൾ നിയമവിരുദ്ധമാണെന്ന് അറിയിക്കുന്ന ടെലിഫിലിം ഉൾപ്പെടെയുള്ള പ്രചരണോപാധികൾ വികസിപ്പിച്ചിട്ടുണ്ട്. വനിത ശിശുവികസന, ആരോഗ്യം, നിയമ വകുപ്പുകളുമായി ചേർന്ന് വിവിധങ്ങളായ പ്രവർത്തനങ്ങൾ ആസൂത്രണം ചെയ്തിട്ടുണ്ട്. മോഡൽ റസിഡൻഷ്യൽ സ്കൂൾ, പ്രീ മെട്രിക്, പോസ്റ്റ് മെട്രിക് ഹോസ്റ്റലുകൾ എന്നിവിടങ്ങളിൽ പ്രത്യേക ബോധവൽക്കരണ പരിപാടികൾ നടത്തിവരുന്നു. പട്ടികജാതി, പട്ടികവർഗ വിഭാഗക്കാർക്ക് നിയമസഹായം ഉറപ്പുവരുത്താനുള്ള പദ്ധതി നിലവിലുണ്ട്.

ചികിത്സാ ഇൻഷുറൻസ്

കവുങ്ങ്, കയറ്റ തൊഴിലാളികൾ വീണ് പരിക്കേൽക്കുകയും മരിക്കുകയും ചെയ്യുന്നു. ഈ തൊഴിലെടുക്കുന്നവരുടെ സുരക്ഷ ഉറപ്പാക്കാൻ നടപടി വേണമെന്ന ആവശ്യം ഉയർന്നുവന്നിട്ടുണ്ട്. ഇക്കാര്യത്തിൽ പരിശോധിച്ച് നടപടി കൈക്കൊള്ളും. ഏകവരുമാന ദായകൻ മരണപ്പെട്ട കുടുംബത്തിന് സമാശ്വാസമായി 2 ലക്ഷം രൂപ നൽകിവരുന്നു.

ലഹരി ഉപഭോഗം

ലഹരി ഉപഭോഗത്തിന്റെ തോത് വർദ്ധിച്ചിട്ടുണ്ടെന്നത് യാഥാർത്ഥ്യമാണ്. ഇതിനെ ചെറുക്കുന്നതിന് വിവിധങ്ങളായ പദ്ധതികൾ ആവിഷ്കരിച്ചിട്ടുണ്ട്. സംസ്ഥാന സർക്കാർ ആസൂത്രണം ചെയ്ത ലഹരിവിമുക്ത ക്യാമ്പയിനിൽ നിങ്ങളും പങ്കാളികളായിട്ടുണ്ടാവും. ഈ ക്യാമ്പയിൻ കൂടുതൽ ശക്തമായും മുന്നോട്ടു കൊണ്ടുപോകേണ്ടതുണ്ട്. ലഹരി ഉപയോഗം ശ്രദ്ധയിൽപ്പെട്ടാലുടനെ അക്കാര്യം പോലീസ്, എക്സൈസ് ഉദ്യോഗസ്ഥരെ അറിയിക്കാൻ മടിക്കരുത്. ആരെങ്കിലും ലഹരി ഉപയോഗിക്കുന്നതായി ശ്രദ്ധയിൽപ്പെട്ടാൽ അപ്പാടെ അവരെ തള്ളിക്കളയുന്ന സമീപനമല്ല

സർക്കാരിനുള്ളത്. മറിച്ച്, അവരെ ലഹരിയിൽനിന്നും മോചിപ്പിച്ച് ജീവിതത്തിലേക്കു തിരിച്ചു കൊണ്ടുവരാനാണ് ശ്രമിക്കുക. അതിനാണ് ലഹരി വിമുക്ത കേന്ദ്രങ്ങൾ ആരംഭിച്ചിട്ടുള്ളത്. അതേസമയം ലഹരി വില്പനക്കാരോടും കുറ്റകൃത്യങ്ങളിൽ ഏർപ്പെടുന്നവരോടും വിട്ടുവീഴ്ചയില്ലാത്ത സമീപനം കൈക്കൊള്ളും. കർശനമായ നടപടികൾ ഇക്കൂട്ടർക്കെതിരെ സ്വീകരിക്കും. തുടർച്ചയായി ലഹരി വില്പന, കൈമാറ്റം പോലുള്ള കുറ്റകൃത്യങ്ങളിൽ ഏർപ്പെടുന്നവർക്കെതിരെ കരുതൽ തടങ്കൽ ഉൾപ്പെടെയുള്ള നടപടികളാണ് സ്വീകരിച്ചുവരുന്നത്. ആരും ഇതിന്റെ ഭാഗമാകാതിരിക്കാൻ പ്രത്യേകം ശ്രദ്ധിക്കണം.

വിള ഇൻഷുറൻസ്

പ്രകൃതി ദുരന്തങ്ങൾമൂലം കൃഷിനാശം സംഭവിക്കുന്ന വിളകൾക്ക് പരിരക്ഷ നൽകുന്നതിനായി സംസ്ഥാന വിള ഇൻഷുറൻസ് പദ്ധതി നടപ്പിലാക്കി. നെല്ല്, തെങ്ങ്, കവുങ്ങ്, ഇഞ്ചി, റബ്ബർ, വാഴ, വെറ്റില, ഏലം, കശുമാവ്, കൊക്കോ, പൈനാപ്പിൾ, മഞ്ഞൾ, ഗ്രാമ്പൂ, നിലക്കടല, കാപ്പി, മാവ്, ജാതി, കുരുമുളക്, പയറുവർഗ്ഗങ്ങൾ, എള്ള്, കരിമ്പ്, മരച്ചീനി, തേയില, പുകയില, കിഴങ്ങുവർഗ്ഗങ്ങൾ, ചെറുധാന്യങ്ങൾ, പച്ചക്കറി എന്നീ 27 വിളകൾക്കാണ് ഇൻഷുറൻസ് പരിരക്ഷ ഉറപ്പാക്കിയിരിക്കുന്നത്. നെൽക്കൃഷിക്ക് രോഗകീട ബാധമൂലമുള്ള നാശനഷ്ടത്തിനും ഇൻഷുറൻസ് പരിരക്ഷ ഉറപ്പാക്കിയിട്ടുണ്ട്. കൃഷി നാശം ഉണ്ടാകുമ്പോൾ കൃഷി ഓഫീസർ സ്ഥലം സന്ദർശിച്ച് നഷ്ടം തിട്ടപ്പെടുത്തി അതിനനുസരിച്ച് ആനുകൂല്യം നൽകിവരുന്നു.

ഇതിനു പുറമെ കേന്ദ്ര സംസ്ഥാന സഹായത്തോടെ കാലാവസ്ഥാധിഷ്ഠിത വിള ഇൻഷുറൻസ് പദ്ധതി 14 ജില്ലകളിലും നടപ്പിലാക്കുന്നതിനായി വിജ്ഞാപനം ചെയ്തിട്ടുണ്ട്. സംസ്ഥാന വിള ഇൻഷുറൻസ് പദ്ധതിയിൽ ഉൾപ്പെടുത്തിയിട്ടുള്ള 27 വിളകളെയും ഈ വർഷം മുതൽ ഈ പദ്ധതിയിലും ഉൾപ്പെടുത്തിയിട്ടുണ്ട്.

ട്രാൻസ്ജെന്റർ

ഗാർഹിക പീഡന നിരോധന നിയമത്തിൽ വിക്ടിം (പീഡിത) എന്ന നിർവ്വചനത്തിൽ ട്രാൻസ്ജെന്റർ എന്നുകൂടി ഉൾപ്പെടുത്തി സ്ത്രീകൾക്ക് കിട്ടുന്ന സംരക്ഷണം ട്രാൻസ്ജെന്റർ വ്യക്തികൾക്കും ലഭ്യമാക്കണമെന്ന ആവശ്യം ഇവിടെ ഉന്നയിച്ചതായി കേട്ടു. ഗാർഹിക പീഡന നിരോധന നിയമം കേന്ദ്ര നിയമമാണെങ്കിലും ഇക്കാര്യം ഉൾപ്പെടുത്തികൊണ്ടുള്ള സംസ്ഥാന ഭേദഗതി കൊണ്ടുവരുന്ന കാര്യം നിയമവിദഗ്ധരുമായി ആലോചിച്ച് പരിശോധിക്കും.

ഭിന്നശേഷി

ബുദ്ധിപരമായ വെല്ലുവിളികൾ അഭിമുഖീകരിക്കുന്ന ഭിന്നശേഷിക്കാരുടെ പുനരധിവാസം ഗൗരവമുള്ള പ്രശ്നം തന്നെയാണ്. ഇവരുടെ പകൽ പരിചരണ കേന്ദ്രമായും തൊഴിൽ പരിശീലന കേന്ദ്രമായുമാണ് ബഡ്സ് സ്കൂളുകളും ബഡ്സ് റീഹാബിലിറ്റേഷൻ സെന്ററുകളും വിഭാവനം ചെയ്തിട്ടുള്ളത്. ആവശ്യമായ എല്ലാ തദ്ദേശ സ്വയംഭരണ സ്ഥാപനങ്ങളിലും ബഡ്സ് കേന്ദ്രങ്ങൾ ആരംഭിക്കും. സ്കൂൾ പ്രായത്തിലെ ഭിന്നശേഷിക്കാർക്ക് തെറാപ്പി ഉൾപ്പെടെയുള്ള സൗകര്യങ്ങളോടെ പരിചരണത്തിന് എല്ലാ ബ്ലോക്കുകളിലും റിസോഴ്സ് സെന്ററുകൾ പ്രവർത്തിക്കുന്നുണ്ട്. രക്ഷിതാക്കൾ മരിച്ചുപോയാൽ/അവശരായാൽ പരിചരിക്കാൻ ആളുകളില്ലാതെ ഒറ്റപ്പെടുന്ന ഭിന്നശേഷിക്കാരെ പുനരധിവസിപ്പിക്കൽ ഉൾപ്പെടെ ഉദ്ദേശിച്ചുകൊണ്ട് എല്ലാ ജില്ലകളിലും പുനരധിവാസ കേന്ദ്രം സ്ഥാപിക്കുന്നത് പരിശോധിക്കും.

നാടകത്തിന് പ്രത്യേക അക്കാദമി

കേരള സംഗീത നാടക അക്കാദമി സംഗീതം, നാടകം, നൃത്തം, മറ്റു രംഗകലകൾ, മാജിക്, മിമിക്രി, പാരമ്പര്യകലകൾ എന്നിവയ്ക്കായുള്ള പ്രവർത്തനങ്ങളാണ് നടത്തിവരുന്നത്. നാടകം ഉൾപ്പെടെയുള്ള കലകളുമായി ബന്ധപ്പെട്ട് മികച്ച പ്രവർത്തനം നടത്തുന്ന അക്കാദമിയാണിത്. നാടകത്തിന് മാത്രമായി അക്കാദമി ഇപ്പോൾ പരിഗണനയിലില്ല.

നാടകത്തിനുവേണ്ടി ജീവിതം സമർപ്പിച്ച കലാകാരന്മാർക്ക് അക്കാദമിയിലൂടെ സർക്കാർ സഹായം നൽകിവരുന്നുണ്ട്. പ്രൊഫഷണൽ നാടകസംഘങ്ങൾക്ക് 2 കോടി രൂപയും അമേച്വർ സംഘങ്ങൾക്ക് 90 ലക്ഷം രൂപയും വിതരണം ചെയ്തു. നിരവധി നാടക കലാകാരന്മാർക്ക് ഇൻഷ്വറൻസ് നൽകി. യക്ഷഗാനം, ചവിട്ടുനാടകം എന്നിവ ഫോക് ലോർ അക്കാദമിയുടെ പരിധിയിലാണെങ്കിലും സംഗീത നാടക അക്കാദമി മികച്ച പിന്തുണയും പരിഗണനയും നൽകുന്നതാണ്.

റോബോട്ടിന്റെ ചോദ്യം

ചോദ്യം :

ബഹുമാനപ്പെട്ട മുഖ്യമന്ത്രി,

ഞാൻ അസിമോവ് റോബോട്ടിക്സ് എന്ന കമ്പനി നിർമ്മിച്ച സായാബോട്ട് എന്ന റോബോട്ടാണ്. ഇന്ത്യയിലെ ആദ്യത്തെ ഡിജിറ്റൽ സയൻസ് പാർക്ക് ഈയടുത്ത കാലത്ത് ഉദ്ഘാടനം ചെയ്യുകയുണ്ടായല്ലോ. ഈയവസരത്തിൽ കേരളത്തിലെ റോബോട്ടിക് സ്ഥാപനങ്ങളുടെ പ്രതിനിധി എന്ന നിലയിൽ എനിക്ക് അങ്ങയോട് ചോദിക്കാനുള്ളത്

ഇ-ഡിജിറ്റൽ സയൻസ് പാർക്കിന്റെ നിർമ്മാണങ്ങളിലും സജ്ജീകരണങ്ങളിലും അവിടെ പ്രദർശിപ്പിക്കപ്പെടുന്ന സാങ്കേതിക ഉല്പന്നങ്ങളുടെ കാര്യത്തിലും കേരളത്തിലെ റോബോട്ടിക് സ്റ്റാർട്ടപ്പ്, വ്യാവസായിക മേഖലയ്ക്ക് എത്രത്തോളം പങ്കാളിത്തമുണ്ടാകും?

ഉത്തരം : (സി എം)

അസിമോവ് പോലെയുള്ള റോബോട്ടിക് കമ്പനികൾക്ക് പുതിയ ഉല്പന്നങ്ങൾ വികസിപ്പിക്കുന്നതിന് ഡിജിറ്റൽ സയൻസ് പാർക്കിൽ അടിസ്ഥാന സൗകര്യങ്ങൾ ലഭ്യമാക്കും. കൂടാതെ പാർക്കിന്റെ ഭാഗമായി ഡിജിറ്റൽ എക്സ്പീരിയൻസ് സെന്ററും ആസൂത്രണം ചെയ്യുന്നുണ്ട്. അവിടെ ഈ മേഖലയിലെ കമ്പനികളിൽ നിന്നുള്ള ഉല്പന്നങ്ങൾ, പ്രത്യേകിച്ച് ഹാർഡ് വെയർ ഉല്പന്നങ്ങൾ പ്രദർശിപ്പിക്കുവാൻ അവസരമൊരുക്കും.

റോബോട്ട്: വളരെ നന്ദി മുഖ്യമന്ത്രി. അങ്ങയുടെ വാക്കുകൾ ഞങ്ങൾ റോബോട്ടിക് സമൂഹത്തിന് ഏറെ പ്രതീക്ഷ നൽകുന്നതാണ്. സാങ്കേതിക മേഖലയ്ക്ക് അങ്ങയുടെ നേതൃത്വം നൽകുന്ന വലിയ പിന്തുണയ്ക്ക് അഭിവാദ്യങ്ങൾ. നന്ദി.

നവകേരള

മഹിള സദസ്സ്

എറണാകുളം

22 ഫെബ്രുവരി, 2024

ആമുഖം

നമ്മുടെ ജനസഖ്യയിൽ പകുതിയിലേറെ സ്ത്രീകളാണ്. സ്ത്രീ പദവി ഉയർത്തുന്നതിനും സ്ത്രീ സുരക്ഷ ഉറപ്പാക്കുന്നതിനും ലിംഗനീതിയിലധിഷ്ഠിതമായ സാമൂഹ്യ ജീവിതം കരുപിടിപ്പിക്കുന്നതിനും സവിശേഷമായ ഇടപെടലുകളാണ് സർക്കാർ നടത്തിവരുന്നത്. സ്ത്രീകൾക്കും കുട്ടികൾക്കുമായി പ്രത്യേക വകുപ്പ് രൂപീകരിച്ചു. തൊഴിൽ സാധ്യത വർധിപ്പിക്കുന്നതിന് സ്ത്രീകൾക്കായി തൊഴിൽ പരിശീലനം ഏർപ്പെടുത്തി. തൊഴിലിടങ്ങളിലെ പീഡനം അവസാനിപ്പിക്കുന്നതിന് എല്ലാ സ്ഥാപനങ്ങളിലും ഇന്റേണൽ കംപ്ലയിന്റ് കമ്മിറ്റി രൂപീകരിച്ചു. സ്ത്രീധനത്തിനെതിരെ വിപുലമായ പ്രചാരണ പ്രവർത്തനങ്ങൾ സംഘടിപ്പിക്കുകയും ഗാർഹിക, സ്ത്രീധന പ്രശ്നങ്ങളിൽ നിർദ്ദേശം നൽകുന്നതിന് 'കാതോർത്ത്' പരിപാടി ആവിഷ്കരിക്കുകയും ചെയ്തു.

സർക്കാർ സംവിധാനങ്ങളിൽ സ്ത്രീ പങ്കാളിത്തം ഉയർത്തുന്നതിന് നടപടികൾ സ്വീകരിച്ചു. യൂണിഫോം സർവീസിൽ സ്ത്രീ പങ്കാളിത്തം ഉറപ്പാക്കുന്നതിന് നടപടി കൈക്കൊണ്ടു. പോലീസിലെ സ്ത്രീ പങ്കാളിത്തം 6 ശതമാനത്തിൽനിന്ന് 10 ശതമാനമായി ഉയർത്തി. വനിത കമാൻഡോകളെ നിയമിക്കുകയും വനിത ബറ്റാലിയൻ ആരംഭിക്കുകയും ചെയ്തു. എക്സൈസ്, ഫയർഫോഴ്സ് തുടങ്ങിയ യൂണിഫോം സർവീസുകളിൽ സ്ത്രീകളെ ഉൾപ്പെടുത്തി.

അങ്കണവാടി വർക്കർമാരായും ഹെൽപ്പർമാരായും സ്ത്രീകൾ മാത്രമാണ് തൊഴിലെടുക്കുന്നത്. അങ്കണവാടി വർക്കർമാരുടെ ഓണറേറിയം

12,000 രൂപയായും ഹെൽപ്പർമാരുടെ ഓണറേറിയം 8,000 രൂപയായും വർധിപ്പിച്ചു. പെൻഷൻ കാര്യത്തിലും കാര്യമായ വർധനവ് വരുത്തി. അങ്കണവാടി വർക്കർമാരുടെ പെൻഷൻ 500 രൂപയായിരുന്നു. ഇത് 2,000 രൂപയായി വർധിപ്പിച്ചു. ഹെൽപ്പർമാരുടെ പെൻഷൻ 300 രൂപയിൽനിന്ന് 1,200 രൂപയാക്കി. ക്രഷ് വർക്കർമാരുടെ പ്രതിമാസ ഓണറേറിയം 4,000 രൂപയായും ഹെൽപ്പർമാരുടേത് 2,000 രൂപയായും വർധിപ്പിച്ചു.

ജെൻഡർ ബജറ്റ് പുനരാരംഭിച്ചു. സ്ത്രീകളുടെ സവിശേഷ വികസനത്തിന് മാത്രമായി നീക്കിവെക്കുന്ന പദ്ധതികളുടെ അനുപാതം 11.5 ശതമാനത്തിൽനിന്ന് 19.5 ശതമാനമായി ഉയർത്തി. സ്ത്രീ പദവി ഉയർത്തുന്നതിനും സ്ത്രീ സുരക്ഷ ഉറപ്പാക്കുന്നതിനും പുതിയ പദ്ധതികളും പരിപാടികളും ആവിഷ്കരിക്കേണ്ടതുണ്ട്. അഭ്യസ്തവിദ്യരായ സ്ത്രീകൾക്ക് കൂടുതൽ തൊഴിലവസരങ്ങൾ ഒരുക്കേണ്ടതുമുണ്ട്.

കേരള വികസനത്തിന് സ്ത്രീ പങ്കാളിത്തം സംബന്ധിച്ച നവീന ആശയങ്ങൾ തേടിയാണ് 2024 ഫെബ്രുവരി 22 ന് എറണാകുളം കൊച്ചിൻ ഇന്റർനാഷണൽ എയർപോർട്ട് ലിമിറ്റഡ് (സിയാൽ) കൺവെൻഷൻ സെന്ററിൽ മഹിളകളുമായുള്ള മുഖാമുഖം സംഘടിപ്പിച്ചത്. 26 മേഖലകളിൽ നിന്നായി 4,486 മഹിളകൾ പങ്കെടുത്തു. 33 മഹിളകളും 25 വിദഗ്ധരും ആശയങ്ങൾ പങ്കുവെച്ചു. മറ്റുള്ളവർ എഴുതി നൽകിയ നിർദ്ദേശങ്ങൾകൂടി പരിഗണിച്ചാണ് മഹിളാരംഗത്തെ പദ്ധതികൾ ആവിഷ്കരിക്കുക.

മുഖാമുഖം പരിപാടിയിൽ മന്ത്രി വീണാജോർജ് അധ്യക്ഷയായി. വനിത ശിശുവികസന വകുപ്പ് പ്രിൻസിപ്പിൽ സെക്രട്ടറി ശർമിള മേരി ജോസഫ് സ്വാഗതവും വനിത ശിശുവികസന ഡയറക്ടർ ഹരിത വി കുമാർ നന്ദിയും പറഞ്ഞു.

പ്രസംഗം

മറ്റു സംസ്ഥാനങ്ങളെ അപേക്ഷിച്ച് കേരളം എല്ലാ മേഖലകളിലും മുന്നിട്ടു നിൽക്കുന്നതിനു പിന്നിലുള്ള ഒരു കാരണം കേരളത്തിൽ സ്ത്രീകൾക്കു ലഭിക്കുന്ന തുല്യ അവകാശങ്ങളും അവസരങ്ങളുമാണ്. മറ്റു സംസ്ഥാനങ്ങളുമായി താരതമ്യം ചെയ്യുമ്പോൾ കേരളത്തിലെ സ്ത്രീകളുടെ വിദ്യാഭ്യാസ-സാമൂഹിക-സാമ്പത്തികാവസ്ഥകൾ വളരെയധികം മെച്ചപ്പെട്ടതാണ്. നമ്മുടെ നവോത്ഥാന പ്രസ്ഥാനങ്ങളും തൊഴിലാളി മുന്നേറ്റങ്ങളുമെല്ലാം കേരളത്തിലെ സ്ത്രീകളുടെ ജീവിതാവസ്ഥ മെച്ചപ്പെടുത്തുന്നതിന് കാരണമായിട്ടുണ്ട്. ഒന്നാം ഇ എം എസ് സർക്കാരിന്റെ കാലംമുതലുള്ള ഇടതുപക്ഷ സർക്കാരുകൾ നടപ്പാക്കിയ സ്ത്രീസൗഹൃദ നയങ്ങളും അതിനു വലിയ സംഭാവനകൾ നൽകിയിട്ടുണ്ട്.

കേരളത്തിലെ സ്ത്രീകളുടെ ശാക്തീകരണം സാധ്യമാക്കിയ ഏറ്റവും പ്രധാനപ്പെട്ട ഘടകം വിദ്യാഭ്യാസമാണ്. ഏറ്റവും ഉയർന്ന സാക്ഷരതാനിരക്ക് തുടർച്ചയായി രേഖപ്പെടുത്തിയ സംസ്ഥാനമാണ് കേരളം. പൊതുവിദ്യാഭ്യാസത്തിൽ എത്രയോ കാലം മുമ്പുതന്നെ ലിംഗസമത്വം കൈവരിച്ച നാടാണ് നമ്മുടേത്.

സാങ്കേതിക വിദ്യാഭ്യാസ മേഖലയിലൊഴികെ മറ്റെല്ലാ മേഖലകളിലും പെൺകുട്ടികളുടെ എണ്ണം ആൺകുട്ടികളുടേതിനെക്കാൾ കൂടുതലാണ്. ആർട്സ് ആന്റ് സയൻസ് കോഴ്സുകളിൽ 64 ശതമാനവും മെഡിക്കൽ, അനുബന്ധശാസ്ത്രങ്ങളിൽ 81 ശതമാനവും പ്രവേശനം നേടുന്നത് പെൺകുട്ടികളാണ്. പ്രൊഫഷണൽ യോഗ്യത, ഉന്നതവിദ്യാഭ്യാസം എന്നിവ

നേടിയവരുടെ പട്ടികയിലും കേരളത്തിലെ സ്ത്രീകൾ തന്നെയാണ് മുന്നിൽ.

മുമ്പ് ഇതായിരുന്നില്ല കേരളത്തിലെ സ്ത്രീകളുടെ അവസ്ഥ. ഒരുകാലത്ത് മറക്കുടയ്ക്കുള്ളിലെ മഹാനരകത്തിൽ കഴിഞ്ഞിരുന്ന സ്ത്രീകളെ അടുക്കളയിൽ നിന്ന് അരങ്ങത്തേക്കും അവിടെ നിന്ന് തൊഴിലിടങ്ങളിലേക്കും അതിനൊക്കെ മുമ്പ് പാടങ്ങളിൽ നിന്ന് പെൺകുട്ടികളെ പള്ളിക്കൂടങ്ങളിലേക്കും ഒക്കെ നയിച്ചതിനു പിന്നിൽ വിവിധങ്ങളായ പ്രക്ഷോഭങ്ങളുടെ ഒരു വലിയ ചരിത്രം തന്നെയുണ്ട്. ഒരുകാലത്ത് വിദ്യാഭ്യാസത്തിനോ തൊഴിലിനോ ഉള്ള അവകാശമില്ലാതെ, വീട്ടിനുള്ളിൽപ്പോലും ആരാലും ഗൗനിക്കപ്പെടാതെ, അടിമസമാനമായി കഴിഞ്ഞിരുന്ന മലയാളി സ്ത്രീ ഇന്ന് ലോകത്തെമ്പാടും വ്യത്യസ്ത മേഖലകളിൽ നേതൃപരമായ സേവനങ്ങൾ നൽകിക്കൊണ്ടിരിക്കുകയാണ്.

ജാതി- ജന്മി മേധാവിത്വത്തിനെതിരെ നടന്ന പോരാട്ടങ്ങളിലും സ്വാതന്ത്ര്യ സമരത്തിലും മറ്റും ധീരമായി പങ്കെടുക്കുകയും നേതൃത്വം നൽകുകയും ചെയ്തവരാണ് നമ്മുടെ സ്ത്രീകൾ. സാമൂഹിക പരിഷ്കരണ പ്രക്രിയയുടെയോ അവകാശ സമരങ്ങളുടെയോ ദേശീയ സ്വാതന്ത്ര്യ സമരത്തിന്റെയോ കേവലം ഗുണഭോക്താക്കൾ മാത്രമായിരുന്നില്ല അവർ. ചെറുത്തുനിൽപ്പുകളുടെയും ചോദ്യം ചെയ്യലുകളുടെയും ആയുധം കൈയിലേന്തി കണ്ണീരും ചോരയും നനഞ്ഞ കനൽവഴികൾ താണ്ടിയവരാണ് കേരളത്തിലെ സ്ത്രീകൾ.

ഇരുപതാം നൂറ്റാണ്ടിലെ ആദ്യ പകുതിയിൽ ദേശീയ സ്വാതന്ത്ര്യ സമരത്തിന്റെ തീച്ചൂളയിലേക്ക് പുരുഷനും സ്ത്രീയും ഒന്നിച്ചാണ് എടുത്തുചാടിയത്. അത്തരം സമരങ്ങളിലെ പങ്കാളിത്തത്തിന്റെ ഫലമായി മർദ്ദനവും ജയിൽവാസവും അനുഭവിച്ച സ്ത്രീകളുടെ വലിയൊരു നിര കേരളത്തിലുണ്ട്. പൊതുപ്രവർത്തനങ്ങളിൽ നേരിട്ട് പങ്കെടുക്കാത്ത സ്ത്രീകളെയടക്കം സ്വാധീനിച്ച സാമൂഹ്യ രാഷ്ട്രീയ പ്രക്രിയകൾ കേരള നവോത്ഥാനത്തിന്റെ ഉജ്ജ്വലങ്ങളായ ഏടുകളാണ്.

ഈ കാലഘട്ടത്തിൽ തന്നെയാണ് സ്ത്രീ വിദ്യാഭ്യാസത്തെക്കുറിച്ചും സ്ത്രീകളുടെ അവകാശങ്ങളെക്കുറിച്ചുമുള്ള ചർച്ചകൾ പൊതുസമൂഹത്തിൽ ശക്തമാകുന്നത്. വിദ്യാഭ്യാസത്തിനും തൊഴിലെടുക്കാനുള്ള അവകാശത്തിനും പൊതുസമൂഹത്തിൽ ഇറങ്ങി പ്രവർത്തിക്കാനും ശ്രമിച്ച സ്ത്രീകൾക്ക് കടുത്ത ആക്ഷേപങ്ങൾ നേരിടേണ്ടി വന്നു. എങ്കിലും അതിനെയെല്ലാം നേരിട്ടുകൊണ്ട് സ്ത്രീകൾ കഴിവ് തെളിയിച്ചു.

സവർണ്ണ-അവർണ്ണ വ്യത്യാസമില്ലാതെ, ജാത്യാചാരങ്ങളുടെ പേരിൽ നരകതുല്യ ജീവിതം നയിച്ചിരുന്ന കേരളത്തിലെ സ്ത്രീകളെ സമൂഹത്തിന്റെ മുഖ്യധാരയിലേക്ക് എത്തിച്ചത് നമ്മുടെ നവോത്ഥാന

പ്രസ്ഥാനങ്ങളും അവയെ തുടർന്നുവന്ന പുരോഗമന പ്രസ്ഥാനങ്ങളുമാണ്. ചാന്നാർ ലഹളയും കല്ലുമാല സമരവും ഘോഷാബഹിഷ്കരണവും മറക്കുട ബഹിഷ്കരണവുമെല്ലാം ആ മാറ്റത്തിനു വഴിവെച്ച നാഴികക്കല്ലുകളാണ്. സമൂഹത്തിന്റെയാകെ വിമോചനത്തിന് ഒഴിച്ചുകൂടാനാവാത്താതാണ് സ്ത്രീകളുടെ വിമോചനം എന്ന കാഴ്ചപ്പാട് ഏതാണ്ട് ഒരു നൂറ്റാണ്ടിനുമപ്പുറം തന്നെ നമ്മൾ ഉയർത്തിപ്പിടിച്ചിരുന്നു.

കേരളത്തിൽ നടന്ന സാമൂഹിക-രാഷ്ട്രീയ മുന്നേറ്റങ്ങളുടെ ഫലമായി നമ്മുടെ സ്ത്രീകൾ ധാരാളമായി പൊതുരംഗത്തും ഔദ്യോഗികരംഗത്തും സാന്നിധ്യമറിയിച്ചു. സ്വതന്ത്ര ഇന്ത്യയുടെ ഭരണഘടനാ അസംബ്ലിയിൽ 3 മലയാളി വനിതകൾ അംഗങ്ങളായിരുന്നു. അമ്മു സ്വാമിനാഥൻ, ആനീ മസ്ക്രീൻ, ദാക്ഷായണി വേലായുധൻ എന്നിവരായിരുന്നു അവർ. ആദ്യ ലോക്സഭയിലെ വനിത എം പിമാരിൽ ഒരാൾ മലയാളിയായ ആനീ മസ്ക്രീൻ ആയിരുന്നു. ആദ്യ കേരള നിയമസഭയിൽ ഭൂപരിഷ്കരണ ബില്ല് അവതരിപ്പിച്ചത് കെ ആർ ഗൗരിയമ്മയായിരുന്നു. ലോകത്തിലെ ആദ്യത്തെ ദാരിദ്ര്യ നിർമ്മാർജ്ജന സ്ത്രീശാക്തീകരണ പരിപാടി നടപ്പാക്കപ്പെട്ട നാടാണിത്. ഈ നിലകളിലൊക്കെ സ്ത്രീമുന്നേറ്റങ്ങളുടെയും ശാക്തീകരണത്തിന്റെയും ഒട്ടനവധി ചരിത്രമുള്ള ഒരു നാട്ടിലാണ് നാം ജീവിക്കുന്നത്.

സാമൂഹിക-സാമ്പത്തിക ബന്ധങ്ങൾ അഴിച്ചുപണിതുകൊണ്ടു മാത്രമേ ലിംഗനീതിയിലധിഷ്ഠിതമായ സാമൂഹ്യക്രമം സൃഷ്ടിക്കുന്നതിനും അതുവഴി സ്ത്രീ-പുരുഷ സമത്വം യാഥാർത്ഥ്യമാക്കുന്നതിനും സാധിക്കൂ.

ഐക്യകേരള രൂപീകരണത്തിനുശേഷം തിരഞ്ഞെടുപ്പിലൂടെ അധികാരമേറ്റ ഇ എം എസ് സർക്കാർ മുന്നോട്ടുവച്ച കാഴ്ചപ്പാട് പുതിയ കേരളം സൃഷ്ടിക്കുക എന്നതായിരുന്നു. സമൂഹത്തിലെ പരമ്പരാഗത അധികാരഘടനയിൽ ഇടർച്ചയുണ്ടാക്കുന്നതിന് കാരണമാകുന്ന ഭൂപരിഷ്കരണം, മിനിമം കൂലി ഉറപ്പാക്കൽ, വിദ്യാഭ്യാസ - ആരോഗ്യ മേഖലകളുടെ ജനാധിപത്യവൽക്കരണം തുടങ്ങിയ നിർണ്ണായക നടപടികൾ, സ്വാതന്ത്ര്യലബ്ധിക്കുശേഷം മറ്റൊരു സംസ്ഥാനത്തും സൃഷ്ടിക്കപ്പെടാത്ത സാമൂഹ്യമാറ്റത്തിനു കേരളത്തിൽ കളമൊരുക്കി.

വികസന പ്രവർത്തനങ്ങളുടെ നേട്ടം എല്ലാവർക്കും ലഭിക്കുന്ന വിധത്തിൽ നീതിപൂർവമായ പുനർവിന്യാസം ഉറപ്പാക്കുക എന്ന സമീപനമാണ് കേരളം സ്വീകരിച്ചത്. ഇതിന്റെ ഫലമായി വികസന പ്രവർത്തനങ്ങളുടെയും ക്ഷേമ പ്രവർത്തനങ്ങളുടെയും ഗുണഭോക്താവെന്ന നിലയിൽ രാജ്യത്തെ തങ്ങളുടെ സഹജീവികളിൽ നിന്ന് മെച്ചപ്പെട്ട ജീവിത ഗുണനിലവാരം എത്തിപ്പിടിക്കാൻ കേരളത്തിലെ സ്ത്രീകൾക്ക് അവസരം ലഭിച്ചു.

രാജലക്ഷ്മി, സരസ്വതിയമ്മ, ലളിതാംബിക അന്തർജ്ജനം, കമലാ സുരയ്യ, ഫാത്തിമ ബീവി, നിലമ്പൂർ ആയിഷ എന്നിങ്ങനെ നിരവധിപേരുണ്ട്. സിനിമയും നാടകവും സംഗീതവും സ്ത്രീകളുടെകൂടി ഇടമായി മാറി. സ്ത്രീകളെ വിശാലമായി സ്വാഗതംചെയ്യുന്ന സമൂഹമായിരുന്നില്ല അന്നത്തെ കേരളം. എന്നാൽ തടസ്സങ്ങളെ മറികടന്ന സ്ത്രീപ്രതിഭകൾ വരുംതലമുറകൾക്ക് ഊർജ്ജമായി.

1987 ലെ നായനാർ സർക്കാർ നടപ്പിലാക്കിയ സമ്പൂർണ്ണ സാക്ഷരതാ പ്രസ്ഥാനം അക്ഷരാഭ്യാസത്തിന്റെ പുതിയ അറിവുകളിലേക്ക് സ്ത്രീകളെ നയിക്കുക മാത്രമല്ല ചെയ്തത്. അത് പതിനായിരക്കണക്കിന് സ്ത്രീകളെ സാക്ഷരതാ പ്രസ്ഥാനമെന്ന ബൃഹത്തായ ജനകീയ പ്രസ്ഥാനത്തിന്റെ ഭാഗമാക്കി മാറ്റുകയും ചെയ്തു. 1996 ൽ നടപ്പാക്കിയ ജനകീയാസൂത്രണ പ്രക്രിയ അധികാരവികേന്ദ്രീകരണം സാധ്യമാക്കിയതിലൂടെ സ്ത്രീകൾ ഉൾപ്പെടെയുള്ള പാർശ്വവൽക്കരിക്കപ്പെട്ടവർക്ക് പ്രാദേശിക വികസനത്തിൽ സംഭാവനചെയ്യാൻ കഴിയുന്ന സാഹചര്യം ഒരുക്കി.

2010 ൽ കേരളത്തിലെ തദ്ദേശ സ്വയംഭരണ സ്ഥാപനങ്ങളിൽ അമ്പത് ശതമാനം വനിത സംവരണം നടപ്പാക്കി. അങ്ങനെ ചെയ്ത ചുരുക്കം ചില സംസ്ഥാനങ്ങളിലൊന്നാണ് കേരളം. അതോടെ സാമൂഹ്യ രാഷ്ട്രീയ മണ്ഡലങ്ങളിലേക്കുള്ള സ്ത്രീപ്രവേശത്തിന്റെ പുത്തൻ കുതിപ്പിന് സാഹചര്യമൊരുങ്ങി. തദ്ദേശ സ്വയംഭരണ സ്ഥാപനങ്ങളിലെ അധ്യക്ഷ പദവികളിൽ പകുതിയും സ്ത്രീകൾക്കായി സംവരണംചെയ്ത ഏക സംസ്ഥാനമാണ് കേരളം.

സ്ത്രീകളുടെ സാമ്പത്തിക സ്വയംപര്യാപ്തത ലക്ഷ്യംവെച്ച് ആരംഭിച്ച കുടുംബശ്രീ ഇന്നു ലോകത്തിനുതന്നെ മാതൃകയാണ്. മൂന്ന് ലക്ഷത്തോളം അയൽക്കൂട്ടങ്ങളും 45.85 ലക്ഷം അംഗങ്ങളുമുള്ള കുടുംബശ്രീ ലോകത്തെ ഏറ്റവും വലിയ സ്ത്രീശാക്തീകരണ പ്രസ്ഥാനമായി വളർന്ന് പന്തലിച്ചു നിൽക്കുന്നു. സ്ത്രീകളുടെ സാമ്പത്തിക, സാമൂഹിക ശാക്തീകരണത്തിനായി ആവിഷ്കരിച്ച വിവിധ പദ്ധതികളിലൂടെ സ്വയംപര്യാപ്തമായ വലിയൊരു സ്ത്രീസമൂഹത്തെ സൃഷ്ടിക്കുവാൻ കുടുംബശ്രീ പ്രസ്ഥാനത്തിന് കഴിഞ്ഞിട്ടുണ്ട്. കാൽനൂറ്റാണ്ട് പിന്നിട്ട കുടുംബശ്രീ ഇന്ന് സംസ്ഥാന സർക്കാരിന്റെ ഏറ്റവും ഫലപ്രദമായി പ്രവർത്തിക്കുന്ന വികസന ഏജൻസിയായി മാറിയിരിക്കുന്നു.

നവകേരളം സ്ത്രീപക്ഷമായിരിക്കണം എന്ന ലക്ഷ്യത്തോടെയാണ് കഴിഞ്ഞ ഏഴര വർഷക്കാലത്തിലേറെയായി സംസ്ഥാന സർക്കാർ പ്രവർത്തിച്ചുവരുന്നത്. ഈ കാഴ്ചപ്പാടോടെ സ്ത്രീസുരക്ഷയിലും സ്ത്രീശാക്തീകരണത്തിലും മാതൃകാപരമായ നിരവധി ഇടപെടലുകളാണ് നടത്തിയിട്ടുള്ളത്. സ്ത്രീകൾക്കും കുട്ടികൾക്കുമായി പ്രത്യേക വകുപ്പ് ആരംഭിച്ച

രാജ്യത്തെ ആദ്യ സംസ്ഥാനമായി കേരളം മാറിയത് കഴിഞ്ഞ എൽ ഡി എഫ് സർക്കാരിന്റെ കാലത്താണ്.

സ്ത്രീകൾക്കായുള്ള ജെൻഡർ ബജറ്റിങ് രാജ്യത്ത് ആദ്യമായി നടപ്പിലാക്കിയത് 1997 ൽ കേരളത്തിലെ തദ്ദേശ ഭരണ സ്ഥാപനങ്ങളിലാണ്. 2008 ൽ സംസ്ഥാന സർക്കാർ ആദ്യമായി ജെൻഡർ ബജറ്റ് നടപ്പിലാക്കി. ഇന്ത്യയിൽ മറ്റൊരു സംസ്ഥാനത്തും പഞ്ചായത്തുകൾ സ്ത്രീകൾക്കായി പ്രത്യേക വനിത ഘടക പദ്ധതി നടപ്പാക്കുന്നില്ല. പേരിനു മാത്രം ജെൻഡർ ബജറ്റിങ് നടപ്പാക്കുന്ന കേന്ദ്ര സർക്കാരിന്റെ ബജറ്റുകൾ പരിശോധിച്ചാൽ ഒരിക്കൽപ്പോലും ആകെ ബജറ്റിന്റെ ആറു ശതമാനം തുക വനിത ക്ഷേമ പദ്ധതികൾക്കായി വകയിരുത്തിയിട്ടില്ല.

കേരളത്തിൽ ജെൻഡർ ബജറ്റ് ഈ വർഷത്തെ ആകെ ബജറ്റിന്റെ 21.5 ശതമാനമാണ്. ഇതു ചരിത്രപരമാണ്. 2017-18 മുതൽ എല്ലാ വർഷവും സംസ്ഥാന ബജറ്റിനൊപ്പം വാർഷിക ജെൻഡർ ബജറ്റും അവതരിപ്പിച്ചു വരുന്നുണ്ട്. കഴിഞ്ഞ ഏഴു വർഷമായി തുടർച്ചയായ വർദ്ധനവാണ് സ്ത്രീകൾക്കായുള്ള പദ്ധതി വിഹിതത്തിൽ വരുത്തിയിട്ടുള്ളത്. ഇതിനൊക്കെ പുറമെ പൊലീസ് സേനയിലേക്ക് സ്ത്രീകളുടെ പ്രത്യേക റിക്രൂട്ടിങ് യാഥാർത്ഥ്യമാക്കിയതും പ്രത്യേക സ്ത്രീ ബറ്റാലിയൻ രൂപീകരിച്ചതും സ്ത്രീകളുടെ സാമൂഹിക-സാമ്പത്തിക-സാംസ്കാരിക വിവരങ്ങൾ ഉൾപ്പെടുത്തി കേരള വിമൻ പോർട്ടൽ ആരംഭിച്ചതുമൊക്കെ ഓർമ്മിക്കപ്പെടേണ്ടവയാണ്.

വനിത ശിശുക്ഷേമവകുപ്പിന്റെ നേതൃത്വത്തിൽ സംസ്ഥാന വനിത കമിഷൻ, വനിത വികസന കോർപ്പറേഷൻ, സംസ്ഥാന ബാലാവകാശ സംരക്ഷണ കമിഷൻ, ജെൻഡർ പാർക്ക് തുടങ്ങിയവ വഴി സ്ത്രീകളുടെ സമഗ്ര വികസനം ഉറപ്പാക്കുന്നതിന് വലിയ ഇടപെടൽ നടത്തിവരുന്നുണ്ട്. സ്ത്രീസുരക്ഷ ഉറപ്പുവരുത്താനായി പോലീസും ശക്തമായ ഇടപെടലുകളാണ് നടത്തിവരുന്നത്. നിർഭയ പദ്ധതിക്കു പുറമെ പോലീസിന്റെ ആഭിമുഖ്യത്തിൽ അപരാജിത ഹെൽപ്പ് ലൈൻ, പോലീസ് സ്റ്റേഷനുകളിലെ വനിത ഹെൽപ്പ് ഡെസ്ക്, പിങ്ക് പ്രൊട്ടക്ഷൻ പ്രോജക്റ്റ്, സൈബർ പോലീസ് സ്റ്റേഷനുകൾ, വിമൻ സെൽഫ് ഡിഫൻസ് ട്രെയിനിങ് എന്നിവയും നിലവിലുണ്ട്.

ഗാർഹിക പീഡന നിരോധനം, സ്ത്രീധന നിരോധനം തുടങ്ങിയ നിയമങ്ങൾ നടപ്പാക്കുന്നതിൽ മുൻപന്തിയിലാണ് കേരളം. സ്ത്രീകൾക്ക് സുരക്ഷിതമായ ജോലിസ്ഥലം ഉറപ്പാക്കുന്നതിലും കേരളം മാതൃകാപരമായി മുന്നേറിയിരിക്കുന്നു. എന്തെങ്കിലും പ്രശ്നങ്ങൾ ഉണ്ടാകുമ്പോൾ അവ പരിഹരിക്കുന്നതിനായി ഇവയെ ഉപയോഗപ്പെടുത്തുന്നു എന്ന് ഉറപ്പുവരുത്തേണ്ടതുണ്ട്.

സ്ത്രീകൾക്കും കുട്ടികൾക്കുമെതിരെ നടക്കുന്ന കുറ്റകൃത്യങ്ങളെ അതീവ ഗൗരവത്തോടെയാണ് കാണുന്നത്. അതിൽ ഉൾപ്പെടുന്ന കുറ്റവാളികൾ എത്ര ഉന്നതരായാലും അവരെ നിയമത്തിനു മുന്നിൽ എത്തിക്കുന്ന കാര്യത്തിൽ സർക്കാർ പ്രതിജ്ഞാബദ്ധമാണ്. അടുത്തിടെ നമ്മുടെ നാട്ടിലുണ്ടായ സംഭവങ്ങൾ പരിശോധിച്ചാൽ ആർക്കുമിത് മനസ്സിലാക്കാവുന്നതേയുള്ളു. ഏതു മേഖലയിലും സ്ത്രീകൾക്ക് തലയുയർത്തിത്തന്നെ പ്രവർത്തിക്കാൻ കഴിയുന്ന സാഹചര്യം ഉറപ്പാക്കും.

തൊഴിലിടങ്ങളിലെ പീഡനങ്ങളിൽ സമയബന്ധിതമായി നടപടിയെടുക്കണം എന്നുതന്നെയാണ് തീരുമാനിച്ചിട്ടുള്ളത്. തൊഴിലിടങ്ങളിലും ഓഫീസുകളിലും സ്ത്രീകൾ നേരിടുന്ന ശാരീരിക-മാനസിക പീഡനങ്ങളെ സംബന്ധിച്ച പരാതികളിൽ സമയബന്ധിതമായി തീർപ്പുണ്ടാക്കും. നീതി വൈകിപ്പിച്ചുകൊണ്ട് നീതി നിഷേധിക്കുന്നവർക്കെതിരെ കർശന നടപടി സ്വീകരിക്കും.

സാമ്പത്തികമായ സ്വാതന്ത്ര്യം കൈവരിച്ചാൽ മാത്രമേ സ്ത്രീകൾക്ക് സാമൂഹിക മുന്നേറ്റം കൈവരിക്കാൻ കഴിയുകയുള്ളൂ. അതിന് ഏറെ ആവശ്യം തൊഴിൽ നേടുക എന്നതാണ്. 20 ലക്ഷം പേർക്ക് തൊഴിൽ ലഭ്യമാക്കുക എന്ന ലക്ഷ്യത്തോടെ സംസ്ഥാന സർക്കാർ രൂപീകരിച്ച നോളജ് എക്കോണമി മിഷൻ വഴി സ്ത്രീകൾക്കായി പ്രത്യേക തൊഴിൽ മേളകളും നൈപുണ്യ പരിശീലന ക്ലാസുകളും നടപ്പാക്കിവരുന്നുണ്ട്. നഴ്സുമാർ ഉൾപ്പെടെയുള്ളവർക്ക് വിദേശത്തേക്ക് കുടിയേറാനുള്ള മികച്ച അവസരങ്ങൾ നോർക്കയിലൂടെയും ഒഡെപെക്കിലൂടെയും ഒരുക്കുന്നുണ്ട്.

വർക്ക് ഫ്രം ഹോം, വർക്ക് നിയർ ഹോം പോലെയുള്ള തൊഴിൽ സാധ്യതകൾ നമ്മുടെ സ്ത്രീകൾക്ക് ഏറ്റവുമനുയോജ്യമായവയാണ്. അവ പ്രയോജനപ്പെടുത്തേണ്ടതുണ്ട്. അതിനുവേണ്ട പിന്തുണ സംസ്ഥാന സർക്കാരിന്റെ ഭാഗത്തുനിന്നുണ്ടാകും. വർക്ക് നിയർ ഹോം സെന്ററുകൾക്കു പുറമെ സംസ്ഥാനത്തെമ്പാടും ഒരു ലക്ഷത്തോളം വർക്ക് സീറ്റുകൾ തയ്യാറാക്കിയും ലോകത്താകെ മാറിക്കൊണ്ടിരിക്കുന്ന തൊഴിൽ വിപണിയുടെ സാധ്യതകളെ കേരളത്തിൽ ലഭ്യമാക്കാനാണ് ശ്രമിക്കുന്നത്. നിശ്ചയമായും അവയുടെ ഏറ്റവും വലിയ ഗുണഭോക്താക്കൾ സ്ത്രീ സമൂഹം തന്നെയായിരിക്കും.

സംരംഭക രംഗത്തേക്ക് സ്ത്രീകൾ കടന്നുവരുന്നത് ഏറെ സന്തോഷകരമായ കാര്യമാണ്. ഒരു വർഷംകൊണ്ട് ഒരു ലക്ഷം സംരംഭങ്ങൾ ആരംഭിക്കാനായി ആവിഷ്കരിച്ച പദ്ധതിയിൽ ഒരു വർഷംകൊണ്ട് 1,39,000 ത്തിലധികം സംരംഭങ്ങളാരംഭിക്കാൻ നമുക്കു കഴിഞ്ഞു. അതിൽ 43,000 ത്തിലധികം സംരംഭങ്ങൾ സ്ത്രീകളുടേതായിരുന്നു.

അതായത്, കേരളത്തിൽ പുതുതായി പ്രവർത്തനമാരംഭിച്ച സ്റ്റാർട്ടപ്പുകളിൽ നാല്പത് ശതമാനം സ്ത്രീ സംരംഭകരുടേതാണ്. ആകെയുള്ള എണ്ണായിരം കോടി രൂപയുടെ നിക്ഷേപത്തിൽ ആയിരത്തി അഞ്ഞൂറ് കോടിയിലധികം രൂപയും വനിത സംരംഭകരുടേതായിരുന്നു.

നൂതന ആശയങ്ങളെ പ്രോത്സാഹിപ്പിക്കുന്നതിന്റെ ഭാഗമായി സ്റ്റാർട്ടപ്പ് നയം രൂപീകരിച്ച് മുന്നോട്ടുപോവുകയാണ് സംസ്ഥാന സർക്കാർ. അതിൽത്തന്നെ വനിത സംരംഭകരുടെ സ്റ്റാർട്ടപ്പുകൾക്ക് പ്രത്യേക പിന്തുണ നൽകുന്നുണ്ട്. കേരള സ്റ്റാർട്ടപ്പ് മിഷന്റെ പ്രൊഡക്റ്റൈസേഷൻ ഗ്രാന്റിന് 9 വനിത സംരംഭകരുടെ സ്റ്റാർട്ടപ്പ് സംരംഭങ്ങൾ അർഹമായി. ഒരു കോടിയിലേറെ രൂപയാണ് ഗ്രാന്റായി അനുവദിച്ചത്. അതിനുപുറമെ സോഫ്റ്റ് ലോണായി ഇവർക്ക് 6 ശതമാനം പലിശ നിരക്കിൽ 15 ലക്ഷം രൂപ വീതം ലഭ്യമാക്കുകയും ചെയ്യും. വിമൻസ് സ്റ്റാർട്ടപ്പ് പ്രോത്സാഹിപ്പിക്കുന്നതിന്റെ ഭാഗമായി വിമൻസ് സ്റ്റാർട്ടപ്പ് സമ്മിറ്റ് സംഘടിപ്പിക്കുകയുണ്ടായി. 500 ലേറെ പ്രതിനിധികൾ പങ്കെടുത്ത പരിപാടിയിൽ നൂറിലേറെ ഉല്പന്നങ്ങളാണ് പ്രദർശിപ്പിച്ചത്.

ശുചിത്വ മിഷന്റെയും ഗ്രീൻ ആർമിയുടെയും ചാലകശക്തികളാണ് സ്ത്രീകൾ. അവയിലെ പങ്കാളിത്തത്തെ വേസ്റ്റ് റീസൈക്ലിങ്ങുമായി ബന്ധപ്പെട്ട സംരംഭങ്ങൾ ആരംഭിക്കാനുള്ള അവസരമായി വരെ സ്ത്രീകൾ പ്രയോജനപ്പെടുത്തുന്നുണ്ട്. ഫിസിക്കൽ വേസ്റ്റിനെ മാത്രമല്ല, സോഷ്യൽ വേസ്റ്റിനെയും കൈകാര്യം ചെയ്യേണ്ടതുണ്ട്. സമൂഹത്തെയാകെ മലിനമാക്കുന്ന ഒന്നാണ് വർഗീയത. വിശ്വാസത്തെ വർഗീയവൽക്കരിക്കാൻ ശ്രമങ്ങൾ നടക്കുമ്പോൾ വിശ്വാസത്തെയും വർഗീയതയെയും തമ്മിൽ വേർതിരിക്കാൻ കഴിയണം. വിശ്വാസങ്ങളുമായി ബന്ധപ്പെട്ട പലതിനെയും ആക്രമണോത്സുക വർഗീയതയുടെ ചിഹ്നങ്ങളും മുദ്രാവാക്യങ്ങളുമായി മാറ്റുന്നതിനെ ചെറുക്കാൻ കഴിയണം. കുഞ്ഞുങ്ങൾക്കും ഇതിനൊക്കെ കഴിയുന്ന എന്നുറപ്പുവരുത്തുന്നതിൽ സ്ത്രീകൾ ഉൾപ്പെടെ കുടുംബങ്ങളിലെ എല്ലാവർക്കും വലിയ പങ്കുണ്ട്.

സ്ത്രീകളെ ശാക്തീകരിക്കുന്നതിനും വികസനത്തിൽ തുല്യ പങ്കാളികളാക്കുന്നതിനും വനിത ശിശുവികസന വകുപ്പ് ഒട്ടേറെ പരിപാടികൾ നടത്തിവരുന്നുണ്ട്. നിരാലംബരും ഭവനരഹിതരുമായ വിധവകൾക്കായുള്ള 'അഭയകിരണം,' വിധവകൾക്ക് സ്വയംതൊഴിൽ ചെയ്യുന്നതിനുള്ള 'സഹായഹസ്തം,' പൊഫഷണൽ കോഴ്സുകളിൽ പഠിക്കുന്ന നിരാലംബരായ വിധവകളുടെ മക്കൾക്ക് വിദ്യാഭ്യാസ ധനസഹായം നൽകുന്ന 'പടവുകൾ,' സ്ത്രീകൾ നയിക്കുന്ന കുടുംബങ്ങൾക്ക് ധനസഹായം നൽകുന്ന 'അതിജീവിക,' വിധവകളുടെ പുനർവിവാഹം പിന്തുണയ്ക്കുന്ന

'മംഗല്യ,' കോളേജ് വിദ്യാർത്ഥികൾക്കിടയിൽ ജെൻഡർ അവബോധം സൃഷ്ടിക്കുന്ന 'കനൽ' തുടങ്ങിയവ അക്കൂട്ടത്തിൽപ്പെടും.

വനിത വികസന കോർപ്പറേഷന്റെ ആഭിമുഖ്യത്തിൽ, ബിസിനസ് സംരംഭങ്ങൾക്ക് സാമ്പത്തിക സഹായം നൽകൽ, 'വനിതമിത്ര' വർക്കിങ് വിമൻസ് ഹോസ്റ്റലുകൾ, 'ഷീ-പാഡ്' പദ്ധതി, സ്ത്രീകളുടെ തൊഴിൽ വൈദഗ്ധ്യം വർദ്ധിപ്പിക്കുന്നതിനുള്ള 'ഫിനിഷിങ് സ്കൂൾ പ്രോജക്ട്,' 'മിത്ര' വനിത ഹെൽപ്പ്-ലൈൻ തുടങ്ങിയവ നടത്തിവരുന്നുണ്ട്. വിവിധ ആവശ്യങ്ങൾക്കായി തിരുവനന്തപുരത്ത് ഒറ്റയ്ക്ക് എത്തുന്ന സ്ത്രീകൾക്ക് സുരക്ഷിതമായ താമസസൗകര്യം ഒരുക്കുന്നതിനായി 'വൺ ഡേ ഹോം' നിലവിലുണ്ട്.

അലഞ്ഞുതിരിയുന്നവർക്കും നടപ്പാതയിൽ കഴിയുന്നവർക്കും താമസം, ഭക്ഷണം, ശൗചാലയങ്ങൾ എന്നീ സൗകര്യങ്ങൾ ഒരുക്കുന്ന 'എന്റെ കൂട്' പദ്ധതിയുമുണ്ട്.

ലൈംഗിക പീഡനം, ലൈംഗികാതിക്രമം, ലൈംഗികവൃത്തിക്കുവേണ്ടിയുള്ള മനുഷ്യക്കടത്ത് തുടങ്ങിയവക്കെതിരെയുള്ള ശക്തമായ പ്രവർത്തനങ്ങൾക്കായി നിർഭയ പോളിസി നിലവിലുണ്ട്. 2012 ലെ നിർഭയ നയം കാലാനുസൃതമായ മാറ്റങ്ങൾ വരുത്തി 2023 ൽ കേരളം പരിഷ്കരിച്ചു. സ്റ്റേറ്റ് നിർഭയ സെല്ലിന് കീഴിൽ ലൈംഗികാതിക്രമ അതിജീവിതകളായ പെൺകുട്ടികളെ താമസിപ്പിക്കുന്നതിലേക്കായി വിവിധ ജില്ലകളിലായി 23 ഹോമുകൾ പ്രവർത്തിച്ചു വരുന്നുണ്ട്.

പോക്സോ അതിജീവിതകൾക്കുള്ള 'കാവൽ പ്ലസ്' എല്ലാ ജില്ലകളിലും വിവിധ എൻ ജി ഒകളുടെ പിന്തുണയോടെ പ്രവർത്തിക്കുന്നു. ഇത്തരം അക്രമങ്ങൾക്ക് ഇരയായവർക്ക് സാമ്പത്തിക സഹായം നൽകുന്നതിനുള്ള 'ആശ്വാസനിധി,' കുട്ടികളിൽ സ്വയംപ്രതിരോധ പരിശീലനത്തിലൂടെ ആത്മവിശ്വാസവും ധൈര്യവും പകരുന്ന 'ധീര' എന്നീ പദ്ധതികളും നിലവിലുണ്ട്.

സർക്കാരിന്റെ നേട്ടങ്ങളും ക്രിയാത്മകമായ നയ ഇടപെടലുകളും ഉണ്ടായിരുന്നിട്ടും, സ്ത്രീശാക്തീകരണത്തിന്റെയും വികസനത്തിന്റെയും മേഖലയിൽ ചില വെല്ലുവിളികൾ ഇപ്പോഴും നിലനിൽക്കുന്നുണ്ട്. അവയിൽ പ്രധാനപ്പെട്ട ചിലത് സർക്കാർ ഇതിനകം തിരിച്ചറിഞ്ഞിട്ടുണ്ട്. നിങ്ങളുടെ അഭിപ്രായങ്ങൾ കൂടി ആരാഞ്ഞുകൊണ്ട് അവയിൽ സമഗ്രമായ ഇടപെടലുകൾ നടത്താനാണ് ഉദ്ദേശിക്കുന്നത്.

ആശാവർക്കർമാർ, അങ്കണവാടി ജീവനക്കാർ എന്നിങ്ങനെ മുഖ്യമായും സ്ത്രീകൾ ജോലിചെയ്യുന്ന തസ്തികകൾക്കുള്ള ഓണറേറിയം വർദ്ധിപ്പിച്ചിട്ടുണ്ട്. ഇത്തരം ഇടപെടലുകളുടെ ഫലമായി തൊഴിലിടങ്ങളിലെ സ്ത്രീകളുടെ എണ്ണത്തിൽ ഗണ്യമായ വർദ്ധനവുണ്ടായിട്ടുണ്ട്. ഇത്

സ്ത്രീകൾക്ക് സാമ്പത്തികവും സാമൂഹികവുമായ സ്വാതന്ത്ര്യം നൽകുന്നതിന് വലിയൊരളവിൽ കാരണമായിട്ടുമുണ്ട്. ഇതൊക്കെ ഉണ്ടെങ്കിലും, തൊഴിൽ പങ്കാളിത്ത നിരക്കിലും തൊഴിൽ പങ്കാളിത്ത അനുപാതത്തിലും നിലനിൽക്കുന്ന ലിംഗ അസമത്വം പരിഹരിക്കേണ്ടതുണ്ട്. അതിന് കൂട്ടായ ഇടപെടലുകൾ ആവശ്യമാണ്.

ഇന്റർനെറ്റ് അവകാശമായി പ്രഖ്യാപിച്ച സംസ്ഥാനമാണ് കേരളം. ഇന്റർനെറ്റ് ഉപയോഗിച്ച് പുതുതലമുറ-ജോലികളിൽ ഏർപ്പെടുന്ന സ്ത്രീകളുടെ എണ്ണം വേണ്ടത്ര വർദ്ധിച്ചിട്ടില്ല. പുതുതലമുറ-ജോലികളെക്കുറിച്ചുള്ള അറിവില്ലായ്മ, മറ്റ് ഭൗതിക സാഹചര്യങ്ങളുടെ അപര്യാപ്തത തുടങ്ങിയവയാണ് ഇതിനുള്ള പ്രധാന കാരണങ്ങൾ. ഈ പോരായ്മകൾ അടിയന്തരമായി പരിഹരിക്കേണ്ടതുണ്ട്. ആർട്ടിഫിഷ്യൽ ഇന്റലിജൻസ് ടൂളുകൾ ഉപയോഗിക്കുന്നതിനുള്ള പരിശീലനമടക്കം സ്ത്രീകൾക്ക് നൽകിക്കൊണ്ട് അവരെ ഈ മേഖലയിലേക്ക് കൂടുതലായി എത്തിക്കുന്നതിനാണ് ആലോചിക്കുന്നത്.

പുറത്ത് ജോലിക്കു പോകാത്ത സ്ത്രീകൾ വീട്ടിനുള്ളിൽത്തന്നെ ഒരു ദിവസം വിവിധ തരം ജോലികളാണ് ചെയ്യുവരുന്നത്. എന്നാൽ, ഇതൊന്നും വേണ്ടത്ര വിലയിരുത്തപ്പെടാതെ പോവുകയാണ് പതിവ്. അവർ ചെയ്യുന്ന ജോലികൾ കടമ എന്ന പേരിൽ നിസ്സാരവൽക്കരിക്കുന്ന പ്രവണതയുണ്ട്. അതുകൊണ്ടുതന്നെ സ്ത്രീകളുടെ 'ശമ്പളമില്ലാത്ത ജോലി' തിരിച്ചറിയുന്നതിനും ഗാർഹിക മേഖലകളിൽ അവർ ചെയ്യുന്ന അളക്കാനാകാത്ത ജോലികൾ മനസ്സിലാക്കുന്നതിനുമുള്ള സംവിധാനം രൂപപ്പെടുത്തേണ്ടതുണ്ട്.

സംസ്ഥാന സർക്കാരിന്റെ ഇടപെടലുകൾ മൂലം തൊഴിലിടങ്ങളിൽ സ്ത്രീകളുടെ അവകാശങ്ങൾ സംരക്ഷിക്കാൻ കഴിഞ്ഞിട്ടുണ്ട്. തൊഴിലാളികൾക്ക് ഇരിക്കാനുള്ള അവകാശം ഉറപ്പുവരുത്തിയ കേരളത്തിന്റെ നടപടി രാജ്യത്തിനാകെ മാതൃകയായിരുന്നു. സംസ്ഥാനത്തെ എല്ലാ കടകളിലും സ്ഥാപനങ്ങളിലും പ്രത്യേകിച്ച് വസ്ത്ര സ്ഥാപനങ്ങളിലും മറ്റും ജോലിചെയ്യുന്ന സ്ത്രീ തൊഴിലാളികൾക്ക് ഇത് വലിയ ആശ്വാസം നൽകിയിട്ടുണ്ട്.

കോളേജ്, യൂണിവേഴ്സിറ്റി വിദ്യാർത്ഥിനികൾക്ക് ആർത്തവ, പ്രസവാവധി അനുവദിച്ചുകൊണ്ട് കേരളം രാജ്യത്തിനു മാതൃകയായി. രാജ്യത്ത് ആദ്യമായി സ്വകാര്യ വിദ്യാഭ്യാസ സ്ഥാപനങ്ങളിലെ വനിതാ ജീവനക്കാർക്കു കൂടി മെറ്റേണിറ്റി ബെനഫിറ്റ് നൽകിയും കേരളം മാതൃകയായി. നിയമപ്രകാരം അവർക്ക് 26 ആഴ്ചത്തെ പ്രസവാവധിക്ക് അർഹതയുണ്ട്. പ്രസവാവധിയുടെ കാലയളവിൽ മുഴുവൻ ശമ്പള ആനുകൂല്യങ്ങളും ചികിത്സാ ചെലവുകൾക്കായി 3,500 രൂപ ഒറ്റത്തവണ ഗ്രാന്റും

ലഭിക്കും. പ്രസവം, മാരക രോഗബാധ എന്നിവയ്ക്കുശേഷം തിരികെ തൊഴിലിടങ്ങളിലേക്ക് മടങ്ങുന്ന സ്ത്രീകൾക്ക് തൊഴിൽ അന്തരീക്ഷവുമായി പൊരുത്തപ്പെടുന്നതിന് ചില ബുദ്ധിമുട്ടുകൾ ഉണ്ടാകാറുണ്ട്. ഇത് പരിഹരിക്കുന്നതിന് സഹായകരമായ കൈത്താങ്ങ് നടപടികൾ വ്യാപിപ്പിക്കേണ്ടതുണ്ട്.

സ്ത്രീകൾക്കെതിരായ അതിക്രമങ്ങളാണ് മറ്റൊരു വിഷയം. അവയ്ക്ക് എത്രയും വേഗം അറുതി വരുത്തേണ്ടതുണ്ട്. അതിവേഗ വിചാരണയിലൂടെ കേസിന്റെ തീർപ്പുകൽപ്പിക്കൽ, അക്രമങ്ങൾ കൈകാര്യം ചെയ്യാൻ കർശനമായ പ്രോട്ടോക്കോൾ സ്ഥാപിക്കൽ, തൊഴിലിടങ്ങളിലെ പീഡന പരാതികളിൽ സമയബന്ധിതമായി നടപടിയെടുക്കൽ തുടങ്ങിയവ വേണ്ടതുണ്ട്.

അടുത്ത കാലം വരെ സ്ത്രീകൾക്ക് വിദ്യാഭ്യാസം നൽകുന്നതിൽ മാത്രമാണ് ഊന്നൽ നൽകിയിരുന്നത്. എന്നാൽ ഇനി മുതൽ തൊഴിൽശക്തിയിൽ പങ്കാളികളാകേണ്ടതിന്റെ ആവശ്യകത കൂടി ബോധ്യപ്പെടുത്തേണ്ടതുണ്ട്. തൊഴിലിടങ്ങൾ സ്ത്രീകൾക്ക് അനുകൂലമാക്കേണ്ടതുമുണ്ട്. അതിനായി ജോലി സ്ഥലങ്ങളിൽ ലിംഗ ഓഡിറ്റിങ് നടത്തുകയും തുല്യ വേതനം ഉറപ്പുവരുത്തുകയും ചെയ്യും. കരിയർ മുന്നേറ്റത്തിനുള്ള വഴികളുണ്ടോ എന്നതും തുല്യ അവസരങ്ങളുണ്ടോ എന്നതും പരിശോധിക്കും.

കേരളത്തിലെ സ്ത്രീകളുടെ വികസനത്തിനുവേണ്ട ശക്തമായ അടിത്തറ നമ്മൾ ഒരുക്കിയിട്ടുണ്ട് എന്നതിന്റെ തെളിവാണ് ഉന്നത വിദ്യാഭ്യാസ മേഖലയിലെ സ്ത്രീപങ്കാളിത്തം. രാജ്യത്തെ ഏറ്റവും ഉയർന്ന നിരക്കാണ് ഇക്കാര്യത്തിൽ കേരളത്തിനുള്ളത് എന്നാണ് നാഷണൽ സർവേ ഓൺ ഹയർ എഡ്യൂക്കേഷൻ വ്യക്തമാക്കുന്നത്. അതായത്, ഉയർന്ന വിദ്യാഭ്യാസ യോഗ്യതയുള്ള നിരവധി സ്ത്രീകൾ കേരളത്തിലുണ്ട്. അവരുടെ ശേഷികളെ കൂടുതൽ വികസിപ്പിച്ചുകൊണ്ട് വ്യവസായ, ഉല്പാദന, തൊഴിൽ രംഗങ്ങളിൽ അവരുടെ പങ്കാളിത്തം വർദ്ധിപ്പിക്കാൻ കഴിയണം.

വിജ്ഞാനത്തിന്റെയും സാങ്കേതികവിദ്യയുടെയും അടിത്തറയിലൂന്നിയ നവകേരളത്തിനായി നടത്തുന്ന വികസനക്കുതിപ്പിൽ തുല്യനീതിയും ലിംഗതുല്യതയും ഉറപ്പുവരുത്തണമെന്നാണ് കാണുന്നത്. ഇത്തരമൊരു ആധുനിക സമൂഹത്തിന്റെ മുഖ്യധാരയിലേക്ക് കേരളത്തിലെ സ്ത്രീകളെ കൊണ്ടുവരാൻ സഹായകരമാകുന്ന നിരവധി അനുകൂല ഘടകങ്ങൾ ഇന്ന് നമുക്കുണ്ട്. രാജ്യത്തെ ഏറ്റവും മെച്ചപ്പെട്ട ഉന്നതവിദ്യാഭ്യാസം ഉൾപ്പെടെയുള്ള വിദ്യാഭ്യാസ നിലവാരം, തൊഴിൽ വൈദഗ്ധ്യത്തിനും മെച്ചപ്പെട്ട തൊഴിലിനും വേണ്ടിയുള്ള പെൺകുട്ടികളുടെ താല്പര്യം, രാഷ്ട്രീയ സാമൂഹിക രംഗങ്ങളിലെ ഉയർന്ന സ്ത്രീ പ്രാതിനിധ്യം, കുടുംബ

ശ്രീയിലൂടെ ഉൾപ്പെടെ വികസന-ക്ഷേമ പ്രവർത്തനങ്ങളിലെ വർദ്ധിച്ച സ്ത്രീപങ്കാളിത്തം തുടങ്ങി അനുകൂല സാഹചര്യങ്ങളെ പ്രയോജനപ്പെടുത്തിക്കൊണ്ട് നവകേരളത്തിലേക്കുള്ള മുന്നേറ്റം നമുക്ക് സാധ്യമാക്കണം.

സമത്വസുന്ദരമായ ഒരു നവകേരള സൃഷ്ടിയാണ് സർക്കാർ ലക്ഷ്യമിടുന്നത്. അതിനുതകുന്ന മൂർത്തമായ നിർദ്ദേശങ്ങൾ നിങ്ങളിൽ നിന്നും ഉണ്ടാകണം എന്ന് അഭ്യർത്ഥിച്ചുകൊണ്ട് ഈ മുഖാമുഖം ഉദ്ഘാടനം ചെയ്തതായി അറിയിക്കുന്നു.

മറുപടി

അർബുദ പ്രതിരോധം

നവകേരളം കർമ്മപദ്ധതിയുടെ ഭാഗമായ ആർദ്രം മിഷന്റെ രണ്ടാം ഘട്ട പ്രവർത്തനങ്ങളിലെ പത്ത് പ്രധാന പദ്ധതികളിൽ ഒന്നാണ് സമഗ്ര ക്യാൻസർ കെയർ പദ്ധതി. ആശാ പ്രവർത്തകർ ശൈലി ആപ്പ് വഴി നടത്തുന്ന വാർഷിക ആരോഗ്യ പരിശോധനയിൽ 2024 ഫെബ്രുവരി 18 വരെ 1.54 കോടിയിലധികം വ്യക്തികളുടെ സർവേ പൂർത്തിയാക്കി. സ്തനാർബുദം, വദനാർബുദം, ഗർഭാശയഗള അർബുദം എന്നിവയ്ക്ക് സാധ്യതയുള്ളവരെയാണ് പ്രധാനമായും ഈ പദ്ധതിയിലൂടെ സ്ക്രീൻ ചെയ്യുന്നത്. ഒമ്പത് ലക്ഷത്തിലധികം പേർക്ക് ക്യാൻസർ സാധ്യത കണ്ടെത്തി.

ക്യാൻസർ രോഗ സാധ്യത കണ്ടെത്തിയവരെ കുടുംബാരോഗ്യ കേന്ദ്രം മുതലുള്ള സ്ഥാപനങ്ങളിൽ തുടർപരിശോധന നടത്തി ആവശ്യമുള്ളവരുടെ സാമ്പിൾ ശേഖരിച്ച് ജില്ലാതല ലാബുകളിൽ അയച്ച് രോഗ നിർണ്ണയം നടത്തുവാനുള്ള സംവിധാനം ഒരുക്കിയിട്ടുണ്ട്. മൂന്ന് ക്യാൻസർ സെന്ററുകളെയും മെഡിക്കൽ കോളേജുകളിലെ ക്യാൻസർ ചികിത്സാ യൂണിറ്റുകളെയും ആരോഗ്യ വകുപ്പിലെ ജില്ലാ ക്യാൻസർ കെയർ യൂണിറ്റുകളുമായി ബന്ധപ്പെടുത്തിയുള്ള ക്യാൻസർ ഗ്രിഡ് സംവിധാനം ഒരുക്കി.

ക്യാൻസർ രോഗ സാധ്യതയുള്ളവരുടെ വിശദമായ ക്ലിനിക്കൽ, ലാബ് പരിശോധനകൾക്കായി ക്യാൻസർ കെയർ സ്യൂട്ട് എന്ന സോഫ്റ്റ്‌വെയർ വികസിപ്പിച്ചിട്ടുണ്ട്. സ്തനാർബുർദം ബാധിച്ചവരെ നേരത്തെ കണ്ടെത്തി ചികിത്സ ഉറപ്പാക്കുന്നതിന്റെ ഭാഗമായി ക്യാൻസർ സെന്ററു

കൾക്കും പ്രധാന മെഡിക്കൽ കോളേജുകൾക്കും പുറമെ ജില്ലാ, താലൂക്ക് തല ആശുപത്രികളിൽ മാമോഗ്രാം മെഷീനുകൾ സ്ഥാപിക്കും. ക്യാൻസർ ചികിത്സാരംഗത്തെ നൂതന സാങ്കേതങ്ങളായ റോബോട്ടിക് സർജറി, ഡിജിറ്റൽ പത്തോളജി, പ്ലാക്ക് ബ്രാക്കിതെറാപ്പി, ഹൈപ്പെക്ക് മുതലായവ സർക്കാർ മേഖലയിലെ ആശുപത്രികളിലും നടപ്പിലാക്കി വരുന്നു.

ക്യാൻസർ രോഗലക്ഷണങ്ങൾ വരുന്നതിന് വളരെ മുമ്പ് തന്നെ രോഗസാധ്യത കണ്ടെത്തി തുടർപരിശോധനയ്ക്കും ചികിത്സയ്ക്കും വിധേയമാകാൻ സഹായകമാകുന്ന പ്രിവന്റീവ് ഓങ്കോളജി ക്ലിനിക്കുകൾ എല്ലാ ജില്ലകളിലും ആരംഭിക്കും. സ്തനാർബുദം, വായിലെ ക്യാൻസർ, ഗർഭാശയഗള ക്യാൻസർ തുടങ്ങിയവ നേരത്തെ കണ്ടെത്തി ചികിത്സ ആരംഭിക്കാനാണ് ഇതിലൂടെ ലക്ഷ്യമിടുന്നത്.

ഭാവിയിൽ സ്ത്രീകളിലെ ഗർഭാശയഗള ക്യാൻസർ കണ്ടുപിടിക്കുന്നതിനുള്ള എച്ച് പി വി സ്ക്രീനിങ്, പ്രതിരോധത്തിനുള്ള എച്ച് പി വി വാക്സിനേഷൻ എന്നിവയും ഈ ക്ലിനിക്കിലൂടെ ലഭ്യമാക്കാനാവും.

പ്രസവാനന്തര വിഷാദം

ഗർഭകാലത്തും പ്രസവശേഷവും സ്ത്രീകളിൽ കാണപ്പെടുന്ന വിഷാദമുൾപ്പെടെയുള്ള മാനസികാരോഗ്യ പ്രശ്നങ്ങൾ പരിഹരിക്കുന്നതിനായി സംസ്ഥാന ആരോഗ്യ വകുപ്പ് ആരംഭിച്ച പരിപാടിയാണ് 'അമ്മ മനസ്സ്.'

മാനസികാരോഗ്യ പ്രശ്നങ്ങളെ അഭിസംബോധന ചെയ്യുന്നതിന് കുടുംബാരോഗ്യ കേന്ദ്രങ്ങളിലൂടെ നടപ്പിലാക്കിവരുന്ന പ്രധാന പദ്ധതികളാണ് ആശ്വാസം, സമ്പൂർണ മാനസികാരോഗ്യം എന്നിവ. വിഷാദരോഗ സാധ്യതയുള്ളവരെ കണ്ടെത്തി മാനസിക സാമൂഹിക പിന്തുണയും കൗൺസിലിങ്ങും ആവശ്യമെങ്കിൽ മരുന്നുകളും ലഭ്യമാക്കുന്ന പദ്ധതിയാണ് ആശ്വാസം. വിഷാദരോഗം കണ്ടെത്തി ചികിത്സ നൽകുവാനുള്ള പരിശീലനങ്ങൾ കുടുംബാരോഗ്യ കേന്ദ്രങ്ങളിലെ ഡോക്ടർമാർക്കും നേഴ്സുമാർക്കും നൽകിയിട്ടുണ്ട്. ജില്ലാ മാനസികാരോഗ്യ പദ്ധതിയുടെ സഹായത്തോടെ മറ്റ് മാനസിക രോഗങ്ങൾക്കുള്ള ചികിത്സയും കൗൺസിലിങ്ങും ഉറപ്പാക്കുന്ന പദ്ധതിയാണ് സമ്പൂർണ മാനസികാരോഗ്യം.

വിളർച്ച പ്രതിരോധം

ദേശീയ കുടുംബാരോഗ്യ സർവേകൾ പ്രകാരം മറ്റ് സംസ്ഥാനങ്ങളെ അപേക്ഷിച്ച് എല്ലാ പ്രായക്കാരിലും ആദിവാസികൾ ഉൾപ്പെടെയുള്ള ദുർബലവിഭാഗങ്ങളിലും വിളർച്ച ഏറ്റവും കുറവ് കണ്ടെത്തിയിട്ടുള്ള

സംസ്ഥാനങ്ങളിൽ ഒന്നാണ് കേരളം. എന്നാൽ സംസ്ഥാനത്ത് നിലവി ലുള്ള വിളർച്ച, പോഷകക്കുറവ് എന്നീ ആരോഗ്യപ്രശ്നങ്ങളെ നേരിടു ന്നതിനാണ് സംസ്ഥാന ആരോഗ്യവകുപ്പിന്റെ നേതൃത്വത്തിൽ തദ്ദേശ സ്വയംഭരണ വകുപ്പ്, വനിത ശിശുവികസന വകുപ്പ്, എസ്.സി/എസ്. ടി വകുപ്പ് എന്നിവയുടെ സഹകരണത്തോടെ വിവ കേരളം (വിളർച്ച യിൽനിന്നും വളർച്ചയിലേക്ക്) ക്യാമ്പയിൻ ആരംഭിച്ചത്. 15 മുതൽ 59 വയസ്സ് വരെയുള്ള പെൺകുട്ടികളിലും സ്ത്രീകളിലും അനീമിയ അഥവാ വിളർച്ചയുള്ളവരെ കണ്ടെത്തി പരിശോധനകളും ചികിത്സയും ഉറപ്പാക്ക ലാണ് ക്യാമ്പയിനിന്റെ ലക്ഷ്യം.

വയോജന പരിപാലനം

വയോജനങ്ങൾ നേരിടുന്ന ആരോഗ്യപ്രശ്നങ്ങൾ പരിഹരിക്കുന്ന തിനായി താലൂക്ക്, ജില്ല, മെഡിക്കൽ കോളേജ് ആശുപത്രികളിൽ ജീ റിയാട്രിക് ക്ലിനിക്കുകൾ ആരംഭിക്കും. സ്ത്രീകളുടെ ആരോഗ്യപ്രശ്നങ്ങൾ പരിഹരിക്കുന്നതിനുള്ള ആരോഗ്യ സേവനങ്ങൾ നൽകുന്നതിനായി കുടും ബാരോഗ്യ കേന്ദ്രങ്ങൾ മുതൽ മെഡിക്കൽ കോളേജുകൾ വരെയുള്ള ആശുപത്രികളിൽ പ്രത്യേക വെൽവുമൺ ക്ലിനിക്കുകൾ ആരംഭിക്കാനു ള്ള പ്രവർത്തനങ്ങൾ നടന്നുവരുന്നു. ഈ ക്ലിനിക്കുകളിൽ സ്ത്രീകളുടെ, പ്രത്യേകിച്ച് പ്രായമുള്ള സ്ത്രീകളുടെ അസുഖങ്ങൾ ചികിത്സിക്കുന്നതിൽ പരിശീലനം ലഭിച്ച ആരോഗ്യപ്രവർത്തകരെ നിയോഗിക്കും.

വാർഷിക ആരോഗ്യ പരിശോധനയുടെ ഭാഗമായി 2024 ഫെബ്രുവ രി 18 വരെ ആശാപ്രവർത്തകർ വഴി 46 ലക്ഷത്തിലധികം വയോജനങ്ങ ളുടെ ആരോഗ്യപ്രശ്നങ്ങൾ സംബന്ധിച്ച വിവരങ്ങൾ ശേഖരിച്ചിട്ടുണ്ട്. രോഗസാധ്യത കണ്ടെത്തിയ എല്ലാവർക്കും കുടുംബാരോഗ്യ കേന്ദ്രങ്ങൾ വഴി പരിശോധനകളും തുടർചികിത്സയും ഉറപ്പാക്കുന്നു.

വയോജനങ്ങളുടെ ആരോഗ്യപ്രശ്നങ്ങളുടെ സങ്കീർണ്ണത കണ ക്കിലെടുത്ത് ആരോഗ്യവകുപ്പും സാമൂഹ്യനീതി വകുപ്പും ചേർന്ന് സമഗ്ര വയോജന ആരോഗ്യ പദ്ധതി നടപ്പിലാക്കാനുള്ള പ്രവർത്തനങ്ങൾ നടന്നുവരുന്നു. വയോജനങ്ങളുടെ സങ്കീർണ്ണമായ പ്രശ്നങ്ങൾ ഫലപ്രദ മായി കൈകാര്യം ചെയ്യുന്നതിന് വയോജന കമിഷൻ രൂപീകരിക്കും. സംസ്ഥാന സാമൂഹ്യനീതി വകുപ്പിനുകീഴിൽ ആവിഷ്കരിച്ചിട്ടുള്ള വയോമിത്രം, വയോ അമൃതം, മന്ദഹാസം, വയോ സൗഹൃദ പഞ്ചായത്ത്, സായംപ്രഭ ഹോം, വയോമധുരം, വയോക്ഷേമ കോൾ സെന്റർ, സെ ക്കൻഡ് ഇന്നിങ്സ് ഹോം പദ്ധതി, വയോരക്ഷ പദ്ധതി, വയോജന ഹെൽപ്പ് ലൈൻ തുടങ്ങിയ പദ്ധതികളിലൂടെ പ്രായമായ സ്ത്രീകളുടെ ക്ഷേമം ഉറപ്പുവരുത്തും.

സംരംഭങ്ങൾ

സ്ത്രീകളെ സാമ്പത്തികമായി സ്വയംപര്യാപ്തരാക്കുന്നതിന് തൊഴിൽ മേഖലയിൽ ശക്തമായ ഇടപെടലുകളാണ് നവകേരളം ലക്ഷ്യം വെക്കുന്നത്. വ്യവസായവകുപ്പ് ആരംഭിച്ച സംരംഭക വർഷം പദ്ധതിയുടെ ഭാഗമായി വനിത സംരംഭങ്ങൾ ധാരാളമായി ഉണ്ടായിട്ടുണ്ട്. 2022 മുതൽ ഈ ഫെബ്രുവരി വരെ 73,002 വനിത സംരംഭങ്ങളാണ് ആരംഭിച്ചിട്ടുള്ളത്.

2023 ലെ വ്യവസായ നയം സംസ്ഥാനത്ത് 22 മുൻഗണനാ വ്യവസായ മേഖലകൾ തെരഞ്ഞെടുത്തിട്ടുണ്ട്. ഈ മേഖലകളിൽ വനിത സംരംഭകർക്ക് ഉല്പാദന സംരംഭങ്ങൾ സ്ഥാപിക്കുന്നതിന് കേരളത്തിലെവിടെയും പാട്ടക്കരാർ/ഭൂമി/കെട്ടിടം എന്നിവയുടെ രജിസ്ട്രേഷനമേൽ വരുന്ന സ്റ്റാമ്പ് ഡ്യൂട്ടി/രജിസ്ട്രേഷൻ ചാർജ്ജ് പൂർണമായും ഒഴിവാക്കും.

വനിത സംരംഭകർക്കായി കെ എസ് ഐ ഡി സിയുടെ വി-മിഷൻ പദ്ധതിയും നിലവിലുണ്ട്.

സ്ത്രീകളുടെ തൊഴിൽ പങ്കാളിത്തം

പെൺകുട്ടികളെയും സ്ത്രീകളെയും തൊഴിൽമേഖലയിൽ എത്തിക്കാനും നിലനിർത്താനും സ്ത്രീകളുടെ തൊഴിൽപങ്കാളിത്തം വർദ്ധിപ്പിക്കാനും സർക്കാർ ഇടപെടുന്നുണ്ട്. ജീവനോപാധി കണ്ടെത്തുന്നതിന് പ്രോത്സാഹനം നൽകി സ്ത്രീപദവി ഉയർത്തുന്നതിനാണ് കുടുംബശ്രീ മിഷൻ പ്രാമുഖ്യം നൽകുന്നത്. 25 വർഷത്തെ പ്രവർത്തനങ്ങൾകൊണ്ട് വലിയ മുന്നേറ്റമുണ്ടാക്കാൻ സാധിച്ചിട്ടുണ്ട്. ശാസ്ത്ര സാങ്കേതികവിദ്യയിൽ വന്ന മാറ്റം ഉന്നതവിദ്യാഭ്യാസ രംഗത്തും പ്രതിഫലിക്കുന്നുണ്ട്. അതിനനുസൃതമായി മികച്ച വിദ്യാഭ്യാസം ലഭിച്ച, സാങ്കേതിക വൈദഗ്ധ്യമുള്ള സ്ത്രീകൾക്ക് യോഗ്യതയ്ക്കനുസൃതമായ ജോലിയിൽ പ്രവേശിക്കാനും സാധിക്കുന്നുണ്ട്. അതേസമയം അത്തരം ജോലികളിൽ പ്രവേശിച്ച ചിലരെങ്കിലും കുടുംബപരമായ ബാധ്യതകൾ നിർവ്വഹിക്കുന്നതിന്റെ ഭാഗമായി വീട്ടിൽനിന്നും മാറിനിൽക്കാൻ സാധിക്കാത്ത സാഹചര്യത്തിലാണ് അത്തരം വിദഗ്ധരായ സ്ത്രീകൾക്കായി വർക്ക് നിയർ ഹോം പദ്ധതി ആവിഷ്കരിച്ചിട്ടുണ്ട്. വീടിനടുത്തുതന്നെ ജോലിചെയ്യാൻ അവസരമൊരുക്കുകയാണ് വർക്ക് നിയർ ഹോം പദ്ധതിയിലൂടെ ഉദ്ദേശിക്കുന്നത്. വർക്ക് നിയർ ഹോം സെന്ററുകളിൽ ആവശ്യമായ എല്ലാ അടിസ്ഥാന സൗകര്യങ്ങളും ഉറപ്പാക്കും. ഒപ്പം, ആഹാരം കഴിക്കുന്നതിനും കുഞ്ഞുങ്ങളെ പരിപാലിക്കുന്നതിനും സൗകര്യമൊരുക്കിയിട്ടുണ്ട്. ഇതെല്ലാം സ്ത്രീകളുടെ തൊഴിൽപങ്കാളിത്തം ഉറപ്പാക്കുന്നതിനുള്ള നടപടികളാണ്.

താല്ക്കാലികമായി തൊഴിൽ ഉപേക്ഷിക്കേണ്ടി വരികയും പിന്നീട് തൊഴിലിലേക്ക് തിരിച്ചുവരാൻ ആഗ്രഹിക്കുകയും ചെയ്യുന്ന സ്ത്രീകൾക്ക് സ്കിൽഅപ്ഗ്രേഡ് ചെയ്ത് മുന്നോട്ട് വരാനുള്ള സൗകര്യം നോളെജ് ഇക്കോണമി മിഷൻ ഒരുക്കുന്നുണ്ട്. ഡിജിറ്റൽ സർവകലാശാല തയ്യാറാക്കിയ ഡിജിറ്റൽ വർക്ക് ഫോഴ്സ് മാനേജ്മെന്റ് സിസ്റ്റത്തിൽ ഇവർക്ക് രജിസ്റ്റർ ചെയ്യാനും തൊഴിൽ കണ്ടെത്താനുമുള്ള സൗകര്യമുണ്ട്. ഇവർക്കും വർക്ക് നിയർ ഹോം സംവിധാനം സഹായകമാകും.

കയർ ഫാക്ടറി തൊഴിലാളികളുടെ വേതന നിർണ്ണയം

കയർ ഫാക്ടറി തൊഴിലാളികളുടെ ഏകദേശം 60 വർഷത്തോളമായി പരിഹരിക്കപ്പെടാതെ കിടന്ന അശാസ്ത്രീയമായ കൂലി നിർണ്ണയം മാറ്റി ഏകീകൃത ഡി എ ഘടന നടപ്പിലാക്കിയത് ഈ സർക്കാരാണ്. നിലവിലുള്ള കൂലിയിൽ പ്രതിദിനം 9% വർദ്ധനവ് വരുത്താൻ സാധിച്ചു.

കയർ ഉല്പന്നങ്ങളുടെ വൈവിധ്യവൽക്കരണം

കയർഉല്പന്നങ്ങളുടെവൈവിധ്യവൽക്കരണത്തിന്പ്രത്യേകപദ്ധതി നടപ്പിലാക്കിയിട്ടുണ്ട്. പ്രമുഖ ഗവേഷണ സ്ഥാപനങ്ങളും ഡിസൈൻ ഇൻസ്റ്റിറ്റ്യൂട്ടുകളും ചേർന്നാണ് പദ്ധതി ആവിഷ്കരിച്ചിട്ടുള്ളത്. ഇതിനുള്ള പരിശീലനം നൽകുന്നതിന് മുന്നോടിയായി കയർ മേഖലയിലുള്ള പൊതുമേഖലാ സ്ഥാപനങ്ങൾ, കയർ എക്സ്പോർട്ടർമാർ, കയർ തൊഴിലാളികൾ, എൻ ഐ ഡി, നിഫ്റ്റ്, കേരള ഇൻസ്റ്റിറ്റ്യൂട്ട് ഓഫ് ഡിസൈൻ എന്നിവയുടെ പ്രതിനിധികൾ ചേർന്ന് പരിശീലന പരിപാടിയുടെ കരിക്കുലം തയ്യാറാക്കി. പുതിയ ഉല്പന്നങ്ങൾ നിർമ്മിക്കുന്നതിനായി എൻ ഐ ഡി ഭോപ്പാലുമായി ചേർന്ന് പ്രോഡക്ട് റിസർച്ച് ആൻഡ് ഡിസൈൻ സെന്റർ കയർ കോർപ്പറേഷനിൽ ആരംഭിച്ചു. ആദ്യഘട്ട പരിശീലനത്തിനായി ഒരു കോടി രൂപ സംസ്ഥാന സർക്കാർ അനുവദിച്ചു. ആലപ്പുഴയിൽ 50 പേർക്ക് ദിവസം 600 രൂപ സ്റ്റൈപ്പന്റോടുകൂടി പരിശീലനം നൽകിവരുന്നു. ഇന്ത്യയിൽ ആദ്യമായാണ് കയർ മേഖലയിൽ ഡിസൈൻ വൈവിധ്യവൽക്കരണം നടത്തുന്നതിന് ഈ രീതിയിലുള്ള പരിശീലന പദ്ധതി ആവിഷ്കരിച്ച് നടപ്പിലാക്കുന്നത്.

ക്ലസ്റ്റർ ഡെവലപ്മെന്റ് പ്രോഗ്രാം (കൈത്തറി)

ക്ലസ്റ്റർ ഡെവലപ്മെന്റ് പ്രോഗ്രാം വഴി കൈത്തറി മേഖലയെ ആധുനികവൽക്കരിക്കും. 10 കൈത്തറി ക്ലസ്റ്ററുകൾ രൂപീകരിച്ചിട്ടുണ്ട്. ക്ലസ്റ്ററിൽ ഉൾപ്പെട്ട കൈത്തറി സംഘങ്ങളിൽ സോളാർ ലൈറ്റിങ് യൂണി

റ്റുകൾ സ്ഥാപിക്കുന്നതിനുള്ള നടപടികൾ പുരോഗമിക്കുന്നു. 22 തറികൾ, തറി അനുബന്ധ ഉപകരണങ്ങൾ മുതലായവ വിതരണം ചെയ്തിട്ടുണ്ട്.

ടെക്സ്റ്റൈയിൽസ് ഡിസൈനർമാരുടെ സേവനം പ്രയോജനപ്പെടുത്തി പുതിയ തലമുറയുടെ അഭിരുചിക്ക് ഇണങ്ങുന്ന തുണിത്തരങ്ങൾ ഉല്പാദിപ്പിച്ച് ആഭ്യന്തര വിപണി ശക്തിപ്പെടുത്തും. കയറ്റുമതി വഴി കൂടുതൽ വില്പന ഉറപ്പാക്കും. ഈ പ്രവർത്തനങ്ങൾ കൈത്തറി തൊഴിലാളികളുടെ ജീവിതനിലവാരം ഉയർത്തുന്നതിന് സഹായകരമാകും. എല്ലാ കൈത്തറി സംഘങ്ങളെയും ഈ പദ്ധതിയുടെ ഭാഗമാക്കാൻ നടപടികൾ സ്വീകരിച്ചുവരുന്നു.

കുടുംബശ്രീ എ ഡി എസുകളെ ശക്തിപ്പെടുത്തൽ

കുടുംബശ്രീ ത്രിതല സംഘടനാ സംവിധാനത്തിൽ ഏര്യാ ഡെവലപ്മെന്റ് സൊസൈറ്റികൾക്കാണ് വാർഡ് തല പ്രവർത്തനങ്ങളുടെ മോണിറ്ററിങ് ചുമതല. സംഘാടനത്തിലും എ ഡി എസുകൾ കാര്യമായി ഇടപെടുന്നുണ്ട്. എ ഡി എസുകളുടെ പ്രവർത്തനം വിപുലീകരിക്കുന്നതിന്റെ ഭാഗമായി കുടുംബശ്രീ അംഗങ്ങളിൽ കലാ-കായികപരമായ കഴിവുകൾ പരിപോഷിപ്പിക്കുന്നതിനും വായനാശീലം വർദ്ധിപ്പിക്കുന്നതിനും വൈജ്ഞാനിക തൊഴിൽ സാധ്യതകളെക്കുറിച്ച് മനസ്സിലാക്കുന്നതിനും എ ഡി എസ് തല റിക്രിയേഷൻ & കൾച്ചറൽ സെന്ററുകൾ സ്ഥാപിക്കും. തദ്ദേശ സ്വയംഭരണ സ്ഥാപനങ്ങളുടെ കീഴിലുള്ള ഘടക സ്ഥാപനങ്ങളുടെ കെട്ടിടങ്ങളിലോ വായനശാലകൾ, മറ്റു പൊതുയിടങ്ങൾ എന്നിവിടങ്ങളിലോ ആയിരിക്കും റിക്രിയേഷൻ & കൾച്ചറൽ സെന്ററുകൾ സ്ഥാപിക്കുക.

കുടുംബശ്രീ – ഉപജീവന പ്രവർത്തനങ്ങൾ

25 വർഷം പിന്നിട്ട കുടുംബശ്രീ ഇനി കൂടുതലായി പ്രാമുഖ്യം നൽകേണ്ടത് ഉപജീവന മേഖലകളിലാണ്. 2024-25 വർഷം കുടുംബശ്രീ ലൈവ്‌ലിഹുഡ് ഇനിഷ്യേറ്റീവ് ഫോർ ട്രാൻസ്ഫർമേഷൻ (കെ-ലിഫ്റ്റ്) എന്ന ബൃഹത് ക്യാമ്പയിൻ സംഘടിപ്പിക്കും. ഇതിലൂടെ 3 ലക്ഷം പേർക്ക് തൊഴിലവസരങ്ങൾ സൃഷ്ടിക്കാനാണ് ലക്ഷ്യമിടുന്നത്. കുടുംബശ്രീ പ്രീമിയം കഫേ, കെ-ഫോർ കെയർ മുതലായ ഇടപെടൽ വ്യാപിപ്പിക്കും.

ജെൻഡർ പാർക്ക്

ജെൻഡർ സംബന്ധിച്ച ഗവേഷണത്തിനും റഫറൻസിനുമുള്ള കേന്ദ്രമായാണ് ജെൻഡർ പാർക്ക് വിഭാവനം ചെയ്തിട്ടുള്ളത്. വിവിധ

സർക്കാർ വകുപ്പുകൾക്കും ഏജൻസികൾക്കും ജെൻഡർ സംബന്ധമായ നിർദ്ദേശങ്ങളും ഉപദേശങ്ങളും നൽകാൻ പ്രാപ്തമായ ഏജൻസിയായി ജെൻഡർ പാർക്ക് മാറേണ്ടതുണ്ട്.

സ്ത്രീപഠനങ്ങൾ ഉൾക്കൊള്ളുന്ന മികച്ച ലൈബ്രറി ജെൻഡർ പാർക്കിൽ സജ്ജീകരിച്ചിട്ടുണ്ട്. സാമൂഹ്യ വികസനത്തിൽ സ്ത്രീപങ്കാളിത്തം അടയാളപ്പെടുത്തുന്ന മുഹൂർത്തങ്ങൾ മനസ്സിലാക്കാൻ സഹായിക്കുന്ന മ്യൂസിയവും ഉണ്ട്. ജെൻഡർ പാർക്കിന്റെ പ്രവർത്തനങ്ങൾ വിപുലീകരിക്കുന്നതിന് ആവശ്യമായ ഇടപെടലുകൾ നടത്താൻ നിർദ്ദേശം നൽകിയിട്ടുണ്ട്.

സ്ത്രീപദവി ഉയർത്തൽ

സംസ്ഥാനത്ത് സ്ത്രീധന നിരോധന നിയമം ഫലപ്രദമായി നടപ്പിലാക്കാൻ കേരള സ്ത്രീധന നിരോധന ചട്ടം 2004 ഭേദഗതി വരുത്തി. വനിത ശിശുവികസന ഡയറക്ടറെ ചീഫ് ഡൗറി പ്രൊഹിബിഷൻ ഓഫീസറായും ജില്ലാ വനിത ശിശുവികസന ഓഫീസർമാരെ സ്ത്രീധന നിരോധന ഓഫീസർമാരായും നിയോഗിച്ചു. വനിത ശിശുവികസന വകുപ്പ് വികസിപ്പിച്ച പോർട്ടലിലൂടെ സ്ത്രീധനത്തിനെതിരെയുള്ള പരാതികൾ രജിസ്റ്റർ ചെയ്യാൻ സൗകര്യമൊരുക്കിയിട്ടുണ്ട്.

ഗാർഹികാതിക്രമങ്ങളിൽനിന്നും വനിതകളെ സംരക്ഷിക്കുന്ന നിയമം-2005 വനിത ശിശുവികസന വകുപ്പ് വഴി ഫലപ്രദമായി നടപ്പിലാക്കി വരുന്നു. 14 ജില്ലകളിലും വനിത സംരക്ഷണ ഓഫീസർമാരെ നിയമിച്ചിട്ടുണ്ട്. ഇവരെ സഹായിക്കുന്നതിനായി കേരള മഹിളാ സമഖ്യ സൊസൈറ്റി വഴി 14 മെസഞ്ചർമാരെ നിയമിച്ചു. ഗാർഹിക അതിക്രമങ്ങളിൽ ഇരയാകുന്ന വനിതകൾക്ക് ആവശ്യമായ സേവനം ലഭ്യമാക്കുന്നതിന് 'ഉണർവ്' പദ്ധതി പ്രകാരം 90 സർവീസ് പ്രോവൈഡിങ് സെന്ററുകൾ പ്രവർത്തിക്കുന്നു. ഈ സെന്ററുകൾ വഴി അതിക്രമങ്ങളിൽപ്പെട്ട സ്ത്രീകൾക്ക് സൗജന്യ വൈദ്യസഹായം, നിയമസഹായം, കൗൺസിലിങ്, താല്ക്കാലിക സംരക്ഷണം എന്നിവയും പോലീസ് സഹായവും ലഭ്യമാക്കുന്നു. എല്ലാ ബ്ലോക്കുകളിലും സർവീസ് പ്രോവൈഡിങ് സെന്ററുകൾ ആരംഭിക്കുന്നതിനുള്ള നടപടികൾ സ്വീകരിച്ചുവരുന്നു. ഫാമിലി കൗൺസിലിങ് നൽകുന്നതിന് 35 ഫാമിലി കൗൺസിലിങ് സെന്ററുകൾ പ്രവർത്തിച്ചുവരുന്നു.

സ്ത്രീകൾക്കുനേരെയുള്ള അതിക്രമങ്ങൾ തടയുന്നതിനും സ്ത്രീകളുടെ പദവി ഉയർത്തുന്നതിനും വീടുകളിൽനിന്നുതന്നെ അവബോധ പ്രവർത്തനങ്ങൾ ആരംഭിക്കേണ്ടതുണ്ട്. ഇതിനായി ബൃഹത്തായ ക്യാമ്പയിൻ ആരംഭിക്കും. സ്ത്രീകളും പുരുഷന്മാരും കുട്ടികളും ഒരുമിച്ചിരുന്ന് വിവിധ വിഷയങ്ങളിൽ ചർച്ച നടത്തും.

പോക്സോ കേസുകൾ വേഗത്തിൽ തീർപ്പാക്കൽ

പോക്സോ കേസുകൾ കൈകാര്യം ചെയ്യുന്നതിന് 56 അതിവേഗ പ്രത്യേക കോടതികൾ അനുവദിച്ചിട്ടുണ്ട്. ഇതിൽ 54 എണ്ണം പ്രവർത്തനമാരംഭിച്ചു. കൂടാതെ ഓരോ ജില്ലയിലും, കുട്ടികളുടെ അവകാശ സംരക്ഷണത്തിനായി തെരഞ്ഞെടുക്കപ്പെട്ട കോടതികളെ 2005 ൽ പ്രത്യേക കോടതികളായി വിജ്ഞാപനം ചെയ്തിട്ടുണ്ട്. ചിൽഡ്രൻസ് ഹോമുകളിലും നിർഭയ ഹോമുകളിലും സമാനമായ മറ്റ് സ്ഥാപനങ്ങളിലും താമസിക്കുന്ന അതിജീവിതകളുടെ കേസുകൾ വേഗത്തിൽ തീർപ്പാക്കുന്നതിന് പ്രത്യേക നടപടികൾ സ്വീകരിച്ചിട്ടുണ്ട്. പോക്സോ കോടതികൾ കൈകാര്യംചെയ്യുന്ന സ്പെഷ്യൽ പ്രോസിക്യൂട്ടർമാർക്ക് ജില്ലാതല പരിശീലനം നൽകിവരുന്നു. ഫോറൻസിക് സയൻസ് ലാബിൽനിന്നും കാലതാമസമില്ലാതെ റിപ്പോർട്ട് ലഭ്യമാക്കുന്നതിന് നടപടി കൈക്കൊണ്ടിട്ടുണ്ട്. പോക്സോ കേസുകളുടെ വിചാരണ, അന്തിമ തീർപ്പാക്കൽ, പുരോഗതി എന്നിവ നിരീക്ഷിക്കുന്നതിനും വിലയിരുത്തുന്നതിനും പ്രത്യേക കമ്മിറ്റി നിലവിലുണ്ട്. മാസത്തിലൊരിക്കൽ ഈ കമ്മിറ്റി കേസുകളുടെ പുരോഗതി വിലയിരുത്തിവരുന്നു.

സ്ത്രീകൾക്കും കുട്ടികൾക്കും എതിരെയുള്ള അതിക്രമങ്ങളെ പ്രതിരോധിക്കുന്നതിനും യഥാസമയം പ്രതികരിക്കുന്നതിനും സ്ത്രീകളെയും കുട്ടികളെയും സജ്ജമാക്കൽ പ്രമേയമാക്കി ജനമൈത്രി പോലീസ് പ്രചാരണ പ്രവർത്തനങ്ങൾ നടത്തിവരുന്നു.

മെഡിക്കോ ലീഗൽ പ്രോട്ടോക്കോൾ വികസിപ്പിച്ചിട്ടുണ്ട്. അതിജീവിതയുടെ മാനസിക പ്രയാസങ്ങൾ തിരിച്ചറിഞ്ഞ് കേസന്വേഷണത്തിലും വിചാരണയിലും ഇടപെടേണ്ടത് സംബന്ധിച്ച് പ്രോട്ടോക്കോൾ വിശദമാക്കുന്നുണ്ട്. ഇവയുൾപ്പെടെ പ്രോട്ടോക്കോളിലെ ആശയങ്ങൾ സംബന്ധിച്ച് അവബോധം നൽകുന്നതിന് ഡോക്ടർമാർക്കുള്ള പരിശീലനം ആരംഭിച്ചിട്ടുണ്ട്. കോവിഡ്-19 ന്റെ പശ്ചാത്തലത്തിൽ നിലച്ചുപോയ ഈ പരിശീലനം പുനഃരാരംഭിക്കാൻ നിർദ്ദേശം നൽകും.

ശൈശവ വിവാഹം

ശൈശവ വിവാഹ നിരോധന നിയമം 2006 ഫലപ്രദമായി നടപ്പിലാക്കുന്നതിന്റെ ഭാഗമായി 258 ശിശുവികസന പദ്ധതി ഓഫീസർമാരെ ബ്ലോക്ക് തലത്തിൽ ശൈശവ വിവാഹ നിരോധന ഓഫീസർമാരായി നിയോഗിച്ചിട്ടുണ്ട്. ശൈശവ വിവാഹം മുൻകൂട്ടി അറിയിക്കുന്ന വ്യക്തിക്ക് പാരിതോഷികം നൽകുന്ന 'പൊൻ വാക്ക്' പദ്ധതി വനിത ശിശുവികസന വകുപ്പ് മുഖേന നടപ്പാക്കിവരുന്നു. പട്ടികജാതി, പട്ടികവർഗ വിഭാഗക്കാർക്ക് നിയമസഹായം ഉറപ്പുവരുത്താനുള്ള പദ്ധതി നിലവിലുണ്ട്.

ശൈശവ വിവാഹം തടയുന്നതിന് നിരന്തരമായി ബോധവൽക്കരണം നടത്തിവരുന്നു. ആചാരപ്രകാരമുള്ള ശൈശവ വിവാഹങ്ങൾ നിയമവിരുദ്ധമാണെന്ന് അറിയിക്കുന്ന ടെലിഫിലിം ഉൾപ്പെടെയുള്ള പ്രചരണോപാധികൾ വികസിപ്പിച്ചിട്ടുണ്ട്. വനിത ശിശുവികസന, ആരോഗ്യ, നിയമ വകുപ്പുകളുമായി ചേർന്ന് വിവിധങ്ങളായ പ്രവർത്തനങ്ങൾ ആസൂത്രണം ചെയ്തിട്ടുണ്ട്.

സൈബർ ആക്രമണം

സ്ത്രീകൾക്കെതിരായ സൈബർ ആക്രമണം വ്യാപകമായി നടക്കുന്നതായി കണ്ടുവരുന്നു. അടിസ്ഥാനരഹിതമായ ആരോപണങ്ങളിലൂടെ വ്യക്തി/സ്വഭാവഹത്യയാണ് സൈബർ ബുള്ളിയിങ്ങിന്റെ ഭാഗമായി നടക്കുന്നത്. ഇത് ശക്തമായി പ്രതിരോധിക്കേണ്ട കുറ്റകൃത്യമാണ്. സൈബർ ഇടങ്ങളിലെ കുറ്റകൃത്യങ്ങൾ നിയന്ത്രിക്കുന്നതിനും കുറ്റക്കാർക്കെതിരെ നടപടി സ്വീകരിക്കുന്നതിനും നിയമമുണ്ട്. ഈ നിയമവ്യവസ്ഥ അനുസരിച്ച് പരാതികളിന്മേൽ കർശനമായ നടപടി കൈക്കൊള്ളാൻ സർക്കാർ ശ്രമിക്കാറുമുണ്ട്. ബോധവൽക്കരണ പ്രവർത്തനങ്ങളിലൂടെയും മാധ്യമ സാക്ഷരത പ്രവർത്തനങ്ങളിലൂടെയും സൈബർ കുറ്റകൃത്യങ്ങൾക്കെതിരായ ആശയ പ്രചാരണം ശക്തിപ്പെടുത്തും. മാധ്യമങ്ങളുടെ പ്രവർത്തനങ്ങളെ വിലക്കാനോ നിയന്ത്രിക്കാനോ പ്രത്യേക നിയമമോ നയമോ ആവിഷ്കരിക്കൽ ഇപ്പോൾ പരിഗണനയിലില്ല.

സ്കൂൾ പാഠ്യപദ്ധതിയിൽ ലിംഗാവബോധം ഉൾപ്പെടുത്തൽ

ഭരണഘടന ഉറപ്പുതരുന്ന ലിംഗസമത്വവും ലിംഗതുല്യതയും ശരിയായ അർത്ഥത്തിൽ നടപ്പിലാക്കും. സ്കൂൾ വിദ്യാഭ്യാസരംഗത്ത് ഇതിനായി വിവിധ പ്രവർത്തനങ്ങൾ ആസൂത്രണം ചെയ്ത് നടപ്പാക്കുന്നുണ്ട്. പാഠപുസ്തകങ്ങൾ ജെൻഡർ ഓഡിറ്റിങ്ങിന് വിധേയമാക്കി. ഒന്ന്, മൂന്ന്, അഞ്ച്, ഏഴ്, ഒമ്പത് ക്ലാസുകളിലേക്കുള്ള പുതിയ പാഠപുസ്തകങ്ങൾ തയ്യാറാവുകയാണ്. ബാക്കിയുള്ള ക്ലാസുകളിലേത് തൊട്ടടുത്ത വർഷവും മാറും. പുതിയ പാഠപുസ്തകങ്ങൾ ജെൻഡർ അധിഷ്ഠിതമാക്കാൻ എസ് സി ഇ ആർ ടിക്ക് നിർദ്ദേശം നൽകിയിട്ടുണ്ട്.

ഗൃഹാധിഷ്ഠിത വിദ്യാഭ്യാസം

ഗുരുതരമായ ചലനപരിമിതി അഭിമുഖീകരിക്കുന്ന ഭിന്നശേഷിക്കാരായ കുട്ടികൾക്ക് ഗൃഹാധിഷ്ഠിത വിദ്യാഭ്യാസം ഒരുക്കാൻ നമുക്ക് സാധിച്ചിട്ടുണ്ട്. സംവിധാനങ്ങളുടെ പരിമിതിമൂലം ഒരു കുട്ടിയും വിദ്യാഭ്യാസത്തിൽനിന്ന് പുറത്താകരുത് എന്ന നിശ്ചയദാർഢ്യമാണ് ഗൃഹാ

ധിഷ്ഠിത വിദ്യാഭ്യാസം നടപ്പിലാക്കുന്നതിന് പിന്നിൽ. ആഴ്ചയിൽ ഒരു ദിവസം സ്പെഷ്യൽ എജ്യൂക്കേറ്റർമാർ വീട്ടിനകത്ത് മാത്രം കഴിയേണ്ടിവരുന്ന കുട്ടികളുടെ വീട് സന്ദർശിച്ച് പഠന പിന്തുണ ഉറപ്പാക്കിവരുന്നു. മിക്കവാറും എല്ലാ വീടുകളിലും നല്ല സ്വീകാര്യതയാണ് സ്പെഷ്യൽ എജ്യൂക്കേറ്റർമാർക്ക് ലഭിച്ചുവരുന്നതെന്നാണ് റിപ്പോർട്ടുകൾ സൂചിപ്പിക്കുന്നത്. അതേസമയം അനഭിലഷണീയമായ പെരുമാറ്റം ഉണ്ടായതായി അപൂർവ്വം കേസുകളിലെങ്കിലും റിപ്പോർട്ട് ചെയ്യപ്പെട്ടിട്ടുണ്ട്. സ്പെഷ്യൽ എജ്യൂക്കേറ്റേഴ്സിന് ആവശ്യമായ തൊഴിൽ സുരക്ഷിതത്വം ഉറപ്പാക്കൽ പ്രധാനം തന്നെയാണ്. പരാതി ലഭിച്ചാൽ ഇക്കാര്യത്തിൽ ഗൗരവപൂർവ്വമായ ഇടപെടലുകൾ ഉറപ്പാക്കും.

സ്കൂൾ കുട്ടികൾക്ക് ആർത്തവാവധി

കോളേജുകളിൽനിന്നും വ്യത്യസ്തമായ അന്തരീക്ഷമാണ് സ്കൂളുകളിലുള്ളത്. കുട്ടികൾക്ക് കുറേക്കൂടി വ്യക്തിഗത ശ്രദ്ധയും പരിചരണവും സ്കൂളുകളിൽ ലഭ്യമാകുന്നുണ്ട്. പെൺസൗഹൃദ ഇടങ്ങളായി സ്കൂളുകൾ വലിയ തോതിൽ മാറിയിട്ടുമുണ്ട്. ആർത്തവ ദിനങ്ങളിൽ സ്കൂളിൽ പോകാതെ വീട്ടിലിരിക്കുക എന്നത് പ്രായോഗികമാകുമെന്ന് തോന്നുന്നില്ല. പ്രത്യേകിച്ച് രക്ഷിതാക്കൾ ജോലിക്കു പോകുന്ന കുടുംബമാണെങ്കിൽ പകൽ സമയത്ത് കുട്ടികൾ വീട്ടിൽ ഒറ്റയ്ക്ക് കഴിയേണ്ടിവരും. ഇത് അവർക്ക് ആവശ്യമായ ശ്രദ്ധയും പരിചരണവും ഇല്ലാതാക്കാനാണ് ഇടവരുത്തുക. ഏതായാലും നിങ്ങൾ ഉന്നയിച്ച ഈ വിഷയം അർഹിക്കുന്ന ഗൗരവത്തോടെ ബന്ധപ്പെട്ടവരുമായി ചർച്ച ചെയ്യുന്നതാണ്.

അങ്കണവാടി ഹെൽപ്പർ നിയമനം

കേന്ദ്രസർക്കാർ നിർദ്ദേശമനുസരിച്ച് മിനി അങ്കണവാടികളിൽ ഹെൽപ്പർമാരെ നിയമിക്കാനാകില്ല. ഇത്തരം അങ്കണവാടികളെ മുഖ്യ അങ്കണവാടികളാക്കി ഉയർത്തുന്നതിന് പ്രതിവർഷം 21 ലക്ഷം രൂപ അധികമായി വേണ്ടിവരും. ഈ ബാധ്യത ഏറ്റെടുക്കാൻ സംസ്ഥാന സർക്കാർ സന്നദ്ധമാണെന്ന് കേന്ദ്ര സർക്കാരിനെ അറിയിച്ചിട്ടുണ്ട്. കേന്ദ്ര സർക്കാർ സംസ്ഥാനത്തിന്റെ നിർദ്ദേശം അംഗീകരിക്കുകയാണെങ്കിൽ 129 മിനി അങ്കണവാടികളെ മുഖ്യ അങ്കണവാടികളാക്കി മാറ്റി, ഹെൽപ്പർമാരെ നിയമിക്കുന്നതാണ്.

അങ്കണവാടി പ്രവർത്തന പുസ്തകം

അങ്കണവാടികളിൽ 3+, 4+, 5+ കുട്ടികളാണ് എത്തിച്ചേരുന്നത്. തീം അധിഷ്ഠിത വിനിമയമാണ് അങ്കണവാടികളിൽ നടക്കുന്നത്. 24

തീമുകളും 6 ഉപ തീമുകളും ഉൾപ്പെടുന്ന *അങ്കണത്തൈമാവ്* പ്രവർത്തന പുസ്തകമാണ് എല്ലാ വിഭാഗം കുട്ടികൾക്കുമായി നിലവിലുള്ളത്. ഓരോ പ്രായഘട്ടത്തിലുമുള്ള കുട്ടികളുടെ വയസ്സിന് അനുയോജ്യമായ പ്രവർത്തന പുസ്തകം തയ്യാറാക്കാൻ നിർദ്ദേശം നൽകിയിട്ടുണ്ട്.

ക്രഷുകൾ

അമ്മമാരായിട്ടുള്ള സ്ത്രീകൾ തൊഴിൽ ഉപേക്ഷിക്കുന്ന പ്രവണത കുറയ്ക്കുന്നതിന് തൊഴിലിടങ്ങൾ വനിത-ശിശു സൗഹൃദമാക്കാൻ നടപടികൾ കൈക്കൊണ്ടിട്ടുണ്ട്. അമ്പതിലധികം ജീവനക്കാർ ജോലിചെയ്യുന്ന ഓഫീസ് സമുച്ചയങ്ങളിൽ ക്രഷ് സൗകര്യം ഏർപ്പെടുത്തേണ്ടതുണ്ട്. വനിത ശിശുവികസന വകുപ്പ് മുഖേന 25 ക്രഷുകൾ റീ ഷിഫ്റ്റ് ചെയ്ത് പ്രവർത്തനം ആരംഭിക്കാൻ സർക്കാർ അനുമതി നൽകി. ക്രഷ് ഒന്നിന് 2 ലക്ഷം രൂപാ വീതം 50 ലക്ഷം രൂപ അനുവദിച്ചു. കൂടുതൽ ക്രഷുകൾ ആരംഭിക്കുന്നതിന് നടപടി സ്വീകരിച്ചുവരുന്നു. അങ്കണവാടികളുടെ പ്രവർത്തനസമയം വർധിപ്പിച്ച് ക്രഷിന്റെ പരിധിയിൽ വരുന്ന 6 മാസം മുതലുള്ള കുഞ്ഞുങ്ങളെ പ്രവേശിപ്പിക്കാനാകുംവിധം അങ്കണവാടി കം ക്രഷുകൾ ആരംഭിക്കുന്നതിന് നടപടി സ്വീകരിച്ചുവരുന്നു.

കായിക വിദ്യാഭ്യാസം

പെൺകുട്ടികൾക്കായി കണ്ണൂരും എറണാകുളത്തും ഫുട്ബോൾ അക്കാദമികൾ ആരംഭിച്ചു. വനിത വോളിബോൾ അക്കാദമി ഉടനെ ആരംഭിക്കും. ഇന്ത്യയിലെ ആദ്യത്തെ വനിത സ്പോർട്സ് സ്കൂളാണ് കണ്ണൂർ സ്പോർട്സ് ഡിവിഷൻ. ഈ കായിക വിദ്യാലയം 2017 ൽ കായിക വകുപ്പ് ഏറ്റെടുത്തശേഷം 10 കോടിയിലധികം രൂപയുടെ വികസന പ്രവർത്തനങ്ങൾ നടപ്പാക്കി.

2022 ൽ ദേശീയ സീനിയർ വനിത ഫുട്ബോൾ ചാമ്പ്യൻഷിപ്പ് ആദ്യമായി കേരളത്തിൽ സംഘടിപ്പിച്ചു. ഇത് കേരളത്തിലെ വനിത ഫുട്ബോളിന് വലിയ പ്രചോദനമായി. 5 ലക്ഷം പേർക്ക് ഫുട്ബോൾ പരിശീലനം നൽകാൻ കായിക വകുപ്പ് ആരംഭിച്ച ഗോൾ പദ്ധതിയിൽ രണ്ടര ലക്ഷം പെൺകുട്ടികൾക്ക് പരിശീലനം നൽകും.

കുടുംബശ്രീയുമായി ചേർന്ന് വനിതകൾക്ക് കരാട്ടെ പരിശീലനം നൽകുന്ന പദ്ധതി ആരംഭിച്ചു. മുഴുവൻ ജില്ലകളിലും പദ്ധതി നടപ്പാക്കി വരികയാണ്. വനിതകൾക്ക് കളരി, കരാട്ടെ, കുങ്ഫു, തൈക്കാണ്ടോ തുടങ്ങിയ ആയോധന കലകൾ അഭ്യസിക്കാൻ അവസരം നൽകുന്ന കോമ്പാറ്റ് സ്പോർട്സ് കേന്ദ്രങ്ങൾ എല്ലാ ജില്ലകളിലും ആരംഭിക്കും.

വയനാട് പുൽപ്പള്ളിയിലെ ആർച്ചറി അക്കാദമി എലൈറ്റ് പരിശീലന കേന്ദ്രമാക്കി ഉയർത്തും. ഇവിടെ ആദിവാസി പെൺകുട്ടികൾക്ക് പ്രത്യേക പരിഗണന ലഭിക്കും.

കാസർഗോഡ് നഗരത്തിൽ സംസ്ഥാനത്തെ ആദ്യത്തെ പിങ്ക് സ്റ്റേഡിയം നിർമ്മിക്കാനുള്ള നടപടികൾ പുരോഗമിക്കുന്നു.

സ്കൂൾ തല പരിശീലന പരിപാടികളായ സ്പ്രിന്റ് (അത്‌ലറ്റിക്സ്), പഞ്ച് (ബോക്സിങ്), ജൂഡോക്ക (ജൂഡോ), ഹൂപ്സ് (ബാസ്കറ്റ്ബോൾ) പരിശീലന പദ്ധതികളിൽ പെൺകുട്ടികൾക്ക് പരിശീലനം നൽകിവരുന്നു.

ട്രൈബൽ പ്ലസ്

മഹാത്മാഗാന്ധി ദേശീയ ഗ്രാമീണ തൊഴിലുറപ്പ് പദ്ധതിപ്രകാരം നൂറുദിവസത്തെ തൊഴിൽ പൂർത്തിയാക്കുന്ന പട്ടികവർഗ കുടുംബങ്ങൾക്ക് ആ സാമ്പത്തിക വർഷം 100 അധികദിവസ തൊഴിൽകൂടി നൽകുന്നതിനായി സംസ്ഥാന സർക്കാർ ആവിഷ്കരിച്ച് നടപ്പാക്കുന്ന പദ്ധതിയാണ് ട്രൈബൽ പ്ലസ്. 2017 ൽ ആരംഭിച്ച കേരള ട്രൈബൽ പ്ലസ് പദ്ധതിക്ക് പൂർണമായും ധനസഹായം നൽകുന്നത് കേരള സർക്കാരാണ്. രാജ്യത്തിന് മാതൃകയായ പദ്ധതിയാണിത്. കൂടുതൽ പട്ടികവർഗക്കാരെ പദ്ധതിയിലേക്ക് കൊണ്ടുവരുന്നതിന് മുൻകൂറായി വേതനം നൽകുന്ന സംവിധാനം കൈക്കൊണ്ടു. ഇതിലൂടെ അട്ടപ്പാടി ബ്ലോക്കിലെയും വയനാട് ജില്ലയിലെയും ആറളം ഫാമിലെയും പട്ടികവർഗ കുടുംബങ്ങളെ ഈ പ്രത്യേക പരിപാടിയിൽ ഉൾപ്പെടുത്തി. 2018-19 മുതൽ 2023-24 വരെ 45,70,200 തൊഴിൽദിനങ്ങൾ നൽകാൻ കഴിഞ്ഞു. 1,29,307 കുടുംബങ്ങൾ നൂറുദിവസത്തിലധികം തൊഴിൽദിനങ്ങൾ പൂർത്തിയാക്കി. 14,250 കുടുംബങ്ങൾ 200 തൊഴിൽദിനങ്ങൾ പൂർത്തിയാക്കിയവരാണ്.

പട്ടികവർഗക്കാർക്കുള്ള പോഷകാഹാരം

വനിത-ശിശുവികസന വകുപ്പ് അങ്കണവാടികൾ മുഖേന പ്രത്യേക പോഷകാഹാര, ബോധവൽക്കരണ പരിപാടികൾ നടപ്പിലാക്കുന്നുണ്ട്. ആരോഗ്യം, പട്ടികവർഗ വികസനം, തദ്ദേശസ്വയംഭരണ വകുപ്പ് എന്നിവയുമായി സംയോജിച്ച് വിവിധ പദ്ധതികൾ നടപ്പിലാക്കി വരുന്നു. പട്ടികവർഗ വികസന വകുപ്പ് ഗർഭിണികൾക്കും മുലയൂട്ടുന്ന അമ്മമാർക്കും പോഷകാഹാരം ഉൾപ്പെടെയുള്ള ആവശ്യത്തിനായി പ്രതിമാസം 2,000 രൂപ 18 മാസക്കാലം അനുവദിച്ചു നൽകുന്നു. അട്ടപ്പാടി മേഖലയിൽ 'ഊരിന്റെ താരാട്ട്,' 'കരുതൽ കൂട്ടം,' 'സ്നേഹപൂർവ്വം അമ്മയ്ക്ക്' എന്നീ

പരിപാടികൾ നടപ്പിലാക്കി വരുന്നു. മറ്റു ജില്ലകളിലേക്ക് ഈ പദ്ധതികൾ വ്യാപിപ്പിക്കുന്നത് പരിഗണിക്കും.

പോലീസ്, എക്സൈസ്, വനം വകുപ്പുകളിൽ പ്രത്യേക റിക്രൂട്ട്മെന്റ്

പോലീസ്, എക്സൈസ്, വനം വകുപ്പുകളിൽ പട്ടികവർഗക്കാർക്ക് പ്രത്യേക റിക്രൂട്ട്മെന്റ് ഏർപ്പെടുത്തി നിയമനം നൽകിവരുന്നു. വനംവകുപ്പിൽ ബീറ്റ് ഫോറസ്റ്റ് ഓഫീസർമാരായി വനിതകൾക്കും നിയമനം നൽകിയിട്ടുണ്ട്. ഒഴിവുകൾ നിലവിലുണ്ടെങ്കിൽ നികത്തുന്നതിന് നടപടി സ്വീകരിക്കും.

പട്ടികവർഗ പെൺകുട്ടികളും സ്ത്രീകളും വീട്ടിലും സമൂഹത്തിലും പുരുഷസമൂഹത്തിന്റെ ലഹരി ഉപഭോഗത്തിന്റെയും പലതരം ചൂഷണങ്ങളുടെയും ഇരകളായി മാറുന്നു. സ്ഥായിയായ ഒരു അവബോധ പരിഹാര പദ്ധതി ഇക്കാര്യത്തിൽ നടപ്പിലാക്കാൻ കഴിയുമോ എന്നു പരിശോധിക്കും.

'എന്റെ കൂട്'

യാത്രക്കാരായ സ്ത്രീകൾക്ക് സുരക്ഷിതമായി താമസിക്കുന്നതിന് ഒരുക്കിയിട്ടുള്ള സർക്കാർ സംവിധാനമാണ് 'എന്റെ കൂട്.' പ്രധാന നഗരങ്ങളായ കോഴിക്കോട്, എറണാകുളം, തിരുവനന്തപുരം എന്നിവിടങ്ങളിൽ ഈ സംവിധാനം ഫലപ്രദമായി നടപ്പിലാക്കി വരുന്നു. ഈ മാതൃകയിൽ മറ്റു നഗരങ്ങളിലും സ്ത്രീകൾക്കുള്ള താമസസൗകര്യം ഒരുക്കൽ പരിഗണിക്കും.

നവകേരള

പട്ടികജാതി-പട്ടികവർഗ സദസ്സ്

കണ്ണൂർ

24 ഫെബ്രുവരി, 2024

ആമുഖം

ചരിത്രപരമായ കാരണങ്ങളാൽ സാമൂഹ്യ ജീവിതത്തിന്റെ മുഖ്യ ധാരയിൽനിന്ന് പുറന്തള്ളപ്പെട്ടവരാണ് ദലിത് ആദിവാസി വിഭാഗങ്ങൾ. കേരള ജനസംഖ്യയുടെ 9.1 ശതമാനം പട്ടികജാതിക്കാരും 1.45 ശതമാനം പട്ടികവർഗ വിഭാഗക്കാരുമാണ്. ഈ വിഭാഗത്തിൽപ്പെട്ടവരുടെ ഭരണഘടനാപരമായ അവകാശങ്ങൾ സംരക്ഷിക്കുന്നതിന് മുന്തിയ പരിഗണനയാണ് സംസ്ഥാന സർക്കാർ നൽകിവരുന്നത്. വികസന ആവശ്യങ്ങൾക്ക് പ്രത്യേക പരിഗണന നൽകി വിവിധ പദ്ധതികളും പരിപാടികളും നടപ്പിലാക്കിവരുന്നുണ്ട്. സംസ്ഥാനത്തിന്റെ ആകെ പദ്ധതി വിഹിതത്തിൽനിന്നും പട്ടികജാതി-പട്ടികവർഗ ജനാസംഖ്യാനുപാതത്തെക്കാൾ കൂടിയ വിഹിതം വകയിരുത്തിയിട്ടുണ്ട്.

ഭൂരഹിതരായ പട്ടികജാതി കുടുംബങ്ങൾക്ക് ഭൂമി വാങ്ങുന്നതിന് പ്രത്യേക പദ്ധതി ആവിഷ്കരിച്ച് നടപ്പിലാക്കിവരുന്നു. ഭൂരഹിതരായ പട്ടികവർഗ വിഭാഗക്കാർക്ക് ഭൂമി നൽകുന്നതിന് പട്ടികവർഗ പുനരധിവാസ വികസന മിഷൻ പ്രവർത്തിച്ചുവരുന്നുണ്ട്. ലാന്റ് ബാങ്ക് പദ്ധതി, നിക്ഷിപ്ത വനഭൂമി വിതരണം, വനാവകാശ നിയമം എന്നിവ വഴിയാണ് പട്ടികവർഗക്കാർക്കായി ഭൂമി അനുവദിച്ചുവരുന്നത്.

ലൈഫ് മിഷൻ വഴി ഭവനങ്ങളുടെ പൂർത്തീകരണത്തിനും പുതിയ ഭവനങ്ങളുടെ നിർമ്മാണത്തിനും മുന്തിയ പരിഗണനയാണ് നൽകിവരുന്നത്. വിദ്യാഭ്യാസം, ആരോഗ്യം, തൊഴിൽ നൈപുണ്യ പരിശീലനം, അടിസ്ഥാന സൗകര്യ വികസനം എന്നിവയ്ക്കും മുന്തിയ പരിഗണന തന്നെയാണ് നൽകിവരുന്നത്.

പട്ടികജാതി-പട്ടികവർഗ വിഭാഗക്കാരുടെ ഉന്നമനത്തിനായി കാലികമായ സവിശേഷതകൾ പരിഗണിച്ചുള്ള നൂതന പദ്ധതികൾ ആവിഷ്കരിക്കേണ്ടതുണ്ട്. ഇത് സംബന്ധിച്ച് അതത് വിഭാഗങ്ങളിൽനിന്നും അഭിപ്രായങ്ങൾ ആരായുന്നതിനാണ് 2024 ഫെബ്രുവരി 24 ന് കണ്ണൂർ ദിനേശ് ആഡിറ്റോറിയത്തിൽ ആദിവാസി ദലിത് വിഭാഗങ്ങളുമായുള്ള മുഖാമുഖം സംഘടിപ്പിച്ചത്. 25 പട്ടികവർഗ വിഭാഗങ്ങളിൽ നിന്നായി 398 പേരും 53 പട്ടികജാതി വിഭാഗങ്ങളിൽനിന്നായി 902 പേരും പങ്കെടുത്തു. 30 പ്രതിനിധികളും 11 വിദഗ്ധരും ആശയങ്ങൾ പങ്കുവെച്ചു. മറ്റുള്ളവർ എഴുതി നൽകിയ നിർദ്ദേശങ്ങൾകൂടി പരിഗണിച്ചാണ് പട്ടികജാതി-പട്ടികവർഗ മേഖലകളിലെ വികസന പദ്ധതികൾ ആവിഷ്കരിക്കുക.

മുഖാമുഖം പരിപാടിയിൽ മന്ത്രി കെ രാധാകൃഷ്ണൻ അധ്യക്ഷനായി. പട്ടികജാതി-പട്ടികവർഗ വികസന വകുപ്പ് അഡീഷണൽ ചീഫ് സെക്രട്ടറി ഡോ. എ ജയതിലക് സ്വാഗതവും കണ്ണൂർ ജില്ലാ കളക്ടർ ഡോ. അരുൺ കെ വിജയൻ നന്ദിയും പറഞ്ഞു.

പ്രസംഗം

ചരിത്രപരമായ കാരണങ്ങളാൽ സാമൂഹ്യപുരോഗതിയിൽനിന്ന് വളരെ പിന്നിലേക്ക് എടുത്തെറിയപ്പെട്ടവരാണ് എസ് സി, എസ് ടി വിഭാഗങ്ങളിലുള്ളത്. ചരിത്രപരമായ കാരണങ്ങൾ എന്നുപറയുന്നത് ഇത് സ്വയം ഉണ്ടായി വന്നതല്ല, മറിച്ച് ചാതുർവർണ്യ - പൗരോഹിത്യ വ്യവസ്ഥ നമ്മുടെ സമൂഹത്തിനുമേൽ നിക്ഷിപ്ത താല്പര്യങ്ങളോടെ അടിച്ചേൽപ്പിച്ചതാണ്. അതിന്റെ നുകം വലിച്ചെറിയുക എന്നതായിരുന്നു ആധുനിക സമൂഹത്തിന്റെ ഏറ്റവും വലിയ ഉത്തരവാദിത്വം. അത് വലിയ ഒരളവിൽ നിർവ്വഹിക്കാൻ കഴിഞ്ഞിട്ടുള്ള സമൂഹമാണ് കേരളത്തിലേത്.

ചാതുർവർണ്യ വ്യവസ്ഥ പ്രകാരമുള്ള നാല് വർണ്ണങ്ങളിലും പെടാതിരുന്നവരാണ് എസ് സി, എസ് ടി വിഭാഗങ്ങളിലുള്ളത്. അതുകൊണ്ടുതന്നെ ആയിരത്താണ്ടുകളായി മനുഷ്യരായിപ്പോലും കണക്കാക്കപ്പെടാതിരുന്നവരാണ്. അങ്ങനെയുള്ളവർക്കാകെ ഇതര മനുഷ്യർക്ക് കിട്ടുന്ന എല്ലാ പരിഗണനകളും അവകാശങ്ങളും കിട്ടണമെന്ന ആവശ്യവുമായി ഇന്ത്യൻ സമൂഹം സഞ്ചരിച്ചത് നവോത്ഥാന പ്രസ്ഥാനങ്ങളിലൂടെയാണ്. അയ്യങ്കാളി മുതൽ അംബേദ്കർ വരെയുള്ളവരുടെ പേരുകൾ ഈ ഘട്ടത്തിൽ നാം ഓർക്കേണ്ടതാണ്.

മഹാരാഷ്ട്രയിൽ ജ്യോതിബാ ഫൂലെ, സാവിത്രിബായ് ഫൂലെ തുടങ്ങിയവരുടെ നേതൃത്വത്തിൽ നടന്നതടക്കമുള്ള നവോത്ഥാന പോരാട്ടങ്ങളെക്കുറിച്ച് നമുക്കറിയാം. തമിഴ്നാട്ടിൽ ഇ വി രാമസ്വാമി നായ്ക്കരുടെയും മറ്റും നേതൃത്വത്തിൽ നടന്ന ജാതിവിരുദ്ധ പ്രസ്ഥാനങ്ങളെക്കുറിച്ചും

നമുക്കറിയാം. ഉത്തരേന്ത്യയുടെ വിവിധ ഭാഗങ്ങളിൽ നടന്ന മറ്റു പല സമരങ്ങളെക്കുറിച്ചും നമുക്കറിയാം. എന്നാൽ ഉത്തരേന്ത്യയിലെ പല സംസ്ഥാനങ്ങളിലും നവോത്ഥാന പ്രസ്ഥാനങ്ങൾ ഉണ്ടാക്കിയ ഫലങ്ങളും കേരളത്തിൽ ഉണ്ടാക്കിയ ഫലങ്ങളും തമ്മിൽ അടിസ്ഥാനപരമായ വ്യത്യാസമുണ്ട്.

വടക്കൻ സംസ്ഥാനങ്ങളിലെ, എന്തിന്, മഹാരാഷ്ട്രയിലെ പോലും നവോത്ഥാന പ്രസ്ഥാനങ്ങൾ എന്തൊക്കെ നേട്ടങ്ങളുണ്ടാക്കിയോ അതൊക്കെ പിന്നീടുവന്ന ഒരു ഘട്ടത്തിൽ ഏതാണ്ട് എല്ലാം മാഞ്ഞുപോകുന്നതും ആ സംസ്ഥാനങ്ങൾ പലതും പഴയ അന്ധകാര അവസ്ഥയിലേക്കു തിരികെ പോകുന്നതുമാണ് ആധുനിക കാലത്ത് നാം കാണുന്നത്. പക്ഷേ, കേരളത്തിൽ ഈ ദുരന്തമുണ്ടായില്ല. നവോത്ഥാന പ്രസ്ഥാനങ്ങൾ എന്തൊക്കെ അവകാശങ്ങൾ സ്ഥാപിച്ചെടുത്തോ ആ അവകാശങ്ങളെല്ലാം സംരക്ഷിച്ചുകൊണ്ട് സമൂഹം മുന്നേറുന്നതാണ് കേരളത്തിൽ കണ്ടത്.

കേരളത്തിൽ ഈ വ്യത്യാസം എങ്ങനെയുണ്ടായി? അതിന് ഒരു ഉത്തരമേയുള്ളൂ. നവോത്ഥാന പ്രസ്ഥാനങ്ങളുണ്ടാക്കിയ മാറ്റങ്ങൾ തുടർന്നുകൊണ്ടുപോകാൻ, അവയെ കൂടുതൽ മേഖലകളിലേക്കു വ്യാപിപ്പിക്കാൻ ഒക്കെ ഇവിടുത്തെ പുരോഗമന രാഷ്ട്രീയ പ്രസ്ഥാനങ്ങൾ നിഷ്കർഷ കാട്ടി. അതായത് നവോത്ഥാന പ്രവർത്തനങ്ങൾക്ക് കേരളത്തിൽ രാഷ്ട്രീയ തുടർച്ചയുണ്ടാകുന്ന സ്ഥിതിയുണ്ടായി. അതുകൊണ്ടുതന്നെ അയ്യങ്കാളിയെപ്പോലെയുള്ളവർ നിന്നിടത്തു നിന്ന് തിരികെപ്പോവുകയല്ല, പകരം മുന്നോട്ടുപോവുകയാണ് നമ്മൾ ചെയ്തത്.

അത് ഉറപ്പുവരുത്തിയത് ഇവിടുത്തെ ഇടതുപക്ഷ പുരോഗമന രാഷ്ട്രീയ പ്രസ്ഥാനങ്ങളാണ്. കാർഷിക-ഭൂ-ബന്ധങ്ങൾ അഴിച്ചുപണിതതും ആത്മാഭിമാനമുള്ള ജനത എന്ന നിലയിൽ പട്ടികജാതി, പട്ടികവർഗ വിഭാഗങ്ങളെ ശാക്തീകരിച്ചതും നവോത്ഥാനത്തിന്റെ പൈതൃകം ഉൾക്കൊണ്ടു കടന്നുവന്ന സവിശേഷ രാഷ്ട്രീയമാണ്. രാഷ്ട്രീയരംഗത്തെ ഈ സവിശേഷത ഇല്ലായിരുന്നുവെങ്കിൽ കേരളവും നേരത്തെ പറഞ്ഞ സംസ്ഥാനങ്ങളുടെ വഴിയേ സഞ്ചരിക്കേണ്ടിവരുമായിരുന്നു. രാഷ്ട്രീയ ഇടപെടലിന്റെ ഫലമായാണ് ദുർബല വിഭാഗങ്ങൾ കുടികിടപ്പ് ഭൂമിയിൽ നിന്ന് കുടുംബത്തോടൊപ്പം പറിച്ചെറിയപ്പെടില്ല എന്ന സ്ഥിതിയുണ്ടായത്. അവർക്ക് സ്വന്തം കാലിൽ നിൽക്കാനാവും എന്ന അവസ്ഥ സംജാതമായത്.

ആധുനിക ജനാധിപത്യ സമൂഹത്തിലെ ഈ രാഷ്ട്രീയ സംവിധാനമാണ് ഈ വിഭാഗത്തിൽപ്പെട്ട കുട്ടികൾക്ക് ട്യൂഷൻ ഫീ കൊടുക്കാതെ പഠിക്കാമെന്നും വാടക കൊടുക്കാതെ ഹോസ്റ്റലുകളിൽ താമസിക്കാമെന്നുമുള്ള അവസ്ഥയുണ്ടാക്കിയത്. അതിന്റെ ഫലമായാണ് കുട്ടികൾ പഠിച്ച് ഉയർന്നുവന്നത്. നവോത്ഥാനത്തിന് ഈ വിധത്തിലുള്ള രാ

ഷ്ട്രീയ തുടർച്ച ഉണ്ടാകാതെ പോയ സംസ്ഥാനങ്ങളാകട്ടെ, നവോത്ഥാന പ്രസ്ഥാനം പകർന്ന വെളിച്ചം പോലും ഇല്ലാതാക്കുന്ന വിധത്തിൽ പഴയ ഇരുട്ടിലേക്ക് വഴുതി വീണു.

കേരളത്തിൽ ഉണ്ടായ ഈ മാറ്റം കൂടുതൽ ദൃഢീകരിച്ച് പുതിയ കാലത്തിന് അനുസൃതമാക്കാനുള്ള ശ്രമങ്ങളിലാണ് ഇന്ന് സംസ്ഥാന സർക്കാർ കേന്ദ്രീകരിച്ചിട്ടുള്ളത്. ഒരു പുതിയ വിജ്ഞാന സമൂഹം രൂപപ്പെടുത്തുന്നതിനെക്കുറിച്ച് നവകേരള സദസ്സിന്റെ ഭാഗമായി നേരത്തെ പറഞ്ഞിരുന്നല്ലോ. ഈ മുഖാമുഖം പരിപാടി അതിനായുള്ള നിങ്ങളുടെ ക്രിയാത്മകമായ നിർദ്ദേശങ്ങൾ ശേഖരിക്കുന്നതിന് ഉദ്ദേശിക്കപ്പെട്ടിട്ടുള്ളതാണ്.

ഇത് ആദ്യമായല്ല നമ്മൾ ഇത്തരത്തിൽ കണ്ടുമുട്ടുന്നത്. 2016 ൽ നവകേരള യാത്രയുടെ ഭാഗമായി വിവിധ ജില്ലകൾ സന്ദർശിച്ചപ്പോൾ അതാത് ജില്ലകളിലെ പ്രതിനിധികളുമായി ചർച്ച നടത്തിയിട്ടുണ്ട്. അതിൽ നിങ്ങളിൽ ചിലർ പങ്കാളികളായിരുന്നു. അതേത്തുടർന്നുണ്ടായ നവോത്ഥാന സംരക്ഷണ സമിതിയുടെ യോഗങ്ങളിൽ നിങ്ങളിൽ പലരുമായും ആശയവിനിമയം നടത്തിയിട്ടുണ്ട്. പിന്നീട് 2021 ലും വിവിധ ജില്ലകളിൽവെച്ച് നാം കണ്ടുമുട്ടിയിട്ടുണ്ട്.

2023 ന്റെ അവസാനത്തിൽ നവകേരള സദസ്സുകളുടെ ഭാഗമായി നിയമസഭാ മണ്ഡലങ്ങളിൽ എത്തിയപ്പോഴും അതാത് മണ്ഡലങ്ങളിലെ വ്യത്യസ്ത വിഭാഗങ്ങളുമായി സംവദിച്ചിട്ടുണ്ട്. അവയിലും നിങ്ങളിൽ പലരും സംബന്ധിച്ചിട്ടുണ്ട്. ഇത്തവണ ഓരോ ജനവിഭാഗവുമായും പ്രത്യേകമായി സംവദിച്ചുകൊണ്ട് അഭിപ്രായങ്ങളും നിർദ്ദേശങ്ങളും സവിശേഷമായി ആരായാനാണ് ശ്രമിക്കുന്നത്.

ഇതൊരു തുടർപ്രക്രിയയാണ് എന്നു നാം കാണണം. ഓരോ തവണ കണ്ടുമുട്ടിയപ്പോഴും ഉയർന്നുവന്നിട്ടുള്ള വിഷയങ്ങളെ എല്ലാം ഗൗരവതരമായിത്തന്നെ സമീപിച്ചിട്ടുണ്ട്. ഇത്തവണയും അതുണ്ടാകും. തുടർന്നും അതുണ്ടാകും എന്നുറപ്പ തരട്ടെ.

ആത്യന്തികമായി നമ്മുടെ ലക്ഷ്യമെന്താണ്? കേരളത്തിലെ എല്ലാ ജനവിഭാഗങ്ങളുടെയും എല്ലാ കുടുംബങ്ങളുടെയും ഓരോ വ്യക്തിയുടെയും ജീവിതാവസ്ഥ മെച്ചപ്പെടണം. കേരളസമൂഹം ഒന്നടങ്കം അഭിവൃദ്ധിപ്പെടണം. ആ അഭിവൃദ്ധി നമ്മുടെ വരുംതലമുറകൾക്കുകൂടി പ്രയോജനപ്പെടുന്നു എന്നുറപ്പുവരുത്തുന്ന വിധത്തിൽ പദ്ധതികൾ ആസൂത്രണം ചെയ്യുകയും നടപ്പാക്കുകയുമാണ്.

അവയിൽ എല്ലാ വിഭാഗം ജനങ്ങളുടെയും പങ്കാളിത്തം ഉറപ്പുവരുത്തിക്കൊണ്ടാണ് മുന്നോട്ടുപോകാൻ ശ്രദ്ധിക്കുന്നത്. നവകേരള നിർമ്മിതിയെ ഒരു ജനകീയ കർമ്മപദ്ധതിയാക്കി മാറ്റുകയാണ്. തനിക്ക് പങ്കില്ല എന്ന് കേരളത്തിലെ ഒരൊറ്റ വ്യക്തിക്കുപോലും പറയാൻ കഴിയാത്ത

വിധത്തിൽ കേരളത്തിന്റെ പുനർനിർമ്മാണത്തെ ഓരോ കേരളീയ ന്റെയും ഉത്തരവാദിത്വവും അഭിമാനബോധവുമാക്കി മാറ്റുകയാണ്. ആ നിലയ്ക്കാണ് ഈ മുഖാമുഖം പരിപാടിയിലെ നിങ്ങൾ ഓരോരുത്തരുടെ യും പങ്കാളിത്തം പ്രസക്തമാകുന്നത്. ഒരു വ്യക്തിയോ ഒരു സർക്കാരോ അല്ല, നമ്മൾ എല്ലാവരും കൂടിച്ചേർന്നാണ് കേരളത്തെ നവകേരളമാക്കി പുനർനിർമ്മിക്കുക.

നവകേരള സൃഷ്ടിയിലേക്കു കടക്കുന്നതിനു മുമ്പുതന്നെ ഇത്തരം ഉൾച്ചേർക്കലിനായുള്ള ശ്രമങ്ങൾ സർക്കാർ ആരംഭിച്ചിരുന്നു. ചരിത്ര ഗതിയിൽ തങ്ങളുടേതല്ലാത്ത കാരണങ്ങളാൽ പിന്നോക്കമായിപ്പോയ വിഭാഗങ്ങളിലെ കുട്ടികളെ പുതിയ കാലത്തിന്റെ വെല്ലുവിളികളെ നേരിടാൻ പ്രാപ്തമാക്കുന്ന തരത്തിലുള്ള ഇടപെടലുകൾ നേരത്തെ തു ടങ്ങിക്കഴിഞ്ഞിരുന്നു. ഒരു കുട്ടിക്ക് 28 ലക്ഷം രൂപ എന്ന ക്രമത്തിൽ ചെലവ് കണക്കാക്കി പൈലറ്റ് കോഴ്സ് പൂർത്തിയാക്കാൻ ഈ വിഭാഗ ത്തിലെ കുട്ടികളെ പ്രാപ്തരാക്കുന്നതടക്കമുള്ള പദ്ധതികൾ നമ്മുടെ രാജ്യ ത്തെ മറ്റൊരു സംസ്ഥാനത്തുമില്ലാത്ത വിധത്തിൽ നമ്മൾ ഇവിടെ നട പ്പാക്കിത്തുടങ്ങിയിരുന്നു. അതിന്റെ ഫലപ്രാപ്തി സ്ഥിരീകരിക്കുംവിധം ഈ വിഭാഗത്തിൽനിന്ന് പൈലറ്റുമാർ പഠിച്ച് ഇറങ്ങിത്തുടങ്ങി.

പട്ടികജാതി, പട്ടികവർഗ വിഭാഗങ്ങളിലെ കുട്ടികൾക്ക് നഴ്സിങ്ങിന്റെ രംഗത്ത് വിദേശ ജോലികൾ ലഭ്യമാകണമെങ്കിൽ ട്രെയിനിങ് പശ്ചാ ത്തലം വേണം. അതാകട്ടെ, ഇവർക്ക് പലയിടത്തും ലഭ്യമാകാതെ പോകുന്നതാണ്. ഇതു മനസ്സിലാക്കിയാണ് താലൂക്ക് ആശുപത്രിക ളിൽ ഇവർക്കായുള്ള നേഴ്സിങ് ട്രെയിനിങ് പദ്ധതി നടപ്പാക്കുന്നത്. എഞ്ചിനീയറിങ്, മെഡിസിൻ രംഗങ്ങളിലും ഈ രംഗത്തെ കുട്ടികൾക്ക് അർഹതപ്പെട്ടത് ലഭിക്കും എന്നുറപ്പാക്കാനുള്ള പദ്ധതികൾ നടപ്പാക്കി വരികയാണ്. പുതിയ കാലത്തെ നേരിടാൻ ഈ കുട്ടികളെ പ്രാപ്തരാക്കു ന്നതിന് പരമ്പരാഗത വിദ്യാഭ്യാസം മാത്രം മതിയാവില്ല. അതിനായി വൈജ്ഞാനികവും സാങ്കേതികവുമായ വിഷയങ്ങളിലുള്ള വൈദഗ്ധ്യം ഉറപ്പാക്കാൻ വേണ്ട പരിപാടികളുമായി മുന്നോട്ടുപോവുകയാണ്. വിദേശ സർവകലാശാലകളിലടക്കം പഠിക്കാനുള്ള സാഹചര്യം നൽകിക്കൊണ്ട്, സ്വദേശത്തും വിദേശത്തും ഒരുപോലെ മികച്ച തൊഴിലുകളിലെത്തിക്കാ നും അങ്ങനെ വിജ്ഞാന സമൂഹസൃഷ്ടിയിൽ ഇവരെ സജീവ പങ്കാളിക ളാക്കാനും ഫലപ്രദമായി സർക്കാർ ഇടപെടുകയാണ്.

ഈ വഴിക്ക് ഇനി ഏതൊക്കെ വിധത്തിൽ മുന്നോട്ടുപോകണം, എന്തൊക്കെ ചെയ്യണം എന്നൊക്കെയുള്ള കാര്യങ്ങളിൽ നിങ്ങളുടെ അഭിപ്രായങ്ങൾ കൂടി അറിയുക എന്നത് പ്രധാനമാണ്. വിലപ്പെട്ട ആ അഭിപ്രായങ്ങളുടെ കൂടി വെളിച്ചത്തിലാകും സർക്കാർ നയനിലപാടുകൾ എടുക്കുക എന്ന് ഉറപ്പു നൽകുന്നു.

ഇന്ത്യാ രാജ്യത്തെ മൊത്തം ജനസംഖ്യയുടെ 25 ശതമാനത്തോളം എസ് സി, എസ് ടി വിഭാഗങ്ങളിൽപ്പെടുന്നവരാണ്. എന്നാൽ അവർക്കുള്ള പദ്ധതി വിഹിതം കേവലം 6 ശതമാനം മാത്രമാണ്. എന്നാൽ എത്ര വ്യത്യസ്തമാണ് കേരളത്തിലെ ചിത്രം? എസ് സി പി, ടി എസ് പി പദ്ധതികൾ കേന്ദ്ര സർക്കാർ നിർത്തലാക്കിയപ്പോഴും അവ നിലനിർത്തി ജനസംഖ്യാ നിരക്കിനെക്കാൾ കൂടുതൽ തുക അനുവദിക്കാൻ കേരളത്തിലെ സർക്കാർ തയ്യാറായി. വിദ്യാഭ്യാസ ആനുകൂല്യങ്ങൾ വർധിപ്പിച്ചു. തൊഴിലും വരുമാനവും വർധിപ്പിക്കാൻ ആവശ്യമായ നടപടികൾ സ്വീകരിച്ചു. ആധുനിക വിദ്യാഭ്യാസത്തിന്റെ ഗുണഫലങ്ങൾ പട്ടികവിഭാഗത്തിന് സ്വായത്തമാക്കാനുള്ള ഇടപെടലുകൾ നടത്തി. ഭൂമിയും വീടും ഉറപ്പാക്കാനുള്ള നടപടികൾ തുടർന്നുവരുന്നു.

ഇത്തരത്തിൽ ഭൗതിക സാഹചര്യങ്ങൾ മെച്ചപ്പെടുത്തുന്നതിനു പുറമെ മനുഷ്യത്വവിരുദ്ധമായ ജാതിവ്യവസ്ഥയെ ഇല്ലാതാക്കാനുള്ള ശ്രമങ്ങളും സർക്കാർ നടത്തുന്നു. കേരളത്തിന് പുറത്ത് ദലിതർക്കോ പിന്നോക്കക്കാർക്കോ ക്ഷേത്ര പരിസരങ്ങളിൽപ്പോലും പ്രവേശിക്കാൻ കഴിയാതിരിക്കുമ്പോൾ, പൂജാരിമാരായും ക്ഷേത്ര ജീവനക്കാരായും ദലിതരും പിന്നോക്കക്കാരും നിയമിക്കപ്പെടുന്ന നാടാക്കി കേരളത്തെ മാറ്റി. എന്താണ് കേരള ബദൽ എന്നു ചോദിക്കുന്നവർക്കുള്ള മറുപടിയാണിതൊക്കെ.

രാജ്യത്തെ മറ്റു സംസ്ഥാനങ്ങളെ അപേക്ഷിച്ച് വളരെ മികച്ചതാണ് കേരളത്തിലെ പട്ടിക-പിന്നോക്ക ജനവിഭാഗങ്ങളുടെ ജീവിതനിലവാരം. അത് കുറേക്കൂടി മെച്ചപ്പെടുത്താനാണ് ശ്രമിക്കുന്നത്. നാം ആർജ്ജിച്ച ഈ നേട്ടങ്ങളെ അട്ടിമറിക്കാനുള്ള ചില പ്രവണതകൾ പലയിടങ്ങളിലും തലപൊക്കുന്നത് ഗൗരവമായി നാം കണക്കിലെടുക്കണം. അന്ധവിശ്വാസങ്ങളും അനാചാരങ്ങളും അയിത്തവുമെല്ലാം നമ്മുടെ പൊതുബോധത്തിലേക്ക് കുത്തിവയ്ക്കാനുള്ള ശ്രമങ്ങൾ ഉണ്ടാവുന്നു. ഇതിനെതിരെ കടുത്ത ജാഗ്രത നാം പാലിക്കണം.

2025 നകം ഭൂരഹിതരായ, ഭവനരഹിതരായ എല്ലാ പട്ടികജാതി, പട്ടികവർഗ, ആദിവാസി വിഭാഗക്കാർക്കും ഭൂമിയും വീടും ലഭ്യമാക്കുക എന്നുള്ളതാണ് നമ്മുടെ പ്രഖ്യാപിത നയം. ഈ സർക്കാർ അധികാരത്തിൽ വന്നശേഷം പട്ടികജാതി വിഭാഗക്കാർക്കായി 98,317 വീടുകളും പട്ടികവർഗ വിഭാഗക്കാർക്കായി 41,804 വീടുകളും ഉൾപ്പെടെ ആകെ 1,40,121 വീടുകൾ പൂർത്തീകരിച്ചു. ലാൻഡ് ബാങ്ക് പദ്ധതി, നിക്ഷിപ്ത വനഭൂമി വിതരണം, വനാവകാശ നിയമം എന്നിവ പ്രകാരം 8,278 പട്ടികവർഗ കുടുംബങ്ങൾക്കായി 4,138 ഏക്കർ ഭൂമി വിതരണം ചെയ്തു. വന്യജീവി സങ്കേതങ്ങൾക്ക് പുറത്തുള്ള പട്ടികവർഗക്കാരുടെ ഭവന നിർമ്മാണ സഹായം 6 ലക്ഷമാക്കി ഉയർത്തി.

സാങ്കേതികമായി പൂർത്തീകരിക്കപ്പെട്ടുവെങ്കിലും പൂർണതയിലെത്താത്തതും 2010 നശേഷം നിർമ്മിച്ചതുമായ വീടുകളുടെ അറ്റകുറ്റപ്പണി, പൂർത്തീകരണം, നവീകരണം എന്നിവയ്ക്കായി സേഫ് പദ്ധതി ആവിഷ്കരിച്ചു. ഇതുപ്രകാരം പട്ടികജാതിക്കാർക്ക് 2 ലക്ഷം രൂപവരേയും പട്ടികവർഗക്കാർക്ക് 2.5 ലക്ഷം രൂപവരേയും അനുവദിക്കും. കഴിഞ്ഞ സാമ്പത്തിക വർഷത്തിൽ 8,000 കുടുംബങ്ങളെ ഈ പദ്ധതിയിൽ ഉൾപ്പെടുത്തി.

സംസ്ഥാന ചരിത്രത്തിൽ മറക്കാനാവാത്ത ഒരേടാണ് മുത്തങ്ങ വെടിവെയ്പ്പ് നവോത്ഥാനത്തിനും പുരോഗമന മുന്നേറ്റങ്ങൾക്കും സാക്ഷ്യംവഹിച്ച ഈ നാട്ടിൽ ഭൂമിക്കുവേണ്ടി സമരത്തിനിറങ്ങിയ ആദിവാസികളെ വെടിവെച്ചു കൊന്ന ഒരു സംഭവം ഉണ്ടായി എന്നത് നാടിനു തന്നെ അപമാനകരമായിരുന്നു. ഇടതുപക്ഷ ജനാധിപത്യ മുന്നണി സർക്കാർ അധികാരത്തിൽ വന്നപ്പോൾ തന്നെ മുത്തങ്ങയിലെ ഭൂപ്രശ്നം പരിഹരിക്കുന്നതിനുള്ള പ്രത്യേക നടപടികൾ സ്വീകരിച്ച് മുന്നോട്ടുപോവുകയാണ് ചെയ്തത്. മുത്തങ്ങ സമരത്തിൽ പങ്കെടുത്തതും ഭൂമി അനുവദിക്കേണ്ടതുമായ 37 കുടുംബങ്ങൾക്ക് ഒരേക്കർ ഭൂമി വീതം അനുവദിച്ചു.

തിരുവനന്തപുരം ചെറ്റച്ചലിൽ 20 വർഷത്തിലധികമായി നടന്നു വന്നിരുന്ന ഭൂസമരം അവസാനിപ്പിക്കാൻ കഴിഞ്ഞു എന്നത് എടുത്തു പറയാവുന്ന നേട്ടമാണ്. മാത്രമല്ല, പത്തനംതിട്ടയിലെ ചെങ്ങറ, ഇടുക്കിയിലെ ചിന്നക്കനാൽ, പാലക്കാട്ടെ മുതലമട, വയനാട്ടിലെ മരിയനാട്, മല്ലികപ്പാറ എന്നിവിടങ്ങളിലെ ഭൂപ്രശ്നങ്ങൾ പരിഹരിക്കുന്നതിനായുള്ള നടപടികളും ആരംഭിച്ചിട്ടുണ്ട്. എല്ലാ പട്ടികവർഗക്കാർക്കും ഭൂമിയുള്ള ജില്ലയാക്കി തിരുവനന്തപുരത്തെ മാറ്റിയിട്ടുണ്ട്. മറ്റു ജില്ലകളിൽ ഇതിനുള്ള നടപടികൾ ഊർജ്ജിതമായി മുന്നോട്ടു പോവുകയാണ്.

ഭൂരഹിത പുനരധിവാസ പദ്ധതിക്ക് അപേക്ഷ നൽകുന്നതിനുള്ള പ്രായപരിധി 55 ൽനിന്നും 70 ആയും, വരുമാനപരിധി 50,000 രൂപയിൽനിന്നും 1 ലക്ഷം രൂപയായും ഉയർത്തി. പട്ടികജാതി-പട്ടികവർഗ വികസന വകുപ്പുകളുടെ ധനസഹായത്തോടെ ഭൂമി വാങ്ങുന്നതിന് ഗുണഭോക്താക്കൾ നൽകേണ്ടിയിരുന്ന രജിസ്ട്രേഷൻ ഫീസ് പൂർണമായും ഒഴിവാക്കി. ഭവനനിർമ്മാണം, കുടുംബാംഗങ്ങളുടെ ചികിത്സ, കുട്ടികളുടെ വിദ്യാഭ്യാസം, പെൺമക്കളുടെ വിവാഹം എന്നീ ആവശ്യങ്ങൾക്ക് പട്ടികജാതിക്കാർക്ക് ഭൂരഹിത പുനരധിവാസ പദ്ധതി പ്രകാരം ലഭ്യമായ ഭൂമി പണയപ്പെടുത്താനുള്ള അനുമതിയും നൽകി.

കേരളത്തിലെ പാർശ്വവൽക്കരിക്കപ്പെട്ട വിഭാഗങ്ങളിലെ യുവാക്കൾക്ക് കൂടുതൽ തൊഴിലവസരങ്ങൾ ലഭ്യമാക്കുന്നതിനായി വലിയ ഇടപെടലാണ് സർക്കാർ നടത്തിവരുന്നത്. നൈപുണ്യ വികസനം ഉറപ്പുവരുത്തിയും തൊഴിലവസരങ്ങൾ ലഭ്യമാക്കിയും പട്ടികജാതി പട്ടി

കവർഗ വിഭാഗങ്ങളിലെ അഭ്യസ്തവിദ്യരായ യുവതീ-യുവാക്കളെ ഒരേ സമയം തൊഴിൽ സംരംഭകരും തൊഴിൽ ദാതാക്കളുമാക്കുന്നതിനായി രൂപീകരിച്ച 'കേരള എംപവർമെന്റ് സൊസൈറ്റി' എന്ന പദ്ധതി രാജ്യത്തിനാകെ മാതൃകയാണ്. അഭ്യസ്തവിദ്യർക്ക് തൊഴിൽ പരിശീലനവും നൈപുണ്യ വികസനവും പ്രവൃത്തിപരിചയവും നൽകാനായി സർക്കാരിന്റെ വിവിധ വകുപ്പുകൾക്ക് കീഴിൽ 2 വർഷ കാലയളവിലേക്ക് ഓണറേറിയം നൽകി അവരെ നിയമിക്കുന്ന ട്രേസ് - ട്രെയിനിങ് ഫോർ കരിയർ എക്സലൻസ് - എന്ന പദ്ധതിയും കാര്യക്ഷമമായി നടന്നുവരികയാണ്.

500 പട്ടികവർഗ വിഭാഗക്കാർക്ക് ഒരുമിച്ച് ബീറ്റ് ഫോറസ്റ്റ് ഓഫീസർമാരായി നിയമനം നൽകി ചരിത്രം സൃഷ്ടിക്കാൻ നമുക്കായി. പ്രത്യേക റിക്രൂട്ട്മെന്റ് നടപടിയിലൂടെ പി എസ് സി വഴിയാണ് ഇവർക്ക് നിയമനം നൽകിയത്. ഇതേ മാതൃകയിൽത്തന്നെ എക്സൈസ് ഗാർഡായി 100 പട്ടികവർഗ വിഭാഗക്കാരെ നിയമിക്കുന്നതിനുള്ള നടപടികളും പുരോഗമിക്കുകയാണ്.

ലോകത്തിന്റെ ഏതു കോണിലുള്ള വിദ്യാഭ്യാസ സമ്പ്രദായങ്ങളും അവസരങ്ങളും കേരളത്തിലെ പട്ടികജാതി, പട്ടികവർഗ, പിന്നോക്ക വിഭാഗ വിദ്യാർത്ഥികൾക്ക് പ്രാപ്യമാക്കാനായി വിദേശ വിദ്യാഭ്യാസ പദ്ധതി നടപ്പാക്കുകയാണ്. ഇതിലൂടെ ഇതുവരെ 425 വിദ്യാർത്ഥികൾക്ക് വിദേശ സർവകലാശാലകളിൽ പഠനത്തിന് അവസരം ലഭിച്ചിട്ടുണ്ട്. 10 ലക്ഷം മുതൽ 25 ലക്ഷം രൂപ വരെയാണ് വിദ്യാർത്ഥികൾക്ക് സ്കോളർഷിപ്പായി നൽകുന്നത്.

പട്ടികവർഗ വിദ്യാർത്ഥികളെ സിവിൽ സർവീസിലേക്ക് എത്തിക്കുന്നതിനുവേണ്ട പ്രത്യേക പദ്ധതിയും നടപ്പാക്കുകയാണ്. പട്ടികജാതി-പട്ടികവർഗ-പിന്നോക്ക വിഭാഗ വിദ്യാർത്ഥികൾക്ക് രാജ്യത്തിനകത്തുള്ള ഏത് പരിശീലനകേന്ദ്രത്തിലും പഠനംനടത്താൻ വേണ്ട സ്കോളർഷിപ്പ് സംസ്ഥാന സർക്കാർ നൽകുന്നുണ്ട്. സിവിൽ സർവീസ് പ്രാഥമിക പരീക്ഷയിൽ യോഗ്യത നേടുന്ന പട്ടികജാതി-പട്ടികവർഗ വിഭാഗക്കാർക്ക് മെയിൻ പരീക്ഷയ്ക്ക് തയ്യാറെടുക്കുന്നതിനും അഭിമുഖത്തിനുമുള്ള എല്ലാ ചെലവുകളും സർക്കാർ വഹിക്കും. ഈ പദ്ധതിക്കു കീഴിൽ നിലവിൽ 30 പട്ടികവർഗ വിദ്യാർത്ഥികളും 30 പട്ടികജാതി വിദ്യാർത്ഥികളും പഠനം നടത്തിവരുന്നുണ്ട്.

ഐ ഐ എം, ഐ ഐ ടി, എൻ ഐ എഫ് ടി ഉൾപ്പെടെയുള്ള സ്വയംഭരണ വിദ്യാഭ്യാസ സ്ഥാപനങ്ങളിലും സി എ, ഐ സി ഡബ്ല്യൂ എ, കമ്പനി സെക്രട്ടറി തുടങ്ങിയ കോഴ്സുകളിലും കല്പിത സർവകലാശാലകളിലും സർക്കാർ അംഗീകരിച്ച സ്വകാര്യ സർവകലാശാലകളിലും വൊക്കേഷണൽ ട്രെയിനിങ് സ്ഥാപനങ്ങളിലും മെറിറ്റ്-റിസർവേഷൻ അടിസ്ഥാനത്തിൽ പ്രവേശനം നേടുന്നവർക്കുകൂടി ഈ ആനുകൂല്യം ലഭ്യ

മാകുന്ന വിധത്തിൽ സ്കോളർഷിപ്പ് മാനദണ്ഡങ്ങൾ സർക്കാർ പരിഷ്കരിച്ചിട്ടുണ്ട്. സംസ്ഥാനത്തിനു പുറത്തുള്ള പഠനത്തിനും ഇപ്രകാരം സ്കോളർഷിപ്പുകൾ ലഭ്യമാക്കും. ഇതിന്റെ ഫലമായി നമ്മുടെ നിരവധി വിദ്യാർത്ഥികൾക്ക് മികച്ച വിദ്യാഭ്യാസ സ്ഥാപനങ്ങളിൽ ഉപരിപഠനം നടത്താൻ കഴിയും.

കൊമേഴ്സ്യൽ പൈലറ്റ് ലൈസൻസ് കോഴ്സിന് ചേരുന്ന പട്ടികജാതി വിദ്യാർത്ഥിക്ക് നൽകിവന്നിരുന്ന സ്കോളർഷിപ്പ്, ഈ സർക്കാർ അധികാരത്തിൽ വന്നതിനുശേഷം 'വിങ്സ്' എന്ന പദ്ധതിയാവിഷ്കരിച്ച് എസ് ടി, ഒ ഇ സി വിദ്യാർത്ഥികൾക്കു കൂടി ലഭ്യമാകുംവിധം പരിഷ്കരിച്ചിട്ടുണ്ട്. ഇതിനുപുറമേ 150 പട്ടികവർഗ വിഭാഗ ഉദ്യോഗാർത്ഥികൾക്ക് എയർപോർട്ട്, എയർലൈൻ മാനേജ്മെന്റ് കോഴ്സുകളിൽ പരിശീലനം നൽകി ജോലി ലഭ്യമാക്കി. അതായത്, പട്ടികജാതി -പട്ടികവർഗ ഉദ്യോഗാർത്ഥികൾക്ക് കരയിലും കടലിലും ആകാശത്തും തൊഴിൽ ലഭിക്കുന്നതിനുള്ള സ്വപ്നതുല്യമായ അവസരമാണ് ഒരുക്കുന്നത്.

ദലിത് ജനവിഭാഗത്തോട് ശത്രുതാപരമായ സമീപനമാണ് കേന്ദ്ര സർക്കാർ സ്വീകരിച്ചു വരുന്നത്. അതിന്റെ പ്രത്യക്ഷ ഉദാഹരണമാണ് അവർക്കുള്ള സ്കോളർഷിപ്പ് തുക നിർത്തലാക്കിയത്. എന്നാൽ, അതു ചൂണ്ടിക്കാട്ടി ആ പദ്ധതി നിർത്തലാക്കുകയല്ല സംസ്ഥാന സർക്കാർ ചെയ്തത്. രണ്ടര ലക്ഷത്തിനുമേൽ വരുമാനമുള്ള കുടുംബങ്ങളിലെ പട്ടികജാതി-പട്ടികവർഗ വിദ്യാർത്ഥികൾക്കുള്ള പോസ്റ്റ്മെട്രിക് സ്കോളർഷിപ്പിനും ഒന്നു മുതൽ എട്ട് വരെയുള്ള ക്ലാസ്സുകളിലെ പിന്നോക്കവിഭാഗ വിദ്യാർത്ഥികൾക്കുള്ള സ്കോളർഷിപ്പിനും ആവശ്യമായ തുക പൂർണമായും സംസ്ഥാനം നൽകുമെന്ന് തീരുമാനിക്കുകയായിരുന്നു. സാമൂഹ്യ പ്രതിബദ്ധതയാണിത്. പാർശ്വവൽക്കരിക്കപ്പെട്ട ജനവിഭാഗങ്ങളോട് സംസ്ഥാന സർക്കാർ പുലർത്തുന്ന കരുതലിന്റെ തെളിവുകളാണിതെല്ലാം.

സംസ്ഥാന സർക്കാർ നടപ്പാക്കുന്ന പഠനമുറി പദ്ധതിയും രാജ്യത്തിനാകെ മാതൃകാപരമാണ്. 8 മുതൽ 12 വരെയുള്ള ക്ലാസ്സുകളിലെ വിദ്യാർത്ഥികൾക്ക് മാത്രം നൽകിവന്നിരുന്ന പഠനമുറി പദ്ധതി വിപുലീകരിച്ചു. 5 മുതൽ 7 വരെയുള്ള ക്ലാസ്സുകളിലെയും കേന്ദ്രീയ വിദ്യാലയത്തിലെയും വിദ്യാർത്ഥികളെക്കൂടി ഇപ്പോൾ അതിൽ ഉൾപ്പെടുത്തിയിട്ടുണ്ട്. കഴിഞ്ഞ സാമ്പത്തികവർഷം 5,000 കുട്ടികൾക്കാണ് പഠനമുറി അനുവദിച്ചത്.

പട്ടികജാതി-പട്ടികവർഗ-ആദിവാസി വിഭാഗങ്ങളുടെ ഡിജിറ്റൽ പഠനം ഉറപ്പാക്കുന്നതിനായി ഇന്റർനെറ്റ് കണക്ടിവിറ്റി ഇല്ലാതിരുന്ന 1,284 ഊരുകളിൽ 1,083 ലും ഇന്റർനെറ്റ് സൗകര്യം എത്തിച്ചു. ഇടമലക്കുടിയിൽ മാത്രം കണക്ടിവിറ്റി ഉറപ്പുവരുത്താനായി 4.31 കോടി രൂപയാണ് സർക്കാർ ചെലവഴിച്ചത്. 9.48 കോടി രൂപ ചെലവിൽ

സി-ഡാക്കുമായി ചേർന്ന് ഡിജിറ്റലി കണക്ടഡ് ട്രൈബൽ ഏരിയ പദ്ധതിക്ക് വയനാട്ടിൽ തുടക്കംകുറിച്ചു. ഈ പദ്ധതി സംസ്ഥാനമാകെ വ്യാപിപ്പിക്കുന്നതിനുള്ള നടപടി ആരംഭിച്ചിട്ടുണ്ട്.

സംസ്ഥാന ലൈബ്രറി കൗൺസിലിനുകീഴിലെ എല്ലാ വായനശാലകളിലും പട്ടികജാതി-പട്ടികവർഗ വിഭാഗം വിദ്യാർത്ഥികൾക്ക് സൗജന്യ അംഗത്വം നൽകുവാൻ സർക്കാർ തീരുമാനിച്ചു.

പട്ടികവർഗ വികസനവകുപ്പിന് കീഴിലുള്ള 54 സാമൂഹ്യ പഠനമുറികളിലും ഇതിന്റെ ഭാഗമായി പുസ്തക ശേഖരം ഉറപ്പാക്കും.

വൈദ്യുതി എത്താത്ത 19 പട്ടികവർഗ കോളനികളിൽ വൈദ്യുതി എത്തിച്ചു. വെട്ടിവിട്ടക്കാട്ടിൽ 92.45 ലക്ഷം രൂപ ചെലവിലാണ് 13 കുടുംബങ്ങൾക്കായി വൈദ്യുതി എത്തിച്ചത്. 18.45 കോടി രൂപ ചെലവിൽ ഇടമലക്കുടിയിലേക്കുള്ള റോഡ് നിർമ്മാണ പ്രവൃത്തികളും ആരംഭിച്ചു.

സംസ്ഥാനത്തെ എല്ലാ പട്ടികവർഗ കുടുംബങ്ങൾക്കും ആവശ്യമായ അടിസ്ഥാന രേഖകൾ ലഭ്യമാക്കുന്നതിനും അവ സുരക്ഷിതമായി ഡിജിറ്റൈസ് ചെയ്ത് സൂക്ഷിക്കുന്നതിനുമായി ആവിഷ്കരിച്ച എ ബി സി ഡി പദ്ധതി മികച്ച നിലയിൽ മുന്നോട്ടു പോവുകയാണ്. രാജ്യത്തു തന്നെ ആദ്യമായാണ് ഇത്തരമൊരു പദ്ധതി ആവിഷ്കരിച്ച് നടപ്പിലാക്കുന്നത്. വയനാട്, പാലക്കാട് ജില്ലകളിൽ പൂർത്തീകരിച്ച ഈ പദ്ധതി മറ്റെല്ലാ ജില്ലകളിലും പൂർത്തീകരണത്തോടടുക്കുകയാണ്.

പട്ടികജാതി-പട്ടികവർഗ വിഭാഗക്കാർക്ക് നിയമപരിരക്ഷയും പുനരധിവാസവും ഉറപ്പാക്കാനായി ജ്വാല - ജസ്റ്റിസ്, വെൽഫെയർ ആൻഡ് ലീഗൽ അസിസ്റ്റൻസ്-എന്ന പദ്ധതി ആരംഭിച്ചു. നിയമ ബിരുദം നേടിയ പട്ടികജാതി പട്ടികവർഗ വിഭാഗങ്ങളിലെ യുവതീ-യുവാക്കൾക്ക് അഡ്വക്കേറ്റ് ജനറൽ, ഗവ. പ്ലീഡർ, സീനിയർ അഭിഭാഷകർ എന്നിവരുടെ ഓഫീസുകളിലും സ്പെഷ്യൽ കോടതികളിലും ലീഗൽ സർവീസസ് അതോറിറ്റിയിലും പരിശീലനം നൽകി തൊഴിൽ വൈദഗ്ധ്യം നേടുവാൻ അവരെ പ്രാപ്തരാക്കാൻ ഈ പദ്ധതി ഉപകരിക്കും.

ഇത്തരത്തിൽ സാമൂഹ്യനീതി ഉറപ്പുവരുത്താനുതകുന്ന നിരവധി പദ്ധതികളാണ് എൽ ഡി എഫ് സർക്കാർ നടപ്പാക്കിവരുന്നത്. അതുകൊണ്ട് എല്ലാമായി എന്ന് ഇതിനർത്ഥമില്ല. ദലിത് ആദിവാസി വിഭാഗങ്ങളുടെ സാമൂഹ്യ-സാംസ്കാരിക-സാമ്പത്തിക ഉന്നമനം സാധ്യമാക്കാനും സാമൂഹികനീതി ഉറപ്പുവരുത്താനും സർക്കാർ പ്രതിജ്ഞാബദ്ധമാണെന്ന് ഉറപ്പു നൽകട്ടെ. നിങ്ങളുടെ വിലയേറിയ അഭിപ്രായങ്ങൾക്കും നിർദ്ദേശങ്ങൾക്കുമായി കാത്തിരിക്കുകയാണ് എന്നറിയിച്ചുകൊണ്ട് ഈ പരിപാടി ഉദ്ഘാടനം ചെയ്തതായി അറിയിക്കുന്നു.

മറുപടി

നൊമാഡിക്ക് മലപണ്ടാര കുടുംബങ്ങളുടെ ജീവിതസാഹചര്യം മെച്ചപ്പെടുത്തൽ

പത്തനംതിട്ട ജില്ലയിലെ 261 മലപണ്ടാര വിഭാഗക്കാരിൽ 109 കുടുംബങ്ങൾ അലഞ്ഞുതിരിഞ്ഞ് നടക്കുന്ന (നൊമാഡിക്ക്) ശീലമുള്ള വരാണ്. ഇവർക്ക് സ്ഥായിയായ വാസസ്ഥലം ഒരുക്കുന്നതിനും പുനര ധിവാസത്തിനും നടപടി സ്വീകരിച്ചിട്ടുണ്ട്. ആദ്യഘട്ടമെന്ന നിലയിൽ പെരുനാട് പഞ്ചായത്തിലെ മഞ്ഞത്തോട് മേഖലയിലെ 20 കുടുംബങ്ങ ൾക്ക് കൈവശരേഖ വിതരണം നടത്തി. 23 കുടുംബങ്ങൾക്ക് കൈവശ രേഖ അനുവദിക്കുന്നതിനുമുള്ള നടപടികൾ പൂർത്തിയായിവരുന്നു.

സീതത്തോട് പഞ്ചായത്തിലെ മൂഴിയാർ മേഖലയിലെ മലപണ്ടാര വിഭാഗക്കാർ താമസിച്ചുവരുന്ന കെ എസ് ഇ ബിയുടെ ക്വാർട്ടേഴ്സ് സ്ഥിതിചെയ്യുന്ന സ്ഥലം വിട്ടുകിട്ടുന്നതിന് സർക്കാർതലത്തിൽ ഇടപെ ടലുകൾ നടത്തിയിട്ടുണ്ട്. ഈ പ്രദേശങ്ങളിൽ വൈദ്യുതി കണക്ഷൻ ലഭ്യമാക്കി. ആരോഗ്യം, വിദ്യാഭ്യാസം, സാമ്പത്തികം, സാമൂഹിക - സാംസ്കാരിക ഇടപെടലുകൾ മെച്ചപ്പെടുത്തുന്നതിന് പാക്കേജുകൾ നടപ്പിലാക്കും.

ടി എസ് പി വിഹിതം

നിലവിൽ 1.4 ശതമാനമാണ് കേരളത്തിലെ പട്ടികവർഗ ജനസം ഖ്യ. ട്രൈബൽ സബ് പ്ലാൻ (ടി എസ് പി) വിഹിതമായി ഓരോ വർഷവും

ബജറ്റിൽ 2.83 ശതമാനം തുക വകയിരുത്തി പദ്ധതികൾ നടപ്പിലാക്കി വരുന്നുണ്ട്. ജില്ലകളിലെ ജനസംഖ്യ അടിസ്ഥാനമാക്കിയാണ് പട്ടി കവർഗ വികസന വകുപ്പ് പദ്ധതികൾ നടപ്പിലാക്കുന്നത്. ഇതിന്റെ ആനുകൂല്യം ജനസംഖ്യാനുപാതികമായി മാവില, കരിമ്പാല, മലവേ ട്ടുവ സമുദായങ്ങൾക്കും ലഭിച്ചുവരുന്നുണ്ട്. തദ്ദേശ സ്വയംഭരണ സ്ഥാ പനങ്ങൾക്കുള്ള ടി എസ് പി വിഹിതം ജനസംഖ്യാനുപാതികമായല്ല അനുവദിക്കുന്നതെന്നത് ശ്രദ്ധയിൽപ്പെട്ടിട്ടുണ്ട്. ഇക്കാര്യം സംസ്ഥാന ആസൂത്രണ ബോർഡുമായി ചർച്ച ചെയ്യും.

ലാന്റ് ബാങ്ക് പദ്ധതി

ലാന്റ് ബാങ്ക് പദ്ധതിപ്രകാരം സ്ഥലം കണ്ടെത്തി ഭൂരഹിതരായ പട്ടികവർഗക്കാർക്ക് വിതരണം ചെയ്യുന്നതിനുള്ള നടപടി സ്വീകരിച്ചു വരുന്നുണ്ട്. കാസർഗോഡ് ജില്ലയിൽ ഭൂമിയുടെ ലഭ്യതക്കുറവ് കാരണം നിലവിൽ ലാന്റ് ബാങ്ക് പദ്ധതി പ്രകാരം 25 സെന്റ് ഭൂമിയാണ് നൽകു ന്നത്. എല്ലാ ഭൂരഹിതർക്കും ഭൂമി ലഭ്യമാക്കിയതിനുശേഷം 1 ഏക്കർ നൽകുന്നത് പരിഗണിക്കും.

സ്വയംതൊഴിൽ വായ്പ

പട്ടികജാതി വിഭാഗത്തിൽപ്പെട്ട സംരംഭകർക്ക് ബാങ്ക് വായ്പയുടെ മൂന്നിലൊന്ന് സബ്സിഡി നിരക്കിൽ പരമാവധി ഒരു ലക്ഷം രൂപ വരെ സബ്സിഡി നൽകിവരുന്നു. എന്നാൽ ഈ സർക്കാരിന്റെ കാലത്ത് പട്ടികജാതിയിലെ ദുർബല വിഭാഗങ്ങൾക്ക് സ്വയംതൊഴിൽ സംരംഭ ങ്ങൾക്കായി വായ്പാബന്ധിതമല്ലാതെ 100% സബ്സിഡി അനുവദിക്കുന്ന തിന് സർക്കാർ ഉത്തരവായിട്ടുണ്ട്. മറ്റ് പട്ടികജാതി വിഭാഗങ്ങൾക്കുകൂടി കൂടുതൽ ആകർഷകമായ രീതിയിൽ സ്വയംതൊഴിൽ സംരംഭങ്ങൾക്ക് സബ്സിഡി അനുവദിക്കുന്ന കാര്യം പരിശോധിക്കും.

സഹകരണ സംഘങ്ങൾക്ക് ധനസഹായം

പട്ടികജാതി-പട്ടികവർഗ ഫെഡറേഷൻ മുഖേന സഹകരണ സം ഘങ്ങൾക്ക് ധനസഹായം അനുവദിക്കുന്നുണ്ട്. ഇതിനായി ബജറ്റിൽ 2 കോടി രൂപ വകയിരുത്തി. ഇതിനു പുറമെ തദ്ദേശ സ്വയംഭരണ സ്ഥാപ നങ്ങൾക്ക് കൈമാറിയ സ്പെഷ്യൽ കമ്പോണന്റ് ഫണ്ട് സബ് പ്ലാൻ വിഹിതം വിനിയോഗിച്ച് ലാഭകരമായി പ്രവർത്തിക്കുന്ന സംഘങ്ങ ൾക്ക് ധനസഹായം നൽകാൻ സർക്കാർ ഉത്തരവ് പുറപ്പെടുവിച്ചിട്ടുണ്ട്. പട്ടികജാതി സഹകരണ സംഘങ്ങളെ പുനരുജ്ജീവിപ്പിക്കുന്നതിന് സഹകരണ വകുപ്പുമായി ചേർന്ന് നൂതന പദ്ധതികൾ ആവിഷ്കരിക്കും.

ലേബർ കോൺട്രാക്റ്റ് സൊസൈറ്റികൾ

പട്ടികജാതി, പട്ടികവർഗ വിഭാഗക്കാരുടെ സാമൂഹിക, സാമ്പത്തിക വികസനത്തിനായാണ് പട്ടികജാതി/പട്ടികവർഗ സഹകരണ സംഘങ്ങൾ രൂപീകരിച്ചിട്ടുള്ളത്. ഇതുവരെ 851 സഹകരണ സംഘങ്ങൾ രജിസ്റ്റർ ചെയ്തിട്ടുണ്ട്. ഇവയിൽ 444 സംഘങ്ങൾ സജീവമാണ്. മറ്റുള്ളവകൂടി സജീവമാക്കേണ്ടതുണ്ട്. ഇപ്പോൾ 12 പട്ടികജാതി/പട്ടികവർഗ ലേബർ കോൺട്രാക്സ് സൊസൈറ്റികൾ നിലവിലുണ്ട്. പട്ടികജാതി വികസന വകുപ്പ് രൂപംനൽകിയിട്ടുള്ള ഉന്നതി എംപവർമെന്റ് സൊസൈറ്റിയുടെ ആഭിമുഖ്യത്തിൽ വിവിധ ജില്ലകളിൽ പട്ടികജാതി/പട്ടികവർഗ ലേബർ കോൺട്രാക്റ്റ് സൊസൈറ്റികൾ രൂപീകരിക്കും. ഈ സൊസൈറ്റികൾക്ക് സാമ്പത്തിക സഹായവും സാങ്കേതിക പിന്തുണയും ഉറപ്പാക്കും.

പട്ടികവർഗ സൊസൈറ്റികൾ

പട്ടികവർഗ സൊസൈറ്റികളുടെ പ്രവർത്തനങ്ങൾ സംബന്ധിച്ച് പ്രാദേശിക തലത്തിൽ വിലയിരുത്തലുകൾ നടത്തി വിപുലീകരിക്കുന്നതിന് നടപടികൾ സ്വീകരിക്കും.

ട്രൈബൽ എക്സ്റ്റൻഷൻ ഓഫീസ് ആരംഭിക്കൽ

കോന്നി, ആറളം എന്നിവിടങ്ങളിൽ ട്രൈബൽ എക്സ്റ്റൻഷൻ ഓഫീസ് ആരംഭിക്കണമെന്ന ആവശ്യം ഉയർന്നുവന്നിട്ടുണ്ട്. ഇക്കാര്യത്തിൽ പരിശോധിച്ച് തീരുമാനം കൈക്കൊള്ളുന്നതാണ്.

സ്കോളർഷിപ്പ് വിതരണം

പട്ടികജാതി-പട്ടികവർഗ വിദ്യാർത്ഥികൾക്കുള്ള പോസ്റ്റ്മെട്രിക് പദ്ധതികളുടെ വ്യവസ്ഥകളും നിരക്കുകളും പുതുക്കി സർക്കാർ ഉത്തരവ് പുറപ്പെടുവിച്ചു. പട്ടികവർഗ വിദ്യാർത്ഥികളുടെ ലംപ്സം ഗ്രാന്റ് കോഴ്സ് അടിസ്ഥാനത്തിലാണ് നൽകിവരുന്നത്. അത് ഗ്രൂപ്പ് അടിസ്ഥാനത്തിലാക്കി വർദ്ധിപ്പിച്ച് ഏകീകരിക്കുന്നതിനും ഹോസ്റ്റൽ ഫീസ്, പോക്കറ്റ് മണി എന്നിവ വർദ്ധിപ്പിക്കുന്നതിനുമുള്ള ശിപാർശ പരിഗണനയിലാണ്.

പുതിയ പോസ്റ്റ് മെട്രിക് ഹോസ്റ്റൽ

ഈ സർക്കാർ അധികാരത്തിൽ വന്നശേഷം എറണാകുളം, തൃശ്ശൂർ എന്നിവിടങ്ങളിൽ പെൺകുട്ടികൾക്കും കോതമംഗലത്ത് ആൺകുട്ടികൾക്കും പോസ്റ്റ് മെട്രിക് ഹോസ്റ്റലുകൾ ആരംഭിച്ചു. കോഴിക്കോട്

പെൺകുട്ടികൾക്ക് പുതിയ പോസ്റ്റ് മെട്രിക് ഹോസ്റ്റൽ ആരംഭിക്കും. പ്രാഥമിക നടപടികൾ പൂർത്തിയായി. പട്ടികവർഗ വിദ്യാർത്ഥികൾക്കായി എറണാകുളത്ത് പുതിയ പോസ്റ്റ് മെട്രിക് ഹോസ്റ്റൽ ആരംഭിക്കുന്ന കാര്യം പരിഗണിക്കും.

നിലവിലെ ഹോസ്റ്റലുകളുടെ പുനരുദ്ധാരണത്തിനും ആധുനികവൽക്കരണത്തിനും നടപടി സ്വീകരിച്ചിട്ടുണ്ട്.

പ്രീമെട്രിക് ഹോസ്റ്റലുകളിൽ ഹിന്ദി ഭാഷ പരിശീലനം

ഹിന്ദി ഭാഷ അനായാസം കൈകാര്യം ചെയ്യുന്നതിന് പ്രത്യേക പരിശീലനം അനിവാര്യമാണ്. എഴുതാനും വായിക്കാനും പ്രാപ്തമാക്കുന്നതിനൊപ്പം ഹിന്ദി ഭാഷയിൽ ആശയവിനിമയം നടത്തുവാനുള്ള ശേഷിയും കൈവരിക്കേണ്ടതുണ്ട്. പ്രീമെട്രിക് ഹോസ്റ്റലുകളിൽ ഹിന്ദി യടക്കമുള്ള വിഷയങ്ങളിൽ ട്യൂഷൻ നൽകുന്നുണ്ടെങ്കിലും ഹിന്ദിയിൽ ആശയവിനിമയം നടത്തുവാൻ പ്രാപ്തമാക്കുന്നതിന് പ്രത്യേക പരിശീലനം നൽകും.

മെന്റർ ടീച്ചർ

വിദ്യാർത്ഥികളുടെ കൊഴിഞ്ഞുപോക്ക് തടയുക, ഭാഷാപ്രശ്നം പരിഹരിക്കുക എന്നിവയ്ക്കായി ഗോത്രബന്ധു പദ്ധതിയുടെ ഭാഗമായി മെന്റർ ടീച്ചർമാരെ നിയമിച്ചിട്ടുണ്ട്. വയനാട് (241), അട്ടപ്പാടി (26), പാലക്കാട് (അട്ടപ്പാടി ഒഴികെ 30), മലപ്പുറം (29) ഉൾപ്പെടെ ആകെ 326 മെന്റർ ടീച്ചർമാരെ നിയമിച്ചിട്ടുണ്ട്. ഗോത്രഭാഷ അറിയുന്ന നിശ്ചിത യോഗ്യതയുള്ളവരെ മറ്റ് ജില്ലകളിൽ നിയമിക്കുന്നത് പരിഗണിക്കും.

എയ്ഡഡ് മേഖലയിലെ സംവരണം

എയ്ഡഡ് സ്കൂൾ, കോളേജ് നിയമനങ്ങളിൽ പട്ടികജാതി, പട്ടികവർഗ വിഭാഗക്കാർക്കായി സംവരണം വേണമെന്ന ആവശ്യം ഉന്നയിക്കപ്പെടുകയുണ്ടായി. കൂടുതൽ ചർച്ചകൾ നടത്തി ഇക്കാര്യത്തിൽ തീരുമാനം കൈക്കൊള്ളുന്ന കാര്യം പരിശോധിക്കുന്നതാണ്.

ഗവേഷണ വിദ്യാർത്ഥികളുടെ സീറ്റ് വർദ്ധിപ്പിക്കൽ

ഗവേഷണ പരിപാടികളിൽ യൂണിവേഴ്സിറ്റി ഗ്രാന്റ്സ് കമിഷൻ (യു ജി സി) മാർഗനിർദ്ദേശ പ്രകാരമാണ് പ്രവേശനം അനുവദിക്കുന്നത്. യു ജി സി റെഗുലേഷന് വിധേയമായി മാത്രമേ ഇക്കാര്യത്തിൽ നടപടി കൈക്കൊള്ളാൻകഴിയൂ. പട്ടികജാതി വിഭാഗക്കാരായ വിദ്യാർത്ഥികളുടെ ഗവേഷണ പഠനം പ്രോത്സാഹിപ്പിക്കുന്നതിനായി നാഷണൽ എലി

ജിബിലിറ്റി ടെസ്റ്റ് പാസാകാത്ത ഗവേഷക വിദ്യാർത്ഥികൾക്ക് യു ജി സി ഫെലോഷിപ്പ് തുകയുടെ 75 ശതമാനം നിരക്കിൽ ഫെലോഷിപ്പും കണ്ടിജന്റ് ഗ്രാന്റും നൽകിവരുന്നുണ്ട്.

സ്വാശ്രയ കോളേജുകളിലെ പ്രാതിനിധ്യം

സ്വാശ്രയ കോളേജുകളിലെ സർക്കാർ അംഗീകാരമുള്ള കോഴ്സുകളിൽ വിദ്യാർത്ഥി പ്രവേശനത്തിന് എസ് സി വിഭാഗം വിദ്യാർത്ഥികൾക്ക് നിയമപ്രകാരമുള്ള സംവരണവും അർഹതപ്പെട്ട സ്കോളർഷിപ്പുകളും അനുവദിച്ചുവരുന്നു.

ഉന്നതവിദ്യാഭ്യാസ രംഗത്ത് വരുത്തേണ്ട പരിഷ്കാരങ്ങൾ

ഉന്നതവിദ്യാഭ്യാസ രംഗത്ത് വരുത്തേണ്ട പരിഷ്കാരങ്ങൾ സംബന്ധിച്ച് ഉന്നതവിദ്യാഭ്യാസ വകുപ്പ് ചർച്ച ചെയ്യുന്നുണ്ട്. പട്ടികജാതി വിഭാഗം വിദ്യാർത്ഥികൾക്ക് പ്രയോജനപ്രദമായ രീതിയിലുള്ള പരിഷ്കാരങ്ങൾ കൊണ്ടുവരുന്നതിനുള്ള നടപടികളും കൈക്കൊള്ളുന്നതാണ്.

പട്ടികവർഗ/പട്ടികജാതി വിഭാഗങ്ങളുൾപ്പെടെ എല്ലാ വിഭാഗം അരികുവൽക്കരിക്കപ്പെട്ടവരെയും ചേർത്തുപിടിക്കാൻ സാധിക്കുന്നു എന്നതാണ് കേരളത്തിലെ ഉന്നതവിദ്യാഭ്യാസ സംവിധാനത്തിന്റെ സവിശേഷത. സ്കോളർഷിപ്പുകൾ, ഹോസ്റ്റൽ സൗകര്യങ്ങൾ, ഇതര പ്രോത്സാഹന പ്രവർത്തനങ്ങൾ എന്നിവ ശക്തിപ്പെടുത്താൻ നമുക്കു കഴിഞ്ഞിട്ടുണ്ട്. ഇതുവഴി ഈ വിഭാഗങ്ങളിൽനിന്നുള്ള കോളേജ് പ്രവേശനം മറ്റ് സംസ്ഥാനങ്ങളിൽനിന്ന് വ്യത്യസ്തമായി ഉയർന്ന നിലയിൽ ഉറപ്പാക്കാൻ കഴിഞ്ഞിട്ടുണ്ട്. ഈ മേഖലയിൽ കൂടുതൽ പ്രവർത്തനങ്ങൾ സർക്കാർ ഏറ്റെടുക്കും.

അതിദുർബല വിഭാഗക്കാരായ ആദിവാസികളുടെ ക്ഷേമം

അതിദുർബല വിഭാഗക്കാരായ പട്ടികവർഗക്കാർ അധിവസിക്കുന്ന പ്രദേശങ്ങളിൽ കുടിവെള്ള പദ്ധതി, സാമൂഹിക പഠനമുറികളുടെ നിർമ്മാണവും നവീകരണവും, ജീവനോപാധി കണ്ടെത്തുന്നതിനുള്ള പരിശീലനം എന്നിവ പ്രത്യേകമായി നടന്നുവരുന്നു.

ഔഷധ കൃഷി

പട്ടികവർഗ വിഭാഗത്തിലെ പാരമ്പര്യ തദ്ദേശീയ വൈദ്യൻമാർക്ക് ചികിത്സാ കേന്ദ്രങ്ങൾ സ്ഥാപിക്കുന്നതിനും അടുത്ത തലമുറയ്ക്ക് അറിവ് പകരാനുള്ള സഹായം നൽകുന്നതിനുമായി കിർത്താഡ്സുമായി സഹ

കരിച്ച് ക്ഷേമ പദ്ധതികൾ നടപ്പാക്കിവരുന്നു. വാർഷിക ഗ്രാന്റായി 10,000 രൂപ വീതം ധനസഹായം അനുവദിച്ച് വരുന്നു. ഔഷധക്കൃഷി ക്കായി ഭൂമി അനുവദിക്കണമെന്ന ആവശ്യം പരിശോധിച്ച് നടപടി കൈക്കൊള്ളും.

പൂടംകല്ല് താലൂക്ക് ആശുപത്രി ട്രൈബൽ സ്പെഷ്യാലിറ്റി ആശുപത്രിയാക്കൽ

വെള്ളരിക്കുണ്ട് താലൂക്കിലെ പൂടംകല്ല് താലൂക്ക് ആശുപത്രി ട്രൈബൽ സ്പെഷ്യാലിറ്റി ആശുപത്രിയാക്കി മാറ്റൽ, വെള്ളരിക്കുണ്ട്, എണ്ണപ്പാറ കുടുംബാരോഗ്യ കേന്ദ്രങ്ങളിൽ ഡയാലിസിസ് സംവിധാനം ഏർപ്പെടുത്തൽ എന്നിവ പരിശോധിച്ച് നടപടി കൈക്കൊള്ളും.

കലാകാരന്മാർക്ക് പ്രോത്സാഹനം

ഫോക്‌ലോർ ഉൾപ്പെടെയുള്ള കലാപ്രതിഭകളെ പ്രോത്സാഹിപ്പി ക്കുന്നതിന് അനുയോജ്യമായ പദ്ധതികൾ ആവിഷ്കരിക്കുന്ന കാര്യം പരിഗണിക്കും.

കായിക പരിശീലനം

സ്പെയിനിൽ പരിശീലനത്തിന് അവസരം ലഭിച്ച നന്ദുവിന് അഭിനന്ദനങ്ങൾ. കൂടുതൽ പേർക്ക് മികച്ച പരിശീലനാവസരങ്ങൾ ലഭ്യ മാക്കും.

മികച്ച കായിക പ്രതിഭകളെ കണ്ടെത്തുന്നതിനും പ്രോത്സാഹിപ്പി ക്കുന്നതിനും സ്പോർട്സ് മോഡൽ റസിഡൻഷ്യൽ സ്കൂളുകൾ പ്രവ ർത്തിക്കുന്നു. സെലക്ഷൻ ട്രയൽസിലൂടെ വിവിധ ജില്ലകളിൽ നിന്നുള്ള കായികപ്രതിഭകളെ കണ്ടെത്തി 5-ാം ക്ലാസ് മുതൽ പ്രവേശനം നൽകി പരിശീലിപ്പിക്കുന്നുണ്ട്. കായികരംഗത്ത് മികവു തെളിയിക്കുന്നവർക്ക് ആവശ്യമായ ഉപകരണങ്ങൾ വാങ്ങുന്നതിനും വിദേശ രാജ്യങ്ങളിൽ ഉൾപ്പെടെ പരിശീലനത്തിനും സഹായം നൽകിവരുന്നുണ്ട്. കായിക പ്രതിഭകൾക്കായി പ്രത്യേക പ്രോത്സാഹന പദ്ധതികൾ രൂപീകരിക്കു ന്ന കാര്യം പരിഗണിക്കുന്നതാണ്.

ലൈഫ്

ലൈഫ് പട്ടികയിൽ പട്ടികജാതിക്കാർക്ക് മതിയായ പ്രാതിനിധ്യം ലഭിക്കുന്നില്ലെന്ന് ഇവിടെ പരാതി ഉയർന്നുവന്നത് ശ്രദ്ധിച്ചു. ലൈഫ് മിഷൻ നടത്തിയ സർവേകളുടെ അടിസ്ഥാനത്തിലാണ് പട്ടിക പ്രസി

ദ്ധീകരിച്ചിട്ടുള്ളത്. അർഹരായവർ പട്ടികയിൽ ഉൾപ്പെടാതെ പോയിട്ടുണ്ടെങ്കിൽ പരിശോധിച്ച് നടപടി കൈക്കൊള്ളും.

ലൈഫ് ഒന്നാംഘട്ടത്തിൽ അപൂർണമായ വീടുകളുടെ പൂർത്തീകരണമാണ് നടത്തിയത്. അപൂർണമെന്ന് കണ്ടെത്തിയ 19,566 വീടുകളിൽ 19,153 വീടുകൾ പൂർത്തീകരിച്ചിട്ടുണ്ട്. 2010 ഏപ്രിൽ 1 നശേഷം പൂർത്തീകരിച്ച വീടുകളാണ് സേഫ് പദ്ധതികളിൽ നവീകരണത്തിനായി ഏറ്റെടുക്കുന്നത്. 2010 ന് മുമ്പുള്ള വീടുകൾ നവീകരിക്കാനാകാത്ത സാഹചര്യമുണ്ട്. ഇത്തരം വീടുകളുടെ സ്ഥിതി പരിശോധിച്ച് നവീകരിക്കാൻ സാധിക്കുന്നവയെ നവീകരണ പദ്ധതികളിൽ ഉൾപ്പെടുത്തും.

രണ്ടാം ഘട്ടത്തിൽ ഭൂമിയുള്ള ഭവനരഹിതർക്ക് ഭവനം നിർമ്മിച്ച നൽകി. ഭവനരഹിതരെന്ന് കണ്ടെത്തിയ 69,804 പേരിൽ 58,905 പേർ കരാറിൽ ഏർപ്പെട്ടു. ഇവയിൽ 50,114 വീടുകൾ പൂർത്തീകരിച്ചു. 8,791 വീടുകളുടെ നിർമ്മാണ പ്രവൃത്തി പുരോഗമിക്കുകയാണ്. മൂന്നാം ഘട്ടത്തിൽ ഭൂരഹിതരും ഭവനരഹിതരുമായ 22,570 കുടുംബങ്ങളുടെ പട്ടിക തയ്യാറാക്കി. ഇവരിൽ 7,489 പേർ കരാറിൽ ഏർപ്പെട്ടു. 5,363 വീടുകൾ പൂർത്തീകരിച്ചു. 2,126 വീടുകളുടെ പ്രവൃത്തി പുരോഗമിക്കുന്നു.

ട്രാൻസ്ജെന്റേഴ്സ്

പട്ടികജാതി/പട്ടികവർഗ വികസന വകുപ്പിന്റെ വിവിധ വികസന പദ്ധതികളിലും തൊഴിൽ പരിശീലന പദ്ധതികളിലും ട്രാൻസ്ജെന്റേഴ്സിനെ ഉൾപ്പെടുത്തിയിട്ടുണ്ട്. വകുപ്പിന്റെ പദ്ധതി മാനദണ്ഡങ്ങളിൽ പ്രത്യേക ഇളവ് നൽകി 2 ട്രാൻസ്ജെന്റേഴ്സിന് ഭൂമി നൽകി. കൂടുതൽ ക്ഷേമ പദ്ധതികളിൽ ഇപ്രകാരം മാനദണ്ഡങ്ങളിൽ ഇളവ് നൽകി അർഹമായ സഹായവും പിന്തുണയും ഉറപ്പാക്കും.

നിയമ സംവിധാനം

നിയമരംഗത്ത് പട്ടികജാതി/പട്ടികവർഗ വകുപ്പ് നടത്തിയ ചുവടുവെയ്പാണ് ജസ്റ്റിസ് വെൽഫെയർ ലീഗൽ അസിസ്റ്റൻസ് (ജ്വാല) പദ്ധതി. പട്ടികവർഗക്കാർക്കിടയിലെ നിയമബിരുദധാരികൾക്ക് പ്രായോഗിക പരിശീലനം ലഭ്യമാക്കാനുള്ള പദ്ധതിയാണിത്. തെരഞ്ഞെടുക്കപ്പെട്ടവർക്ക് 3 വർഷത്തേക്ക് നിയമവുമായി ബന്ധപ്പെട്ട സ്ഥാപനങ്ങളിൽ ഇന്റേൺഷിപ്പിന് അവസരമൊരുക്കുന്നു. എന്നാൽ ജ്വാല പദ്ധതിയുടെ ഭാഗമായി ഗവ. പ്ലീഡർ ഓഫീസുകളിലാണ് നിയമനം ലഭ്യമാക്കിയത്. നിലവിൽ 69 പേർ നിയമിക്കപ്പെട്ടതിൽ 24 പേർ ഹൈക്കോടതിയിലാണ് സേവനം ചെയ്യുന്നത്. 45 പേർ ജില്ലാ കോട

തികളിൽ ജോലി ചെയ്യുന്നു. പ്രഗത്ഭരായ മറ്റ് അഭിഭാഷകരുടെ കീഴിൽ പ്രാക്ടീസ് ചെയ്യുന്നതിനുള്ള അവസരം ഒരുക്കും.

ഫീസിബിലിറ്റി സർട്ടിഫിക്കറ്റ് അനുവദിക്കൽ

പട്ടികജാതിക്കാരുടെ ശ്മശാനങ്ങളിലേക്കുള്ള റോഡുകൾ നിർമ്മിക്കുമ്പോൾ ഫീസിബിലിറ്റി സർട്ടിഫിക്കറ്റ് അനുവദിക്കുന്നതിൽ ചില തടസ്സങ്ങൾ ഉണ്ടാകുന്നതായി ശ്രദ്ധയിൽപ്പെട്ടിട്ടുണ്ട്. ശ്മശാനങ്ങൾ, സാംസ്കാരിക നിലയങ്ങൾ എന്നിവ പട്ടികജാതിക്കാർ കൂടുതലായി താമസിക്കുന്ന പ്രദേശങ്ങളിൽനിന്നും അകലെയായി സ്ഥിതിചെയ്യുന്ന സാഹചര്യത്തിൽ അവ പ്രത്യേകമായി പരിഗണിച്ച് ഗതാഗത സൗകര്യം ഒരുക്കുന്നതിന് ഫീസിബിലിറ്റി സർട്ടിഫിക്കറ്റ് നൽകാൻ നടപടി സ്വീകരിക്കും.

ജാതി സർട്ടിഫിക്കറ്റ് ലഭ്യമാക്കൽ

തമിഴ്നാട്, കർണ്ണാടക, ആന്ധ്രാപ്രദേശ് തുടങ്ങിയ സംസ്ഥാനങ്ങളിൽനിന്നും കുടിയേറിയ ആദി ആന്ധ്ര, ആദി കർണ്ണാടക, ആദി ദ്രാവിഡ വിഭാഗങ്ങൾക്ക് ജാതി സർട്ടിഫിക്കറ്റ് ലഭിക്കുന്നതിലെ തടസ്സം പരിഹരിക്കുന്നതിന് നടപടി സ്വീകരിക്കും.

നവകേരള
സാംസ്കാരിക സദസ്സ്

തൃശ്ശൂർ

25 ഫെബ്രുവരി, 2024

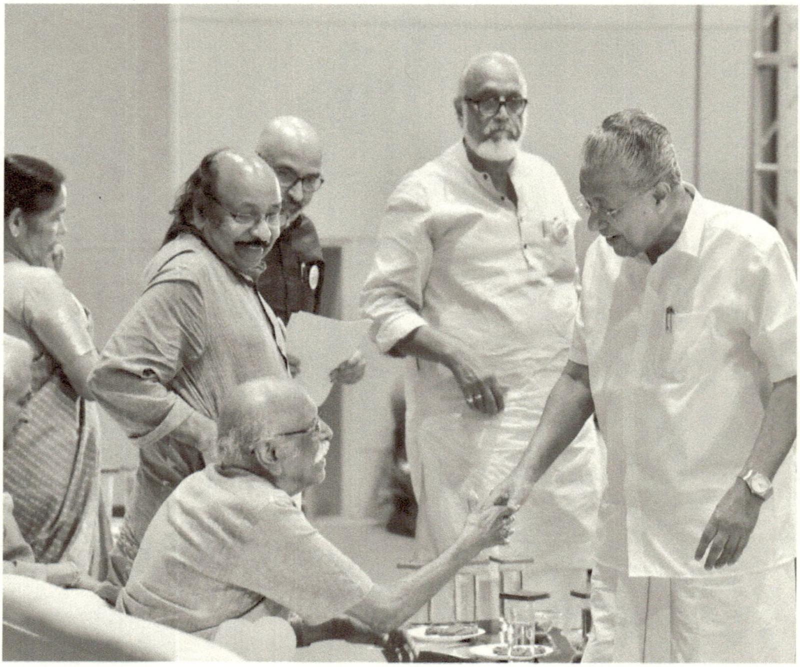

ആമുഖം

നാടിന്റെ ജീവ സ്പന്ദനങ്ങളെ പ്രതിഫലിപ്പിക്കുന്നവരാണ് സാംസ്കാരിക പ്രവർത്തകർ. ചാതുർവർണ്യത്തിന്റെ ഭാഗമായി രൂപപ്പെട്ട സാമൂഹിക ജീവിതത്തിന്റെ ജീർണ്ണതകൾക്കെതിരായി നടന്ന പോരാട്ടങ്ങളിൽ സാംസ്കാരികോപാധികൾ വലിയ തോതിൽ പ്രയോജനപ്പെടുത്തിയിട്ടുണ്ട്. ഫ്യൂഡൽ മൂല്യങ്ങൾക്കെതിരായ പ്രതികരണങ്ങളിലൂടെ വേരുപിടിപ്പിച്ചെടുത്ത സാമൂഹ്യ പരിഷ്കരണ ശ്രമങ്ങളുടെ പ്രതിഫലനം സാഹിത്യത്തിലും കലയിലും സാംസ്കാരിക ഇടപെടലുകളിലും പ്രകടമായി. ഇതര ഇന്ത്യൻ സംസ്ഥാനങ്ങളിൽനിന്നും വ്യത്യസ്തമായി നവോത്ഥാന പ്രസ്ഥാനങ്ങൾ മുന്നോട്ടുവച്ച ആശയങ്ങൾക്ക് തുടർച്ച ഉറപ്പാക്കിയ ഇടമാണ് കേരളം.

വൈവിധ്യവും ബഹുസ്വരതയുമാണ് ഇന്ത്യൻ ജനാധിപത്യം ഉറപ്പുനൽകുന്ന സാംസ്കാരിക മൂല്യങ്ങൾ. ഇത് പ്രയോജനപ്പെടുത്തിയാണ് സാംസ്കാരിക രംഗം മുന്നേറുന്നത്. സാംസ്കാരിക പ്രവർത്തനത്തിന് വിവിധ രൂപങ്ങൾ, ഭാവങ്ങൾ, നാടൻ കലകൾ മുതൽ ക്ലാസിക് കലകൾ വരെ വൈവിധ്യമാർന്ന സാംസ്കാരിക വിഭവങ്ങൾ. നവകേരള സൃഷ്ടിയിൽ സാംസ്കാരിക പ്രവർത്തനത്തിനും ജനാധിപത്യപരമായ പ്രതികരണങ്ങൾക്കും നിർണായക സ്ഥാനമുണ്ട്. കല, സാഹിത്യം, സിനിമ, മാധ്യമ രംഗങ്ങൾ ഉൾപ്പെടെ വിപുലമായ സാംസ്കാരിക സീമയെ പ്രതിനിധീകരിക്കുന്നവരാണ് സാംസ്കാരിക പ്രവർത്തകരുമായുള്ള മുഖാമുഖത്തിൽ പങ്കെടുത്തത്.

പുതിയ കാലത്തെ സാംസ്കാരിക പ്രവർത്തനത്തിന് സർക്കാർ ലഭ്യമാക്കേണ്ട പിന്തുണയും ഇടപെടലുകളുമാണ് സാംസ്കാരിക പ്രവർത്തകരുമായുള്ള മുഖാമുഖത്തിന്റെ അജണ്ട. അക്ഷരാർത്ഥത്തിൽ സാംസ്കാരിക കേരളത്തിന്റെ പരിച്ഛേദമായി മാറിയ മുഖാമുഖം 25.02.2024 ന് തൃശ്ശൂർ ലുലു കൺവെൻഷൻ സെന്ററിൽ നടന്നു.

2,651 സാംസ്കാരിക പ്രവർത്തകർ മുഖാമുഖത്തിൽ പങ്കെടുത്തു. വേദിയിലും സദസ്സിലുമുള്ളവരിൽ നിന്നായി 40 പേർ ആശയങ്ങൾ പങ്കുവെച്ചു. മറ്റുള്ളവർ എഴുതി നൽകിയ നിർദ്ദേശങ്ങൾകൂടി പരിഗണിച്ചാണ് സാംസ്കാരിക രംഗത്തെ സർക്കാർ ഇടപെടലുകൾക്കായുള്ള പ്രവർത്തനങ്ങൾ ആവിഷ്കരിക്കുക.

മുഖാമുഖം പരിപാടിയിൽ മന്ത്രി സജി ചെറിയാൻ അധ്യക്ഷനായി. സാംസ്കാരിക വകുപ്പ് സെക്രട്ടറി മിനി ആന്റണി സ്വാഗതവും സാംസ്കാരിക വകുപ്പ് ഡയറക്ടർ എൻ മായ നന്ദിയും പറഞ്ഞു.

പ്രസംഗം

നമ്മുടെ ചരിത്രം പരിശോധിച്ചാൽ, കാലത്തിന്റെ പുരോഗതിയിൽ കലാസാഹിത്യ സാംസ്കാരിക രംഗങ്ങളിലെ പ്രമുഖർ നിർണ്ണായക മായ പങ്കാണ് വഹിച്ചിട്ടുള്ളതെന്ന് കാണാം.

നാടിനു വഴികാട്ടിയാകുന്നതു മുതൽ ബഹുജനാഭിപ്രായം രൂപീകരി ക്കുന്നതിൽ വരെ അവർ നിർണ്ണായക സ്വാധീന ശക്തിയായിരുന്നിട്ടുണ്ട്. നാടാകട്ടെ, എന്നും അവരുടെ അഭിപ്രായങ്ങൾക്കു കാതോർത്തിട്ടുമുണ്ട്. കാരണം, അവർ സ്വാർത്ഥതാല്പര്യങ്ങളാലല്ല, സാമൂഹിക നന്മയുടെ താ ൽപര്യങ്ങളാലാണു നയിക്കപ്പെടുന്നതെന്നും അതുകൊണ്ടുതന്നെ അവർ പറയുന്നതിൽ വസ്തുനിഷ്ഠമായ യാഥാർഥ്യങ്ങളുണ്ടെന്നും ജനങ്ങൾ കരുതു ന്നു, നാട് കരുതുന്നു.

നാടിനെയും ജനങ്ങളെയും ആത്യന്തിക ശക്തിയായി കരുതുന്ന സംസ്ഥാന സർക്കാരും അതു തന്നെയാണു കരുതുന്നത്. ഭാവി കേരളം എങ്ങനെയാവണം എന്ന കാര്യം ഗൗരവപൂർവ്വമുള്ള ആലോചനകൾക്കു വിഷയമാവുമ്പോൾ, ആദ്യം പരിഗണിക്കേണ്ടത് സാംസ്കാരിക രംഗ ത്തുള്ളവരുടെ അഭിപ്രായങ്ങളാണെന്നു സർക്കാർ കരുതുന്നു. ആ ചിന്തയു ടെ അടിസ്ഥാനത്തിലാണ് നിങ്ങളെല്ലാവരെയും ഇവിടേക്കു ക്ഷണിച്ചത്.

പലവിധ തിരക്കുകളുള്ളവരാണു നിങ്ങൾ. സർഗ്ഗാത്മകമായ ചിന്ത കളിൽ വ്യാപരിക്കുന്ന നിങ്ങളുടെ ഓരോ നിമിഷവും വിലപ്പെട്ടതാണ്. എന്നിട്ടും ഈ ചടങ്ങിലേക്കു നിങ്ങൾ എത്തി. അത് കേരളത്തെക്കുറിച്ചു ള്ള നിങ്ങളുടെ മനസ്സുകളിലെ കരുതൽകൊണ്ടാണ്. ആ കരുതൽ എന്നും

ഉണ്ടാവട്ടെ എന്ന് ആശംസിച്ചുകൊണ്ട് സഹകരണത്തിന്റേതായ ഈ സമ്മനോഭാവത്തിന് തുടക്കത്തിൽത്തന്നെ നന്ദി പറയട്ടെ.

അടുത്തകാലത്തു നവകേരള സദസ്സ് കേരളത്തിന്റെ എല്ലാ ഭാഗങ്ങളെയും സ്പർശിക്കുന്ന വിധത്തിൽ വിജയകരമായി നടന്നത് നിങ്ങൾക്കറിയാം. നിങ്ങളിൽ പലരെയും അന്നു കാണാനും അവസരമുണ്ടായി. കൃത്യമായ ഒരു ഉദ്ദേശ്യത്തോടെയാണ് ആ സദസ്സ് നടത്തിയത്. പുതിയ സഹസ്രാബ്ദഘട്ടത്തിനു ചേരുന്ന വിധത്തിൽ നമ്മുടെ കേരളത്തെ പുനർനിർമ്മിക്കുക എന്നതാണ് ആ ഉദ്ദേശ്യം. വിജ്ഞാന സമ്പദ്ഘടന രൂപപ്പെടുത്തുക. അതിന്റെ അടിസ്ഥാനത്തിൽ ഒരു നവവിജ്ഞാന സമൂഹത്തെ വാർത്തെടുക്കുക. അങ്ങനെ ഒരു നവകേരളം രൂപപ്പെടുത്തുക.

ഉന്നതവിദ്യാഭ്യാസ രംഗത്തെ നവീകരിച്ചും നൈപുണ്യവികസനം സാധ്യമാക്കിയും കേരളത്തിലെ യുവാക്കളുടെ അറിവുകളെയും ശേഷികളെയും ലോകോത്തരമാക്കുകയാണ്. വിവിധ മേഖലകളിൽ മികവിന്റെ കേന്ദ്രങ്ങൾ ഒരുക്കിക്കൊണ്ട് കേരളത്തെ നൂതന ഗവേഷണങ്ങളുടെ ഹബ്ബാക്കി മാറ്റുകയാണ്. ഗവേഷണ കേന്ദ്രങ്ങളെയും വ്യവസായ സംരംഭങ്ങളെയും ബന്ധിപ്പിച്ചുകൊണ്ട് അറിവുകളെ ഉല്പന്നങ്ങളും സേവനങ്ങളുമാക്കി പരിവർത്തിപ്പിക്കുകയാണ്. അങ്ങനെ ഉല്പാദനവും ഉല്പാദനക്ഷമതയും വർധിപ്പിച്ചുകൊണ്ട് സാമ്പത്തിക വളർച്ച ത്വരിതപ്പെടുത്താനാണ് ശ്രമിക്കുന്നത്. അങ്ങനെ ലഭ്യമാകുന്ന അധിക വിഭവങ്ങളുടെ നീതിയുക്തമായ വിതരണത്തിലൂടെ സാമൂഹ്യനീതി ഉറപ്പുവരുത്തുകയാണ്.

ഇതിനൊക്കെ അടിത്തറയൊരുക്കാൻ വേണ്ട അടിസ്ഥാന സൗകര്യങ്ങൾ ആരോഗ്യം, വിദ്യാഭ്യാസം, കൃഷി, വ്യവസായം, ഗതാഗതം, സാങ്കേതികവിദ്യ എന്നിങ്ങനെ വ്യത്യസ്ത മേഖലകളിൽ നടന്നുവരികയാണ്. അതേസമയം തന്നെ ഇത്തരം വികസന പ്രവർത്തനങ്ങളെ അതിജീവന ശേഷിയുള്ളതും പ്രകൃതിസൗഹൃദവുമാക്കുകയാണ്. എല്ലാ വിഭാഗം ജനങ്ങൾക്കും ഈ മുന്നേറ്റത്തിന്റെ പ്രയോജനം ലഭിക്കുന്നു എന്നുറപ്പുവരുത്താനായി വികസന ക്ഷേമ പ്രവർത്തനങ്ങളെ ഫലപ്രദമായി സമന്വയിപ്പിക്കുന്ന നിലപാടാണ് സ്വീകരിക്കുന്നത്. അങ്ങനെ നവകേരളം സുസ്ഥിരവും ഉൾച്ചേർക്കലിൽ അടിസ്ഥാനപ്പെട്ടതും ആണെന്ന് ഉറപ്പുവരുത്തുകയാണ്.

കാർഷിക വ്യാവസായിക രംഗങ്ങളിലെ വളർച്ചയുടെ അടിസ്ഥാനത്തിൽ കൈവരിക്കുന്ന സാമ്പത്തിക മുന്നേറ്റവും കേരളത്തിന്റെ മാതൃകാപരമായ സാമൂഹ്യക്ഷേമ ഇടപെടലുകളും മാത്രമായിരിക്കില്ല ഈ നവകേരളത്തിന്റെ സവിശേഷത. അതിനൂതന മേഖലകളിൽ ഉൾപ്പെടെ മാറ്റുരയ്ക്കാൻ കഴിയുന്ന നമ്മുടെ യുവാക്കളുടെ ഉന്നതമായ മാനവ വിഭവശേഷിയും ലോകത്താകമാനം ശ്രദ്ധിക്കപ്പെടുന്ന കേരളത്തിന്റെ കലാ-കായിക-സാം

സ്കാരിക സംഭാവനകളും നവകേരളത്തിന്റെ സവിശേഷതകളായിരിക്കും. പുതിയ കാലത്തിന്റെ വെല്ലുവിളികളെ നേരിട്ടുകൊണ്ട് വർത്തമാനകാല, ഭാവി തലമുറകളെ സുരക്ഷിതമാക്കാനുള്ള വഴിയാണത്.

ഇത് സർക്കാർ മാത്രം വിചാരിച്ചാൽ പോര. സമൂഹത്തെയാകെ ചലിപ്പിച്ചുകൊണ്ടേ അത് സാധ്യമാവൂ. ഇവിടെയാണ് സാംസ്കാരിക രംഗത്ത്, അഭിപ്രായ രൂപീകരണരംഗത്ത്, ബുദ്ധിജീവി സമൂഹത്തിന്റെ പങ്ക് പ്രധാനമാവുന്നത്. എല്ലാ ചരിത്ര ഘട്ടങ്ങളിലും പുരോഗതിയുടെ ചാലുകീറാൻ മുൻനിന്ന് പ്രവർത്തിച്ചവരാണ് സാംസ്കാരിക നായകർ. ദേശീയ സ്വാതന്ത്ര്യസമരത്തിന്റെ, നവോത്ഥാന സമരത്തിന്റെ, കീഴാള വിമോചനത്തിന്റെ, തൊഴിലാളി മുന്നേറ്റത്തിന്റെ, കാർഷിക മുന്നേറ്റത്തിന്റെ എന്നിങ്ങനെ ഏത് ഘട്ടമെടുത്താലും സാംസ്കാരികതയുടെ ഇടപെടൽ വളരെ സജീവമായിരുന്നതായി കാണാം.

മറ്റൊരു രൂപത്തിൽ പറഞ്ഞാൽ, സാമൂഹ്യ ജീവിതത്തെക്കുറിച്ചുള്ള ഉൽക്കണ്ഠകളിൽനിന്ന് മുഖം തിരിഞ്ഞുനിന്ന ചരിത്രമില്ല സാംസ്കാരിക നായകർക്ക്. സാമൂഹ്യോന്മുഖതയുടെ, മനുഷ്യോന്മുഖതയുടെ ഇടമുറിയാത്ത ചരിത്രമായിരുന്നു അത് എന്നും.

ആ രാഷ്ട്രീയ-സാംസ്കാരിക സാഹോദര്യമാണ് കേരളത്തെ ഇന്നു കാണുന്ന കേരളമാക്കി മാറ്റിയത്. സമാനമായ ഇടപെടലുകൾ സാംസ്കാരിക രംഗത്തുനിന്നുണ്ടാവേണ്ട ഘട്ടമാണിതും. സംസ്കാരം എന്നത് നമ്മുടെ സാമൂഹ്യ ജീവിതത്തിന്റെ മേൽക്കൂര മാത്രമാണ്. അതിനു തനിച്ച് ഒരു നിലനിൽപ്പില്ല. അതങ്ങനെ നിലനിൽക്കണമെങ്കിൽ ശക്തിയുള്ള അടിത്തറ വേണം. ആ അടിത്തറ ഭൗതിക ജീവിത സാഹചര്യത്തിന്റേതാണ്. അതാകട്ടെ ഗുരുതരമായ ഭീഷണികൾ നേരിടുകയാണ്.

ചുവരുണ്ടെങ്കിലല്ലേ, ചിത്രമെഴുതാൻ പറ്റൂ. ചുവർ തന്നെ തകർന്നാലോ? ഈ ചുവർ, നമ്മുടെ ജാതി-മത ഭേദങ്ങൾക്കതീതമായ ഒരുമയുടേതാണ്. ആ ഒരുമ തകർന്നാലോ? കലയ്ക്കും കലാകാരനും നിലനിൽക്കണമെങ്കിൽ, എഴുത്തും എഴുത്തുകാരനും നിലനിൽക്കണമെങ്കിൽ, ജനമനസ്സുകളുടെ ഐക്യത്തിന്റെ ചുവർ ഇവിടെ നിലനിൽക്കണം. ഫാസിസം കടന്നുവന്നു കഴിഞ്ഞാൽ, പിന്നെ ആവിഷ്കാര സ്വാതന്ത്ര്യത്തെക്കുറിച്ചു പറഞ്ഞിട്ടു കാര്യമില്ല എന്നതും നാം ഓർക്കേണ്ടതാണ്.

സമ്പന്നവും സമൃദ്ധവും വൈവിധ്യപൂർണവുമാണ് നമ്മുടെ സാംസ്കാരിക ചരിത്രം. അത് ഏകശിലാ രൂപിയല്ല. അതിനെ ഏകശിലാ രൂപിയാക്കിയാൽ വൈവിധ്യമാകെ അതിനടിയിൽപ്പെട്ട് ഞെരിഞ്ഞമർന്നുപോകും. സംസ്കാരം സംസ്കാരമല്ലാതായിത്തീരും. അതാണു ഫാസിസം. വിശ്വാസത്തെ വർഗീയതയായും വർഗീയതയെ ഭീകരത

യായും ഒക്കെ പരിവർത്തിപ്പിക്കുമ്പോൾ ജനാധിപത്യം ഫാസിസത്തി ലേക്കു വഴുതി വീഴുകയാണ്. ഒരു ഭാഷ, ഒരു സംസ്കാരം, ഒരു മതം, ഒരു ജീവിതക്രമം, ഒരേ ഭക്ഷണരീതി എന്നൊക്കെയുള്ള ഏകത്വത്തിന്റെ സംസ്കാരം അടിച്ചേൽപ്പിക്കുമ്പോഴും സംഭവിക്കുന്നത് അതുതന്നെയാണ്.

ഫെഡറൽ ഘടനയെക്കുറിച്ചുള്ള നമ്മുടെ സംവാദങ്ങൾ സാമ്പ ത്തികരംഗത്തു മാത്രമായി പരിമിതപ്പെടേണ്ട ഒന്നല്ല. സാംസ്കാരിക രംഗത്തും ഫെഡറൽ സ്പിരിറ്റ് പരിരക്ഷിക്കപ്പെടേണ്ടതുണ്ട്. ഭരണഘ ടനയുടെ സത്തയാണത്. ഭാഷാപരവും വിശ്വാസപരവും ജീവിതശൈ ലീപരവും ഒക്കെയായ വൈജാത്യത്തിന്റെ നിലനിൽപ്പിന് ഗ്യാരന്റി നൽകുന്ന ഒന്നാണ് സാംസ്കാരിക രംഗത്തെ ഫെഡറലിസം. ആ ഫെ ഡറലിസത്തെ തകർത്ത് യൂണിറ്ററി സമ്പ്രദായം കൊണ്ടുവന്നാലോ? നമ്മുടെ സാംസ്കാരിക വൈജാത്യവും അതിന്റെ അടിസ്ഥാനത്തിലുള്ള കലാ-സാഹിത്യങ്ങളുമൊക്കെ അപകടത്തിലാവും. അതുണ്ടായിക്കൂട. അതുകൊണ്ടുതന്നെ ഫെഡറൽ ഘടനയ്ക്കു വേണ്ടിയുള്ള പോരാട്ടം സാമ്പ ത്തികരംഗത്തു മാത്രമല്ല, സാംസ്കാരികരംഗത്തും നടക്കണം. അധിനി വേശത്തിന്റെ സംസ്കാരത്തെ ചെറുത്തുകൊണ്ടേ ഇതു സാധിക്കാനാവൂ.

നമുക്ക് എല്ലാ രംഗത്തും ഒരു മലയാളത്തനിമയുണ്ട്. ആ തനിമ നശിച്ചുപോകാതെ സംരക്ഷിക്കപ്പെടണം. ഐക്യകേരളം നാം രൂപപ്പെ ടുത്തിയെടുത്തതുപോലും ഈ മലയാളിത്തത്തിൽ ഊന്നിക്കൊണ്ടാണ്. ആ ഐക്യകേരളത്തെ ജാതിയും മതവും ജീവിതശൈലിയും പറഞ്ഞ് തകർക്കാൻ ശ്രമിക്കുന്നവരുണ്ട്. അതനുവദിച്ചുകൂട.

കേരളം മതമൈത്രിയുടെ, സഹവർത്തിത്വത്തിന്റെ, സാഹോദര്യ ത്തിന്റെ ഒക്കെ ലാസ്റ്റ് ഔട്ട് പോസ്റ്റ് ആണ്. അതു വീണുപോയിക്കൂട. കേരളീയതയെ പരിരക്ഷിച്ചുകൊണ്ടുതന്നെ ഇന്ത്യ എന്ന വികാരത്തെ ശാക്തീകരിക്കാൻ കഴിയണം. കേരളത്തിന് ഒരു ഇടതുപക്ഷ മനസ്സുണ്ട്. ആ മനസ്സാണു കേരളത്തിൽ, മറ്റൊരു സംസ്ഥാനത്തുമില്ലാത്ത പുരോഗ തിയും ജീവിതസാഹചര്യങ്ങളും സൃഷ്ടിച്ചത്; മതസൗഹാർദം മുതൽ ജീ വിതനിലവാരം വരെയുള്ള കാര്യങ്ങളിൽ കേരളത്തെ മാതൃകാ സംസ്ഥാ നമാക്കിയത്.

ആ ഇടതുപക്ഷ കേരളത്തെ വലതുപക്ഷ കേരളമാക്കാനും ഐക്യ കേരളത്തെ അനൈക്യ കേരളമാക്കാനും ശ്രമം നടക്കുന്നു. കേരളത്തി ന്റെ ഐക്യാധിഷ്ഠിതമായ നിലനിൽപ്പുതന്നെ വലിയ ഭീഷണി നേരിടു ന്നു. ഒറ്റ മനസ്സായി നിന്ന് നമുക്ക് ഇതിനെ നേരിടാൻ കഴിയണം; കേരള ത്തെ രക്ഷിച്ചുകൊണ്ട് ഇന്ത്യയെ ശക്തിപ്പെടുത്താൻ കഴിയണം.

രാജ്യമാകെ കേരളത്തെ ഉറ്റുനോക്കുമ്പോൾ, ആ നോട്ടം വലിയ ഉത്തരവാദിത്വം നമ്മിൽ ഏൽപ്പിക്കുന്നുണ്ട്. ഒരേ മനസ്സായി നിന്ന്

അതു നിർവ്വഹിക്കാൻ നമുക്കു കഴിയണം. കൊച്ചു കേരളം എന്നല്ലാതെ മഹത്തായ കേരളം എന്നു പറയാൻ ശീലിക്കണം. ചെറിയ ഭാഷ എന്ന ല്ലാതെ മഹത്തായ ഭാഷ എന്നു പറയാൻ ശീലിക്കണം. കേരളത്തിന്റെ, മലയാളത്തിന്റെ മഹത്വം ആദ്യം നമ്മൾ മനസ്സിലുറപ്പിക്കണം. ആ ബോ ധ്യത്തിലുറച്ചു നിന്നുകൊണ്ട് കേരളീയതയുടെ ഓരോ അംശത്തെയും ഇല്ലാതാക്കുന്നതിനെതിരെ പൊരുതി മലയാളിസമൂഹം എന്ന നിലയ്ക്കു ള്ള നമ്മുടെ സ്വത്വം ഉറപ്പിക്കാൻ, അതിലൂടെ ദേശീയതയെ ശക്തിപ്പെടു ത്താൻ നമുക്കു കഴിയണം.

ഈ കാഴ്ചപ്പാടോടെയാണ് സാംസ്കാരികരംഗത്ത് സർക്കാർ ഇട പെട്ടുകൊണ്ടിരിക്കുന്നത്. കേരളത്തിലെ തനതുകലാരൂപങ്ങളെ പരിപോ ഷിപ്പിക്കുന്നതിനും കലാകാരന്മാരെ സംരക്ഷിക്കുന്നതിനും കല അവരുടെ ജീവനോപാധിയാക്കി മാറ്റുന്നതിനും ആവശ്യമായ ഇടപെടലുകളാണ് കഴിഞ്ഞ ഏഴര വർഷക്കാലയളവിൽ സർക്കാർ നടത്തിവരുന്നത്. കലാ പ്രവർത്തനങ്ങളെയും സാംസ്കാരിക സംഘടനകളെയും പ്രോത്സാഹി പ്പിക്കുന്നതിനും അന്യംനിന്നുപോകുന്ന കലാരൂപങ്ങളെ സംരക്ഷിച്ച് നിലനിർത്തുന്നതിനും ആവശ്യമായ ഇടപെടലുകളും സർക്കാർ നടത്തി വരുന്നുണ്ട്. അവയെക്കുറിച്ചെല്ലാം ഈ ചുരുങ്ങിയ സമയത്തിനുള്ളിൽ പ്രതിപാദിക്കുക അസാധ്യമാണ്. അതിനാൽ ഏറ്റവും പ്രധാനപ്പെട്ട ചി ലതിനെക്കുറിച്ചു മാത്രമാണ് ഇവിടെ പരാമർശിക്കുന്നത്.

വജ്രജൂബിലി ഫെലോഷിപ്പ്

എല്ലാ വിഭാഗം ജനങ്ങളിലും കലാഭിരുചി വളർത്തുക എന്ന ലക്ഷ്യത്തോടെ ആവിഷ്കരിച്ച വജ്രജൂബിലി ഫെലോഷിപ്പ് മികവുറ്റ രീതിയിൽ മുന്നോട്ടുപോവുകയാണ്. സാംസ്കാരിക വകുപ്പ് തദ്ദേശ സ്വ യംഭരണ സ്ഥാപനങ്ങളുമായി ചേർന്നാണ് ഇത് നടപ്പാക്കിവരുന്നത്. ഇതിലൂടെ കേരളീയ കലാരൂപങ്ങളായ ക്ലാസിക്കൽ കല, അഭിനയ കല, ചിത്രകല, ശില്പകല, ഫോക്‌ലോർ കലാരൂപങ്ങൾ എന്നിവയിൽ സൗ ജന്യമായി പരിശീലനം നൽകുന്നുണ്ട്. അധ്യാപകരായ കലാകാരന്മാ ർക്ക് 17,500 രൂപയാണ് ഫെലോഷിപ്പായി നൽകുന്നത്. ഈ സർക്കാർ അധികാരത്തിൽ വന്നശേഷം ഇതുവരെയായി 15.98 കോടി രൂപയാണ് ഈയിനത്തിൽ ചെലവഴിച്ചിട്ടുള്ളത്.

കലാകാര പെൻഷൻ-ക്ഷേമ പെൻഷൻ

വാർദ്ധക്യത്തിൽ സാമ്പത്തിക ബുദ്ധിമുട്ട് അനുഭവിക്കുന്ന കലാകാ രന്മാർക്ക് ആശ്വാസം പകരുന്നതിനായി നടപ്പാക്കിവരുന്നതാണ് കലാ കാര പെൻഷൻ പദ്ധതി. ഈ സർക്കാരിന്റെ കാലയളവിൽ 5,004 കലാ

കാരന്മാർക്ക് പ്രതിമാസ പെൻഷൻ നൽകുന്നതിനായി 9.20 കോടി രൂപയാണ് ചെലവഴിച്ചത്.

ഇതുകൂടാതെ സാംസ്കാരിക പ്രവർത്തക ക്ഷേമനിധി ബോർഡ് അംഗങ്ങളായ കലാകാരന്മാർക്ക് 4,000 രൂപ നിരക്കിൽ പെൻഷൻ നൽകിവരുന്നുണ്ട്. ഈ സർക്കാരിന്റെ കാലയളവിൽ 7,268 കലാകാരന്മാർക്കായി 31.97 കോടി രൂപയാണ് ചെലവഴിച്ചത്. ഇതോടൊപ്പം 8 പേർക്ക് ആശ്രിത പെൻഷനും 539 പേർക്ക് കുടുംബ പെൻഷനും നൽകിയിട്ടുണ്ട്.

ചികിത്സാ ധനസഹായം

സാംസ്കാരിക വകുപ്പിന്റെ ചികിത്സാധനസഹായ പദ്ധതി പ്രകാരം 30 കലാകാരന്മാർക്കായി 2.76 കോടി രൂപ ചെലവഴിച്ചിട്ടുണ്ട്.

എസ് സി-എസ് ടി വനിത സിനിമാ പദ്ധതി

സിനിമാരംഗത്ത് വനിതകളെയും പട്ടികജാതി, പട്ടികവർഗ വിഭാഗത്തിൽ പെടുന്ന സംവിധായകരെയും പ്രോത്സാഹിപ്പിക്കുക എന്ന ലക്ഷ്യത്തോടെ സാംസ്കാരിക വകുപ്പ് നടത്തിവരുന്ന എസ് സി, എസ് ടി, വനിത സിനിമാ പദ്ധതി മികച്ച രീതിയിൽ മുന്നോട്ടുപോവുകയാണ്. വനിതകളുടെ വിഭാഗത്തിലും പട്ടികജാതി, പട്ടികവർഗ വിഭാഗത്തിലും രണ്ടു വീതം തിരക്കഥകൾ സിനിമയാക്കാൻ പരമാവധി 1.5 കോടി രൂപ വീതം വരെ സാമ്പത്തിക സഹായമായി ലഭ്യമാക്കുന്നുണ്ട്. ഇതുവരെ ഈ പദ്ധതിയിലൂടെ 4 സിനിമകൾക്കായി 6 കോടി രൂപ ചെലവഴിച്ചിട്ടുണ്ട്.

സാംസ്കാരിക സമുച്ചയങ്ങൾ

കേരളത്തിന്റെ സാംസ്കാരികപെരുമ നിലനിർത്തി വരുംതലമുറയ്ക്ക് അതിനെക്കുറിച്ച് അറിവ് പകരുന്നതിനായി കഴിഞ്ഞ എൽ ഡി എഫ് സർക്കാരിന്റെ കാലത്ത് ആരംഭിച്ച പദ്ധതിയാണ് ജില്ലാ സാംസ്കാരിക സമുച്ചയങ്ങൾ. സംസ്ഥാനത്തിന്റെ നവോത്ഥാന മൂല്യങ്ങൾ സംരക്ഷിക്കുന്നതിനും അഭിപ്രായ, ആവിഷ്കാര സ്വാതന്ത്ര്യം നിലനിർത്തുന്നതിനും അവ പൊതു ഇടങ്ങളിൽ പ്രചരിപ്പിക്കുന്നതിനും ഇത്തരം സമുച്ചയങ്ങൾ സഹായകമാകും.

നവോത്ഥാന നായകരുടെ പേരിൽ സാംസ്കാരിക സമുച്ചയങ്ങൾ നിർമ്മിക്കുന്ന പദ്ധതിക്കായി ജില്ലകൾതോറും 50 കോടി രൂപ വീതമാണ് അനുവദിക്കുന്നത്. കിഫ്ബി സഹായത്തോടെയാണ് ഈ പദ്ധതി നടപ്പിലാക്കുന്നത്.

ശ്രീനാരായണ ഗുരുവിന്റെ പേരിൽ കൊല്ലം ആശ്രാമം മൈതാനത്ത് 58 കോടി രൂപ ചെലവിൽ നിർമ്മിച്ച സമുച്ചയം നാടിനു സമർപ്പിച്ചു കഴിഞ്ഞു. കാസർഗോഡ് മടിക്കൈയിൽ സ്വാതന്ത്ര്യസമര സേനാനി ടി എസ് സുബ്രഹ്മണ്യൻ തിരുമുമ്പിന്റെ നാമധേയത്തിൽ നിർമ്മിക്കുന്ന സമുച്ചയം, വി ടി ഭട്ടതിരിപ്പാടിന്റെ പേരിൽ പാലക്കാട് യാക്കരയിൽ നിർമ്മിക്കുന്ന സാംസ്കാരിക കേന്ദ്രം എന്നിവയുടെ നിർമ്മാണം അന്തിമഘട്ടത്തിലാണ്.

കിളിമാനൂർ ആർട്ടിസ്റ്റ്സ് റെസിഡൻസി സ്റ്റുഡിയോ

വിഖ്യാത ചിത്രകാരൻ രാജാ രവിവർമ്മയുടെ ജന്മദേശമായ കിളിമാനൂരിൽ ലളിതകലാ അക്കാദമിയുടെ നേതൃത്വത്തിൽ അത്യാധുനിക സൗകര്യങ്ങളോടുകൂടി രാജാ രവിവർമ്മ ആർട്ടിസ്റ്റ്സ് റെസിഡൻസി സ്റ്റുഡിയോ നിർമ്മിച്ചിട്ടുണ്ട്.

ദേശീയ-അന്തർദേശീയ പ്രശസ്തരായ കലാകാരന്മാർക്ക് ഇവിടെ താമസിച്ച് കലാപ്രവർത്തനങ്ങളിലേർപ്പെടുന്നതിനുള്ള സൗകര്യങ്ങൾ ഒരുക്കിയിട്ടുണ്ട്.

സമം

ലിംഗ വിവേചനത്തിനെതിരെ ബോധവൽക്കരണം ലക്ഷ്യമിട്ട് നടപ്പാക്കിവരുന്ന സമം പദ്ധതി വലിയ ഗുണഫലങ്ങളാണ് സൃഷ്ടിച്ചിട്ടുള്ളത്. ഈ ക്യാമ്പയിന്റെ ബ്രാൻഡ് അംബാസിഡർ ഗായിക കെ എസ് ചിത്രയാണ്. ഷീ റേഡിയോ, ഷോർട്ട് ഫിലിമുകൾ, ശില്പശാലകൾ, ഡോക്യുമെന്ററികൾ, വിവിധ മത്സരങ്ങൾ തുടങ്ങി വൈവിധ്യപൂർണ്ണമായ പരിപാടികൾ പദ്ധതിയുടെ ഭാഗമായി നടന്നുവരുന്നുണ്ട്. ഇതിനുപുറമെ വിവിധ മേഖലകളിൽ അഭിമാനാർഹമായ നേട്ടങ്ങൾ കൈവരിച്ച 1,001 വനിതകളെ ആദരിക്കുന്നുമുണ്ട്. ഈ പദ്ധതിയുടെ നടത്തിപ്പിനായി ഇതുവരെ 1.05 കോടി രൂപ ചെലവഴിച്ചിട്ടുണ്ട്.

തിയേറ്റർ നവീകരണം

ആധുനികകാലഘട്ടത്തിലെ സിനിമാ അനുഭവങ്ങൾക്കൊപ്പം നിൽക്കുവാനായി കഴിഞ്ഞ എൽ ഡി എഫ് സർക്കാരിന്റെ അവസാന കാലഘട്ടത്തിൽ 13.5 കോടി രൂപ ചെലവിൽ കൈരളി, നിള, ശ്രീ എന്നീ തിയേറ്ററുകളുടെ നവീകരണത്തിന് തുടക്കമിട്ടിരുന്നു. ഈ സർക്കാരിന്റെ കാലത്ത് ആ പദ്ധതി പൂർത്തീകരിച്ചു. വനിത-ശിശു-ഭിന്നശേഷി സൗഹൃദ രീതിയിലാണ് ഈ തീയേറ്ററുകൾ നവീകരിച്ചിട്ടുള്ളത്.

കേരള സംസ്കാര വ്യാപനം

കേരളത്തിന്റെ തനിമയും സംസ്കാരവും ലോകരാജ്യങ്ങൾക്ക് പകർന്നു നൽകുന്നതിനും വിദേശരാജ്യങ്ങളിലെയും മറ്റു സംസ്ഥാനങ്ങളിലെയും സംസ്കാരം മലയാളികൾക്ക് ബോധ്യപ്പെടുന്നതിനുമായി നടപ്പാക്കിവരുന്ന കേരള സംസ്കാര വ്യാപനം എന്ന പദ്ധതി വിജയകരമായി മുന്നോട്ടുപോവുകയാണ്.

പൈതൃകഗ്രാമം പദ്ധതി

പാരമ്പര്യകലകളെയും കലാരൂപങ്ങളെയും അന്യംനിന്നു പോകുന്ന ശില്പ നിർമ്മാണങ്ങളെയും പുതുതലമുറയ്ക്ക് പരിചയപ്പെടുത്തുക എന്ന ലക്ഷ്യത്തോടെ ആവിഷ്കരിച്ച പദ്ധതിയാണ് പൈതൃകഗ്രാമം. ഒരു പ്രദേശത്തെ മുഴുവൻ സാംസ്കാരിക പൈതൃക കേന്ദ്രങ്ങളെയും കലാകേന്ദ്രങ്ങളെയും സംയോജിപ്പിച്ചുകൊണ്ടാണ് ഈ പദ്ധതി നടപ്പാക്കാൻ ഉദ്ദേശിക്കുന്നത്.

കലാകാരന്മാരുടെ അഭയകേന്ദ്രം

ജീവിതത്തിന്റെ അവസാന നാളുകളിൽ ആരും സംരക്ഷിക്കാനില്ലാതെ കഴിയുന്ന കലാകാരന്മാരെ സംരക്ഷിക്കുന്നതിനായി ആരംഭിച്ച പദ്ധതിയാണ് അഭയകേന്ദ്രം. ഇതിനായി ആലപ്പുഴ ജില്ലയിലെ നൂറനാട്ട് സ്ഥലം കണ്ടെത്തിയിട്ടുണ്ട്. നിർമ്മാണ പ്രവർത്തനങ്ങൾ ഉടൻ ആരംഭിക്കും.

സ്വാതന്ത്ര്യ സ്മൃതി പാർക്ക്

നമ്മുടെ ദേശീയ സ്വാതന്ത്ര്യസമരത്തിലെ പ്രധാനപ്പെട്ട ഏടുകൾ അടയാളപ്പെടുത്തുന്നതിനായി സ്വാതന്ത്ര്യ സ്മൃതി പാർക്ക് ആരംഭിക്കുന്നതിനുള്ള നടപടികൾക്ക് തുടക്കമായി. പുതുതലമുറയ്ക്ക് സ്വാതന്ത്ര്യസമരവുമായി ബന്ധപ്പെട്ട അറിവ് പകരുന്ന തരത്തിലാണ് പദ്ധതി വിഭാവനം ചെയ്തിട്ടുള്ളത്.

ആർട്ട് പെർഫോമൻസ് പ്രോഗ്രാം

കേരളത്തിലെ കലാകാരന്മാർക്ക് രാജ്യാന്തര നിലവാരമുള്ള കലാകാരന്മാരെയും അവരുടെ പ്രവർത്തനങ്ങളെയും പരിചയപ്പെടുന്നതിനായാണ് ആർട്ട് പെർഫോമൻസ് പ്രോഗ്രാം ആവിഷ്കരിച്ചിട്ടുള്ളത്. ഈ പദ്ധതിയുടെ ഭാഗമായി കേരളത്തിൽ നിന്നുള്ള 10 കലാകാരന്മാർ ബംഗ്ലാദേശിലേക്കും അവിടെനിന്ന് 10 പേർ ഇവിടേക്കും വന്നിട്ടുണ്ട്.

ഒ ടി ടി പ്ലാറ്റ്ഫോം – സി സ്പേസ്

സർക്കാർ സംവിധാനത്തിൽ ഒ ടി ടി പ്ലാറ്റ്ഫോം ഒരുക്കുന്ന ഇന്ത്യയിലെ ആദ്യ സംസ്ഥാനമാകുകയാണ് കേരളം. സംസ്ഥാന ചലച്ചിത്ര വികസന കോർപ്പറേഷൻ മുഖേന അവതരിപ്പിക്കുന്ന 'സി സ്പേസ്' ഒ ടി ടി പ്ലാറ്റ്ഫോം ലോഞ്ചിങ്ങിനു തയ്യാറായിക്കഴിഞ്ഞു. തെരഞ്ഞെടുക്കുന്ന സിനിമകൾക്ക് മാത്രം പണം നൽകുന്ന രീതിയാണ് ഇതിലുണ്ടാവുക. തിയേറ്റർ റിലീസിങ്ങിനു ശേഷമായിരിക്കും സിനിമകൾ സി സ്പേസ് ഒ ടി ടിയിലേക്ക് എത്തുകയെന്നതിനാൽ ഈ സംവിധാനം തിയേറ്റർ വ്യവസായത്തെ ഒരുതരത്തിലും ബാധിക്കുകയില്ല. പ്രേക്ഷകന്റെ ഇഷ്ടപ്രകാരം തെരഞ്ഞെടുക്കുന്ന ചിത്രങ്ങൾക്ക് മാത്രം തുക നൽകുന്ന 'പേ പ്രിവ്യൂ' സൗകര്യമായതിനാൽ ഇതിലേക്ക് സിനിമ നൽകുന്ന ഓരോ നിർമ്മാതാവിനും പിന്നീടുള്ള വർഷങ്ങളിൽ ഇതിന്മേലുള്ള വരുമാനത്തിന്റെ ഒരു ഭാഗം ലഭിക്കും. കലാമൂല്യമുള്ളതും സംസ്ഥാന, ദേശീയ, അന്തർദേശീയ പുരസ്കാരം നേടിയതുമായ ചിത്രങ്ങൾ സി സ്പേസ് - ഒ ടി ടിയിൽ പ്രദർശിപ്പിക്കുന്നതിന് മുൻഗണന നൽകും.

ചിത്രാഞ്ജലി സ്റ്റുഡിയോ നവീകരണം

ഫിലിം ഡെവലപ്മെന്റ് കോർപ്പറേഷനുകീഴിലുള്ള ചിത്രാഞ്ജലി സ്റ്റുഡിയോയെ ലോകോത്തര നിലവാരമുള്ള സ്റ്റുഡിയോയാക്കി മാറ്റുക എന്നതാണ് സർക്കാരിന്റെ ലക്ഷ്യം. ഇതിനായി ആവിഷ്കരിച്ച പദ്ധതിയുടെ ആദ്യഘട്ടമായി 70 കോടി രൂപയുടെ നിർമ്മാണ പ്രവൃത്തികൾ ആരംഭിച്ചിട്ടുണ്ട്. അന്താരാഷ്ട്ര നിലവാരമുള്ള രണ്ട് സ്റ്റുഡിയോ റൂമുകൾ, പ്രിവ്യൂ റൂമുകൾ, റെക്കോർഡിങ് തിയേറ്റർ, താമസസൗകര്യം ഉൾപ്പെടെ സിനിമാ നിർമ്മാണത്തിന് ആവശ്യമായതെല്ലാം ഒരു കുടക്കീഴിൽ ലഭ്യമാക്കുകയാണ് ലക്ഷ്യം. 16 മാസംകൊണ്ട് ആദ്യഘട്ട നിർമ്മണം പൂർത്തീകരിക്കുവാൻ കഴിയുമെന്നാണ് പ്രതീക്ഷിക്കുന്നത്.

വൈക്കം സത്യഗ്രഹം ശതാബ്ദി

അയിത്തത്തിനെതിരെ ഇന്ത്യയിൽ നടന്ന ആദ്യത്തെ സമരമായി കണക്കാക്കപ്പെടുന്ന വൈക്കം സത്യഗ്രഹത്തിന്റെ ശതാബ്ദി വിപുലമായ നിലയിൽ ആഘോഷിച്ചു. വിവിധ വകുപ്പുകളുടെയും സാംസ്കാരിക വകുപ്പിനുകീഴിലെ സ്ഥാപനങ്ങളുടെയും പങ്കാളിത്തത്തോടെ 603 ദിവസം നീണ്ടുനിൽക്കുന്ന ആഘോഷപരിപാടികളും ആലോചിച്ചിട്ടുണ്ട്.

സർവമത സമ്മേളന ശതാബ്ദി

ശ്രീനാരായണ ഗുരുവിന്റെ ചരിത്രപ്രസിദ്ധമായ സർവമതസമ്മേളനത്തിന്റെ ശതാബ്ദി ആഘോഷവുമായി ബന്ധപ്പെട്ട്, 7 ജില്ലകളിൽ വിപുലമായ സമ്മേളനങ്ങൾ സംഘടിപ്പിക്കുകയാണ്. പുതുതലമുറയിൽ മതനിരപേക്ഷ കാഴ്ചപ്പാട് ഊട്ടിയുറപ്പിക്കുന്നതിന് ഇത് സഹായകരമാകും.

ബാലകേരളം പദ്ധതി

നാലിനും പതിനെട്ടിനും ഇടയിൽ പ്രായമുള്ള കുട്ടികളിൽ പാഠ്യേതര കലാ സാംസ്കാരിക, ശാസ്ത്ര സാമൂഹ്യമേഖലകളിൽ താല്പര്യം വളർത്തുന്നതിന് നടപ്പാക്കുന്ന ബാലകേരളം പദ്ധതി അന്തിമ ഘട്ടത്തിലാണ്. കുട്ടികളിൽ പൗരബോധം വളർത്തുന്നതിന് ഈ പദ്ധതി സഹായകരമാകുമെന്നാണ് പ്രതീക്ഷിക്കുന്നത്.

ഈ നിലയിൽ സാംസ്കാരികരംഗത്തെയും സാംസ്കാരിക പ്രവർത്തകരെയും മുന്നിൽ കണ്ടുകൊണ്ടുള്ള കാലാനുസൃതമായ പദ്ധതികളാണ് സർക്കാർ നടപ്പാക്കിവരുന്നത്. ഇവയെല്ലാംതന്നെ നമ്മുടെ സാമൂഹിക ജീവിതത്തിന്റെ സമഗ്രത ഉറപ്പാക്കാൻ പോരുന്നവയാണ്. ജാതിയുടെയും മതത്തിന്റെയും അടിസ്ഥാനത്തിൽ മനുഷ്യനെ ഭിന്നിപ്പിക്കാൻ കൊണ്ടുപിടിച്ച ശ്രമങ്ങൾ നടക്കുന്ന ഇക്കാലത്ത് സാംസ്കാരിക രംഗത്ത് ശക്തമായ ഇടപെടൽ ആവശ്യമാണ്.

വർത്തമാനകാല ഇന്ത്യയിൽ മേൽക്കൈ നേടിക്കൊണ്ടിരിക്കുന്ന വിനാശകരമായ വർഗീയതയെ പ്രതിരോധിക്കാൻ സാംസ്കാരിക രംഗത്തെ ഫലപ്രദമായ ഇടപെടൽ അനിവാര്യമാണ്. ഈ കാഴ്ചപ്പാടോടെ ജനകീയ പ്രശ്നങ്ങൾ സാംസ്കാരിക അജണ്ടയുടെ കേന്ദ്രത്തിലേക്ക് മടക്കിക്കൊണ്ടുവരാൻ ബോധപൂർവ്വമായ ശ്രമങ്ങൾ നിങ്ങളുടെ ഭാഗത്തുനിന്നും ഉണ്ടാകണമെന്നും അതിനുകൂടി ഉതകുന്ന അഭിപ്രായങ്ങളും നിർദ്ദേശങ്ങളും പങ്കുവയ്ക്കണമെന്നും അഭ്യർത്ഥിച്ചുകൊണ്ട് ഈ നവകേരള സാംസ്കാരിക സദസ്സ് ഔപചാരികമായി ഉദ്ഘാടനം ചെയ്തതായി അറിയിക്കുന്നു.

മറുപടി

നാടൻ കലകളുടെ അവതരണം

സാംസ്കാരിക വിനിമയത്തിന്റെ ഭാഗമായി വിവിധ ഇന്ത്യൻ സംസ്ഥാനങ്ങളിലും വിദേശ രാജ്യങ്ങളിലും നാടൻ കലകൾ, ഗോത്ര കലകൾ, അനുഷ്ഠാന കലകൾ മുതലായവ അവതരിപ്പിക്കാൻ ഇപ്പോൾത്തന്നെ അവസരങ്ങൾ ഉണ്ട്. സംസ്ഥാനത്തിനകത്ത് ആദ്യ തനത് കലാരൂപങ്ങൾക്ക് മികച്ച പരിഗണനയാണ് നല്കിവരുന്നത്. കേരളീയ നാടൻ കലകളെ ലോക ശ്രദ്ധയിലേക്ക് കൊണ്ടുവരുന്നതിനും ലോക സഞ്ചാരികളെ ഹെറിറ്റേജ് ടൂറിസത്തിലൂടെ കേരളത്തിലേക്ക് ആകർഷിക്കുന്നതിനും അന്തർദേശീയ ഫോക് ഫെസ്റ്റിവലിന്റെ കർട്ടനൈറ്റസർ ദുബായ് ഷോപ്പിങ് ഫെസ്റ്റിവലിൽ സംഘടിപ്പിക്കുന്നത് പരിഗണിക്കും.

കലാകാര പെൻഷൻ വ്യാപിപ്പിക്കൽ

നാടൻകലാകാരന്മാരെ മാത്രമല്ല സിനിമ, സംഗീതം, നാടകം, ടെലിവിഷൻ തുടങ്ങി വിവിധ മേഖലകളിലുള്ള സാംസ്കാരികപ്രവർത്തകർക്കായാണ് സാംസ്കാരിക ക്ഷേമനിധി നിലകൊള്ളുന്നത്. 60 വയസ്സ് തികഞ്ഞ കലാകാരർക്ക് പെൻഷൻ നൽകിവരുന്നു. ഇപ്പോൾ 4000 ത്തോളം കലാകാരരാണ് പെൻഷൻ വാങ്ങുന്നത്. മുഴുവൻ കലാകാരരേയും ബോർഡിന്റെ ഭാഗമാക്കാൻ ക്യാമ്പയിൻ നടത്തും.

നേരത്തേ അവശ കലാകാര പെൻഷൻ എന്നാണ് ഇത് അറിയപ്പെട്ടതെന്ന് നിങ്ങൾ ഓർക്കുന്നുണ്ടാകുമല്ലോ. നവകേരള സദസ്സിൽ ഉയർന്ന

വന്ന ആവശ്യം പരിഗണിച്ച് അവശ കലാകാര പെൻഷൻ എന്നത് കലാകാര പെൻഷൻ എന്ന് പുനഃനാമകരണം ചെയ്തിട്ടുണ്ട്.

തൃശ്ശൂരിന്റെ സാംസ്കാരിക വികസനം

തൃശ്ശൂരിന്റെ സാംസ്കാരിക വികസനം ഇതിനകംതന്നെ ലോക വിനോദസഞ്ചാര രംഗത്ത് ശ്രദ്ധിക്കപ്പെട്ടിട്ടുണ്ട്. ഇവിടുത്തെ പൂരം ലോക പ്രശസ്തമാണല്ലോ. പൂരക്കാലമായാൽ നാടാകെ പൂരപ്പറമ്പിലേക്ക് ഒഴുകിയെത്തുന്നുവെന്നതാണ് നമ്മുടെ അനുഭവം. ലോക ടൂറിസം ഭൂപടത്തിൽ ഇടം പിടിച്ച പൂരോത്സവത്തിന് ലോകത്തിന്റെ വിവിധ ഭാഗങ്ങളിൽനിന്നും ആസ്വാദകർ എത്തുന്നുണ്ട്. ഇത് ശക്തിപ്പെടുത്താൻ ആവശ്യമായ നടപടികൾ കൈക്കൊള്ളും. പൂരത്തോടനുബന്ധിച്ച് സംഘടിപ്പിക്കുന്ന എക്സിബിഷനെ മെച്ചപ്പെടുത്തി അന്താരാഷ്ട്ര നിലവാരമുള്ളതാക്കാൻ പൂരം സംഘാടക സമിതി ശ്രദ്ധിക്കണം. ആവശ്യമായ പിന്തുണനല്കുന്ന കാര്യം പരിശോധിക്കും. പൂരോത്സവത്തിനും ഓണാഘോഷത്തോടനുബന്ധിച്ചുള്ള പുലികളിക്കും വിനോദസഞ്ചാര വകുപ്പ് ധനസഹായം നൽകിവരുന്നുണ്ട്. തൃശ്ശൂരിൽ കുറഞ്ഞത് 7 ദിവസമെങ്കിലും നീണ്ടു നിൽക്കുന്ന അന്താരാഷ്ട്ര/ദേശീയ സാംസ്കാരികോത്സവം സംഘടിപ്പിക്കൽ പരിഗണിക്കാവുന്നതാണ്. തൃശ്ശൂർ റൗണ്ട് എബൗട്ട് സൗന്ദര്യവൽക്കരിക്കണമെന്ന ആവശ്യം നവകേരള സദസ്സിന്റെ പ്രഭാത യോഗത്തിൽ ഉയർന്നുവന്നിരുന്നു. സ്വരാജ് റൗണ്ടിനകത്തുള്ള നെഹ്റു പാർക്കിന്റെ നവീകരണത്തിനായി വിനോദസഞ്ചാര വകുപ്പ് 99,99,000 രൂപയുടെ പദ്ധതിക്ക് ഭരണാനുമതി നൽകി.

സാംസ്കാരിക ടൂറിസം

സാംസ്കാരിക ടൂറിസം വികസനത്തിന് കൾച്ചറൽ സർക്യൂട്ടുകൾ വികസിപ്പിക്കും. ഇതുവഴി നമ്മുടെ നാടിന്റെ സാംസ്കരിക വൈവിധ്യം വിനോദസഞ്ചാരികൾക്ക് അനുഭവവേദ്യമാകും.

കേരളത്തിന്റെ സാംസ്കാരിക തനിമ വിളിച്ചോതുന്ന ഓണാഘോഷ പരിപാടികൾ, നിശാഗന്ധി നൃത്തോത്സവം, നാടൻകലകൾ ഉൾപ്പെടുത്തിക്കൊണ്ടുള്ള 'ഉത്സവം' തുടങ്ങിയവ വലിയതോതിൽ വിനോദസഞ്ചാരികളെയും പുതുതലമുറയേയും ആകർഷിക്കുന്നുണ്ട്. രണ്ട് വർഷത്തിലൊരിക്കൽ നടക്കുന്ന അന്താരാഷ്ട്ര പ്രശസ്തമായ കൊച്ചി മുസിരിസ് ബിനാലേക്ക് ടൂറിസം വകുപ്പ് ധനസഹായം നൽകിവരുന്നു. ബിനാലെയുടെ അടുത്ത എഡിഷന്റെ പ്രവർത്തനങ്ങൾ ആരംഭിച്ചു.

പാലക്കാട്, തൃശ്ശൂർ, കോഴിക്കോട്, മലപ്പുറം എന്നീ ജില്ലകളിലെ തുഞ്ചൻ സ്മാരകം, ബേപ്പൂർ, തസ്രാറാക്ക്, പൊന്നാനി, തൃത്താല,

നിളാതീരം എന്നീ സ്ഥലങ്ങളെ ബന്ധിപ്പിച്ചുകൊണ്ട് 'മലബാർ ലിറ്റററി ടൂറിസം സർക്യൂട്ട് പദ്ധതി' നടപ്പിലാക്കും. തുഞ്ചത്ത് എഴുത്തച്ഛൻ, വൈക്കം മുഹമ്മദ് ബഷീർ, ഒ വി വിജയൻ, എം ടി വാസുദേവൻ നായർ തുടങ്ങിയവരുമായി അഭേദ്യമായ ബന്ധം പുലർത്തുന്ന ഇടങ്ങളാണ് സർക്യൂട്ടിന്റെ ഭാഗമാക്കുക. വിശദമായ പ്രോജക്റ്റ് റിപ്പോർട്ട് തയ്യാറാക്കുന്നതിന് കൺസൾട്ടന്റായി ഇൻഫ്രാ സ്ട്രക്ച്ചർ ഡെവലപ്മെന്റ് കോർപ്പറേഷൻ കർണാടകയെ തെരഞ്ഞെടുത്തു. മലബാർ ലിറ്റററി സർക്യൂട്ടിന്റെ ആദ്യ ഘട്ടമെന്ന നിലയിൽ 58.37 ലക്ഷം രൂപയുടെ പദ്ധതികൾക്ക് ഭരണാനുമതി നൽകി. കോഴിക്കോട് ജില്ലയിൽ ഗേറ്റ് വേ അറ്റ് ബേപ്പൂർ മറീന, സൈനേജ് അറ്റ് റീസേർവ് ഫോറസ്റ്റ് ചാലിയം, സൈനേജ് അറ്റ് ബഷീർ സ്മാരകം ബേപ്പൂർ, ഡയറക്ഷൻ സൈനേജ് അറ്റ് ബേപ്പൂർ എന്നിവയാണ് ആദ്യഘട്ടത്തിൽ നടപ്പിലാക്കുക. നിർമ്മാണ പ്രവർത്തനം ഉടൻ ആരംഭിക്കും.

പൈതൃക ടൂറിസം

ആലപ്പുഴ ഹെറിറ്റേജ്, മുസിരിസ് ഹെറിറ്റേജ്, തലശ്ശേരി ഹെറിറ്റേജ്, ട്രാവൻകൂർ ഹെറിറ്റേജ് എന്നീ ഹെറിറ്റേജ് പദ്ധതികളിൽ ഉൾപ്പെടുത്തി പൈതൃക ടൂറിസ വികസനത്തിനും സന്ദർശന സൗകര്യങ്ങൾക്കുമായി ടൂറിസം വകുപ്പ് പദ്ധതികൾ നടപ്പിലാക്കി വരുന്നു.

മുസിരിസ് പൈതൃക പദ്ധതിയിൽ ഉൾപ്പെടുത്തി ചേരമാൻ ജുമാമസ്ജിദ് പറവൂർ, ചേന്ദമംഗലം, മാള ജൂതപ്പള്ളികൾ, കോട്ടക്കടവ് ക്രിസ്ത്യൻ പള്ളി, കീഴ്ത്തളി ശിവക്ഷേത്രം, ഐരാണിക്കുളം മഹാദേവക്ഷേത്രം എന്നിവ നവീകരിക്കും.

ട്രാവൻകൂർ ഹെറിറ്റേജ് പദ്ധിതിയിൽ ഉൾപ്പെടുത്തി സി എസ് ഐ ക്രൈസ്റ്റ് ചർച്ച്, സെന്റ് ജോസഫ് പള്ളി, പാളയം ജുമാമസ്ജിദ്, ശ്രീ ശക്തി വിനായകക്ഷേത്രം എന്നിവിടങ്ങളിൽ ഫസാഡ് ഇല്ലുമിനേഷൻ നടത്തിവരുന്നു.

തലശ്ശേരി ഹെറിറ്റേജ് പദ്ധതിയിൽ ഉൾപ്പെടുത്തി മക്രേരി, തൊടിക്കുളം, കൊട്ടിയൂർ, മൃദംഗശൈലേശ്വരി, ജഗന്നാഥ ക്ഷേത്രങ്ങളുടെ വികസനവും നവീകരണവും നടത്തിവരുന്നു. തീർത്ഥാടന ടൂറിസം വികസനത്തിനായി വിവിധ സ്ഥലങ്ങൾ പരിഗണിക്കണമെന്ന ആവശ്യം നവകേരള സദസ്സിന്റെ പ്രഭാത യോഗങ്ങളിൽ ഉയർന്നുവന്നിട്ടുണ്ട്. ഓരോ പ്രദേശത്തിന്റെയും സവിശേഷതകളും ടൂറിസം വികസന സാധ്യതകളും പരിശോധിച്ച് തുടർനടപടികൾ കൈക്കൊള്ളും.

മാധ്യമ രംഗം

മാധ്യമ പ്രവർത്തനത്തെ സാംസ്കാരിക പ്രവർത്തനത്തിന്റെ ഭാഗമായി കാണേണ്ടതുണ്ട്. നാടിന്റെ സാംസ്കാരിക ഔന്നത്യം നിർണ്ണയിക്കുന്നതിലും വ്യാപിപ്പിക്കുന്നതിലും മാധ്യമങ്ങൾക്ക് നിർണായക പങ്കുണ്ട്. അതുകൊണ്ടാണ് നമ്മുടേത് മാധ്യമങ്ങളാൽ നയിക്കപ്പെടുന്ന സമൂഹമാണെന്ന് മാധ്യമ പഠന വിദഗ്ധർ വിലയിരുത്തുന്നത്. സാഹിത്യ സാംസ്കാരിക പ്രവർത്തനങ്ങളിൽ സജീവമായിരുന്ന പലരും മാധ്യമ പ്രവർത്തകരും ആയിരുന്നു. ഇതാണ് ആഗോള തലത്തിലെ അനുഭവം. നമ്മുടെ അനുഭവവും വ്യത്യസ്തമല്ല. സഹോദരൻ അയ്യപ്പൻ മുതൽ ഇ എം എസ് വരെ നിരവധി പേരുകൾ ഈ ഗണത്തിൽ ഉണ്ട്. സമകാലീന സാഹിത്യത്തിലും മാധ്യമ പ്രവർത്തകരുടെ സാന്നിധ്യം അവഗണിക്കാനാകാത്തവിധം സജീവമാണ്. ഒരു മേഖല എന്ന നിലയിൽ മാധ്യമ മേഖല സാംസ്കാരിക മേഖലയോടെന്നതിനേക്കാൾ വാണിജ്യ ധാരയോട് ഒത്തുചേർന്ന പ്രവണതയാണ് ഇപ്പോൾ കണ്ടുവരുന്നത്. ഈ നില മാറി സാംസ്കാരികധാര ശക്തിപ്പെടേണ്ടതുണ്ട്. സാംസ്കാരിക ധാര ശക്തിപ്പെടുത്താൻ നടപടി കൈക്കൊള്ളും.

മാധ്യമങ്ങൾ തമ്മിലുള്ള അനാരോഗ്യകരമായ കിടമത്സരം ഫോർത്ത് എസ്റ്റേറ്റ് എന്ന സങ്കല്പത്തിന്റെ ധാർമ്മികതയെ ചോർത്തിക്കളയുംവിധം വളർന്നിരിക്കുന്നു. നെഗറ്റീവ് വാർത്തകളോട് മുഖം തിരിക്കുന്ന പുതിയ തലമുറയുടെ അഭിരുചിയെ തിരിച്ചറിയാൻ മുഖ്യധാരാ മാധ്യമങ്ങൾ ശ്രമിക്കും എന്ന് കരുതുന്നു. വിഖ്യാത കാർട്ടൂണിസ്റ്റ് ശങ്കറിനോട് പ്രധാനമന്ത്രിയായ ജവഹർലാൽ നെഹ്റു Don't spare me Sankar എന്ന് പറഞ്ഞത് പ്രസിദ്ധമാണല്ലോ. അക്കാലത്തെ മാധ്യമ വിമർശനങ്ങളുടെ നിലവാരവും മാധ്യമങ്ങളുടെ സാമൂഹ്യ വീക്ഷണവും പരിഗണിച്ചുകൊണ്ടാണ് നെഹ്റു അങ്ങനെ പറഞ്ഞത്.

നിരപരാധിയെ കുറ്റവാളിയാക്കാനും കുറ്റവാളിയെ നിരപരാധിയാക്കാനുമുള്ള പ്രവണതയാണ് ഇന്ന് ചില മാധ്യമങ്ങൾക്കുള്ളത്. നിരപരാധിയെ കുറ്റവാളിയാക്കാനുള്ള പരിശ്രമത്തിനിടയിൽ വ്യക്തിയുടെ സ്വകാര്യത ലംഘിക്കപ്പെടുന്നു. മാധ്യമവേട്ട എന്ന പ്രയോഗം രൂപപ്പെട്ടത് ഇതുവഴിയാണ്.

ചുമർച്ചിത്ര ഗ്യാലറി

ആറന്മുള വാസ്തുവിദ്യാ ഗുരുകുലത്തിന്റെ ആസ്ഥാനമായ ആറന്മുളയിലും തിരുവനന്തപുരം കിഴക്കേകോട്ടയിലെ സബ്സെന്ററിലും ചുമർച്ചിത്ര ഗ്യാലറികൾ നിലവിലുണ്ട്. ഈ ഗ്യാലറികളിൽ പ്രദർശിപ്പിക്കുന്നതിനായി വിവിധ ആരാധനാലയങ്ങളിൽ നിലവിലുള്ള ചുമർച്ചിത്രങ്ങളുടെ

സർവേ നടത്തി അതിന്റെ പകർപ്പ് സ്വാഭാവിക ചായക്കൂട്ടുകളിൽ പുനർ നിർമ്മിക്കും. ആധുനിക രീതിയിലുള്ള ചിത്രശാലയും ചായക്കൂട്ടുകളുടെ നിർമ്മാണം വിവരിക്കുന്ന വീഡിയോ പ്രദർശനങ്ങൾ നടത്താനുള്ള ഓഡിയോ വിഷ്വൽ ലാബും ക്രമീകരിക്കും. ചുമർച്ചിത്രങ്ങളുടെ ഡയറക്ടറി പ്രസിദ്ധീകരിക്കും.

ചുമർച്ചിത്ര കോഴ്സ്

വാസ്തുവിദ്യാ ഗുരുകുലം നടത്തുന്ന ചുമർച്ചിത്ര രചനാ കോഴ്സുകൾ സർക്കാർ അംഗീകാരത്തോടെ വിപുലീകരിച്ച് ബി എഫ് എയ്ക്ക് തത്തുല്യമാക്കും. കലാവാസനയുള്ള സ്ത്രീകൾക്കായി ചുമർച്ചിത്ര രചനയിൽ നൈപുണ്യ വികസന കോഴ്സ് ആരംഭിക്കും.

പാരമ്പര്യനിർമ്മിതികളുടെ ഡയറക്ടറി

ആറന്മുള വാസ്തുവിദ്യാ ഗുരുകുലത്തിന്റെ നേതൃത്വത്തിൽ സർക്കാർ, സർക്കാരിതര ഉടമസ്ഥതയിലുള്ള എല്ലാ പാരമ്പര്യ നിർമ്മിതികളുടേയും സർവേ നടത്തും. സർവേ ഫലം ഉൾപ്പെടുത്തി ഡയറക്ടറി പ്രസിദ്ധീകരിക്കും. പാരമ്പര്യ നിർമ്മിതികളിൽ സംരക്ഷിക്കപ്പെടേണ്ടവയെ പ്രത്യേകമായി കണ്ടെത്തി പുനരുദ്ധരിക്കുന്നതിന് മാർഗ്ഗനിർദ്ദേശങ്ങൾ പുറപ്പെടുവിക്കും.

പാരമ്പര്യ മൺവീടുകളുടെ ഡോക്യുമെന്റേഷൻ വാസ്തുവിദ്യാ ഗുരുകുലം പൂർത്തിയാക്കിയിട്ടുണ്ട്. മറ്റ് മൺവീടുകളുടെ സർവേ നടത്തി വിശദാംശങ്ങൾ ക്രോഡീകരിച്ച് പുസ്തകം പ്രസിദ്ധീകരിക്കും.

കേരളത്തിന്റെ പൈതൃക വിജ്ഞാനമേഖലയിൽ തൊഴിൽ സാധ്യത വിപുലീകരിക്കും. ഇതിനായി ആറന്മുളയിൽ പൈതൃക ഗ്രാമം ആരംഭിക്കും.

ശ്രീനാരായണ ദർശനം

കേരളീയ നവോത്ഥാനത്തിലെ തിളക്കമുള്ള ഏടാണ് ശ്രീനാരായണ ഗുരുവിന്റെ ആശയങ്ങളും പ്രവർത്തനങ്ങളും. സാഹോദര്യത്തിലധിഷ്ഠിതമായ ആ ദർശനം പ്രചരിപ്പിക്കുന്നതിന് സാധ്യമായതെല്ലാം സർക്കാർ ചെയ്യുന്നുണ്ട്. ശ്രീനാരായണ ഓപ്പൺ യൂണിവേഴ്സിറ്റി, ചെമ്പഴന്തിയിലെ ശ്രീനാരായണ പഠനകേന്ദ്രം മുതലായവ വഴി ശ്രീനാരായണ ദർശനം സമകാലിക സാംസ്കാരികാനുഭവങ്ങളുടെ പശ്ചാത്തലത്തിൽ പ്രചരിപ്പിക്കുന്നതിനും വിശകലനം ചെയ്യുന്നതിനും അവസരമൊരുക്കുന്നുണ്ട്. 2016 ൽ 'നമുക്ക് ജാതിയില്ലാ വിളംബര'ത്തിന്റെ ശതാബ്ദി ആഘോഷം വ്യാപകമായി ആചരിച്ചു. 2024 ൽ ആലുവ സർവ

മത സമ്മേളന ശതാബ്ദിയും സംഘടിപ്പിച്ചു. കേരളത്തിന്റെ നവോത്ഥാന ചരിത്രത്തിലെ ഏറ്റവും പ്രസക്തമായ വൈക്കം സത്യഗ്രഹത്തിന്റെ ശതാബ്ദി ആചരണവും നടന്നുവരികയാണ്. ശ്രീനാരായണ ദർശനം സംബന്ധിച്ച പഠനവും ഗവേഷണവും പ്രോത്സാഹിപ്പിക്കാൻ തുടർന്നും നടപടികൾ കൈക്കൊള്ളും.

സദാചാര പോലീസിങ്

ഒറ്റപ്പെട്ടതാണെങ്കിലും വിനോദസഞ്ചാര കേന്ദ്രങ്ങളിൽ മതമൗലികവാദികൾ സദാചാര പോലീസ് ചമഞ്ഞ് അക്രമം നടത്തുന്ന സംഭവങ്ങൾ ഉണ്ടായിട്ടുണ്ട്. ഇത്തരം സാമൂഹികവിരുദ്ധ പ്രവർത്തനങ്ങളെ ഒരു കാരണവശാലും പ്രോത്സാഹിപ്പിക്കാനാവില്ല. നാടിന്റെ ഐക്യവും അഖണ്ഡതയും തകർക്കുന്നതിനൊപ്പം വർഗീയ ധ്രുവീകരണത്തിലേക്ക് നയിക്കുന്ന ഈ സാംസ്കാരികാപചയ പ്രവർത്തനത്തിനെതിരെ സാംസ്കാരിക കേരളം ഒന്നിച്ചു നിൽക്കണം.

തെരുവുനാടകം

സമകാലിക സംഭവവികാസങ്ങളോട് അതിവേഗമുള്ള ശക്തമായ പ്രതിരോധമായാണ് പലപ്പോഴും തെരുവുനാടകങ്ങൾ ഉയർന്നുവരാറുള്ളത്. സാംസ്കാരിക പ്രതിരോധത്തിന്റെ ഏറ്റവും ജനകീയമായ സമരരൂപമാണ് തെരുവുനാടകങ്ങൾ. തെരുവുനാടകങ്ങൾക്ക് പ്രോത്സാഹനം നൽകുന്നതിന് എപ്പോഴും സാംസ്കാരിക കേരളം ശ്രദ്ധിച്ചിട്ടുണ്ട്. സർക്കാർ തലത്തിൽ പ്രദർശനത്തിനുള്ള അവസരങ്ങൾ സൃഷ്ടിക്കും. 2022 ൽ കേരള സംഗീത നാടകഅക്കാദമി സംഘടിപ്പിച്ച 'തെരുവരങ്ങ്' വ്യത്യസ്ത കേന്ദ്രങ്ങളിൽ നിരവധി തെരുവുനാടകങ്ങൾക്ക് വേദി ഒരുക്കി. അത്തരം പ്രവർത്തനങ്ങൾ ഇനിയും തുടരും.

ഭാഷ, സംസ്കാരം, ഫെഡറലിസം

ബഹുസ്വരതയാണ് ഭാരതീയ സംസ്കാരത്തിന്റെ മുഖമുദ്ര. ഇന്ത്യൻ ജനാധിപത്യത്തിന്റെ തിളക്കമാർന്ന സവിശേഷതയും ബഹുസ്വരതയിൽ അധിഷ്ഠിതമായ ജനാധിപത്യാവബോധമാണ്. നമ്മുടെ ഭരണഘടന ഉയർത്തിപ്പിടിക്കുന്നതും ബഹുസ്വരതയിൽ അധിഷ്ഠിതമായ ജനാധിപത്യ സങ്കല്പമാണ്. ഈ മൂല്യങ്ങളെ തച്ചുതകർത്ത് ഏകമുഖ സംസ്കാരം കുടിയിരുത്താനും ഭരണഘടനയെത്തന്നെ ഇല്ലാതാക്കാനുമുള്ള അത്യന്തം അപകടകരമായ നീക്കം നടന്നുവരുന്നുണ്ട്. ഇതിന്റെ ഭാഗമായാണ് ഏക സിവിൽ കോഡ്, ഒരു രാജ്യം, ഒരു തിരഞ്ഞെടുപ്പ് മുതലായ ആശയങ്ങൾ പ്രചരിപ്പിക്കാനും പ്രാവർത്തികമാക്കാനും ശ്രമിക്കുന്നത്.

ഒരു ഭാഷ എന്ന നിലയിൽ ഹിന്ദി പഠിക്കുകയും പ്രയോഗിക്കുകയും പ്രചരിപ്പിക്കുകയും ചെയ്യേണ്ടതുണ്ട്. എന്നാൽ അത് നമ്മുടെ ബഹുസ്വരതയെയും ഫെഡറലിസത്തെയും തകർക്കുന്ന രീതിയിലാവരുത്. മറ്റ് ഭാഷകൾക്കു മേൽ ഹിന്ദി ഭാഷ അടിച്ചേൽപ്പിക്കാനുള്ള നീക്കം ഫെഡറലിസത്തിനെതിരായ വെല്ലുവിളിയായി കണക്കാക്കി ചെറുക്കേണ്ടതുണ്ട്. സംസ്ഥാനങ്ങൾക്ക് ലഭ്യമാകേണ്ട ആനുകൂല്യങ്ങൾ, സാമ്പത്തികസഹായങ്ങൾ, കേന്ദ്രാവിഷ്കൃത പദ്ധതികൾ തുടങ്ങി എല്ലാ മേഖലകളിലും പ്രതിപക്ഷ ഭരണം നിലനിൽക്കുന്ന സംസ്ഥാനങ്ങളോട് വിവേചനപൂർണമായ സമീപനമാണ് കേന്ദ്രം കൈക്കൊള്ളുന്നത്. ഫെഡറലിസത്തിനെതിരായ ഇത്തരം നീക്കങ്ങൾക്കെല്ലാമെതിരെ കേരളം ശക്തമായി നിലകൊള്ളുന്നുണ്ട്. ഇതിന്റെ ഭാഗമായാണ് ഡൽഹിയിൽ ഉൾപ്പെടെ സമരം സംഘടിപ്പിക്കാൻ സന്നദ്ധമായത്. ഫെഡറലിസം തകർക്കാനുള്ള നീക്കത്തിനെതിരെ സാംസ്കാരിക കേരളം ഒറ്റമനസ്സോടെ പ്രതിരോധനിര തീർക്കണം.

ഭാഷാ ന്യൂനപക്ഷം

കർണ്ണാടകവുമായി അതിർത്തി പങ്കിടുന്ന പ്രദേശങ്ങളിൽ നിലനിൽക്കുന്ന കൊങ്കിണി, തുളു, ബ്യാരി ഭാഷകളെ സംരക്ഷിക്കുന്നതിന് സർക്കാർ നടപടികൾ സ്വീകരിക്കുന്നുണ്ട്. തുളു അക്കാദമി ആരംഭിച്ചു. അക്കാദമിയുടെ പ്രവർത്തനം ഊർജ്ജിതമാക്കും. തുളു ഭാഷാ നിഘണ്ടു കേരള ഭാഷാ ഇൻസ്റ്റിറ്റ്യൂട്ട് തയ്യാറാക്കും. കൊങ്കിണി, ബ്യാരി ഭാഷകളിലും സമാനമായ പ്രവർത്തനങ്ങൾക്കുള്ള സാധ്യത പരിശോധിക്കും.

ഗോത്ര ഭാഷ

ഗോത്ര ജീവിതത്തിന്റെയും സംസ്കാരത്തിന്റെയും സാംസ്കാരിക വിനിമയത്തിന്റെയും അടിത്തറ ഗോത്ര ഭാഷയാണ്. ഗോത്ര ജീവിതത്തെ ജൈവികമായി നിലനിർത്തുന്നത് ഗോത്ര ഭാഷയിലൂടെയുള്ള വിനിമയംകൂടിയാണ്. വിവിധ ഗോത്ര വിഭാഗക്കാരെ സംബന്ധിച്ചിടത്തോളം ഗോത്ര ഭാഷ അവരുടെ മാതൃഭാഷയാണ്. മാതൃഭാഷാ സംരക്ഷണത്തിന് നൽകുന്ന പ്രാധാന്യം ഗോത്ര ഭാഷാ സംരക്ഷണത്തിനും നൽകും. ഇതിനായി വിവിധ പരിപാടികൾ സംഘടിപ്പിച്ചുവരുന്നു.

മലയാളം മിഷന്റെ റേഡിയോ മലയാളം ചാനലിൽ പ്രക്ഷേപണം ചെയ്യുന്ന പയമേ പണലി ഉദാഹരണമാണ്. ഗോത്ര ഭാഷാ കവികളെയും കലാകാരന്മാരെയും ഉൾപ്പെടുത്തി കൂടുതൽ പരിപാടികൾ തയ്യാറാക്കും. ഗോത്രഭാഷ സംബന്ധിച്ച സെമിനാർ, ഊരുമൂപ്പന്മാരുമായുള്ള മുഖാമുഖം മുതലായവ സംഘടിപ്പിച്ചിട്ടുണ്ട്. ഗോത്രഗാനങ്ങൾ, ഗോത്രഭാഷ, നാ

ട്ടറിവുകൾ, ആചാര വൈവിധ്യങ്ങൾ എന്നിവ ഡോക്യുമെന്റ് ചെയ്ത് സൂക്ഷിക്കുകയും പ്രചരിപ്പിക്കുകയും ചെയ്യും. പ്രീ-സ്കൂൾ വിദ്യാഭ്യാസത്തിനുപയോഗിക്കുന്ന വർക്ക് ബുക്കുകൾ വിവിധ ഗോത്ര ഭാഷകളിലും ലഭ്യമാക്കുന്നുണ്ട്. പ്രൈമറി വിദ്യാർത്ഥികൾക്ക് പഠന പിന്തുണ ഉറപ്പാക്കാൻ ഗോത്രഭാഷയിൽ വിനിമയംചെയ്യാൻ പ്രാപ്തരായ മെന്റർ ടീച്ചർമാരെ നിയമിച്ചിട്ടുമുണ്ട്.

അയ്യാ വൈകുണ്ഠ സ്വാമി

ദലിതരുടെ ഉന്നമനത്തിനുവേണ്ടി പ്രവർത്തിച്ചിരുന്ന സാമൂഹ്യ പരിഷ്കർത്താവ് അയ്യാ വൈകുണ്ഠ സ്വാമിയുടെ നവോത്ഥാന ആശയങ്ങൾ പ്രചരിപ്പിക്കാനും സ്മരണ നിലനിർത്താനും പദ്ധതികൾ ആവിഷ്കരിക്കും.

സ്ത്രീ സിനിമ

സാംസ്കാരിക രംഗത്തെ കരുത്തുറ്റ മാധ്യമമാണ് സിനിമ. സിനിമയിലൂടെ സന്നിവേശിപ്പിക്കാൻ ശ്രമിക്കുന്ന ആശയങ്ങൾ അതിവേഗം മനുഷ്യമനസ്സിൽ സ്വാധീനം ചെലുത്തും. കോടതി വ്യവഹാരങ്ങളെപ്പോലും സിനിമകൾ സ്വാധീനിച്ച ചരിത്രമുണ്ട്. ഇവിടെ സൂചിപ്പിക്കപ്പെട്ട *ഹൗ ഓൾഡ് ആർ യു, ഗ്രേറ്റ് ഇന്ത്യൻ കിച്ചൺ, ഉയരെ* പോലുള്ള സിനിമകൾ ഉൾപ്പെടെ നിരവധി സിനിമകൾ വിവിധ ഘട്ടങ്ങളിൽ ചർച്ചാവിഷയമായിട്ടുണ്ട്. സ്ത്രീകൾ അഭിമുഖീകരിക്കുന്ന ബഹുമുഖമായ പ്രശ്നങ്ങളും വിവേചനങ്ങളും പ്രതിപാദ്യ വിഷയമാക്കി ലിംഗനീതിയിലധിഷ്ഠിതമായ, സമൂഹസൃഷ്ടിക്ക് സഹായകമാകുന്ന സിനിമകൾ കൂടുതലായി നിർമ്മിക്കപ്പെടേണ്ടതുണ്ട്. സിനിമാ നിർമ്മാണത്തിന്റെ വിവിധ ഘട്ടങ്ങളിൽ ഇടപെടുന്നവരായി സ്ത്രീ സിനിമാ പ്രവർത്തകർ ഉയർന്നുവന്നിട്ടുണ്ട്. അഭിനയം, എഡിറ്റിങ്, സംവിധാനം തുടങ്ങി സാങ്കേതിക വൈദഗ്ധ്യ രംഗമുൾപ്പെടെ മിക്കവാറും എല്ലാ രംഗങ്ങളിലും സ്ത്രീസാന്നിധ്യമുണ്ട്. ഇതു കൂടുതൽ ശക്തിപ്പെടുത്തുന്നതിന് സംസ്ഥാന സർക്കാർ പദ്ധതികൾ ആവിഷ്കരിച്ചിട്ടുണ്ട്. സ്ത്രീ സംവിധായകർക്ക് ധനസഹായം ഉൾപ്പെടെയുള്ള പിന്തുണ ഉറപ്പാക്കിവരുന്നു.

സൈബർ ആക്രമണം

സ്ത്രീകൾക്കെതിരായ സൈബർ ആക്രമണം വ്യാപകമായി നടക്കുന്നതായി ശ്രദ്ധയിൽപ്പെട്ടിട്ടുണ്ട്. അടിസ്ഥാനരഹിതമായ ആരോപണങ്ങളിലൂടെ വ്യക്തി/സ്വഭാവഹത്യയാണ് സൈബർ ബുള്ളിയിങ്ങിന്റെ ഭാഗമായി നടക്കുന്നത്. ഇത് ശക്തമായി പ്രതിരോധിക്കേണ്ട കുറ്റകൃത്യ

മാണ്. സൈബർ ഇടങ്ങളിലെ കുറ്റകൃത്യങ്ങൾ നിയന്ത്രിക്കുന്നതിനും കുറ്റക്കാർക്കെതിരെ നടപടി സ്വീകരിക്കുന്നതിനും നിയമമുണ്ട്. ഈ നിയമവ്യവസ്ഥ അനുസരിച്ച് പരാതികളിന്മേൽ കർശനമായ നടപടി കൈക്കൊള്ളാൻ സർക്കാർ ശ്രമിക്കാറുമുണ്ട്. ബോധവൽക്കരണ പ്രവർത്തനങ്ങളിലൂടെയും മാധ്യമ സാക്ഷരത പ്രവർത്തനങ്ങളിലൂടെയും സൈബർ കുറ്റകൃത്യങ്ങൾക്കെതിരായ ആശയ പ്രചാരണം ശക്തിപ്പെടുത്തും.

പ്രൈമറി തലം മുതൽ സാഹിത്യാഭിരുചി വളർത്തൽ

പ്രൈമറി തലം മുതൽ സാഹിത്യാഭിരുചിയും വായനാശീലവും വളർത്തിയെടുക്കുന്നതിന് നിരവധി പ്രവർത്തനങ്ങൾ നടത്തിവരുന്നുണ്ട്. കഴിഞ്ഞ സർക്കാരിന്റെ കാലത്ത് അവതരിപ്പിച്ച ബജറ്റുകളിൽ കോവിഡ് കാലത്ത് കുട്ടികൾ എഴുതി പ്രസിദ്ധീകരിച്ച രചനകൾ ഉൾപ്പെടുത്തിയത് നിങ്ങൾ ഓർക്കുന്നുണ്ടാവും. നവകേരള സദസ്സിന്റെ ഓരോ വേദിയിലും പുസ്തകം നൽകിയാണ് മന്ത്രിമാരെ സ്വീകരിച്ചത്. ഒരു നിയോജക മണ്ഡലത്തിൽ ഞങ്ങളെ സ്വീകരിച്ചത് പൊതുവിദ്യാലയത്തിൽ ഒന്നാംതരത്തിൽ പഠിക്കുന്ന കുട്ടി എഴുതിയ ഡയറിക്കുറിപ്പുകളുടെ കോപ്പി നൽകിക്കൊണ്ടാണ്. കണ്ണൂർ ജില്ലാ പഞ്ചായത്ത് കുട്ടികളുടെ രചനകൾ സമാഹരിച്ച് പുസ്തക രൂപത്തിൽ പുറത്തിറക്കിയത് ഈയടുത്താണ്. ഇതുപോലെ വിവിധ പ്രദേശങ്ങളിൽ കുട്ടികളുടെ രചനകൾ പ്രോത്സാഹിപ്പിക്കാനും സാഹിത്യാഭിരുചി വളർത്തിയെടുക്കാനും വിവിധങ്ങളായ പ്രവർത്തനങ്ങൾ നടക്കുന്നുണ്ട്. ഇത്തരം പ്രവർത്തനങ്ങൾ കൂടുതൽ പ്രോത്സാഹിപ്പിക്കും.

കലാമൂല്യമുള്ള സിനിമകളുടെ പ്രദർശനം

കേരളത്തിൽ സർക്കാർ ഉടമസ്ഥതയിൽ നിലവിൽ 17 സ്ക്രീനുകളുണ്ട്. 11 സ്ക്രീനുകളുടെ നിർമ്മാണം നടന്നുവരുന്നു. കൂടുതൽ സ്ക്രീനുകൾ ആരംഭിക്കുന്നത് പരിഗണിക്കും. ആമസോൺ, നെറ്റ്ഫ്ളിക്സ് മുതലായ പ്ലാറ്റ്ഫോമുകൾ പൊളിറ്റിക്കൽ പരമ്പരകളും സിനിമകളും നീക്കംചെയ്യുന്നതിനെക്കുറിച്ച് യുവാക്കളുമായുള്ള മുഖാമുഖം പരിപാടിയിൽ പരാമർശിക്കുന്നത് കേട്ടു. എത്ര കാലം ധൈര്യത്തോടെ എഴുതാനും സംസാരിക്കാനും സാധിക്കുമെന്ന ആശങ്കയും യുവത പങ്കുവെച്ചു. എഴുതാനും സംസാരിക്കാനുമുള്ള സ്വാതന്ത്ര്യത്തെ, ആവിഷ്കാര സ്വാതന്ത്ര്യത്തെ, ജനാധിപത്യ മൂല്യങ്ങളിൽ ഉറച്ചുനിന്നുകൊണ്ട് സംരക്ഷിക്കുന്ന നിലപാടാണ് കേരളം സ്വീകരിച്ചിട്ടുള്ളത്. രാജ്യത്തിന്റെ മറ്റ് ഭാഗങ്ങളിൽ ഇപ്പോൾ സ്ഥിതി അതല്ല. സ്വാഭാവികമായും കലാകാരന്മാരും കലാകാരികളും വലിയ തോതിൽ അക്രമത്തിനും ഭീഷണിക്കും ഇരയാകേണ്ടി

വരുന്നുണ്ട്. *രാം കെ നാം* സിനിമയ്ക്കു നേരെ ഈ അടുത്ത കാലത്തുപോലും നടന്നിട്ടുള്ള അക്രമോത്സുകമായ പ്രതികരണങ്ങൾ നാം കണ്ടതാണ്. ഇത് ഒറ്റപ്പെട്ട ഒരു സംഭവമല്ല. ഇത്തരം പ്രവണതകളെ ശക്തമായി ചെറുക്കുക തന്നെ ചെയ്യണം.

സ്വതന്ത്രമായും നിർഭയമായും തങ്ങളുടെ ആവിഷ്കാരങ്ങൾ അവതരിപ്പിക്കാൻ സ്വാതന്ത്ര്യവും വേദിയുമുണ്ടാവുക എന്നത് പ്രധാനമാണ്. ഇത് ലക്ഷ്യം വച്ചുകൊണ്ടാണ് പരമാവധി ഇടങ്ങളിൽ പൊതു ഇടങ്ങൾ സൃഷ്ടിക്കാൻ സംസ്ഥാന സർക്കാർ മുൻകൈയെടുക്കുന്നത്. സിനിമാ പ്രവർത്തകരെ സംബന്ധിച്ചിടത്തോളം പുതിയ കാലത്ത് സാങ്കേതികവിദ്യയിൽ അധിഷ്ഠിതായ പ്ലാറ്റ്ഫോമുകൾ പ്രയോജനപ്പെടുത്തേണ്ടതുണ്ട്. ഇന്ത്യയുടെ ചരിത്രത്തിലാദ്യമായി സർക്കാർ ഉടമസ്ഥതയിൽ ഒ ടി ടി പ്ലാറ്റ്ഫോം കേരളത്തിൽ ആരംഭിക്കുകയാണ്. സി-സ്പേസ് എന്ന ഈ ഒ.ടി.ടി പ്ലാറ്റ്ഫോമിനു പിന്നിൽ കച്ചവട താല്പര്യമോ ലാഭേച്ഛയോ അല്ല. മതേതര, ജനാധിപത്യ കാഴ്ചപ്പാടുകൾ ഉയർത്തിപ്പിടിക്കുന്ന സിനിമകൾ ഉൾപ്പെടെ പൊതുതാല്പര്യം മുൻനിർത്തിയുള്ള സിനിമകൾ പ്രദർശിപ്പിക്കാനുള്ള ബദൽ അന്വേഷണമാണ്.

സിനിമ നയം

ചലച്ചിത്രരംഗവുമായി ബന്ധപ്പെട്ട് സമഗ്രമായ നയം രൂപീകരിക്കും. സിനിമ നയത്തിന്റെ കരട് തയ്യാറാക്കുന്നതിന് സിനിമ കോൺക്ലേവ് സംഘടിപ്പിക്കും. കോൺക്ലേവിൽ സിനിമാ മേഖലയിലെ എല്ലാ വിഭാഗക്കാരുടെയും പങ്കാളിത്തവും നിർദ്ദേശങ്ങളും ഉറപ്പുവരുത്തും. ഇതിനായി ഷാജി എൻ കരുൺ അധ്യക്ഷനായ സമിതിയെ നിയോഗിച്ചിട്ടുണ്ട്.

നവകേരള

ഭിന്നശേഷി സദസ്സ്

തിരുവനന്തപുരം

26 ഫെബ്രുവരി, 2024

ആമുഖം

ഭിന്നശേഷിക്കാരുടെ സർവതോന്മുഖമായ പുരോഗതി ലക്ഷ്യമിട്ടുള്ള ചർച്ചകൾക്ക് സ്വാതന്ത്ര്യപൂർവകാലത്തോളം പഴക്കമുണ്ട്. ഓരോ കാലഘട്ടത്തിലും അധികാരത്തിൽ വന്ന സർക്കാരുകൾ ഭിന്നശേഷിക്കാർക്കായി പ്രത്യേക പദ്ധതികളും പരിപാടികളും ആസൂത്രണം ചെയ്തിട്ടുണ്ട്. കേരളത്തിന്റെ അനുഭവവും വ്യത്യസ്തമല്ല. എന്നാൽ ഭിന്നശേഷിക്കാരുടെ അഭിവൃദ്ധി ലക്ഷ്യമിട്ട് സമഗ്രമായ കാഴ്ചപ്പാട് വികസിപ്പിച്ച് പ്രവർത്തനങ്ങൾ ആസൂത്രണംചെയ്തത് 2016 ൽ അധികാരത്തിൽ വന്ന ഇടതുപക്ഷ ജനാധിപത്യ മുന്നണി സർക്കാരാണ്. നവകേരളം ഭിന്നശേഷി സൗഹൃദ കേരളമാകുമെന്ന് സർക്കാർ പ്രഖ്യാപിച്ചു.

2016 ലെ സംസ്ഥാന സർക്കാർ രൂപീകരണത്തിലേക്ക് നയിച്ചത് നവകേരള മാർച്ചാണ്. നവകേരള മാർച്ചിന്റെ ഭാഗമായി കാസർഗോട്ടെ എൻഡോസൾഫാൻ ദുരിതബാധിതർ ഉൾപ്പെടെ വിവിധ സ്ഥലങ്ങളിലെ ഭിന്നശേഷിക്കാരുമായി സംവദിച്ചു. ഭിന്നശേഷിക്കാർക്കായുള്ള സ്ഥാപനങ്ങൾ സന്ദർശിക്കുന്നതിന് അന്ന് സമയം കണ്ടെത്തി. അത്തരം അനുഭവങ്ങളുടേയും സംവാദങ്ങളിൽ ഉയർന്നുവന്ന നിർദ്ദേശങ്ങളുടേയും അടിസ്ഥാനത്തിലാണ് ഭിന്നശേഷിക്കാരുടെ ഉന്നമനത്തിനായി 2016 ലെ സർക്കാർ സമഗ്രമായ കാഴ്ചപ്പാട് മുന്നോട്ടുവച്ചത്.

ഭിന്നശേഷി സൗഹൃദ കേരളം എന്ന ആശയം യാഥാർഥ്യമാക്കുന്നതിന് സർക്കാർ കൈക്കൊണ്ട നടപടികളുടെ ഫലപ്രാപ്തി മനസ്സിലാക്കുന്നതിനും പുതുതായി ഏറ്റെടുക്കേണ്ട പ്രവർത്തനങ്ങൾ സംബന്ധിച്ച

ധാരണ രൂപീകരിക്കലിനുമായാണ് 2024 ൽ ഫെബ്രുവരി 26 ന് തിരുവനന്തപുരം ആർ ഡി ആർ കൺവെൻഷൻ സെന്ററിൽ ഭിന്നശേഷിക്കാരുമായി മുഖാമുഖം സംഘടിപ്പിച്ചത്. 2016 ലെ ഭിന്നശേഷി അവകാശ നിയമപ്രകാരം 21 ഭിന്നശേഷി വിഭാഗക്കാരുണ്ട്. ഈ വിഭാഗങ്ങളെ പ്രതിനിധീകരിച്ച് 1,200 പേർ മുഖാമുഖത്തിൽ പങ്കെടുത്തു. 54 പ്രതിനിധികളും 10 വിദഗ്ധരും ആശയങ്ങൾ പങ്കുവെച്ചു. മറ്റുള്ളവർ എഴുതി നൽകിയ നിർദ്ദേശങ്ങൾകൂടി പരിഗണിച്ചാണ് ഭിന്നശേഷി സൗഹൃദ കേരളമെന്ന ആശയം യാഥാർത്ഥ്യമാക്കുന്നതിന് പരിപാടികൾ ആവിഷ്കരിക്കുക.

മുഖാമുഖം പരിപാടിയിൽ മന്ത്രി ഡോ. ആർ ബിന്ദു അധ്യക്ഷയായി. സാമൂഹ്യനീതി അഡീഷണൽ ചീഫ് സെക്രട്ടറി പുനീത് കുമാർ ഐ എ എസ് സ്വാഗതവും സാമൂഹ്യനീതി ഡയറക്ടർ എച്ച് ദിനേശൻ ഐ എ എസ് നന്ദിയും പറഞ്ഞു.

പ്രസംഗം

വൈവിധ്യങ്ങളെ ഉൾക്കൊള്ളുക എന്നത് സാംസ്കാരിക ഔന്നത്യത്തിന്റെ ഏറ്റവും പ്രധാന ലക്ഷണമാണ്. വ്യത്യസ്തതകളെ അംഗീകരിക്കുമ്പോഴാണ് നമ്മൾ യഥാർത്ഥത്തിൽ സാമൂഹ്യജീവികളാകുന്നത്. ആ നിലയ്ക്ക് ഭിന്നശേഷിയുള്ളവരെക്കൂടി പൊതുസമൂഹത്തിന്റെ അല്ലെങ്കിൽ സമൂഹത്തിന്റെ മുഖ്യധാരയിലേക്ക് കൊണ്ടുവരിക എന്നത് ഏറെ പ്രധാനമാണ്.

ലോകത്തിലാകെ നൂറുകോടിയോളംപേർ ഏതെങ്കിലും വിധത്തിൽ ഭിന്നശേഷി ഉള്ളവരാണെന്നാണ് ലോകാരോഗ്യ സംഘടനയുടെ കണക്കുകൾ സൂചിപ്പിക്കുന്നത്. 800 കോടിയിൽ 100 കോടി എന്നു പറഞ്ഞാൽ, 8 പേരിൽ ഒരാൾ എന്നർത്ഥം. ഇത് ചെറിയ സംഖ്യയല്ല. അതുകൊണ്ടു തന്നെ ഭിന്നശേഷിയുള്ളവർ പൊതുസമൂഹത്തിൽ നേരിടുന്ന അസമത്വവും വിവേചനവും അവസാനിപ്പിക്കുകയെന്നത് ഒരു ആധുനിക ജനാധിപത്യ സമൂഹത്തെ സംബന്ധിച്ചിടത്തോളം അത്യന്താപേക്ഷിതമാണ്.

കാഴ്ച, കേൾവി, സംസാരശേഷി എന്നിവയിലോ ശാരീരികമായോ ബുദ്ധിപരമായോ പിന്നോക്കം നിൽക്കുന്നവരെ അതൊന്നുമില്ലാത്തവരോട് മത്സരിക്കാൻ നിയോഗിക്കുന്നതു നീതിയല്ല. അത് ഭിന്നശേഷി ഉള്ളവർ സാമൂഹിക, രാഷ്ട്രീയ, സാമ്പത്തിക മേഖലകളിൽ എക്കാലവും പിന്നോക്കം തന്നെ നിൽക്കുന്നു എന്ന് ഉറപ്പുവരുത്തുകയാണ് ചെയ്യുക. അതുകൊണ്ടാണ് ഭിന്നശേഷിയുള്ളവരെ സവിശേഷമായി കാണുകയും അവർക്കു വേണ്ട പ്രത്യേക പദ്ധതികൾ ആവിഷ്കരിക്കുകയും ചെയ്യേ

ണ്ടത്. അപ്പോൾ മാത്രമേ അവർക്കു മറ്റുള്ളവരുമായി താരതമ്യം ചെയ്യു മ്പോൾ ഒരു ലെവൽ പ്ലെയിങ് ഫീൽഡ് ലഭിക്കൂ. ഇത്തരം പദ്ധതികൾ നടപ്പിലാക്കിക്കൊണ്ട് ഭിന്നശേഷികൾ ഉള്ളവരെക്കൂടി സമൂഹത്തിന്റെ മുഖ്യധാരയിലേക്ക് കൊണ്ടുവരാനാണ് സംസ്ഥാനസർക്കാർ ശ്രമിച്ചുവ രുന്നത്.

നവകേരളസൃഷ്ടിയുടെ ഭാഗമായാണ് ഇത്തരം പദ്ധതികൾ ആസൂ ത്രണം ചെയ്യുന്നത്. നവകേരളത്തിന്റെ മുഖമുദ്രകളിൽ പ്രധാനപ്പെട്ട ഒന്ന് അതിന്റെ ഉൾച്ചേർക്കൽ സ്വഭാവമാണ്. എന്തു കാരണത്തിന്റെ പേരിലാ ണെങ്കിലും ഒരൊറ്റ വ്യക്തിപോലും അതിൽ നിന്ന് ഒഴിവാക്കപ്പെടുകയി ല്ല. കേരളത്തിലെ എല്ലാ ജനവിഭാഗങ്ങൾക്കും എല്ലാ പ്രദേശങ്ങൾക്കും അതിന്റെ പ്രയോജനമുണ്ടാകും എന്നുറപ്പു വരുത്തുന്നത് അവരെയെല്ലാം നവകേരള സൃഷ്ടിയുടെ ഭാഗമാക്കിക്കൊണ്ടാണ്. അതിനായാണ് ഇത്തര ത്തിലൊരു മുഖാമുഖം പരിപാടി തന്നെ ആവിഷ്കരിച്ചത്.

നിങ്ങൾക്കറിയാമല്ലോ നവകേരള സദസ്സുകളുടെ തുടർച്ചയാണ് നമ്മുടെ ഈ കൂടിക്കാഴ്ച. അതിന്റെ ഭാഗമായി വിവിധ നിയോജകമ ണ്ഡലങ്ങളിൽ വെച്ച് നിങ്ങളിൽ പലരുമായും ആശയവിനിമയം നട ത്തിയിട്ടുണ്ട്. പക്ഷേ, അതുപോര, നവകേരളം യാഥാർത്ഥ്യമാക്കണമെ ങ്കിൽ നിങ്ങളുടെ അഭിപ്രായങ്ങളെ സമഗ്രമായി ക്രോഡീകരിക്കുകയും അതിനായി വ്യത്യസ്ത ഭിന്നശേഷി വിഭാഗങ്ങളിൽപ്പെടുന്നവരുടെ പ്രതി നിധികളുമായി കൂട്ടായി ചർച്ച ചെയ്യുകയും വേണം. അതിന്റെ അടിസ്ഥാ നത്തിലാണ് നമ്മൾ ഇന്ന് ഇത്തരത്തിൽ ഇവിടെ കൂടിയിരിക്കുന്നത്.

ഭിന്നശേഷി എന്നത് അതുള്ള ആ വ്യക്തിയുടെ മാത്രം പ്രശ്നമാണെന്നും സമൂഹത്തിന് അതിൽ ഉത്തരവാദിത്വമില്ലെന്നും വ്യാഖ്യാനിക്കുന്ന ചില രുണ്ട്. ഇതൊരു ആരോഗ്യപ്രശ്നമാണെന്നും അതിനാൽ ചികിത്സ ലഭ്യമാ ക്കുക മാത്രമാണ് സമൂഹത്തിന്റെ കടമയെന്ന് കരുതുന്നവരുമുണ്ട്. എന്നാൽ ഭിന്നശേഷിക്കാരുടെ സമഗ്രവികസനം സമൂഹത്തിന്റെ പൊതു ഉത്തര വാദിത്വമാണെന്നും മറ്റുള്ളവരെപ്പോലെ അവരെയും ചേർത്തു നിർത്തേ ണ്ടത് സമൂഹത്തിന്റെ പ്രധാന കടമയാണ് എന്നുമുള്ള കാഴ്ചപ്പാടാണ് സംസ്ഥാന സർക്കാരിനുള്ളത്. ഒരു രംഗത്ത് ഭിന്നശേഷി. മറ്റൊരു രംഗത്ത് അധികശേഷി. ഇങ്ങനെയും വരാം. ഈ അധികശേഷി കണ്ടെ ത്തി വളർത്തിക്കൊണ്ടു വരിക എന്നതും സർക്കാരിന്റെ നയമാണ്.

അതുകൊണ്ടുതന്നെ വിവിധങ്ങളായ സമീപനങ്ങളെയും സാധ്യത കളെയും സമന്വയിപ്പിച്ച് നിരവധി പദ്ധതികളാണ് ഭിന്നശേഷിക്കാരുടെ സമഗ്ര വികസനത്തിനായി സർക്കാർ ആവിഷ്കരിച്ചിട്ടുള്ളത്. ഭിന്നശേ ഷിയുള്ളവർക്കുകൂടി ഉപയോഗിക്കാൻ കഴിയുന്ന അടിസ്ഥാനസൗകര്യ ങ്ങൾ വികസിപ്പിക്കുക, വിദ്യാഭ്യാസത്തിലും തൊഴിലിലും അവരുടെ

പങ്കാളിത്തം ഉറപ്പാക്കുക, പരമാവധി ഇടങ്ങൾ ഭിന്നശേഷി സൗഹൃദമാക്കുക എന്നിവയെല്ലാം ചെയ്യുവരുന്നത് ഈ കാഴ്ചപ്പാടിന്റെ ഭാഗമായാണ്.

കേരളത്തിലെ എല്ലാ സർക്കാർ-പൊതുമേഖലാ സ്ഥാപനങ്ങളെയും കെട്ടിടങ്ങളെയും പാർക്കുകളെയും ഭിന്നശേഷി സൗഹൃദമാക്കി തീർക്കുന്നതിനുള്ള 'ബാരിയർ ഫ്രീ കേരള' പദ്ധതിയാണ് ഇതിൽ പ്രധാനം. 2,000 ത്തിലധികം പൊതുകെട്ടിടങ്ങൾ ഇതിനകം തടസ്സരഹിതമാക്കിയിട്ടുണ്ട്. വിനോദസഞ്ചാര കേന്ദ്രങ്ങളെ ഉൾപ്പെടെ ഭിന്നശേഷി സൗഹൃദമാക്കുകയാണ്. അങ്ങനെ ഭിന്നശേഷിക്കാർക്ക് വിനോദത്തിനുള്ള അവസരങ്ങൾ ഒരുക്കുന്നു.

ഇന്നത്തെക്കാലത്ത് ഫിസിക്കൽ ഇടങ്ങൾ മാത്രമല്ല പൊതു ഇടങ്ങൾ. ഡിജിറ്റൽ ഇടങ്ങളും പൊതു ഇടങ്ങളാണ്. അതുകൊണ്ടുതന്നെ സർക്കാർ ഉടമസ്ഥതയിലുള്ള ഡിജിറ്റൽ ഇടങ്ങളെയും ഭിന്നശേഷി സൗഹൃദമാക്കേണ്ടതുണ്ട്. അപ്പോൾ മാത്രമേ കേരളം അക്ഷരാർത്ഥത്തിൽ ബാരിയർ ഫ്രീ ആവുകയുള്ളൂ. 2023 സെപ്റ്റംബർ വരെ 170 ലധികം വെബ്സൈറ്റുകൾ ഭിന്നശേഷി സൗഹൃദമാക്കി. മറ്റുള്ളവയെയും ഇത്തരത്തിൽ മാറ്റിത്തീർക്കുന്നതിനുവേണ്ട നടപടികൾ സ്വീകരിച്ചുവരികയാണ്.

കേരളത്തിലെ എല്ലാ ജില്ലകളിലും ഭിന്നശേഷി വിഭാഗങ്ങളിൽപ്പെട്ടവരുടെ സേവനങ്ങൾ ഉറപ്പുവരുത്തുന്നതിനായി ജില്ലാതല കമ്മിറ്റികൾ നിലവിലുണ്ട്. ഭിന്നശേഷി വിഭാഗങ്ങളിൽപ്പെട്ടവരുടെ കേസുകൾ കേൾക്കുന്നതിനായി ബഹുമാനപ്പെട്ട ഹൈക്കോടതിയുടെ അനുവാദത്തോടെ പ്രത്യേക കോടതികളും കേരളത്തിൽ സ്ഥാപിച്ചിട്ടുണ്ട്. സർക്കാർ നിയമനങ്ങളിൽ ഭിന്നശേഷി വിഭാഗങ്ങളിൽപ്പെട്ടവർക്ക് സംവരണം നൽകുന്നതിനുള്ള തസ്തികകൾ കണ്ടെത്തുന്നതിന് ഒരു വിദഗ്ധ സമിതി രൂപീകരിച്ചിരുന്നു. അതിന്റെ ശിപാർശകളുടെ അടിസ്ഥാനത്തിൽ 1,263 തസ്തികകൾ ഇതിനകം കണ്ടെത്തിയിട്ടുണ്ട്. നിയമനത്തിനുള്ള സംവരണം 3 ൽ നിന്ന് 4 ശതമാനമാക്കി ഉയർത്തുകയും സ്ഥാനക്കയറ്റത്തിൽ 4 ശതമാനം സംവരണം അനുവദിക്കുകയും ചെയ്തു.

ഭിന്നശേഷി പ്രതിരോധം, ഭിന്നശേഷി നേരത്തെ കണ്ടെത്തൽ, വിദ്യാഭ്യാസം, തൊഴിൽ, പുനരധിവാസം എന്നീ മേഖലകളിലെ വിടവുകൾ പരിഹരിക്കുന്നതിനായി ആരോഗ്യ-വിദ്യാഭ്യാസ വകുപ്പുകളുടെ സഹകരണത്തോടെ 'സ്റ്റേറ്റ് ഇനിഷ്യേറ്റീവ് ഓൺ ഡിസെബിലിറ്റി' ആരംഭിച്ചിട്ടുണ്ട്. 'അനുയാത്ര' പദ്ധതി വഴി ഭിന്നശേഷി പ്രതിരോധം മുതൽ അവരുടെ സുസ്ഥിര പുനരധിവാസം വരെയുള്ള സേവനങ്ങൾ ലഭ്യമാക്കിവരുന്നുണ്ട്. ഭിന്നശേഷിക്കാരുടെ സമഗ്രവികസനം ലക്ഷ്യമിട്ട് നടപ്പാക്കുന്ന 'സമഗ്ര' പദ്ധതിവഴി തൊഴിൽ പരിശീലനം, ഡേകെയർ, വിവരസാങ്കേതിക വിദ്യയിലുള്ള പരിശീലനം തുടങ്ങിയവ ലഭ്യമാക്കുകയാണ്.

ഭിന്നശേഷിയുള്ള മാതാപിതാക്കളുടെ മക്കൾക്ക് 'വിദ്യാകിരണം' പദ്ധതിയിലൂടെ ധനസഹായം നൽകിവരുന്നുണ്ട്. ഭിന്നശേഷിയുള്ള വിദ്യാർത്ഥികൾക്ക് പഠനോപകരണങ്ങളും യൂണിഫോമും വാങ്ങുന്നതിന് 'വിദ്യാജ്യോതി' പദ്ധതി നടപ്പാക്കുന്നുണ്ട്. ഒന്നാം ക്ലാസു മുതൽ പോസ്റ്റ് ഗ്രാജ്ജുവേറ്റ് തലം വരെ പഠിക്കുന്ന ഭിന്നശേഷി കുട്ടികൾക്ക് സ്കോളർഷിപ്പ് ലഭ്യമാക്കുന്നുണ്ട്. വിദൂരവിദ്യാഭ്യാസ മാധ്യമങ്ങളിലൂടെ പഠിക്കുന്ന വിദ്യാർത്ഥികൾക്കായി പ്രത്യേക സ്കോളർഷിപ്പ് ഏർപ്പെടുത്തിയിട്ടുണ്ട്.

ഡിഗ്രി തലംമുതൽ ഉന്നത വിജയം കരസ്ഥമാക്കുന്ന വിദ്യാർത്ഥികൾക്ക് പ്രോത്സാഹനമായി ക്യാഷ് അവാർഡുകൾ നൽകിവരുന്നുണ്ട്. കോക്ലിയർ ഇംപ്ലാന്റേഷൻ ശസ്ത്രക്രിയ ആവശ്യമുള്ള കുട്ടികൾക്കുവേണ്ട പിന്തുണ നൽകുന്നതിനുള്ള പദ്ധതിയും ശ്രവണപരിമിതിയുള്ള കുട്ടികളെ നേരത്തെ കണ്ടെത്തുന്നതിനുള്ള 'കാതോരം' പദ്ധതിയും മികച്ച നിലയിൽ സർക്കാർ മുന്നോട്ടുപോകുന്നുണ്ട്.

ഭിന്നശേഷിക്കാരായ അഗതികൾക്കും അനാഥർക്കും 14 സർക്കാർ സ്ഥാപനങ്ങൾ വഴി പുനരധിവാസ സേവനങ്ങൾ ലഭ്യമാക്കുന്നുണ്ട്. മലപ്പുറം 'പ്രതീക്ഷാഭവൻ', കോഴിക്കോട് 'പുണ്യഭവൻ' എന്നീ സ്ഥാപനങ്ങൾ പ്രൊഫഷണൽ കെയർ ആൻഡ് സപ്പോർട്ട് സേവനങ്ങളോടെ നവീകരിച്ചിട്ടുണ്ട്. മാനസിക വെല്ലുവിളി നേരിടുന്ന മുതിർന്നവർക്കുവേണ്ടിയാണ് 'പ്രതീക്ഷാ ഭവൻ' പ്രവർത്തിച്ചുവരുന്നത്. മാനസിക വെല്ലുവിളി നേരിടുന്നവർക്കായുള്ള ഭിന്നശേഷി സൗഹൃദ പാർക്ക് തിരുവനന്തപുരം മ്യൂസിയം കോമ്പൗണ്ടിൽ സജ്ജമാക്കിയിട്ടുണ്ട്. സ്പെഷ്യൽ സ്കൂളുകളുടെയും രക്ഷാകർതൃ സംഘടനകളുടെയും പിന്തുണയോടെ ആരംഭിച്ച 'സഹജീവനം' ഹെൽപ്പ് ഡെസ്ക്കുകൾ വഴി വാതിൽപ്പടി സേവനങ്ങൾ നൽകിവരുന്നുണ്ട്.

ഭിന്നശേഷി വിഭാഗത്തിലുള്ളവർക്ക് യു ഐ ഡി കാർഡുകൾ നൽകുന്ന പദ്ധതി പുരോഗമിക്കുകയാണ്. ഫെബ്രുവരി ആദ്യ വാരം വരെ 3,11,287 പേർക്ക് യു ഐ ഡി കാർഡുകൾ നൽകിയിട്ടുണ്ട്. ഭിന്നശേഷിക്കാരായ കുട്ടികളുടെ അമ്മമാർക്ക് ഉപജീവനത്തിനായി വരുമാനം ഉറപ്പാക്കുന്നതിന് ഇ-ഓട്ടോ സൗജന്യമായി ലഭ്യമാക്കുന്ന 'സ്നേഹയാനം' പദ്ധതി ശ്രദ്ധേയമാണ്.

ഭിന്നശേഷി സേവനങ്ങൾ കാര്യക്ഷമമായി ലഭ്യമാക്കുന്ന പ്രധാന സ്ഥാപനമാണ് നിഷ്. ശ്രവണപരിമിതിക്ക് പ്രത്യേക ഊന്നൽ നൽകുന്ന, ഈ വിഭാഗത്തിൽപ്പെട്ടവരുടെ പുനരധിവാസം, വിദ്യാഭ്യാസം എന്നിവയിൽ ശ്രദ്ധ കേന്ദ്രീകരിക്കുന്ന സ്ഥാപനമാണിത്. 1.49 കോടി രൂപ ചെലവിൽ നിർമ്മിച്ച കേരളത്തിലെ ആദ്യ ഭിന്നശേഷിസൗഹൃദ ബാരിയർ ഫ്രീ ക്യാമ്പസാണ് ഇതിനുള്ളത്. വൈവിധ്യമാർന്ന കഴി

വുകളുള്ള വിദ്യാർത്ഥികളും സ്റ്റാഫ് അംഗങ്ങളും ഉൾപ്പെട്ട അതുല്യമായ ക്യാമ്പസാണ് നിഷിന്റേത്. ഒട്ടനവധി നൂതന കോഴ്സുകളും നിഷിന്റെ നേതൃത്വത്തിൽ നടത്തിവരുന്നുണ്ട്. ഭിന്നശേഷിക്കാരുടെ ക്ഷേമത്തിനും ഭിന്നശേഷി അവബോധത്തിനുമായി കേരളത്തിലെ ആദ്യത്തെ ഓഡിയോ വിഷ്വൽ സ്റ്റുഡിയോ, ടെലി റീഹാബിലിറ്റേഷൻ യൂണിറ്റ് എന്നിവ ഇവിടെ സജ്ജീകരിച്ചിട്ടുണ്ട്.

എല്ലാത്തരം ഭിന്നശേഷികളുടെയും പുനരധിവാസ പ്രക്രിയകളുമായി ബന്ധപ്പെട്ട മികച്ച പ്രവർത്തനം നടത്തിവരുന്ന സ്ഥാപനമാണ് നാഷണൽ ഇൻസ്റ്റിറ്റ്യൂട്ട് ഫോർ ഫിസിക്കൽ മെഡിസിൻ ആൻഡ് റീഹാബിലിറ്റേഷൻ. മികവിന്റെ കേന്ദ്രമാണിത്. വിവിധ ഭിന്നശേഷികൾക്കായി അന്താരാഷ്ട്ര നിലവാരത്തിലുള്ള ചികിത്സയും കൗൺസിലിങ്ങും ഇവിടെ ലഭ്യമാണ്. പഠന പരിമിതി, ഓട്ടിസം എന്നിവയുള്ള കുട്ടികൾക്കായി 'ഏർളി ഇന്റർവെൻഷൻ പ്രോഗ്രാം', സ്പൈനൽ കോർഡിൽ പരിക്കേറ്റവർക്കുള്ള പുനരധിവാസ യൂണിറ്റ്, ഭിന്നശേഷിയുള്ള ചെറുപ്പക്കാർക്ക് തൊഴിൽ പരിശീലനം, ബൗദ്ധിക വെല്ലുവിളികൾ നേരിടുന്ന കുട്ടികൾക്കായുള്ള പ്രത്യേക വിദ്യാഭ്യാസ പരിപാടികൾ തുടങ്ങിയവ ഇവിടെ നടത്തിവരുന്നുണ്ട്.

കലാ-കായിക രംഗങ്ങളിൽ മികവ് പുലർത്തുന്ന ഭിന്നശേഷിക്കാർക്കുള്ള ധനസഹായത്തിനായി 'ശ്രേഷ്ഠം' പദ്ധതി നടപ്പിലാക്കിവരികയാണ്. ഓരോ ജില്ലയിലും കലാമേഖലയിൽനിന്നും കായികമേഖലയിൽ നിന്നുമുള്ള 5 പേർക്കുവീതമാണ് ഇതിന്റെ സഹായം ലഭിക്കുക. ഇതിനുപുറമെ കേരള സംസ്ഥാന വികലാംഗക്ഷേമ കോർപ്പറേഷൻ നടപ്പിലാക്കുന്ന ശുഭയാത്ര, ആശ്വാസം, ഹസ്തദാനം തുടങ്ങിയ പദ്ധതികളുമുണ്ട്.

ഭിന്നശേഷി വിഭാഗങ്ങളുടെ ജീവിതം മെച്ചപ്പെടുത്തുന്നതിനായുള്ള സർക്കാരിന്റെ കരുതൽ ഇത്തവണത്തെ സംസ്ഥാന ബജറ്റിൽ കൂടുതൽ വ്യക്തമാണ്. ബാരിയർ ഫ്രീ കേരള പദ്ധതിക്കായി 8 കോടി രൂപയാണ് നീക്കിവച്ചിരിക്കുന്നത്. ഭിന്നശേഷിക്കാരെ മുഖ്യധാരയിലേക്ക് എത്തിക്കുന്നതിൽ സുപ്രധാന പങ്കുവഹിക്കുന്ന നാഷണൽ ഇൻസ്റ്റിറ്റ്യൂട്ട് ഓഫ് സ്പീച്ച് ആൻഡ് ഹിയറിങ്ങിന്റെ തുടർപ്രവർത്തനങ്ങൾക്കായി 19.5 കോടി രൂപയാണ് മാറ്റിവെച്ചിരിക്കുന്നത്.

ഭിന്നശേഷി ശാക്തീകരണത്തിനായി തദ്ദേശ സ്വയംഭരണ സ്ഥാപനങ്ങൾ വഴി വിപുലമായ പദ്ധതികളും പരിപാടികളും സംസ്ഥാനത്ത് നടത്തിവരുന്നു. തദ്ദേശ സ്വയംഭരണ സ്ഥാപനങ്ങൾ അവരുടെ വാർഷിക സംസ്ഥാന പദ്ധതി വികസന ഫണ്ടിന്റെ 5 ശതമാനം നിർബന്ധമായും ഭിന്നശേഷിക്കാർ, കുട്ടികൾ, ട്രാൻസ്ജെൻഡറുകൾ എന്നിവർക്കായി

നീക്കിവെക്കുന്നുണ്ട്. 4,19,678 ഭിന്നശേഷിക്കാർക്കാണ് കേരളത്തിൽ പെൻഷൻ ലഭിക്കുന്നത്. ഇത്തരത്തിൽ ഒട്ടേറെ പദ്ധതികളാണ് ഭിന്ന ശേഷി വിഭാഗത്തിൽപ്പെട്ടവരെ സമൂഹത്തിന്റെ മുഖ്യധാരയിലേക്ക് എത്തിക്കുന്നതിനായി സംസ്ഥാനത്ത് നടത്തിവരുന്നത്.

ശാരീരികക്ഷമതയില്ലായ്മ, ആശയവിനിമയ പ്രശ്നങ്ങൾ, സാമ്പ ത്തിക പരാധീനതകൾ എന്നിവയ്ക്കുപരിയായി ആരോഗ്യം, വിദ്യാഭ്യാ സം, തൊഴിൽ, ഗതാഗതം എന്നീ മേഖലകളിലെല്ലാം ഭിന്നശേഷിക്കാർ വെല്ലുവിളികൾ നേരിടുന്നുണ്ട്. അതുകൊണ്ടുതന്നെ ഭിന്നശേഷിയുള്ള വർക്കുവേണ്ടി നടത്തുന്ന ഇടപെടലുകൾ ഒരേസമയം സമഗ്രവും വിശാല വുമാക്കി മാറ്റാനാണ് സംസ്ഥാനം ശ്രമിക്കുന്നത്. ഭിന്നശേഷി പ്രതിരോ ധം, നേരത്തെയുള്ള കണ്ടെത്തൽ, പുനരധിവാസ പ്രക്രിയകൾ തുടങ്ങി യവ ശക്തമാക്കാൻ തന്നെയാണ് സർക്കാർ തീരുമാനം.

കൂടുതൽ സ്പെഷ്യൽ അങ്കണവാടികൾ, ബഡ്സ് സ്കൂളുകൾ, മാതൃകാ ശിശു പുനരധിവാസ കേന്ദ്രങ്ങൾ എന്നിവയുടെ ആവശ്യകത ഗൗരവമായി പരിശോധിക്കും. വിദ്യാഭ്യാസ വകുപ്പുമായി കൂടിയാലോചി ച്ച് സമഗ്രവിദ്യാഭ്യാസത്തിനുള്ള വിശദമായ മാർഗനിർദ്ദേശങ്ങൾ തയ്യാ റാക്കുന്നതിനും ആലോചനയുണ്ട്.

ഭിന്നശേഷി വിഭാഗത്തിൽപ്പെട്ടവരുടെ ഉന്നമനം ലക്ഷ്യമിട്ട് നട പ്പാക്കാൻ ഉദ്ദേശിക്കുന്ന ചില പുതിയ പദ്ധതികൾ കൂടി നിങ്ങളുടെ ശ്ര ദ്ധയിൽപ്പെടുത്തട്ടെ. അതിൽ ഏറ്റവും പ്രധാനപ്പെട്ടതാണ് 'പ്രചോദനം' പദ്ധതി. ബുദ്ധിപരമായ വെല്ലുവിളി നേരിടുന്ന വ്യക്തികളുടെ ശാക്തീകര ണത്തിനായി ബ്ലോക്ക് തലത്തിൽ തൊഴിൽ പരിശീലനവും നൈപുണ്യ വികസനവും നൽകുന്നതിനായാണ് പ്രചോദനം പദ്ധതി നടപ്പാക്കുന്നത്.

18 വയസ്സ് കഴിഞ്ഞ ബൗദ്ധിക വെല്ലുവിളി നേരിടുന്നവരുടെ തൊഴിൽനൈ പുണ്യം ഉറപ്പുവരുത്തുകയാണ് ലക്ഷ്യം. ആദ്യമായി എല്ലാ ജില്ലയിലും രണ്ടുവീതം തൊഴിൽ പരിശീലന കേന്ദ്രങ്ങൾ തെരഞ്ഞെടുക്കും. കുടും ബശ്രീ മാതൃകയിൽ ഭിന്നശേഷിക്കാരുടെ സ്വയംസഹായ സംഘങ്ങൾ, ഭിന്നശേഷിക്കാർ നിർമ്മിക്കുന്ന ഉൽപ്പന്നങ്ങളുടെ വിപണനത്തിനായി പ്രത്യേക ഔട്ട്ലെറ്റുകൾ എന്നിവയും ഇതിലൂടെ വിഭാവനം ചെയ്യുന്നുണ്ട്.

ഭിന്നശേഷിക്കാരുടെ സമഗ്ര പുനരധിവാസത്തിനായി സംസ്ഥാന ത്ത് സംയോജിത പുനരധിവാസ ഗ്രാമങ്ങൾ ആരംഭിക്കും. ഭിന്നശേഷി ക്കാരായ വ്യക്തികൾക്ക് ആവശ്യമുള്ള എല്ലാ സേവനങ്ങളും ഒരു കേ ന്ദ്രത്തിൽ ലഭ്യമാക്കുകയെന്നതാണ് പദ്ധതിയുടെ ലക്ഷ്യം. ആരോഗ്യം, വിദ്യാഭ്യാസം, തൊഴിൽ പരിശീലനം, രക്ഷാകർത്താക്കൾക്കുള്ള ക്ഷേമ പദ്ധതികൾ തുടങ്ങിയ ഘടകങ്ങൾ ഇതിൽ ഉൾപ്പെടും. ഈ പദ്ധതിക്കായി തിരുവനന്തപുരം, മലപ്പുറം, കൊല്ലം ജില്ലകളിൽ ഭൂമി കണ്ടെത്തിയിട്ടുണ്ട്.

സംസ്ഥാനത്തെ മുഴുവൻ ഭിന്നശേഷിക്കാർക്കും അവരുടെ രക്ഷിതാക്കൾക്കും മാനസിക പിരിമുറുക്കങ്ങളിൽനിന്നും മുക്തി നേടുന്നതിന് കൗൺസിലിങ് ഉൾപ്പെടെയുള്ള സഹായം ഒരുക്കുക എന്ന ലക്ഷ്യത്തോടെ 'സഹജീവനം' സഹായകേന്ദ്രങ്ങൾ ആരംഭിക്കും. ജില്ലാ സാമൂഹ്യനീതി ഓഫീസർമാരുടെ നേതൃത്വത്തിൽ സ്പെഷ്യൽ സ്കൂളുകൾ, ബഡ്സ് സ്കൂളുകൾ, വൊക്കേഷണൽ ട്രെയിനിങ് സെന്ററുകൾ, വിദ്യാഭ്യാസ വകുപ്പിന്റെ കീഴിലുള്ള ബ്ലോക്ക് റിസോഴ്സ് സെന്ററുകൾ എന്നിവ കേന്ദ്രീകരിച്ചാകും സഹായകേന്ദ്രങ്ങൾ ആരംഭിക്കുക.

ഭിന്നശേഷിക്കാർക്കായി ഒരു സ്പോർട്സ് അക്കാദമി സ്ഥാപിക്കാൻ ആലോചനയുണ്ട്. അത് ഭിന്നശേഷിക്കാരുടെ കായിക മികവുകൾ തിരിച്ചറിയുന്നതിനും പരിശീലിപ്പിക്കുന്നതിനും ഏറെ സഹായകരമാകും.

സമകാലിക ആവശ്യകതകൾക്ക് കൂടുതൽ പ്രാധാന്യം നൽകി പ്രവർത്തനങ്ങൾ കാലികപ്രസക്തമായും കാര്യക്ഷമമായും നടപ്പിലാക്കുന്നതിന് സംസ്ഥാന ഭിന്നശേഷി നയം, സംസ്ഥാന വയോജന നയം എന്നിവയിൽ ആവശ്യമായ ഭേദഗതി വരുത്തുന്നതിനും തീരുമാനിച്ചിട്ടുണ്ട്.

സംസ്ഥാനത്ത് ഒരു സ്റ്റാർട്ടപ്പ് പ്രോത്സാഹന നയം നിലവിലുള്ള കാര്യം നിങ്ങൾക്കറിയാം. ഇന്ത്യയിലെ ഏറ്റവും മികച്ച സ്റ്റാർട്ടപ്പ് സൗഹൃദ അന്തരീക്ഷം നിലനിൽക്കുന്ന സംസ്ഥാനമാണ് കേരളം. 2016 ൽ കേരളത്തിൽ 300 സ്റ്റാർട്ടപ്പുകളാണുണ്ടായിരുന്നതെങ്കിൽ ഇന്നത് 4,500 ഓളം ആയിരിക്കുന്നു. അവയിൽത്തന്നെ ഭിന്നശേഷിക്കാർ നേതൃത്വം നൽകുന്ന സ്റ്റാർട്ടപ്പുകളും ഉണ്ട്. ഭിന്നശേഷിക്കാരിയായ ശ്രീമതി രമ്യരാജ് നേതൃത്വം നൽകുന്ന 'ഡാഡ്' എന്ന സ്റ്റാർട്ടപ്പ് ഇതിനോടകംതന്നെ പ്രശസ്തിയിലേക്കുയർന്നിട്ടുണ്ട്. കേരള സ്റ്റാർട്ടപ്പ് മിഷന്റെ ഇൻക്യുബേഷൻ പ്രോഗ്രാമിലാണ് ഈ സ്റ്റാർട്ടപ്പ് പ്രവർത്തിക്കുന്നത്. ഇതെല്ലാംതന്നെ സംരംഭക മേഖലയിലേക്ക് ഭിന്നശേഷിക്കാർക്കു കടന്നുവരുന്നതിനുള്ള പ്രചോദനമായി മാറണം.

ഒരു കാര്യം പ്രത്യേകമായി ഓർമ്മിപ്പിക്കട്ടെ, ഭിന്നശേഷിയുണ്ടെന്ന് കരുതി ഒതുങ്ങിക്കൂടേണ്ടവരല്ല നിങ്ങൾ. ഭിന്നശേഷി ജീവിതവിജയത്തിന് തടസ്സമല്ലെന്ന് തെളിയിച്ച നിരവധി ആളുകളുണ്ട്. ലോകപ്രശസ്ത സംഗീതജ്ഞൻ ബീഥോവന് കേൾവിക്കുറവുണ്ടായിരുന്നു. എഴുത്തുകാരി ഹെലൻ കെല്ലർ കാഴ്ചാവെല്ലുവിളി നേരിട്ടിരുന്നു. ലോകപ്രശസ്ത ശാസ്ത്രജ്ഞനായിരുന്ന സ്റ്റീഫൻ ഹോക്കിങ് വീൽച്ചെയറിലാണ് തന്റെ ജീവിതത്തിന്റെ ഭൂരിഭാഗവും കഴിച്ചുകൂട്ടിയത്. മഹാകവി വള്ളത്തോളിന് ബാധിര്യം പ്രശ്നമായിരുന്നു. ഇങ്ങനെ എത്രയോ ഉദാഹരണങ്ങൾ ലോകചരിത്രത്തിലുണ്ട്. എന്നാൽ, ഇവർക്കൊക്കെയുണ്ടായിരുന്ന പ്രതിഭ പ്രകാശിതമാവുന്നതിന് ഒന്നും തടസ്സമായില്ല.

ഇന്ത്യക്കാരിയായ അരുണിമ സിൻഹ ശാരീരിക വെല്ലുവിളികൾ അതിജീവിച്ചാണ് ലോകത്തിലെ മികച്ച പർവതാരോഹകരിൽ ഒരാളായിത്തീർന്നത്. എവറസ്റ്റ് കൊടുമുടി ഉൾപ്പെടെ ലോകത്തിലെ നിരവധി കൊടുമുടികൾ അവർ കീഴടക്കി. 2014 ലെ സിവിൽ സർവീസ് പരീക്ഷയിൽ ഒന്നാം സ്ഥാനം നേടിയ ഇറ സിംഗാൾ, ഇന്ത്യൻ ബ്ലൈൻഡ് ക്രിക്കറ്റ് ടീമിനെ ലോകകപ്പിൽ വിജയത്തിലേക്ക് നയിച്ച ശേഖർ നായിക് തുടങ്ങിയവരും പ്രതിസന്ധികളിൽ തളരാതെ പോരാടിയവരാണ്. കേരളത്തിൽത്തന്നെ വൈക്കം വിജയലക്ഷ്മിയെയും ഗിന്നസ് പക്രുവിനെയും പോലെയുള്ള എത്രയോ ഉദാഹരണങ്ങൾ വേറെയുമുണ്ട്.

ഇവരുടെയാകെ ജീവിതത്തിൽനിന്ന് പ്രചോദനം ഉൾക്കൊണ്ട് ഭിന്നശേഷി ഒരു പോരായ്മയല്ലെന്നും അതിനെ അതിജീവിക്കാൻ കഴിയുമെന്നും നിങ്ങൾക്ക് ഓരോരുത്തർക്കും നിശ്ചയിക്കാം. സാധ്യമായ എല്ലാ സഹായസഹകരണങ്ങളും ഉറപ്പുവരുത്തിക്കൊണ്ട് നവകേരളം ഭിന്നശേഷി സൗഹൃദമാക്കാൻ പ്രതിജ്ഞാബദ്ധമാണ് എൽ ഡി എഫ് സർക്കാർ. നമ്മൾ കൂട്ടായി സൃഷ്ടിക്കുന്ന നവകേരളത്തിന്റെ നിർമ്മിതിക്കു സഹായകമായ ചിന്തകളും നിർദ്ദേശങ്ങളും നിങ്ങളിൽ ഓരോരുത്തരിൽനിന്നും പ്രതീക്ഷിക്കുന്നു. ഈ മുഖാമുഖം പരിപാടി ഉദ്ഘാടനം ചെയ്തതായി അറിയിക്കുന്നു.

മറുപടി

ഭിന്നശേഷിക്കാരുടെ സ്വാശ്രയ സംഘം

ഭിന്നശേഷിക്കാരുടെ സമഗ്രമായ ഉന്നമനം ലക്ഷ്യമാക്കി കുടുംബശ്രീ മാതൃകയിൽ ഭിന്നശേഷി സ്വയംസഹായ സംഘങ്ങൾ ആരംഭിക്കുമെന്ന് കഴിഞ്ഞ നയപ്രഖ്യാപന പ്രസംഗത്തിൽ വ്യക്തമാക്കിയിരുന്നു. ഇതുമായി ബന്ധപ്പെട്ട പ്രാഥമിക പ്രവർത്തനങ്ങൾ പൂർത്തീകരിച്ചു. കരട് ബൈലോ തയ്യാറാക്കി. ചർച്ചകൾക്കുശേഷം തുടർനടപടികൾ കൈക്കൊള്ളും.

ഭിന്നശേഷിക്കാരുടെ ഉല്പന്നങ്ങൾ

ഭിന്നശേഷിക്കാർ നിർമ്മിക്കുന്ന ഉല്പന്നങ്ങളുടെ ഗുണനിലവാരം ഉറപ്പുവരുത്തി ബ്രാൻഡിങ് നടത്തും. ഭിന്നശേഷി സ്വയംസഹായ സംഘങ്ങളിലൂടെ ഇവ വിപണിയിൽ എത്തിക്കാൻ സാധിക്കും. ഭിന്നശേഷിക്കാർ നിർമ്മിക്കുന്ന ഉല്പന്നങ്ങൾക്ക് മതിയായ മാർക്കറ്റ് കണ്ടെത്തുന്നതിന്റെ ഭാഗമായി സർക്കാർ സ്ഥാപനങ്ങൾ വഴിയും പൊതുവിതരണ കേന്ദ്രങ്ങൾ വഴിയും വിതരണം ചെയ്യുന്നതിനുള്ള ആലോചനകൾ നടന്നുവരികയാണ്.

ഭിന്നശേഷി സംവരണം

2016 ലെ ഭിന്നശേഷി അവകാശ നിയമ പ്രകാരമുള്ള സംവരണാനുകൂല്യം ലഭിക്കുന്നതുമായി ബന്ധപ്പെട്ട് തസ്തികകൾ കണ്ടെത്തി ഉത്തരവ്

പുറപ്പെടുവിച്ചു. 1,263 തസ്തികകളാണ് ഇപ്പോൾ കണ്ടെത്തിയിട്ടുള്ളത്. കൂടുതൽ തസ്തികകൾ കണ്ടെത്തുന്നതിനുള്ള നടപടികൾ സ്വീകരിച്ചു വരുന്നു. സർക്കാർ സ്ഥാപനങ്ങളിലും ഭിന്നശേഷി അവകാശ നിയമ പ്രകാരം സർക്കാർ എസ്റ്റാബ്ലിഷ്മെന്റ് എന്ന പദത്തിന്റെ നിർവ്വചനത്തിൽ ഉൾപ്പെടുന്ന എല്ലാ സ്ഥാപനങ്ങളിലെ നിയമനങ്ങൾക്കും ഭിന്നശേഷി സംവരണം നടപ്പിലാക്കിവരുന്നുണ്ട്.

പ്രത്യേക വകുപ്പ്

സാമൂഹ്യനീതി വകുപ്പ് വിഭജിച്ച് വനിത ശിശുവികസന വകുപ്പ് രൂപീകരിച്ചതോടെ സാമൂഹ്യനീതി വകുപ്പിന്റെ കീഴിൽ ഭിന്നശേഷി വിഭാഗം ഉൾപ്പെടെ നാല് വിഭാഗക്കാരുടെ വികസന ക്ഷേമ പദ്ധതിക ളാണ് ആവിഷ്കരിച്ച് നടപ്പിലാക്കിവരുന്നത്. ഭിന്നശേഷിക്കാർക്ക് പ്ര ത്യേക വകുപ്പില്ലെങ്കിലും ഭിന്നശേഷിക്കാരുടെ ക്ഷേമ പദ്ധതികൾ കൃത്യ മായി നടപ്പിലാക്കിവരുന്നുണ്ട്. ഭിന്നശേഷിക്കാർക്ക് മാത്രമായി പുതിയ വകുപ്പ് രൂപീകരിക്കണമെന്ന ആവശ്യം പരിശോധിച്ച് തീരുമാനം കൈ ക്കൊള്ളും.

സ്വകാര്യ കോർപ്പറേറ്റ് മേഖലകളിൽ ഭിന്നശേഷി സംവരണം

സ്വകാര്യ സ്ഥാപനങ്ങളിൽ ഭിന്നശേഷി സംവരണം നിർബന്ധമാ ക്കുന്നതിന് നിയമപരമായി സാധിക്കുകയില്ല. സ്വകാര്യ മേഖലയിൽ ഭി ന്നശേഷിക്കാർക്ക് തൊഴിലവസരങ്ങൾ സൃഷ്ടിക്കുന്ന മികച്ച തൊഴിൽദാ താവിന് ഭിന്നശേഷി അവാർഡ് നൽകിവരുന്നുണ്ട്. കൂടുതൽ ഭിന്ന ശേഷിക്കാരെ തൊഴിലിന് നിയോഗിക്കുന്ന തൊഴിൽ ദാതാക്കൾക്ക് ഇൻസന്റീവ് നൽകൽ പരിശോധിക്കും.

ലാമെല്ലാർ എക്തിയോസിസ് ഭിന്നശേഷി പട്ടികയിൽ ഉൾപ്പെടുത്തൽ

ഭിന്നശേഷി അവകാശ നിയമം കേന്ദ്ര നിയമമാണ്. ഈ നി യമമനുസരിച്ച് 21 ഭിന്നശേഷി വിഭാഗങ്ങളാണ് നിലവിലുള്ളത്. കൂ ട്ടിച്ചേർക്കലുകൾ നടത്താൻ പാർലമെന്റിന് മാത്രമേ അധികാരമുള്ളൂ. ലാമെല്ലാർ എക്തിയോസിസ് എന്ന അപൂർവ്വ ത്വക്ക് രോഗമുള്ളവരെ ഭിന്നശേഷിക്കാരായി പരിഗണിക്കാനാവില്ലെങ്കിലും പ്രത്യേക സഹായ ങ്ങൾ നൽകൽ പരിശോധിക്കും.

പി എസ് സി ലിസ്റ്റിൽ ഇല്ലാത്ത വിഭാഗങ്ങൾക്ക് പകരം ഉൾപ്പെടുത്തൽ

നിലവിലുള്ള വ്യവസ്ഥകൾ പ്രകാരം ഏതെങ്കിലും ഒരു വിഭാഗം ഭി ന്നശേഷിക്കാർ പി എസ് സി ലിസ്റ്റിൽ ഉൾപ്പെടാത്ത പക്ഷം പ്രസ്തുത

ഒഴിവ് മാറ്റിവയ്ക്കണം. അടുത്ത റിക്രൂട്ട്മെന്റ് വർഷവും പ്രസ്തുത വിഭാഗത്തിൽ ഉദ്യോഗാർത്ഥി ഇല്ലാത്ത പക്ഷം മാത്രം മറ്റൊരു ഭിന്നശേഷി വിഭാഗത്തിനായി പരിഗണിക്കാവുന്നതാണ്. ആ വിഭാഗത്തിലും ആളില്ലെങ്കിൽ പൊതു വിഭാഗത്തിൽ നിയമനം നടത്താം എന്നാണ് ഭിന്നശേഷി അവകാശ നിയമത്തിലെ വ്യവസ്ഥ. ഇതിൽ മാറ്റംവരുത്താൻ സംസ്ഥാനത്തിന് സാധിക്കുകയില്ല.

സ്പെഷ്യൽ റിക്രൂട്ട്മെന്റ്

ഭിന്നശേഷി സംവരണം നാല് ശതമാനമാക്കി ഉയർത്തി കേരള സർക്കാർ 2019 ൽ ഉത്തരവ് പുറപ്പെടുവിച്ചിട്ടുണ്ട്. 2016 ലെ ഭിന്നശേഷി അവകാശ നിയമം നിലവിൽ വന്നതിനുശേഷം നാളിതുവരെ നാലാമത്തെ വിഭാഗം ഭിന്നശേഷിക്കാർക്ക് ലഭിച്ചിട്ടുള്ള നിയമനത്തിന്റെ കണക്കുകൾ പരിശോധിച്ച് ബാക്ക്ലോഗ് ഒഴിവുകളുണ്ടെങ്കിൽ നികത്തുന്നതിന് നടപടികൾ സ്വീകരിക്കും.

തെറാപ്പി സെന്ററുകൾ

നിപ്മർ, നിഷ്, ഐക്കോൺസ്, ഇംഹാൻസ്, സ്റ്റേറ്റ് ഇനിഷ്യേറ്റീവ് ഓൺ ഡിസെബിലിറ്റിയുടെ കീഴിൽ പ്രവർത്തിക്കുന്ന റീജിയണൽ ഏർളി ഇന്റർവെൻഷൻ സെന്ററുകൾ മുതലായവ മുഖേന ഭിന്നശേഷിക്കാർക്ക് ആധുനിക തെറാപ്പി സൗകര്യങ്ങൾ നൽകിവരുന്നുണ്ട്. സമഗ്രശിക്ഷ കേരളത്തിന്റെ നേതൃത്വത്തിൽ എല്ലാ ബ്ലോക്ക് റിസോഴ്സ് സെന്ററുകളിലും ഭിന്നശേഷി കുട്ടികൾക്കായുള്ള തെറാപ്പി സൗകര്യങ്ങൾ ഒരുക്കിയിട്ടുണ്ട്. കൂടുതൽ സെന്ററുകൾ ആരംഭിക്കൽ പരിശോധിക്കും.

യു ഡി ഐ ഡി കാർഡ് എല്ലാവിധ ആനുകൂല്യങ്ങൾക്കും സേവനങ്ങൾക്കും അംഗീകരിക്കൽ

ഭിന്നശേഷിക്കാർക്കായുള്ള സർക്കാർ ആനുകൂല്യങ്ങൾക്ക് ആധികാരിക രേഖയായി യു ഡി ഐ ഡി കാർഡ് നിശ്ചയിച്ചുകൊണ്ട് 22.06.2023 ന് സർക്കുലർ പുറപ്പെടുവിച്ചിട്ടുണ്ട്. ഈ നിർദ്ദേശം നടപ്പിലാക്കാത്തവർക്കെതിരെ കർശന നടപടികൾ സ്വീകരിക്കും.

പെൻഷൻ കൃത്യമായി നൽകൽ

ഭിന്നശേഷി പെൻഷൻ ഉൾപ്പെടെ എല്ലാം സാമൂഹ്യക്ഷേമ പെൻഷനുകളും കുടിശ്ശികയില്ലാതെ നൽകണമെന്നാണ് സർക്കാരിന്റെ ആഗ്രഹം. പരമാവധി കുടിശ്ശികയില്ലാതെ നൽകാൻ ശ്രമിക്കുന്നുമുണ്ട്. സർക്കാരിന്റെ

സാമ്പത്തിക സ്ഥിതി അത്ര മെച്ചമല്ലാത്തതിനാൽ കുടിശ്ശിക വരുന്നുണ്ടെന്നത് വാസ്തവമാണ്. സാമ്പത്തികനില നോക്കി കുടിശ്ശിക തീർക്കാനാവശ്യമായ നടപടികൾ കൈക്കൊള്ളും.

യു ഡി ഐ ഡി കാർഡ് രജിസ്ട്രേഷനിലെ സാങ്കേതിക തടസ്സങ്ങൾ ഒഴിവാക്കൽ

കേരള സോഷ്യൽ സെക്യൂരിറ്റി മിഷൻ മുഖേന യു ഡി ഐ ഡി കാർഡുകൾ ലഭ്യമാക്കുന്നതിന് പ്രത്യേക ഡ്രൈവ് നടപ്പിലാക്കിവരുന്നുണ്ട്. ആരോഗ്യ വകുപ്പിന്റെയും തദ്ദേശ സ്വയംഭരണ വകുപ്പിന്റെയും സഹകരണത്തോടെ പ്രത്യേക ക്യാമ്പുകൾ സംഘടിപ്പിച്ച് യു ഡി ഐ ഡി കാർഡുകൾ തത്സമയം നൽകുന്നതിനുള്ള നടപടികൾ സ്വീകരിച്ചുവരുന്നുണ്ട്. രജിസ്ട്രേഷനിലെ സാങ്കേതിക തടസ്സങ്ങൾ ഒഴിവാക്കുന്നതിന് അതത് സമയങ്ങളിൽ ആവശ്യമായ ഇടപെടലുകൾ നടത്താൻ നിർദ്ദേശം നൽകും.

എംപ്ലോയ്മെന്റ് എക്സ്ചേഞ്ച് നിയമനം

എംപ്ലോയ്മെന്റ് എക്സ്ചേഞ്ച് വഴിയുള്ള നിയമനങ്ങൾക്ക് ഭിന്നശേഷി അവകാശ നിയമപ്രകാരമുള്ള സംവരണം ബാധകമാക്കിക്കൊണ്ട് ഉത്തരവ് പുറപ്പെടുവിച്ചിട്ടുണ്ട്.

സബ്സിഡി നിരക്കിൽ ഇലക്ട്രിക് ഓട്ടോ

സാമൂഹ്യനീതി ഡയറക്ടറേറ്റ് മുഖേന ബൗദ്ധിക വെല്ലുവിളികൾ നേരിടുന്ന കുട്ടികളുടെ അമ്മമാർക്ക് ഇലക്ട്രിക് ഓട്ടോ സൗജന്യമായി നൽകുന്ന 'സ്നേഹയാനം' പദ്ധതി നടപ്പിലാക്കിവരുന്നു. കേരള സംസ്ഥാന ഭിന്നശേഷി കോർപ്പറേഷൻ മുഖേന ബുദ്ധിപരമായ വെല്ലുവിളികൾ നേരിടുന്ന കുട്ടികളുടെ രക്ഷിതാക്കൾക്ക് സബ്സിഡിയോടുകൂടി വാഹന ലോൺ പദ്ധതി നിലവിലുണ്ട്.

വ്യക്തി വരുമാനം പരിഗണിച്ച് ആനുകൂല്യം ലഭ്യമാക്കൽ

ഭിന്നശേഷിക്കാർക്ക് ആനുകൂല്യങ്ങൾ ലഭിക്കുന്നതിന് വ്യക്തിഗത വരുമാനം മാത്രം മാനദണ്ഡമാക്കണമെന്ന് ആവശ്യപ്പെട്ട് നിരവധി നിവേദനങ്ങൾ ലഭിച്ചിട്ടുണ്ട്. നവകേരള സദസ്സിന്റെ പ്രഭാത യോഗങ്ങളിലും ഈ ആവശ്യം ഉയർന്നുവന്നിരുന്നു. ന്യായമായ ആവശ്യമാണിതെങ്കിലും സാധ്യതകൾ പരിശോധിച്ച് തീരുമാനം കൈക്കൊള്ളും.

ഏകോപനത്തിന് വെബ്സൈറ്റ്

ഭിന്നശേഷി ക്ഷേമ കോർപ്പറേഷൻ, നിഷ്, നിപ്മർ, ആരോഗ്യ വകുപ്പിന് കീഴിലുള്ള വിവിധ സ്ഥാപനങ്ങൾ എന്നിവ മുഖേന കൃത്രിമ സഹായ ഉപകരണങ്ങൾ നിർമ്മിച്ച് വിതരണം ചെയ്തുവരുന്നുണ്ട്. ഈ സംവിധാനങ്ങളെ ഏകോപിപ്പിക്കുന്നതിന് അസിസ്റ്റീവ് ഡിവൈസസ് സംബന്ധമായ വിവരങ്ങളെല്ലാം ഉൾക്കൊള്ളിച്ച് വെബ്സൈറ്റ് വികസിപ്പിക്കൽ പരിഗണിക്കും.

ആശ്വാസകിരണം

ആശ്വാസകിരണം പദ്ധതിയിൽ 2023-24 സാമ്പത്തികവർഷം 54 കോടി രൂപ വകയിരുത്തി. ഇതിൽനിന്നും 15 കോടി രൂപ ചെലവഴിച്ചു. 2023 ആഗസ്റ്റ് മാസംവരെ ആധാർ, ലൈഫ് സർട്ടിഫിക്കറ്റ്, ബാങ്ക് അക്കൗണ്ട് വിവരങ്ങൾ എന്നിവ ഹാജരാക്കിയവർക്ക് 13 മാസത്തെ ധനസഹായം വിതരണം ചെയ്തു. അവശേഷിക്കുന്നവർക്ക് ആനുകൂല്യങ്ങൾ വിതരണം ചെയ്യുന്നതിന് നടപടികൾ സ്വീകരിക്കും.

വാഹനങ്ങൾക്കായുള്ള ഇളവ്

ഭിന്നശേഷിക്കാർക്ക് വാഹനങ്ങൾ വാങ്ങുന്നതിന് ഏഴ് ലക്ഷം രൂപ വരെയുള്ളവയ്ക്ക് ഇളവ് അനുവദിക്കുന്നുണ്ട്. അത് പതിനഞ്ച് ലക്ഷം രൂപ വരെയുള്ള വാഹനങ്ങൾക്ക് ലഭ്യമാക്കണമെന്നാണ് ഇവിടെ ഉയർന്നു വന്ന ആവശ്യം. ഇത് പരിശോധിച്ച് നടപടി കൈക്കൊള്ളും.

വാതിൽപ്പടി സേവനം

വീട്ടിൽനിന്ന് പുറത്തിറങ്ങാൻ കഴിയാത്ത ഭിന്നശേഷിക്കാർക്ക് തദ്ദേശ സ്വയംഭരണ വകുപ്പ് മുഖേന വാതിൽപ്പടി സേവനം ലഭ്യമാക്കുന്നുണ്ട്. ഇത് കൂടുതൽ പ്രാവർത്തികമാക്കും.

ലൈഫ് സർട്ടിഫിക്കറ്റ്

ഓരോ പദ്ധതിയിലും യഥാർത്ഥ ഗുണഭോക്താക്കൾക്ക് തന്നെയാണ് ആനുകൂല്യം ലഭ്യമാകുന്നതെന്ന് ഉറപ്പുവരുത്തുന്നതിനും മരണപ്പെട്ടവരുടെ ആനുകൂല്യങ്ങൾ അനർഹമായി കൈപ്പറ്റുന്നത് ഒഴിവാക്കുന്നതിനുമായാണ് ഗുണഭോക്താക്കൾ ആവശ്യമായ രേഖകൾ സമർപ്പിക്കണമെന്ന് നിബന്ധന വയ്ക്കുന്നത്. അതേസമയം ലൈഫ് സർട്ടിഫിക്കറ്റ് ഹാജരാക്കുന്നതിന് പകരമായിട്ടാണ് ആധാർ അധിഷ്ഠിത ഇലക്ട്രോണിക് മസ്റ്റ

റിങ് ഏർപ്പെടുത്തിയിട്ടുള്ളത്. വിവിധ വകുപ്പുകളുമായി ബന്ധപ്പെട്ടും വിവിധ സ്ഥാപനങ്ങളുമായി ബന്ധപ്പെട്ടും ഇലക്ട്രോണിക് സേവനങ്ങൾ ലഭ്യമാക്കേണ്ടതുണ്ട്. ഇതിനുള്ള ഏകീകൃത കേന്ദ്രങ്ങളായി അക്ഷയകേന്ദ്രങ്ങൾ പ്രവർത്തിച്ചുവരുന്നു. വയോജനങ്ങൾക്കും ഭിന്നശേഷിക്കാർക്കും അക്ഷയ കേന്ദ്രത്തിൽ എത്തിച്ചേരുന്നതിന്റെ അസൗകര്യം മനസ്സിലാക്കി അക്ഷയ സംവിധാനം ഇവരുടെ വീടുകളിൽ ചെന്ന് മസ്റ്ററിങ് നടത്താൻ നിർദ്ദേശിച്ചിട്ടുണ്ട്.

ബഡ്സ് സ്കൂളുകൾ

തദ്ദേശ സ്വയംഭരണ സ്ഥാപനത്തിന്റെ നേതൃത്വത്തിലാണ് ബഡ്സ് സ്കൂളുകളും ബഡ്സ് റീഹാബിലിറ്റേഷൻ സെന്ററുകളും പ്രവർത്തിച്ചു വരുന്നത്. സ്കൂളിങ് എന്നതിനേക്കാൾ ബുദ്ധിപരമായ വെല്ലുവിളികൾ അഭിമുഖീകരിക്കുന്ന ഭിന്നശേഷിക്കാരുടെ പകൽ പരിചരണ കേന്ദ്രമായാണ് ഇവ വിഭാവനം ചെയ്തിട്ടുള്ളത്. ആ അർത്ഥത്തിൽ അവയെ ശക്തിപ്പെടുത്താനുള്ള നടപടികളാണ് സർക്കാർ കൈക്കൊണ്ടുവരുന്നത്. നിലവിലെ രണ്ടോ മൂന്നോ ബഡ്സ് സ്കൂളുകൾ ചേർത്ത് സ്പെഷ്യൽ സ്കൂളുകളാക്കുന്നത് പ്രായോഗികമല്ല. ഇത് ബഡ്സ് സങ്കല്പത്തിന് തന്നെ വിരുദ്ധമായ സമീപനമാണ്. ട്രെയിനർമാരുടെ വേതനം സമകാലികമായി പരിഷ്കരിക്കുന്നത് പരിശോധിക്കും.

പുനരധിവാസം

ഭിന്നശേഷിക്കാരുടെ സമഗ്രമായ പുനരധിവാസം പൂർണമായ അർത്ഥത്തിൽ നടപ്പിലാക്കുക എന്ന ഉദ്ദേശ്യത്തോടുകൂടിയാണ് അന്തർദേശീയ നിലവാരമുള്ള സമഗ്ര പുനരധിവാസ ഗ്രാമങ്ങൾ സ്ഥാപിക്കുമെന്ന് സർക്കാർ പ്രഖ്യാപിച്ചിട്ടുള്ളത്. പുനരധിവാസ ഗ്രാമങ്ങൾ സ്ഥാപിക്കപ്പെടുന്നതോടെ ഭിന്നശേഷിക്കാർക്കും മുഴുവൻ സമയ പരിചരണം നൽകിവരുന്ന അവരുടെ രക്ഷിതാക്കൾക്കും പൂർണമായ തരത്തിലുള്ള പുനരധിവാസം സാധ്യമാവും. രക്ഷിതാക്കൾ മരണപ്പെടുന്നതോടെ ഇത്തരം ആളുകൾ ഒറ്റപ്പെടുന്ന അവസ്ഥ ഇല്ലാതാവുകയും ചെയ്യും. പുനരധിവാസ ഗ്രാമങ്ങൾ എന്ന സർക്കാരിന്റെ നയം എത്രയും പെട്ടെന്ന് നടപ്പിലാക്കുന്നതിനുവേണ്ടിയുള്ള നടപടികൾ സ്വീകരിച്ചുവരികയാണ്. കൊല്ലം, തിരുവനന്തപുരം, മലപ്പുറം എന്നീ ജില്ലകളിൽ പുനരധിവാസ ഗ്രാമം സ്ഥാപിക്കുന്നതിനുള്ള ഭൂമി ലഭ്യമായിട്ടുണ്ട്. തുടർപ്രവർത്തനങ്ങൾ ത്വരിതഗതിയിൽ സ്വീകരിച്ചുവരുന്നു.

ഭിന്നശേഷിക്കാരായ 18 വയസ്സിന് മുകളിലുള്ള കുട്ടികൾക്ക് വൊക്കേഷണൽ പരിശീലനം, ഡേ കെയർ ഫെസിലിറ്റി, കമ്പ്യൂട്ടർ ട്രെയിനിങ്,

ഷെൽട്ടേർഡ് വർക്ക് ഷോപ്പ് തുടങ്ങിയ പ്രോജക്ടുകൾക്ക് പ്രോജക്ട് കോസ്റ്റിന്റെ 70% തുക സർക്കാർ ധനസഹായവും 30% തുക ബന്ധപ്പെട്ട എൻ ജി ഒ വഹിക്കുന്ന രീതിയിലുമാണ് അതിജീവനം പദ്ധതി നടപ്പിലാക്കി വരുന്നത്. 13 എൻ ജി ഒ സ്ഥാപനങ്ങളെ പദ്ധതിയിൽ എംപാനൽ ചെയ്തിട്ടുണ്ട്.

ബൗദ്ധിക വെല്ലുവിളികൾ നേരിടുന്ന കുട്ടികൾക്കുവേണ്ടി പ്രത്യേക കരിക്കുലം തയ്യാറാക്കി അതിന്റെ അടിസ്ഥാനത്തിൽ പുതിയ ഒരു പദ്ധതി 'പ്രചോദനം' എന്ന പേരിൽ നടപ്പിലാക്കുന്നതിന് സർക്കാർ നടപടികൾ സ്വീകരിച്ചുവരികയാണ്.

സ്ഥിരമായ പരിചരണം ആവശ്യമുള്ള കുട്ടികളുടെ രക്ഷിതാക്കൾക്ക് താല്ക്കാലികമായ, ആശുപത്രി ആവശ്യമടക്കമുള്ള സൗകര്യം വേണ്ട ഘട്ടത്തിൽ പ്രസ്തുത കാലയളവിലേക്ക് മാത്രം കുട്ടികളെ പരിചരിക്കുന്നതിനും പാർപ്പിക്കുന്നതിനുമായി ഏറ്റവും ചുരുങ്ങിയത് ഒരു ബ്ലോക്കിൽ ഒരിടത്തെങ്കിലും സ്പെഷ്യൽ സ്കൂളോ ബ്ലോക്ക് റിസോഴ്സ് സെന്ററോ കേന്ദ്രീകരിച്ച് 'പ്രചോദനം' പദ്ധതിയിൽ ഉൾപ്പെടുത്തി റിസ്പൈറ്റ് കെയർ സംവിധാനമൊരുക്കുന്നത് പരിഗണിക്കും.

ബ്രെയിൽ ബുക്ക്

കാഴ്ചാ പരിമിതിയുള്ളവർക്ക് ബ്രെയിൽ ബുക്ക് ലഭ്യമാക്കുന്നുണ്ട്. കൂടുതൽ പുസ്തകങ്ങൾ ബ്രെയിലിലേക്ക് മാറ്റുന്നത് പരിഗണിക്കും.

നടപ്പാതകളിൽ കൈവരികൾ

സർക്കാർ കെട്ടിടങ്ങൾ ഉൾപ്പെടെ എല്ലാ പൊതു ഇടങ്ങളും ഭിന്നശേഷീ സൗഹൃദമാകേണ്ടതുണ്ട്. എല്ലാ ഇടങ്ങളിലും തടസ്സരഹിതമായി എത്തിച്ചേരാൻ അവസരമൊരുക്കലാണ് ലക്ഷ്യം. ഇതിന്റെ ഭാഗമായി എല്ലാ നടപ്പാതകളിലും കൈവരികൾ നിർമ്മിക്കണം എന്നതുതന്നെയാണ് സർക്കാർ ഉദ്ദേശിക്കുന്നത്. ഉയർന്ന നിലവാരമുള്ള റോഡുകൾ നിർമ്മിക്കുമ്പോൾ അതിനു സമാന്തരമായി നടപ്പാതകളും കൈവരികളും തയ്യാറാക്കിവരുന്നുണ്ട്. ഗ്രാമീണ റോഡുകൾ നിർമ്മിക്കുമ്പോൾ ഫണ്ടിന്റെ ലഭ്യത അനുസരിച്ച് ഇത്തരം സംവിധാനങ്ങൾ നടപ്പിലാക്കുന്ന കാര്യം പരിശോധിക്കും.

ഐക്കോൺസിൽ ന്യൂറോളജിസ്റ്റ്

ഐക്കോൺസിന്റെ തിരുവനന്തപുരം കേന്ദ്രത്തിൽ അന്യത്ര സേവന വ്യവസ്ഥയിൽ നിയമിച്ച ന്യൂറോളജിസ്റ്റിന്റെ സേവനം ഷൊർണ്ണൂർ കേന്ദ്രത്തിലും ലഭ്യമാക്കിവരുന്നു. അന്യത്ര സേവന വ്യവസ്ഥയിലോ

കരാർ അടിസ്ഥാനത്തിലോ ഒരു സ്ഥിരം ന്യൂറോളജിസ്റ്റിനെ ഷൊർണ്ണൂർ കേന്ദ്രത്തിൽ നിയമിക്കുന്നതിനുള്ള ഇടപെടലുകൾ നടത്തിവരുന്നു. ഷൊർണ്ണൂർ കേന്ദ്രത്തിൽ മെഡിക്കൽ സൂപ്രണ്ടിന്റെ തസ്തികയിൽ അന്യത്ര സേവനത്തിലുള്ള ഡോക്ടറുടെ നേതൃത്വത്തിൽ ഒ പി, ഐ പി സേവനങ്ങൾ മുടക്കംകൂടാതെ നൽകിവരുന്നുണ്ട്.

റേഷൻ കാർഡ് ബി പി എൽ ആക്കൽ

2013 ലെ എൻ എഫ് എസ് എ നിയമപ്രകാരം കേരളത്തിലെ ജനസംഖ്യയുടെ 43% ആണ് മുൻഗണനാവിഭാഗത്തിൽ ഉൾപ്പെടുത്തുന്നതിന് മാനദണ്ഡമായി നിശ്ചയിച്ചിട്ടുണ്ട്. സംസ്ഥാനത്തിന് അനുവദിച്ചിട്ടുള്ള ആകെ മുൻഗണനാ ഉപഭോക്താക്കളുടെ എണ്ണം 1,54,80,040 ആണ്. 5,90,985 എ എ വൈ (മഞ്ഞ) കാർഡുകളിൽ 20,06,025 ഗുണഭോക്താക്കളും, 35,93,123 പിങ്ക് കാർഡുകളിലായി 1,33,78,556 ഗുണഭോക്താക്കളും ഉൾപ്പെടുന്നതാണ് കേരളത്തിലെ മുൻഗണനാ ലിസ്റ്റ്. ഭിന്നശേഷിക്കാരെ മുഴുവനും മുൻഗണനാ ലിസ്റ്റിൽ ഉൾപ്പെടുത്തുന്നത് പ്രായോഗികമല്ല. നിരാലംബരായ കിടപ്പ് രോഗികൾക്ക് അവരുടെ റേഷൻ വിഹിതം ഓട്ടോറിക്ഷാ തൊഴിലാളികളുടെ സഹായത്തോടെ വീടുകളിൽ സൗജന്യമായി എത്തിക്കുന്ന 'ഒപ്പം' പദ്ധതി എല്ലാ താലൂക്കുകളിലും നടപ്പിലാക്കിയിട്ടുണ്ട്. 134 ആദിവാസി ഊരുകളിൽ സഞ്ചരിക്കുന്ന റേഷൻ കട പദ്ധതിയിലൂടെ പ്രതിമാസ റേഷൻ വിഹിതം നൽകിവരുന്നു. ഭിന്നശേഷിക്കാർ ഉൾപ്പെട്ടുവരുന്ന റേഷൻ കാർഡിലെ അംഗങ്ങൾക്ക് ശാരീരിക അവശതകളാൽ കടയിൽ നേരിട്ട് വന്ന് റേഷൻ വിഹിതം കൈപ്പറ്റാൻ കഴിയാത്ത പക്ഷം 'ഒപ്പം' പദ്ധതിയുടെ പ്രയോജനം അത്തരം കുടുംബങ്ങൾക്ക് ലഭ്യമാക്കുന്നതിനുള്ള നടപടികൾ സ്വീകരിക്കും.

ഭിന്നശേഷി സംവരണം - സമിതി രൂപീകരിക്കൽ

സംസ്ഥാനത്തെ എയ്ഡഡ് സ്കൂളുകളിലെ ഭിന്നശേഷി സംവരണവുമായി ബന്ധപ്പെട്ട് ബഹു. സുപ്രീംകോടതിയുടെ 30.10.2023 ലെ ഇടക്കാല ഉത്തരവുപ്രകാരം ഭിന്നശേഷി നിയമന നടപടികൾ സമയബന്ധിതമായി പൂർത്തീകരിക്കുന്നതിന് സംസ്ഥാനതലത്തിലും ജില്ലാതലത്തിലും വിദ്യാഭ്യാസ ഓഫീസർമാർ ഉൾപ്പെടെയുള്ളവരെ അംഗങ്ങളായി നിയമിച്ചുകൊണ്ട് സെലക്ഷൻ കമ്മിറ്റി രൂപീകരിച്ചുകൊണ്ടുള്ള ഒരു പ്രൊപ്പോസൽ ബഹു. സുപ്രീംകോടതി മുമ്പാകെ സർക്കാർ സമർപ്പിച്ചിട്ടുണ്ട്. ബഹു. കോടതി പ്രസ്തുത പ്രൊപ്പോസലിന് അനുമതി നൽകുന്ന മുറയ്ക്ക് സെലക്ഷൻ കമ്മിറ്റിയുടെ മേൽനോട്ടത്തിൽ എയ്ഡഡ് സ്കൂളുകളിൽ ഭിന്നശേഷി നിയമന നടപടികൾ നടത്തുന്നതാണ്.

എയ്ഡഡ് കോളേജ് നിയമന റിക്രൂട്ട്മെന്റ് അതോറിറ്റി

എയ്ഡഡ് കോളേജുകളിൽ ഭിന്നശേഷി സംവരണം നടപ്പിലാക്കു ന്നതുമായി ബന്ധപ്പെട്ട് 2016 ലെ ഭിന്നശേഷി അവകാശ നിയമം അനു ശാസിക്കുംവിധം വ്യക്തമായ മാനദണ്ഡങ്ങൾ ഉൾപ്പെടുത്തി സർക്കാർ ഉത്തരവ് പുറപ്പെടുവിച്ചിട്ടുണ്ട്. പ്രസ്തുത ഉത്തരവ് നടപ്പിലാക്കിവരുന്നു ണ്ട്. നിലവിൽ സർക്കാർ എയ്ഡഡ് കോളേജുകളിൽ ഭിന്നശേഷി സംവരണം നടപ്പിലാക്കുന്നത് സംബന്ധിച്ച് പരാതികളൊന്നും ലഭിച്ചി ട്ടില്ല.

ഭിന്നശേഷി സെൻസസ്

2015 ലെ ഭിന്നശേഷി സെൻസസിൽ ഉൾപ്പെട്ടവർക്ക് വ്യക്തിഗത പരിപാലന പദ്ധതികൾ തയ്യാറാക്കുന്നതിന്റെ ഭാഗമായി 2018-19 ഐ സി പി ഡാറ്റാ കളക്ഷൻ നടത്തി. ഡിജിറ്റലൈസേഷൻ പൂർത്തിയാകു ന്ന മുറയ്ക്ക് സെൻസസ് ഡാറ്റാ അപ്ഡേഷൻ നടത്തും. ഈ ഡാറ്റയുടെ അടിസ്ഥാനത്തിൽ ഭിന്നശേഷിക്കാർക്കാവശ്യമുള്ള വ്യക്തിഗത പദ്ധതി കൾ താഴെത്തട്ടിൽ വരെ ലഭിക്കത്തക്ക രീതിയിലുള്ള പ്രവർത്തനങ്ങൾ നടപ്പിലാക്കും.

ഭിന്നശേഷി ഗ്രാമസഭ

ഗ്രാമസഭയ്ക്ക് 10% ക്വാറം നിശ്ചയിച്ചിട്ടുണ്ട്. എന്നാൽ പ്രത്യേക പരി ഗണന അർഹിക്കുന്ന വിഭാഗം എന്ന നിലയിൽ ഭിന്നശേഷിക്കാരുടെ ഗ്രാമസഭകൾ പഞ്ചായത്ത് തലത്തിൽ (വാർഡ് തലത്തിൽ അല്ല) പ്രത്യേ കമായി വിളിച്ചുചേർക്കുകയാണ് ചെയ്യുന്നത്. പ്രസ്തുത ഗ്രാമസഭകൾക്ക് ക്വാറം നിശ്ചയിക്കുന്ന പക്ഷം പലവിധ ബുദ്ധിമുട്ടുകൾ അനുഭവിക്കുന്ന ഭിന്നശേഷിക്കാർക്ക് ഗ്രാമസഭകളിൽ പങ്കെടുക്കാൻ കഴിയാതെ വരുന്ന സാഹചര്യങ്ങളിൽ യോഗം നടക്കാതെ വരികയും തീരുമാനങ്ങൾ കൈക്കൊള്ളാൻ കഴിയാതെ പദ്ധതികൾ മുടങ്ങിപ്പോവുകയും ചെയ്യും. ഇത് ഭിന്നശേഷിക്കാരെ തന്നെയാണ് പ്രതികൂലമായി ബാധിക്കുക.

ബെഞ്ച്മാർക്ക് ഡിസെബിലിറ്റി

2016 ലെ ഭിന്നശേഷി അവകാശ നിയമപ്രകാരം വിവിധ ആനു കൂല്യങ്ങൾക്ക് ബെഞ്ച്മാർക്ക് ഡിസെബിലിറ്റിയുള്ളവർ (40% മുതൽ ഭിന്നശേഷിക്കാരായവർ) അർഹരാണ്. ഉയർന്ന പിന്തുണ ആവശ്യമുള്ള വർക്ക് അധിക ആനുകൂല്യങ്ങൾ നൽകാവുന്നതാണെന്ന് വ്യവസ്ഥ ചെ യ്തിട്ടുണ്ട്. വിവേചനപരമല്ലാത്ത ഇത്തരം വ്യവസ്ഥകൾ എല്ലാ ആനുകൂ ല്യങ്ങൾക്കും പരിഗണിക്കും.

ബങ്കുകൾ, പാർലറുകൾ

പൊതു ഇടങ്ങളിലും മറ്റും ഭിന്നശേഷിക്കാർക്ക് ബങ്കുകളും പാർലറുകളും അനുവദിച്ചു നൽകുന്നത് അതാത് തദ്ദേശ ഭരണസ്ഥാപനങ്ങളാണ്. ടൂറിസം കേന്ദ്രങ്ങളിലെ സ്റ്റാളുകളും ബങ്കുകളും വ്യാപാരത്തിനായി അനുവദിച്ചു നൽകുമ്പോൾ ഭിന്നശേഷിക്കാരായ സംരംഭകർക്കുകൂടി പരിഗണന നൽകണമെന്ന് എല്ലാ ഡി റ്റി പി സി സെക്രട്ടറിമാർക്കും നിർദ്ദേശം നൽകിയിട്ടുണ്ട്.

ബസ് യാത്രാ ഇളവ്

ബസ്സുകളിൽ നിലവിലുള്ള യാത്ര ഇളവുകൾക്കു പുറമെ കൂടുതൽ ഇളവുകൾ അനുവദിക്കുന്നതിൽ കാലോചിതമായ പരിഷ്കരണം ആവശ്യമാണെങ്കിലും നിലവിൽ പരിഗണിക്കാൻ നിർവ്വാഹമില്ല.

ക്ഷേമ പെൻഷൻ വർദ്ധിപ്പിക്കൽ

കേന്ദ്ര സർക്കാർ വിഹിതത്തിന്റെ നാലിരട്ടിയോളം തുക സംസ്ഥാന വിഹിതമായി ഉൾപ്പെടുത്തിയാണ് ഭിന്നശേഷി ക്ഷേമ പെൻഷനായി അനുവദിച്ചുവരുന്നത്. അർഹമായ കേന്ദ്ര വിഹിതംപോലും കൃത്യമായി നൽകാതെ സംസ്ഥാനത്തെ സാമ്പത്തികമായി ഞെരുക്കുന്ന സമീപനമാണ് കേന്ദ്ര സർക്കാർ സ്വീകരിച്ചുവരുന്നത്. സാമ്പത്തികസ്ഥിതി മെച്ചപ്പെടുന്ന മുറയ്ക്ക് ക്ഷേമ പെൻഷനുകൾ വർദ്ധിപ്പിക്കുന്ന കാര്യത്തിൽ സർക്കാർ പ്രതിജ്ഞാബദ്ധമാണ്.

2017 വരെ 80% വരെ ഭിന്നശേഷിയുള്ളവർക്ക് പെൻഷനായി 800 രൂപയും അതിന് മുകളിലുള്ളവർക്ക് 1,100 രൂപയുമായിരുന്നു അനുവദിച്ചു വന്നിരുന്നത്. എൽ ഡി എഫ് സർക്കാർ അധികാരത്തിൽ വന്നതിനു ശേഷം പെൻഷൻ തുക ഗണ്യമായി വർദ്ധിപ്പിച്ച് 1,600 രൂപയാക്കുകയും എല്ലാവർക്കും തുല്യ രീതിയിൽ വിതരണം നടത്തുകയും ചെയ്തുവരുന്നു. ഭിന്നശേഷി പെൻഷന് അർഹരായവർക്ക് മറ്റേതെങ്കിലും സാമൂഹ്യക്ഷേമ പെൻഷന് അർഹതയുള്ള പക്ഷം മറ്റൊരു പെൻഷൻ കൂടി അനുവദിച്ചുവരികയും ചെയ്യുന്നുണ്ട്.

തൊഴിലുറപ്പ് പദ്ധതിയിൽ പരിഗണന

മഹാത്മാഗാന്ധി ദേശീയ തൊഴിലുറപ്പ് നിയമപ്രകാരം കേന്ദ്ര സർക്കാർ പുറപ്പെടുവിക്കുന്ന പൊതു മാർഗനിർദ്ദേശങ്ങൾക്ക് അനുസൃതമായ ഇളവുകൾ മാത്രമേ തൊഴിലുറപ്പ് പദ്ധതിയിൽ നൽകാനാകൂ. മാർഗനിർദ്ദേശങ്ങൾക്ക് വിധേയമായി പരമാവധി ഇളവുകൾ നൽകുന്നത് പരിഗണിക്കും.

ലോട്ടറി ഏജന്റുമാർ

ലോട്ടറി ടിക്കറ്റ് വിതരണം ചെയ്യുന്ന ലോട്ടറി ഓഫീസുകൾ ഭിന്ന ശേഷി സൗഹൃദമാക്കാനുള്ള നടപടികൾ സ്വീകരിച്ചുവരുന്നു. കെട്ടിടങ്ങളുടെ മുകളിലെ നിലകളിൽ പ്രവർത്തിക്കുന്ന ലോട്ടറി ഓഫീസുകളിൽ ഭിന്നശേഷിക്കാർക്ക് എത്തിപ്പെടുന്നതിന് വലിയ പ്രയാസം നേരിടേണ്ടിവരുന്നു എന്നതായിരുന്നു പ്രധാന പരാതി. ഇത് പരിഹരിക്കാൻ കെട്ടിടങ്ങളുടെ താഴത്തെ നിലയിൽത്തന്നെ ലോട്ടറി ഓഫീസുകൾ പ്രവർത്തിപ്പിക്കുന്നതിനായി നടപടികൾ ആരംഭിച്ചിട്ടുണ്ട്. 2024 ലെ ബജറ്റിൽ ഭാഗ്യക്കുറി ഓഫീസുകൾ പൂർണമായും ഭിന്നശേഷി സൗഹൃദമാക്കുമെന്നും പ്രഖ്യാപിച്ചിട്ടുണ്ട്.

ലോട്ടറി ടിക്കറ്റുകളുടെ അച്ചടി വർധിപ്പിക്കാൻ 2024 ലെ ബജറ്റിൽ തീരുമാനിച്ചിട്ടുണ്ട്. ഈ വർധനവിന് ആവശ്യമായ ചില സാങ്കേതിക മാറ്റങ്ങൾ നറുക്കെടുപ്പ് യന്ത്രത്തിലും ഭാഗ്യക്കുറി ഓഫീസുകളിലെ സോഫ്റ്റ്‌വെയറിലും വരുത്തേണ്ടതുണ്ട്. ഈ നടപടികൾ ത്വരിതഗതിയിൽ പുരോഗമിക്കുന്നു. ഈ സാമ്പത്തിക വർഷംതന്നെ രണ്ടു തവണയായി വൻകിട ഏജന്റുമാരുടെ ടിക്കറ്റുകൾ കുറവ് വരുത്തി ഭിന്നശേഷിക്കാർക്കും ചെറുകിട ഏജന്റുമാർക്കും നൽകാൻ ഉത്തരവ് നൽകി.

ഭിന്നശേഷി സൗഹൃദ പൊതു ഗതാഗതം

പൊതു ഗതാഗത സംവിധാനങ്ങൾ ഭിന്നശേഷി സൗഹൃദമാക്കുന്നതിന് ട്രാൻസ്പോർട്ട് കമിഷണർക്ക് നിർദ്ദേശം നൽകിയിട്ടുണ്ട്. സ്മാർട്ട് സിറ്റി പദ്ധതിയുടെ ഭാഗമായി പുതുതായി നിരത്തുകളിൽ ഇറക്കുന്ന വാഹനങ്ങൾ ഭിന്നശേഷി സൗഹൃദമാണെന്നുള്ളത് പരിശോധിക്കും.

ആശുപത്രികളിൽ പ്രത്യേക കട്ടിൽ

ആർദ്രം പദ്ധതിയുടെ ഭാഗമായി ആശുപത്രികളെ ഭിന്നശേഷി സൗഹൃദവും വയോജന സൗഹൃദവും ട്രാൻസ്ജെൻഡർ സൗഹൃദവുമാക്കുന്നതിനുള്ള നടപടികൾ സ്വീകരിച്ചുവരുന്നു. ആശുപത്രികളിൽ വയോജനങ്ങൾക്കും ഭിന്നശേഷിക്കാർക്കും ഉതകുന്ന രീതിയിലുള്ള ടോയ്‌ലെറ്റുകൾ, ഫർണിച്ചറുകൾ, കിടക്കകൾ എന്നിവ സജ്ജീകരിക്കുന്നതിന് നിർദ്ദേശം നൽകിയിട്ടുണ്ട്. എല്ലാ ആശുപത്രികളിലും ഇതിനുള്ള സൗകര്യം ഏർപ്പെടുത്തും.

കെട്ടിട നികുതി ഇളവ്

ഭിന്നശേഷിക്കാരെ തൊഴിൽ നികുതിയിൽനിന്നും പൂർണമായി ഒഴിവാക്കിയിട്ടുണ്ട്. വസ്തു നികുതി നിശ്ചയിക്കുന്നത് മൂല്യാധിഷ്ഠിതമായാണ്.

നിലവിൽ 60 ചതുരശ്ര മീറ്റർ വരെ വിസ്തൃതിയുള്ള കെട്ടിടങ്ങളെ നികുതിയിൽനിന്നും പൂർണമായും ഒഴിവാക്കിയിട്ടുണ്ട്.

ഉൾച്ചേർക്കൽ കായിക നയം

എല്ലാവർക്കും തുല്യപരിഗണന നൽകുന്നതിന്റെ ഭാഗമായി ഭിന്നശേഷിക്കാർക്ക് ഉൾപ്പെടെ പങ്കെടുക്കാനാകുംവിധം കായിക മത്സരങ്ങൾ ഭിന്നശേഷി സൗഹൃദമാക്കാൻ തീരുമാനിച്ചിട്ടുണ്ട്. ഇതിനായി നിലവിലെ സ്‌പോർട്‌സ് മാന്വലിനു പകരം ഇൻക്ലൂസീവ് സ്‌പോർട്‌സ് മാന്വൽ വികസിപ്പിച്ചു. ഭിന്നശേഷിക്കാർക്കായി സംഘടിപ്പിക്കുന്ന അന്താരാഷ്ട്ര മത്സരങ്ങളുടെ മാതൃക പിൻപറ്റിയാണ് ഇൻക്ലൂസീവ് സ്‌പോർട്‌സ് മാന്വലിൽ അവർക്കുള്ള ഇനങ്ങൾ ഉൾപ്പെടുത്തിയിട്ടുള്ളത്. പരിശോധന പൂർത്തീകരിച്ച് മാന്വൽ ഉടൻ പ്രസിദ്ധീകരിക്കും.

കായിക മേഖലയിൽ സംവരണം

സ്പോർട്‌സ് ക്വാട്ട നിയമനത്തിൽ ഒരു വർഷം 50 നിയമനങ്ങൾ നടത്തിവരുന്നു. ഇതിൽ 2 ഒഴിവ് പാരാ കായികതാരങ്ങൾക്ക് നീക്കിവെച്ചിട്ടുണ്ട്. കേരളത്തിലെ ആദ്യത്തെ ഭിന്നശേഷി സ്റ്റേഡിയം 10 കോടി രൂപ ചെലവിൽ ഒറ്റപ്പാലത്ത് നിർമ്മിക്കും. ഇവിടെ സ്പോർട്‌സ് അക്കാദമി ആരംഭിക്കുന്നതും പരിഗണിക്കും.

ശ്രേഷ്ഠം പദ്ധതി

കലാ-കായിക മേഖലകളിൽ കഴിവ് തെളിയിക്കുന്ന ഭിന്നശേഷിക്കാരായ വിദ്യാർത്ഥികൾക്ക് ധനസഹായം ലഭ്യമാക്കുന്ന 'ശ്രേഷ്ഠം' പദ്ധതിയിലൂടെ ഭിന്നശേഷിക്കാരായ കായിക താരങ്ങൾക്ക് ദേശീയവും സംസ്ഥാന തലത്തിലുള്ളതുമായ സ്ഥാപനങ്ങളിൽ പരിശീലനം നൽകുന്നതിനുവേണ്ടി നടപടി സ്വീകരിച്ചിട്ടുണ്ട്.

നവകേരള

മുതിർന്ന പൗരന്മാരുടെ സദസ്സ്

തിരുവനന്തപുരം

27 ഫെബ്രുവരി, 2024

ആമുഖം

മുതിർന്ന പൗരന്മാരുടെ ജനസംഖ്യാനുപാതം മറ്റ് ഇന്ത്യൻ സംസ്ഥാനങ്ങളെ അപേക്ഷിച്ച് കേരളത്തിൽ കൂടുതലാണ്. കേരളം കൈവരിച്ച ഉയർന്ന സാമൂഹിക പുരോഗതിയാണ് ഇതിന് കാരണം. കുറഞ്ഞ മരണനിരക്ക്, വർധിച്ച ആയുർദൈർഘ്യം എന്നിവയും ആരോഗ്യ നിലവാരം മെച്ചപ്പെടുത്തുന്നതിൽ കൈവരിച്ച നേട്ടങ്ങളും വയോജന ജനസംഖ്യ പ്രതിഫലിപ്പിക്കുന്നു.

കുടുംബത്തിൽനിന്നും സമൂഹത്തിൽനിന്നും മാനസിക-സാമൂഹിക-വൈകാരിക പിന്തുണ ഉറപ്പാക്കാനും ആരോഗ്യ പ്രശ്നങ്ങൾക്ക് ഫലപ്രദമായ ഇടപെടലുകളിലൂടെ പരിഹാരം കണ്ടെത്തുന്നതിനും ബോധപൂർവമായ ശ്രമങ്ങൾ നടത്തിവരുന്നുണ്ട്. കുടുംബശ്രീ, സർക്കാരിതര സംഘടനകൾ എന്നിവയുമായി സഹകരിച്ച് നടപ്പിലാക്കുന്ന വാതിൽപ്പടി സേവനം, പകൽ പരിചരണകേന്ദ്രങ്ങൾ, സായംപ്രഭ ഹോമുകൾ എന്നിവ ഉദാഹരണങ്ങളാണ്. താഴ്ന്ന വരുമാനക്കാരായ 26.44 ലക്ഷം പേർക്ക് വാർധക്യ പെൻഷൻ നൽകിവരുന്നു. പാലീയേറ്റീവ് കെയർ, ഹോം കെയർ മുതലായവയും നടപ്പിലാക്കിവരുന്നുണ്ട്.

വിട്ടുമാറാത്ത രോഗങ്ങൾ, മാനസികാരോഗ്യ പ്രശ്നങ്ങൾ, വാർദ്ധക്യ സഹജമായ അവശത, ശാരീരിക പരിമിതികൾ മുതലായവമൂലം ശാരീരികമായും മാനസികമായും പ്രയാസങ്ങൾ അനുഭവിക്കുന്ന വയോജനങ്ങൾക്ക് പ്രത്യേക പരിചരണം ആവശ്യമായി വരും. 60 വയസ്സിനുമുകളിലുള്ള എല്ലാ പൗരൻമാരുടേയും ക്ഷേമത്തിനായി പദ്ധതികൾ

രൂപപ്പെടുത്തിയിട്ടുണ്ട്. വാർധക്യകാല പെൻഷൻ പദ്ധതി നടപ്പിലാക്കി വരുന്നു. 2023 നവംബർ വരെയുള്ള കണക്കനുസരിച്ച് 26.44 ലക്ഷം വയോജനങ്ങൾ ഈ പെൻഷൻ പദ്ധതിയുടെ ഗുണഭോക്താക്കളാണ്.

സാമൂഹ്യ നീതി വകുപ്പിന്റെ നിയന്ത്രണത്തിൽ 16 വൃദ്ധസദനങ്ങൾ പ്രവർത്തിക്കുന്നു. ഓർഫനേജ് കൺട്രോൾ ബോർഡിന് കീഴിൽ രജിസ്റ്റർ ചെയ്ത 623 വൃദ്ധസദനങ്ങളുമുണ്ട്. സർക്കാർ സർവീസിൽനിന്ന് വിരമിച്ച വലിയൊരു വിഭാഗംപേർ സാമൂഹ്യ സേവനസജ്ജരായുണ്ട്. അവരുടെ അനുഭവങ്ങളും വിവിധ മേഖലകളിലെ വൈദഗ്ധ്യവും ശരിയാംവിധം പ്രയോജനപ്പെടുത്താൻ കഴിയണം. നാടിന്റെ പുരോഗതിയിൽ പെൻഷനേഴ്സിന്റെ സേവനം എങ്ങനെയെല്ലാം ഇഴുകി ചേർക്കാമെന്നും നോക്കണം.

മുതിർന്ന പൗരന്മാർക്കായുള്ള ക്ഷേമ പദ്ധതികളുടെ ആസൂത്രണത്തിലും നടത്തിപ്പിലും ആവശ്യമായ നിർദ്ദേശങ്ങൾ സ്വീകരിക്കുന്നതിനാണ് പെൻഷനേഴ്സുമായും വയോജനങ്ങളുമായും 2024 ഫെബ്രുവരി 27 ന് തിരുവനന്തപുരത്ത് നിയമസഭ മന്ദിരത്തിലെ ശങ്കരനാരായണൻ തമ്പി ഹാളിൽ മുഖാമുഖം സംഘടിപ്പിച്ചത്. 1,500 പേർ പങ്കാളികളായി. 40 വയോജനങ്ങളും 15 വിദഗ്ധരും ആശയങ്ങൾ പങ്കുവെച്ചു. മറ്റുള്ളവർ എഴുതി നൽകിയ നിർദ്ദേശങ്ങൾകൂടി പരിഗണിച്ചാണ് മുതിർന്ന പൗരന്മാർക്കായുള്ള പദ്ധതികൾ ആവിഷ്കരിക്കുക.

മുഖാമുഖം പരിപാടിയിൽ മന്ത്രി ഡോ. ആർ ബിന്ദു അധ്യക്ഷയായി. ചീഫ് സെക്രട്ടറി ഡോ. വേണു വി സ്വാഗതവും സാമൂഹ്യ നീതി ഡയറക്ടർ എച്ച് ദിനേശൻ നന്ദിയും പറഞ്ഞു.

പ്രസംഗം

സംസ്ഥാനത്തെ മുതിർന്ന പൗരന്മാരെ അഭിസംബോധന ചെയ്യുന്നതിൽ അതിയായ സന്തോഷമുണ്ട്. ജീവിതത്തിന്റെ നല്ലൊരു ഭാഗം ഈ നാടിന്റെ ഉൽക്കർഷത്തിനും വികസനത്തിനുംവേണ്ടി ചെലവഴിച്ചവരാണ് നിങ്ങൾ. അതുകൊണ്ടുതന്നെ ഭാവികേരളത്തെ സംബന്ധിച്ചും ഒട്ടേറെ നിർദ്ദേശങ്ങൾ നിങ്ങൾക്കു പങ്കുവെക്കാനുണ്ടാവും.

രാജ്യത്തെമറ്റുസംസ്ഥാനങ്ങളെഅപേക്ഷിച്ച്മുതിർന്നപൗരന്മാരുടെ എണ്ണം കൂടുതലായുള്ള സംസ്ഥാനമാണ് നമ്മുടേത്. പല വീടുകളിലും പ്രായമായവർ മാത്രമേ ഉള്ളൂ. അതുകൊണ്ടുതന്നെ അവരുടെ ക്ഷേമത്തിനുതകുന്ന ഇടപെടലുകൾ നാം ഉദ്ദേശിക്കുന്ന കേരള നിർമ്മിതിയിൽ അനിവാര്യമാണ്. നിങ്ങളുടെ നിർദ്ദേശങ്ങൾകൂടി ഉൾപ്പെടുത്തിക്കൊണ്ട് അവ ക്രമീകരിക്കണമെന്നാണ് കരുതുന്നത്. അങ്ങനെ നവകേരളം കെട്ടിപ്പടുക്കുന്നതിൽ നിങ്ങളുടെ ഭാഗധേയം ഉറപ്പുവരുത്തണമെന്നാണ് അഭ്യർത്ഥിക്കുന്നത്. അതുകൊണ്ടാണ് മുതിർന്ന പൗരന്മാരുമായി ഇത്തരത്തിൽ ഒരു മുഖാമുഖം പരിപാടി ആസൂത്രണം ചെയ്തിരിക്കുന്നത്.

വാർദ്ധക്യം ഒരു അനിവാര്യതയാണ്, ജീവിതയാത്രയിലെ ഒരു തുരുത്താണ്. അതിനെ ആർക്കും തടഞ്ഞുനിർത്താനോ വേണ്ടെന്നുവെക്കാനോ സാധിക്കില്ല. ലോകാരോഗ്യ സംഘടനയുടെ കണക്കുകൾ പ്രകാരം 2025 ആകുമ്പോഴേക്കും ലോകത്തെ വയോജനങ്ങളുടെ എണ്ണം 100 കോടി കടക്കും. അതുകൊണ്ടുതന്നെ അവരുടെ പരിചരണത്തിനും ക്ഷേമത്തിനും വലിയ ശ്രദ്ധ ചെലുത്തേണ്ടതുണ്ട്. സംസ്ഥാന സർക്കാർ ഇക്കാര്യത്തിൽ പ്രതിജ്ഞാബദ്ധമാണ് എന്നറിയിക്കട്ടെ.

അതുകൊണ്ടാണ് വയോജനങ്ങളോടുള്ള ക്രൂരതയുമായി ബന്ധപ്പെട്ട കേസുകളിൽ ശക്തമായ നടപടി എടുക്കുന്നത്. പ്രായമായ മാതാപിതാക്കളെ ഉപേക്ഷിച്ചുപോവുന്നതും അവരെ ശാരീരികമായും മാനസികമായും പീഡിപ്പിക്കുന്നതും മറ്റും നമ്മുടേതുപോലുള്ള ഒരു പുരോഗമന സമൂഹത്തിനു ചേരുന്നതല്ല. അതിനു മുതിരുന്നവരോടു ഒരു ദാക്ഷിണ്യവും കാട്ടേണ്ടതില്ല എന്നതാണ് സർക്കാരിന്റെ നിലപാട്. അതേസമയം തന്നെ പ്രായമാകുന്നവർ തനിച്ചായി പോകുന്നില്ല എന്നുറപ്പുവരുത്താനും അവർക്ക് ആരോഗ്യസേവനങ്ങൾ ലഭ്യമാക്കാനുമൊക്കെ വേണ്ട ഇടപെടലുകൾ സംസ്ഥാന സർക്കാർ നടത്തുകയും ചെയ്യുന്നുണ്ട്. ഇനിയും കുറെ കാര്യങ്ങൾ ചെയ്യേണ്ടതായുണ്ടാകാം.

ഔദ്യോഗിക ജീവിതകാലം മുഴുവൻ സേവനത്തിന്റെ പാതയിൽ ആയിരുന്നല്ലോ, അതുകൊണ്ട് സർവീസിൽനിന്ന് വിരമിച്ചശേഷം സ്വസ്ഥമായി ഒതുങ്ങിക്കൂടാം എന്നു കരുതുകയല്ല; മറിച്ച് പൗരസമൂഹത്തിന്റെ ഭാഗമെന്ന നിലയ്ക്കുള്ള കടമകൾ നിറവേറ്റാൻ മുന്നോട്ടുവരികയാണ് പെൻഷനേഴ്സ് ചെയ്യേണ്ടത്. നാടിന്റെ മുന്നോട്ടുള്ള പോക്കിൽ നിങ്ങളാൽ കഴിയുംവിധം സംഭാവന ചെയ്യുന്നതിനും പ്രതിസന്ധിഘട്ടങ്ങളിൽ നാടിനൊപ്പം നിലയുറപ്പിച്ച് പ്രവർത്തിക്കുന്നതിനും നിങ്ങളിൽ പലരും തയ്യാറായിട്ടുണ്ട് എന്നതാണ് അനുഭവം.

കോവിഡ് മഹാമാരി പടർന്നുപിടിച്ച ഘട്ടത്തിൽ സാമൂഹിക അടുക്കളകൾക്കു സഹായം നൽകിയും കുട്ടികൾക്ക് പഠനോപകരണങ്ങൾ ലഭ്യമാക്കിയും മുഖ്യമന്ത്രിയുടെ ദുരിതാശ്വാസ നിധിയിലേക്ക് സംഭാവന നൽകിയും നിങ്ങളൊക്കെ നാടിനൊപ്പം നിന്നിട്ടുണ്ട്. പ്രളയദുരിത ഘട്ടത്തിൽ മുഖ്യമന്ത്രിയുടെ ദുരിതാശ്വാസ നിധിയിലേക്ക് പതിനേഴരക്കോടി രൂപയാണ് പെൻഷൻകാർ സംഭാവന ചെയ്തത്. മാതൃകാപരമായ കാര്യങ്ങളാണിവയൊക്കെ.

നമ്മുടെ നാടുപോലെ സാമൂഹിക പുരോഗതി കൈവരിച്ച നാട്ടിൽ സർക്കാർ ജീവനക്കാർക്ക് മാത്രമല്ല പെൻഷൻ ലഭ്യമാക്കുന്നത്. കർഷകത്തൊഴിലാളികൾ, നിരാശ്രയരായ വനിതകൾ, ഭിന്നശേഷിക്കാർ, 60 കഴിഞ്ഞവർ തുടങ്ങി വിവിധ വിഭാഗക്കാർക്ക് ക്ഷേമപെൻഷനുകൾ ലഭ്യമാക്കുന്നുണ്ട്. സാമൂഹ്യസുരക്ഷ സർക്കാരുകളുടെ ഉത്തരവാദിത്വമല്ലാതെ മാറിക്കൊണ്ടിരിക്കുന്ന ഈ നവ ഉദാരവൽക്കരണ കാലഘട്ടത്തിലും പരിമിതികൾക്കിടയിലും അവയെല്ലാം വിതരണം ചെയ്തുകൊണ്ട് പൊതുവായി ജനക്ഷേമം ഉറപ്പിച്ചു മുന്നോട്ടുപോകാനാണ് സംസ്ഥാന സർക്കാരിന്റെ ശ്രമം.

കഴിഞ്ഞ ഏഴര വർഷത്തിനുള്ളിൽ 57,500 കോടിയോളം രൂപയാണ് ക്ഷേമപെൻഷനായി വിതരണം ചെയ്തിട്ടുള്ളത്. ഈ സർക്കാരിന്റെ കാല

യളവിൽത്തന്നെ 23,000 കോടിയിലേറെ രൂപ വിതരണം ചെയ്തിട്ടുണ്ട്. അഞ്ചിനം സാമൂഹ്യ സുരക്ഷാ പെൻഷനുകളിലായി ആകെ 55 ലക്ഷത്തോളം ഗുണഭോക്താക്കളാണുള്ളത്. ഇതിൽ ഇന്ദിരാഗാന്ധി ദേശീയ വാർദ്ധക്യകാല പെൻഷൻ, ഇന്ദിരാഗാന്ധി ദേശീയ വിധവാ പെൻഷൻ, ഇന്ദിരാഗാന്ധി ദേശീയ വികലാംഗ പെൻഷൻ എന്നിവ ലഭിക്കുന്ന 47,55,920 ഗുണഭോക്താക്കളിൽ 6,88,329 പേർക്കു മാത്രമാണ് എൻ എസ് എ പി വഴി കേന്ദ്ര സഹായം ലഭിക്കുന്നത്. ഇതിനായി പ്രതിവർഷം 232 കോടിയോളം രൂപ കേന്ദ്ര വിഹിതമായി ലഭിക്കേണ്ടതുണ്ട്. അത് സമയാസമയത്ത് ലഭിക്കുന്നില്ല എന്നതാണ് വസ്തുത.

ഇത്രയുംപേർക്ക് വാർദ്ധക്യകാല പെൻഷൻ ലഭ്യമാക്കുമ്പോൾ 80 വയസ്സിനു മുകളിലുള്ളവർക്ക് 500 രൂപയും അതിൽ താഴെയുള്ളവർക്ക് 200 രൂപയുമാണ് കേന്ദ്ര വിഹിതം. ഭിന്നശേഷി പെൻഷനിൽ 80 ശതമാനത്തിനു മുകളിൽ പ്രശ്നമുള്ള 18 വയസ്സിനും അതിനു മുകളിലുമുള്ളവർക്ക് 300 രൂപയും വിധവ പെൻഷനിൽ 40 വയസ്സു മുതൽ 80 വയസ്സു വരെയുള്ളവർക്ക് 300 രൂപയുമാണ് കേന്ദ്ര വിഹിതം. ഇവർക്കെല്ലാം തന്നെ ഓരോ മാസവും ലഭിക്കുന്ന 1,600 രൂപയിൽ ബാക്കിയുള്ള മുഴുവൻ തുകയും ചെലവഴിക്കുന്നത് സംസ്ഥാന സർക്കാരാണ്.

കേരളത്തിലെ സാമൂഹ്യസുരക്ഷാ പെൻഷനുകളുടെ ചരിത്രം പരിശോധിച്ചാൽ ഇടതുപക്ഷം നേതൃത്വം നൽകിയ സർക്കാരുകളുടെ കാലത്താണ് അവ ഏറ്റവും കാര്യക്ഷമമായി നടപ്പിലാക്കിയിട്ടുള്ളതെന്ന് കാണാം. 1980 ഇ കെ നായനാർ മുഖ്യമന്ത്രിയായ ഘട്ടത്തിലാണ് ആദ്യമായി ക്ഷേമ പെൻഷൻ ഏർപ്പെടുത്തിയത്, കർഷകത്തൊഴിലാളികൾക്ക്. അന്ന് 2.94 ലക്ഷം കർഷകത്തൊഴിലാളികൾക്ക് 45 രൂപ വീതമാണ് പ്രതിമാസ പെൻഷൻ അനുവദിച്ചത്. പിന്നീടത് പരിഷ്കരിച്ചത് 1987 നായനാർ സർക്കാർ വീണ്ടും അധികാരത്തിൽ വന്നപ്പോഴായിരുന്നു. 1995 എൻ എസ് എ പിയുടെ ഭാഗമായി കേന്ദ്രസർക്കാർ വാർദ്ധക്യകാല പെൻഷൻ ഏർപ്പെടുത്തിയപ്പോൾ കേരളത്തിൽ അധികാരത്തിലിരുന്നത് യു ഡി എഫ് സർക്കാർ ആയിരുന്നു. പക്ഷേ, ആ പെൻഷൻ കേരളത്തിലെ വയോധികരുടെ കൈകളിലെത്താൻ 1996 ലെ എൽ ഡി എഫ് അധികാരത്തിൽ വരേണ്ടിവന്നു.

ക്ഷേമ പെൻഷനുകളെയും സർവീസ് പെൻഷനുകളെയും ബാധ്യതയായല്ല സംസ്ഥാന സർക്കാർ കാണുന്നത്. മറിച്ച് സാമൂഹ്യസുരക്ഷ ഉറപ്പുവരുത്താനുള്ള ഉപാധി എന്ന നിലയിലാണ്. സർക്കാരിന്റെ മനുഷ്യത്വപരമായ ഇടപെടലാണത്. മനുഷ്യത്വം പ്രധാനമാണെന്നു കാണുന്ന ആർക്കും ആ കരുതലിനെ തള്ളിപ്പറയാൻ കഴിയില്ല. ആ വിധത്തിലുള്ള കരുതലിന്റെ ഗുണഭോക്താക്കളാണല്ലോ നിങ്ങൾ എല്ലാവരും. ഉല്പാദന

പരമല്ല എന്ന് ആക്ഷേപിച്ചുകൊണ്ട് ക്ഷേമപ്രവർത്തനങ്ങളെ എതിർക്കു ന്നവരാണ് ഇന്ന് പെൻഷനുവേണ്ടി നിലകൊള്ളുന്നവരാണ് തങ്ങൾ എന്ന് സ്ഥാപിക്കാൻ ശ്രമിക്കുന്നത്. വിരോധാഭാസമാണിതെങ്കിലും സ്വാഗതാർഹമാണ്.

കേരളം നടത്തിയിട്ടുള്ള എല്ലാ മുന്നേറ്റങ്ങൾക്കും ഉത്തേജനം നൽകുകയും പ്രതിസന്ധികൾ തരണംചെയ്യാൻ വേണ്ട സഹകരണം ഉറ പ്പുവരുത്തുകയും ചെയ്തവരാണ് നിങ്ങളോരോരുത്തരും. സർക്കാർ സർവീ സിന്റെ ഭാഗമായിരുന്നുകൊണ്ട് സേവനകാലയളവ് മുഴുവൻ നാടിന്റെ പുരോഗതിക്കായി വിനിയോഗിച്ചിട്ടുള്ളവർക്ക് പെൻഷൻ നൽകേണ്ടതു മാത്രമല്ല ആരോഗ്യ സുരക്ഷ ഉറപ്പാക്കേണ്ടതും സർക്കാരിന്റെ കടമയാ ണ്. ഈ കാഴ്ചപ്പാടോടെയാണ് മെഡിസെപ് പദ്ധതിയിൽ പെൻഷനേ ഴ്സിന് പൂർണ അംഗത്വം ഉറപ്പുവരുത്തിയത്.

കാരുണ്യ ആരോഗ്യ ഇൻഷ്വറൻസ് പദ്ധതിയുടെ ഭാഗമായി 42 ലക്ഷ ത്തോളം കുടുംബങ്ങൾക്ക് ഇൻഷ്വറൻസ് ലഭ്യമാക്കുകയാണ്. കഴിഞ്ഞ 2 വർഷം 3,200 കോടി രൂപയുടെ സൗജന്യ ചികിത്സയാണ് ഇതുവഴി ലഭ്യമാക്കിയത്. ഇതിന്റെ 10 ശതമാനം മാത്രമാണ് കേന്ദ്രവിഹിതമായി ലഭിക്കുന്നത്. മുതിർന്ന പൗരന്മാരുടെ വിവിധതരം പ്രശ്നങ്ങളെ അഭി സംബോധന ചെയ്യുന്നതിനായി ഒട്ടേറെ പദ്ധതികൾ എൽ ഡി എഫ് സർക്കാർ നടപ്പാക്കിവരുന്നുണ്ട്.

മറുപടി

സോഷ്യൽ ഓഡിറ്റ്

സാമൂഹ്യനീതി വകുപ്പ് മുതിർന്ന പൗരന്മാർക്കായി നടപ്പാക്കുന്ന പദ്ധതികളുടെ ആനുകൂല്യം അർഹരായ ഗുണഭോക്താക്കൾക്ക് തന്നെയാണ് ലഭ്യമായിട്ടുള്ളതെന്ന് ഉറപ്പാക്കുന്നതിന് സോഷ്യൽ ഓഡിറ്റ് നടത്തും. ഇതുവഴി സേവനങ്ങളുടെ ഗുണമേന്മ ഉറപ്പാക്കുന്നതിന് നടപടി കൈക്കൊള്ളും.

മസ്റ്ററിങ്

ലൈഫ് സർട്ടിഫിക്കറ്റ് ഹാജരാക്കുന്നതിന് പകരമായിട്ടാണ് ആധാർ അധിഷ്ഠിത ഇലക്ട്രോണിക് മസ്റ്ററിങ് ഏർപ്പെടുത്തിയിട്ടുള്ളത്. വിവിധ വകുപ്പുകളുമായും വിവിധ സ്ഥാപനങ്ങളുമായും ബന്ധപ്പെട്ട് ഇലക്ട്രോണിക് സേവനങ്ങൾ ലഭ്യമാക്കിവരുന്നു. സർക്കാർ സേവനങ്ങളെല്ലാം ഇ-സേവനങ്ങളാക്കി മാറ്റാനാണ് ലക്ഷ്യമിടുന്നത്. ഇതിനകം ഏതാണ്ട് 900 സേവനങ്ങൾ ഇ-സേവനങ്ങളായി മാറിക്കഴിഞ്ഞു. സേവനങ്ങൾ മൊബൈലിൽ ലഭ്യമാക്കാൻ എം-സേവനം ആപ്പ് വികസിപ്പിച്ചിട്ടുണ്ട്. ഇവയ്ക്കു പുറമെയാണ് തദ്ദേശ സ്വയംഭരണ കമിഷന്റെ സേവനങ്ങൾ ഒരു കുടക്കീഴിൽ ലഭ്യമാക്കുന്നതിനുള്ള കെ-സ്മാർട്ട് വികസിപ്പിച്ചിട്ടുള്ളത്. ഇപ്പോൾ കോർപ്പറേഷനുകളിൽ ലഭ്യമാകുന്ന കെ-സ്മാർട്ട് സേവനങ്ങൾ അധികം വൈകാതെ എല്ലാ തദ്ദേശ സ്വയംഭരണ സ്ഥാപനങ്ങളിലേക്കും വ്യാപിപ്പിക്കും. ഈ സാഹചര്യത്തിൽ ഓരോ

വകുപ്പും ഇ-സേവനങ്ങൾക്ക് അടിസ്ഥാനസൗകര്യം ഒരുക്കുന്നതിനേക്കാൾ അക്ഷയ കേന്ദ്രങ്ങളെ പ്രയോജനപ്പെടുത്തുന്നതാകും ഉചിതം. ഇ-സേവനങ്ങൾ ലഭ്യമാക്കാനുള്ള ഏകീകൃത കേന്ദ്രങ്ങളായി അക്ഷയ കേന്ദ്രങ്ങൾ പ്രവർത്തിച്ചുവരുന്നുണ്ട്. കൂടുതൽ ഊർജിതമായ പ്രവർത്തനം ഉറപ്പുവരുത്താൻ നടപടികൾ കൈക്കൊള്ളും. വയോജനങ്ങൾക്കും ഭിന്നശേഷിക്കാർക്കും അക്ഷയ കേന്ദ്രത്തിൽ എത്തിച്ചേരുന്നതിന്റെ അസൗകര്യം മനസ്സിലാക്കി അക്ഷയ സംവിധാനം ഇവരുടെ വീടുകളിൽ ചെന്ന് മസ്റ്ററിങ് നടത്താൻ നിർദ്ദേശിച്ചിട്ടുണ്ട്.

എൻ ജി ഒ പങ്കാളിത്തം

സാമൂഹ്യനീതി വകുപ്പ് മുഖേന നടപ്പിലാക്കുന്ന വയോസാന്ത്വനം, സായംപ്രഭ, മാതൃകാ സായംപ്രഭ, സെക്കന്റ് ഇന്നിങ്സ് ഹോം എന്നീ പദ്ധതികൾ സർക്കാരിതര സംഘടനകൾ മുഖാന്തരമാണ് നടപ്പാക്കുന്നത്. വൃദ്ധസദനങ്ങളുടെ നടത്തിപ്പ്, ഡിമൻഷ്യ കെയർ സെന്ററിന്റെ പ്രവർത്തനം മുതലായവയിലും സർക്കാർ ഇതര സംഘടനകളുടെ സഹകരണം ഉറപ്പാക്കിയിട്ടുണ്ട്. ഇവിടെ സൂചിപ്പിച്ച 'എ ഫ്രയിം വർക്ക് ഫോർ ഗവൺമെന്റ് - സിവിൽ സൊസൈറ്റി പാർട്ട്ണർഷിപ്പ് ഇൻ ഗവ. വെൽഫെയർ സ്കീംസ്' തുടരുന്നതിന് അനുമതി ലഭിച്ചില്ല. പുതിയ സാഹചര്യത്തിൽ ഈ പദ്ധതി കാലാനുസൃതമായി നടപ്പിലാക്കുന്നതിന്റെ സാദ്ധ്യത പരിശോധിക്കും.

കെയർ ഹോമിൽ ഇന്റേൺഷിപ്പ്

സർക്കാരിന്റെ നേരിട്ടുള്ള നിയന്ത്രണത്തിൻകീഴിൽ പ്രവർത്തിക്കുന്ന ക്ഷേമസ്ഥാപനങ്ങളിൽ പ്രൊഫഷണൽ ജീവനക്കാരുടെ കുറവുണ്ട്. പ്രൊഫഷണലുകളുടെ സേവനം ലഭ്യമാക്കുന്നതിലെ കുറവ് പരിഹരിക്കുന്നതിന് നഴ്സിങ്, സോഷ്യൽ വർക്ക് തുടങ്ങിയ മേഖലകളിലെ വിദ്യാഭ്യാസ സ്ഥാപനങ്ങളിൽനിന്ന് കോഴ്സ് പൂർത്തിയാക്കി ഇറങ്ങുന്നവർക്ക് ഇന്റേൺഷിപ്പ് പ്രോഗ്രാം ആവിഷ്കരിക്കും.

തുല്യപ്രായമുള്ളവർ തമ്മിലുള്ള വിവാഹം

ഏതു പ്രായത്തിൽ വിവാഹം കഴിക്കണമെന്നുള്ളത് വ്യക്തിപരമായ തീരുമാനമാണ്. ഈ വിഷയത്തിൽ സർക്കാരിൽനിന്നും തുടർനടപടി ആവശ്യമുള്ളതായി കാണുന്നില്ല.

മുതിർന്ന പൗരന്മാർക്കായുള്ള കമിഷൻ

മുതിർന്ന പൗരന്മാർക്കായി കമിഷൻ രൂപീകരിക്കുന്നത് സംബ

സ്ഥിച്ച നിയമ നിർമ്മാണത്തിന് നടപടികൾ സ്വീകരിച്ചുവരികയാണ്. ഇതു സംബന്ധിച്ച കരട് നിയമം തയ്യാറാക്കി. ആവശ്യമായ പരിശോധ നകൾക്കുശേഷം തുടർനടപടികൾ കൈക്കൊള്ളും.

ഡിജിറ്റൽ ട്രെയിനിങ് ഫോർ ദി എൽഡർലി

2024-25 സാമ്പത്തിക വർഷത്തെ ബജറ്റ് പ്രഖ്യാപനത്തിലാണ് ഡിജിറ്റൽ ട്രെയിനിങ് ഫോർ ദി എൽഡർലി എന്ന പദ്ധതി ഉൾപ്പെടു ത്തിയിട്ടുള്ളത്. ഇത് സമയബന്ധിതമായി നടപ്പിലാക്കുന്നതിന് നടപടി സ്വീകരിക്കും.

മരുന്ന് ലഭ്യമാക്കൽ

മുതിർന്ന പൗരന്മാർക്ക് ആവശ്യമായ മരുന്നുകൾ വാതിൽപ്പടി സേവനമായി കൃത്യമായി ലഭ്യമാക്കാൻ നടപടി കൈക്കൊള്ളും. കേരള സാമൂഹ്യ സുരക്ഷാ മിഷൻ കേരള മെഡിക്കൽ സർവീസസ് കോർപ്പറേ ഷൻ മുഖാന്തരമാണ് വയോജനങ്ങൾക്ക് മരുന്ന് എത്തിച്ചുനൽകുന്നത്. വേണ്ടവിധത്തിൽ മരുന്ന് ലഭിക്കുന്നില്ലെന്ന പരാതി ഇവിടെ ഉയർന്നു വന്നത് ശ്രദ്ധിച്ചു. മരുന്ന് ലഭ്യമാക്കാൻ ബന്ധപ്പെട്ടവർക്ക് നിർദ്ദേശം നൽകും.

മുതിർന്ന പൗരന്മാർക്കിടയിൽ സർവെ

പ്രായമായവരുടെ ജീവിതാനുഭവങ്ങളും വൈദഗ്ധ്യവും നാടിന്റെ വികസനത്തിനായി പ്രയോജനപ്പെടുത്തണമെന്നാണ് സർക്കാർ കരുതു ന്നത്. ഇതിന് മുതിർന്ന പൗരന്മാരുടെ പ്രത്യേകതകളും സൗകര്യങ്ങളും ആവശ്യങ്ങളും സംബന്ധിച്ച് വ്യക്തത വരുത്തേണ്ടതുണ്ട്. പ്രായം, ജെന്റർ, ഭിന്നശേഷി, പാർശ്വവൽക്കരണം എന്നിവയുടെ അടിസ്ഥാനത്തിൽ തരംതിരിച്ച് ഓരോ പ്രദേശത്തും ഓരോ വിഭാഗത്തിനുമുള്ള പദ്ധതികൾ ആവിഷ്കരിക്കും. ഓരോരുത്തരുടേയും അറിവും കഴിവും ശേഷിയും പ്രയോജനപ്പെടുത്തി കാലികമായ പദ്ധതികൾ ആവിഷ്കരിക്കും. ഇതിനായി മുതിർന്ന പൗരന്മാരുടെ സർവേ നടത്തും. സർവേയ്ക്കുള്ള കരട് ചോദ്യാവലികൾ തയ്യാറാക്കി. സോഫ്റ്റ്‌വെയർ വികസിപ്പിക്കുന്നതിന് ഇൻഫർമേഷൻ കേരള മിഷനെ ചുമതലപ്പെടുത്തി.

സായംപ്രഭാ ഹോമുകൾ

കൂടുതൽ സായംപ്രഭാ ഹോമുകൾ സ്ഥാപിക്കും. ഈ കേന്ദ്രങ്ങളെ വയോജന മേഖലയിലെ റിസോഴ്സ് സെന്റർ ആയി പരിവർത്തിപ്പിക്കും. സായംപ്രഭ പദ്ധതി നടത്തിപ്പിൽ തദ്ദേശ സ്വയംഭരണ സ്ഥാപന പരി

ധിയിലെ വയോജനങ്ങളുടെ അറിവുകളും കഴിവുകളും പ്രയോജനപ്പെടുത്തും. സ്വകാര്യ മേഖലയിലേതുൾപ്പെടെ മുതിർന്ന പൗരന്മാർക്കായുള്ള കേന്ദ്രങ്ങളുടെ രജിസ്ട്രേഷനും നടത്തിപ്പിനും വിശദമായ മാർഗരേഖ തയ്യാറാക്കിയിട്ടുണ്ട്. ഇത് കാലോചിതമായി പരിഷ്കരിക്കും.

ഈ സർക്കാരിന്റെ കാലത്ത് മുതിർന്ന പൗരന്മാർക്കായി ആരംഭിച്ച ഫ്ളാഗ്ഷിപ്പ് പദ്ധതിയാണ് സായംപ്രഭ. ഈ പദ്ധതി കൂടുതൽ പഞ്ചായത്തുകളിലേക്ക് വ്യാപിപ്പിക്കും

മുതിർന്ന പൗരന്മാരെ സംബന്ധിച്ച പഠന ഗവേഷണ കേന്ദ്രം

മുതിർന്ന പൗരന്മാരെ സംബന്ധിച്ച പഠന ഗവേഷണ കേന്ദ്രം ആരംഭിക്കണമെന്ന സീനിയർ സിറ്റിസൺസ് ഫ്രണ്ട്സ് വെൽഫയർ അസോസിയേഷൻ സമർപ്പിച്ച അപേക്ഷയിന്മേൽ സംസ്ഥാന വയോജന നയത്തിന്റെ അടിസ്ഥാനത്തിൽ പരിശോധിച്ച് ഉചിതമായ നടപടികൾ സ്വീകരിക്കും.

മുതിർന്ന പൗര സൗഹൃദ പദ്ധതി

തടസ്സരഹിതമായി ഭിന്നശേഷിക്കാർക്കും വയോജനങ്ങൾക്കും യാത്ര ചെയ്യാനാകുംവിധം പൊതു ഇടങ്ങൾ ബാരിയർ ഫ്രീ ആക്കാൻ നടപടികൾ സ്വീകരിച്ചുവരുന്നു.

പകൽ വീട്

പകൽ വീടുകൾ പ്രവർത്തനനിരതമല്ലെന്ന ആക്ഷേപം ഉന്നയിക്കപ്പെട്ടു കണ്ടു. നിയമസഭാ കമ്മിറ്റി പരിശോധിച്ച വിഷയമാണിത്. എല്ലാ പകൽ വീടുകളും പ്രവർത്തനനിരതമാക്കണമെന്ന് നിർദ്ദേശം നൽകും.

മുതിർന്ന പൗരന്മാർക്കായുള്ള ട്രൈബ്യൂണലുകളിലെ പരാതികൾ

മുതിർന്ന പൗരന്മാർക്കായുള്ള ട്രൈബ്യൂണലുകളുടെ പ്രവർത്തനങ്ങൾ മികച്ച രീതിയിൽ നടപ്പിലാക്കുന്നുണ്ട്. കേന്ദ്ര സാമൂഹ്യനീതി ശാക്തീകരണ മന്ത്രാലയം ഏർപ്പെടുത്തിയ 'വയോശ്രേഷ്ഠ സമ്മാൻ' പുരസ്കാരം 2020 ൽ കേരള സർക്കാരിനു ലഭിച്ചിരുന്നു.

മെയിന്റനൻസ് ട്രൈബ്യൂണലുകളിൽ കഴിഞ്ഞ സാമ്പത്തിക വർഷം 8,825 കേസുകൾ ഫയൽ ചെയ്തു. 5,614 കേസുകൾ തീർപ്പാക്കി. 3,211 കേസുകൾ തീർപ്പാക്കുന്നതിനുള്ള നടപടി സ്വീകരിച്ചുവരുന്നു. മെയിന്റനൻസ് ട്രൈബ്യൂണലുകളിൽ ടെക്നിക്കൽ അസിസ്റ്റന്റുമാരെ നിയോഗിച്ചിട്ടുണ്ട്.

ഹാപ്പിനസ് പാർക്ക്

ബാരിയർ ഫ്രീ കേരള പദ്ധതിയുടെ ഭാഗമായി വയോജന, ഭിന്ന ശേഷി സൗഹൃദ ശുചിമുറികൾ, കാത്തിരിപ്പ് കേന്ദ്രങ്ങൾ എന്നിവ സ്ഥാപിക്കും. 2024-25 വർഷത്തെ പദ്ധതിയിൽ ഉൾപ്പെടുത്തി ഓരോ തദ്ദേശ സ്വയംഭരണ സ്ഥാപനത്തിലും ഹാപ്പിനസ് പാർക്കുകൾ സ്ഥാപിക്കാൻ നിർദ്ദേശിച്ചിട്ടുണ്ട്. ഹാപ്പിനസ് പാർക്കിൽ ഒരുക്കേണ്ട സൗകര്യങ്ങൾ സംബന്ധിച്ച് മാർഗ്ഗരേഖ പുറപ്പെടുവിച്ചു.

മുതിർന്ന പൗരന്മാർക്കായുള്ള നയം

2013 ലെ സംസ്ഥാന വയോജന നയം കാലോചിതമായി പരിഷ്കരിക്കാൻ സാമൂഹ്യനീതി വകുപ്പ് നടപടി സ്വീകരിച്ചുവരുന്നു.

മുതിർന്ന പൗരന്മാർക്കായുള്ള കൗൺസിൽ

2009 ലെ മാതാപിതാക്കളുടെയും മുതിർന്ന പൗരൻമാരുടെയും സംരക്ഷണവും ക്ഷേമവും സംബന്ധിച്ച ചട്ടങ്ങളിലെ ചട്ടം 21 പ്രകാരമാണ് സംസ്ഥാന വയോജന കൗൺസിലും ജില്ലാതല കൗൺസിലുകളും രൂപീകരിച്ചിട്ടുള്ളത്. ഈ കൗൺസിലുകൾ കാര്യക്ഷമമായി പ്രവർത്തിക്കുന്നുവെന്ന് ഉറപ്പുവരുത്താനും യഥാസമയം കൗൺസിൽ മീറ്റിങ്ങുകൾ വിളിച്ചുചേർക്കാനും നടപടി സ്വീകരിച്ചിട്ടുണ്ട്.

റിവേഴ്സ് മോർട്ട്ഗേജ്

സമഗ്രമായ പഠനം നടത്തി റിവേഴ്സ് മോർട്ട്ഗേജ് പദ്ധതി സഹകരണ മേഖലയിലും നടപ്പിലാക്കും.

മുതിർന്ന പൗരന്മാരുടെ ഗ്രാമസഭ

പദ്ധതി രൂപീകരണത്തിന്റെയും നിർവ്വഹണത്തിന്റെയും ഭാഗമായി ചേരേണ്ട ഗ്രാമസഭകൾ കൃത്യമായും സമയബന്ധിതമായും ചേരുവാൻ നിർദ്ദേശം നൽകും.

വയോമിത്രം

6 കോർപ്പറേഷനുകൾ, 85 മുനിസിപ്പാലിറ്റികൾ, 4 ബ്ലോക്ക് പഞ്ചായത്തുകൾ എന്നിവിടങ്ങളിലാണ് വയോമിത്രം പദ്ധതി നടപ്പിലാക്കി വരുന്നത്. പദ്ധതിയുടെ പ്രയോജനം ഗ്രാമപഞ്ചായത്തുകളിൽക്കൂടി വ്യാപിപ്പിക്കണമെന്നത് പരിശോധിക്കും.

വനിതകളുടെ സംരക്ഷണം

ദരിദ്രരും രോഗികളും വിധവകളുമായ വയോധികർക്ക് സർക്കാർ ധനസഹായം അനുവദിക്കുന്ന 'അഭയ കിരണം' പദ്ധതി വനിത ശിശു വികസന വകുപ്പ് നടപ്പിലാക്കിവരുന്നു.

ബ്ലോക്കടിസ്ഥാനത്തിൽ സാമൂഹ്യ സുരക്ഷാ ഉദ്യോഗസ്ഥർ

വയോമിത്രം, വയോരക്ഷ പദ്ധതികളുടെ ആനുകൂല്യം എ പി എൽ വിഭാഗത്തിൽപ്പെട്ട മുതിർന്ന പൗരന്മാർക്കും ലഭ്യമാണ്. മന്ദഹാസം പദ്ധതി സാമ്പത്തികമായി പിന്നോക്കം നിൽക്കുന്ന മുതിർന്ന പൗരന്മാർക്ക് മാത്രം അനുവദിച്ചുവരുന്നു. മുതിർന്ന പൗരന്മാരുടെ മേഖലയിൽ നടപ്പിലാക്കുന്ന പദ്ധതികൾക്ക് പെൻഷൻ നൽകുന്നതിനുള്ള മാനദണ്ഡങ്ങൾ നടപ്പിലാക്കുന്നത് പരിശോധിക്കും. സാമൂഹ്യനീതി വകുപ്പ് താലൂക്കടിസ്ഥാനത്തിലോ ബ്ലോക്കടിസ്ഥാനത്തിലോ നിർവ്വഹണ സംവിധാനം വ്യപിപ്പിക്കുന്നത് സർക്കാരിന്റെ സാമ്പത്തിക സ്ഥിതികൂടി പരിഗണിച്ച് നടപ്പിലാക്കും.

തദ്ദേശ സ്വയംഭരണ സ്ഥാപനങ്ങളുടെ പദ്ധതിവിഹിതം

തദ്ദേശ സ്വയംഭരണ സ്ഥാപനങ്ങൾക്ക് നൽകുന്ന പദ്ധതി വിഹിതത്തിന്റെ 10% വനിത ഘടക പദ്ധതിക്കും 5% മറ്റ് വിഭാഗങ്ങൾക്കും മാറ്റിവെക്കാൻ നിർദ്ദേശമുണ്ട്. കുടുംബശ്രീ അയൽക്കൂട്ടങ്ങളുടെ നേതൃത്വത്തിൽ കുടുംബശ്രീ അംഗങ്ങളുടെ വീടുകളിലെയും മറ്റു വീടുകളിലെയും വയോജനങ്ങളെ ഉൾപ്പെടുത്തി വയോജന അയൽക്കൂട്ടങ്ങൾ രൂപീകരിക്കുന്നതിന് നിർദ്ദേശം നൽകും. വിവര സാങ്കേതികവിദ്യ പ്രയോജനപ്പെടുത്തി വയോജന ക്ഷേമത്തിനുള്ള പദ്ധതികൾ ആവിഷ്കരിക്കുന്നതിനും പഞ്ചായത്തിന്റെ പദ്ധതി രൂപീകരണത്തിനും നിർവ്വഹണത്തിനും വയോജനങ്ങളുടെ നൈപുണ്യം പ്രയോജനപ്പെടുത്തും. തദ്ദേശ സ്വയംഭരണ സ്ഥാപനങ്ങളുടെ ആസൂത്രണ സമിതികൾ ഉൾപ്പെടെയുള്ള ഫോറങ്ങൾ വയോജനങ്ങളുടെ വൈദഗ്ധ്യം പ്രയോജനപ്പെടുത്തിവരുന്നുണ്ട്. ജനകീയാസൂത്രണത്തിന്റെ ആദ്യകാലത്ത് ഉണ്ടായിരുന്നതുപോലെ സന്നദ്ധ സാങ്കേതിക സഹായ സമിതികൾ രൂപീകരിക്കും.

ജെറിയാട്രിക് സ്പെഷ്യലിസ്റ്റ്

16 ജില്ലാ ആശുപത്രികളിൽ ജെറിയാട്രിക് വാർഡുകൾ പ്രവർത്തിച്ചുവരുന്നുണ്ട്. മെഡിക്കൽ കോളേജിൽ ജെറിയാട്രിക് വകുപ്പ് രൂപീകരിക്കുന്നതിനുള്ള നടപടികൾ സ്വീകരിച്ചുവരുന്നു.

മുതിർന്ന പൗരന്മാർക്കായുള്ള മാതൃകാ ഭവനം

മോഡൽ സായംപ്രഭ ഭവനം പദ്ധതിയുടെ ഭാഗമായി നെയ്യാറ്റിൻകര മുനിസിപ്പാലിറ്റിയിൽ സർക്കാർ ഇതര സംഘടനയുടെ സഹകരണത്തോടെ മുതിർന്ന പൗരന്മാർക്കായുള്ള മാതൃകാ ഭവനം സ്ഥാപിച്ചിട്ടുണ്ട്. ഈ മാതൃകയിൽ സ്വകാര്യ പങ്കാളിത്തത്തോടെ മറ്റ് ഇടങ്ങളിലേക്കും വ്യാപിപ്പിക്കുന്നത് പരിഗണിക്കും.

റെയിൽവേ യാത്രാനുകൂല്യം

റെയിൽവേക്ക് ഇതു സംബന്ധിച്ച് സർക്കാർ കത്ത് നൽകിയിട്ടുണ്ട്. എന്നാൽ സേവന മേഖലകളിൽനിന്നും പിൻമാറുന്ന സമീപനമാണ് കേന്ദ്ര സർക്കാർ സ്വീകരിച്ചുവരുന്നത്.

യു ജി സി ഗ്രാന്റ്

കേന്ദ്ര സർക്കാർ തടഞ്ഞുവച്ച ധനസഹായവുമായി ബന്ധപ്പെട്ട് സംസ്ഥാന സർക്കാർ നൽകിയിരിക്കുന്ന കേസിലും അതിനെത്തുടർന്ന് കേന്ദ്ര സർക്കാരുമായി നടന്നുവരുന്ന ചർച്ചയിലും യു ജി സി ശമ്പള പരിഷ്കരണത്തിന്റെ കുടിശ്ശികയുടെ കേന്ദ്രവിഹിതം പ്രധാന വിഷയമായി ഉന്നയിച്ചിട്ടുണ്ട്.

ഇൻഷുറൻസ്

സംസ്ഥാനത്തെ എല്ലാ ആശുപത്രികളെയും അവയുടെ മുഴുവൻ ചികിത്സാ വിഭാഗങ്ങളെയും മെഡിസെപ് പദ്ധതിയിൽ ഉൾപ്പെടുത്തുന്നതിനുള്ള നിർദ്ദേശം ഓറിയന്റൽ ഇൻഷുറൻസ് കമ്പനിക്ക് നൽകിയിട്ടുണ്ട്.

പെൻഷൻ കുടിശ്ശിക

കടുത്തസാമ്പത്തികബുദ്ധിമുട്ടുകൾക്കിടയിലുംസർവീസ്പെൻഷൻകാരുടെയും ജീവനക്കാരുടെയും കാര്യത്തിൽ സർക്കാർ അനുഭാവപൂർണമായ നിലപാടാണ് സ്വീകരിക്കുന്നത്. കോവിഡ് കാലത്തുപോലും ശമ്പളവും പെൻഷനും മുടങ്ങാതെ വിതരണം ചെയ്യുന്നുവെന്ന് ഉറപ്പാക്കി. അക്കാലത്തും ശമ്പള/പെൻഷൻ പരിഷ്കരണം നടപ്പാക്കിയ ഏക സംസ്ഥാനം കേരളമാണ്. കേരളത്തിന് ഈ വർഷം അർഹതപ്പെട്ട 57,400 കോടി രൂപ കേന്ദ്ര സർക്കാർ വെട്ടിക്കുറച്ചതിന്റെ കടുത്ത സാമ്പത്തിക ബുദ്ധിമുട്ടുകൾ നേരിടുകയാണ്. ഈ സാഹചര്യത്തിലും ജീവനക്കാർക്കും പെൻഷൻകാർക്കും ഒരു ഗഡു ഡി എ ഏപ്രിൽ മാസത്തിലെ ശമ്പളത്തോടൊപ്പം നൽകുമെന്ന് ബജറ്റിലൂടെ വ്യക്തമാക്കിയിട്ടുണ്ട്.

എംപ്ലോയീസ് ക്ഷേമനിധിയും പെൻഷൻ ബോർഡും ഒന്നാക്കൽ

കേരള സംസ്ഥാന സഹകരണ ജീവനക്കാരുടെ പെൻഷൻ ബോർഡിന്റെയും കേരള സംസ്ഥാന ജീവനക്കാരുടെ വെൽഫെയർ ബോർഡിന്റെയും പ്രവർത്തനോദ്ദേശ്യങ്ങൾ തികച്ചും വ്യത്യസ്തമാണ്. പെൻഷൻ പദ്ധതിപ്രകാരം തസ്തികാനുവാദമുള്ള ജീവനക്കാർക്കുമാത്രമാണ് അംഗത്വത്തിനും പെൻഷനും അർഹതയുള്ളത്. വിരമിച്ച ജീവനക്കാർക്ക് ആജീവനാന്തം പെൻഷൻ നൽകാൻ പെൻഷൻ ബോർഡ് ബാദ്ധ്യസ്ഥരാണ്. സംഘങ്ങളിലെ മുഴുവൻ ജീവനക്കാരെയും വെൽഫെയർ ബോർഡിൽ അംഗമാക്കി ആനുകൂല്യങ്ങൾ നൽകിവരുന്നു. എന്നാൽ ജീവനക്കാരൻ വിരമിക്കുന്നതോടെ വെൽഫെയർ ബോർഡ് ഇവരുടെ ആനുകൂല്യങ്ങൾ നൽകി തീർപ്പാക്കുന്നു.

ഇ പി എഫ് പലിശനിരക്ക് പെൻഷൻ ബോർഡ് ഫണ്ടിന് ലഭ്യമാക്കൽ

കേരള ബാങ്കിൽ കേരള സഹകരണ ജീവനക്കാരുടെ പെൻഷൻ ബോർഡ് നടത്തുന്ന പെൻഷൻ ഫണ്ട് നിക്ഷേപങ്ങൾ സാധാരണ നിക്ഷേപങ്ങളുടെ പരിധിയിലാണ് വരുന്നത്. ആയതിനാൽ ഇ പി എഫ് ഒ നിഷ്കർഷിക്കുന്ന തരത്തിലുള്ള നിക്ഷേപമായി അത് പരിഗണിക്കപ്പെടുന്നില്ല. കാലാകാലങ്ങളിൽ സഹകരണസംഘം രജിസ്ട്രാർ സാധാരണ നിക്ഷേപങ്ങൾക്ക് ബാധകമാക്കിയിരുന്ന പലിശനിരക്കു മാത്രമേ ഈ നിക്ഷേപങ്ങൾക്ക് നൽകാൻ സാധിക്കുകയുള്ളൂ. പെൻഷൻ ഫണ്ട് നിക്ഷേപങ്ങൾക്ക് ഇ പി എഫ് നിരക്കിൽ പലിശ ലഭ്യമാക്കുന്നതിന് നടപടി സ്വീകരിക്കുവാൻ വിവിധ സംഘടനകൾ പെൻഷൻ പദ്ധതി പരിഷ്കരണ സമിതിയോട് ആവശ്യപ്പെട്ടിട്ടുണ്ട്. ഇത് സമിതിയുടെ പരിഗണനയിലാണ്.

സഹകരണ പെൻഷൻകാർക്ക് ഡി എ

സഹകരണ പെൻഷൻ പദ്ധതിയിലെ മുഴുവൻ അംഗങ്ങൾക്കും പെൻഷൻ പരിഷ്കരിച്ച് നൽകിയിട്ട് രണ്ടര വർഷം മാത്രമേ ആകുന്നുള്ളൂ. ഫണ്ടിന്റെ പര്യാപ്തത പരിഗണിച്ചു മാത്രമേ തുടർന്നു ഡി എ അനുവദിക്കാവൂ എന്ന് മുൻ കമിഷൻ ശുപാർശ ചെയ്തിരുന്നു. പദ്ധതിയുടെ പുനഃക്രമീകരണത്തിനായി സമിതിയെ നിശ്ചയിച്ചിട്ടുണ്ട്. പെൻഷൻ ഫണ്ട് വർദ്ധനവ് സംബന്ധിച്ച വിഷയങ്ങൾ ഈ സമിതിയുടെ പരിഗണനയിലുണ്ട്. സമിതിയുടെ റിപ്പോർട്ട് ലഭിച്ചശേഷം പെൻഷൻ ഫണ്ട് വർദ്ധനവിനുള്ള മാർഗങ്ങൾ അംഗീകരിച്ച് നൽകുന്നതിനോടൊപ്പം ഡി എ വർദ്ധനവ് അനുവദിക്കുന്ന കാര്യം പരിശോധിക്കുന്നതാണ്.

പെൻഷൻ ബോർഡിന് സാമ്പത്തിക വരുമാന മാർഗങ്ങൾ നടപ്പാക്കൽ

സഹകരണ പെൻഷൻ പദ്ധതി കാലോചിതമായി പരിഷ്കരിക്കുന്നതിനായുള്ള പഠനം നടത്തി റിപ്പോർട്ട് സമർപ്പിക്കുന്നതിന് റിട്ട. ജില്ലാ ജഡ്ജി അധ്യക്ഷനായ സമിതിയെ നിയോഗിച്ചിട്ടുണ്ട്. സഹകരണ പെൻഷൻ ബോർഡിന് സാമ്പത്തിക വരുമാന മാർഗങ്ങൾ നടപ്പാക്കുന്ന വിഷയം ഈ സമിതിയുടെ പരിഗണനയിലുണ്ട്. സമിതിയുടെ റിപ്പോർട്ട് ലഭിച്ചശേഷം ഇക്കാര്യം വിശദമായി പരിശോധിക്കും.

പെൻഷൻ ബോർഡിൽ പെൻഷൻകാരുടെ പ്രാതിനിധ്യം

കേരള സംസ്ഥാന സഹകരണ ജീവനക്കാരുടെ പെൻഷൻ ബോർഡ് ഭരണസമിതിയിലേക്ക് പെൻഷൻകാരുടെ പ്രതിനിധിയെ ഉൾക്കൊള്ളിച്ചുകൊണ്ട് 17.03.2023 ന് പെൻഷൻ പദ്ധതിയിൽ ഭേദഗതി വരുത്തി ഉത്തരവ് പുറപ്പെടുവിച്ചു. ഈ ഉത്തരവിലൂടെ സഹകരണ പെൻഷൻ ബോർഡ് സമിതിയിലേക്ക് പെൻഷൻകാരുടെ മതിയായ പ്രാതിനിധ്യം ഉറപ്പാക്കി.

ആരോഗ്യ ഇൻഷ്വറൻസ്

സർക്കാരിന്റെ 100 ദിന കർമ്മപരിപാടിയിൽ ഉൾപ്പെടുത്തി സഹകരണ സ്ഥാപനങ്ങളിലെ ജീവനക്കാർക്കുള്ള മെഡിക്കൽ ഇൻഷ്വറൻസ് പദ്ധതിക്ക് തത്വത്തിൽ അംഗീകാരം നൽകി ഉത്തരവ് പുറപ്പെടുവിച്ചിട്ടുണ്ട്.

ഇ പി എഫ്

കേന്ദ്ര സർക്കാരും കേന്ദ്ര തൊഴിൽ മന്ത്രാലയത്തിന്റെ ഭരണ നിയന്ത്രണത്തിനുകീഴിൽ പ്രവർത്തിക്കുന്ന എംപ്ലോയീസ് പ്രോവിഡന്റ് ഫണ്ട് ഓർഗനൈസേഷനുമാണ് ഇ പി എഫ് പെൻഷൻ പദ്ധതിയുടെ പരിഷ്കരണവുമായി ബന്ധപ്പെട്ട വിഷയത്തിൽ തീരുമാനമെടുക്കേണ്ടത്. ഈ വിഷയത്തിൽ ഇടപെടാൻ സംസ്ഥാന സർക്കാരിന് പരിമിതികളുണ്ട്. ഇ പി എഫ് പെൻഷൻകാരുടെ ബുദ്ധിമുട്ടുകൾ കേന്ദ്ര സർക്കാരിന്റെ ശ്രദ്ധയിൽപ്പെടുത്താം.

പരിശീലനകാലം സർവ്വീസായി പരിഗണിക്കൽ

പോലീസ് വകുപ്പിൽ പോലീസ് കോൺസ്റ്റബിളായി നിയമനം ലഭിച്ചവർക്ക് പരിശീലനകാലം സർവീസായി പരിഗണിച്ചത് 31.03.2010

ലാണെന്ന് ഇവിടെ പറഞ്ഞത് വസ്തുതയാണ്. ആ കാലയളവ് മുതൽ സർവിസിലുള്ളവർക്ക് ഈ തീരുമാനത്തിന്റെ ആനുകൂല്യം ലഭിച്ചുവരുന്നു. മുൻകാലപ്രാബല്യം ലഭ്യമാക്കൽ ഇപ്പോൾ പരിഗണനയിലില്ല.

വിരമിച്ച പോലീസ് ഉദ്യോഗസ്ഥരുടെയും ഇതര പെൻഷൻകാരുടെയും ചികിത്സ ഉറപ്പാക്കുന്നതിനാണ് മെഡിസെപ് പദ്ധതി പെൻഷൻകാർക്കു കൂടി ബാധകമാക്കിയത്. ബീറ്റ് പോലീസ് സേവനം മെച്ചപ്പെട്ട രീതിയിലാണ് നടന്നുവരുന്നത്. കൂടുതൽ മെച്ചപ്പെടുത്താൻ പ്രത്യേക നിർദ്ദേശങ്ങൾ സമർപ്പിച്ചാൽ പരിഗണിക്കും.

നവകേരള

തൊഴിൽ സദസ്സ്

കൊല്ലം

29 ഫെബ്രുവരി, 2024

ആമുഖം

തൊഴിലാളിക്ഷേമത്തിന് പരിഗണന നൽകിക്കൊണ്ടാണ് ഇടതുപക്ഷ സർക്കാരുകൾ കേരള വികസന കാഴ്ചപ്പാടുകൾ മുന്നോട്ടുവെച്ചിട്ടുള്ളത്. കാർഷിക വ്യവസായ രംഗത്തെ മുന്നേറ്റം തൊഴിലാളികൾക്ക് ലഭിക്കേണ്ട ആനുകൂല്യങ്ങളും പരിഗണനയും ഉറപ്പാക്കിയാണ് സാദ്ധ്യമാക്കിയത്. ചരിത്രത്തിലാദ്യമായി കർഷകത്തൊഴിലാളികൾക്ക് പെൻഷൻ ഏർപ്പെടുത്തിയത് 1980ൽ അധികാരത്തിൽ വന്ന എൽ ഡി എഫ് സർക്കാരാണ്. തുടർന്ന് എല്ലാ വിഭാഗങ്ങൾക്കും ക്ഷേമനിധിയും പെൻഷനും ഉറപ്പാക്കാൻ കഴിഞ്ഞു.

ആഗോളവൽക്കരണനയങ്ങൾക്ക് ബദൽ മുന്നോട്ടുവെച്ച് കേരള വികസനത്തിന്റെ ദൗർബല്യങ്ങൾ പരിഹരിക്കുന്നതിനാണ് 2016 മുതൽ ഇടതുപക്ഷ ജനാധിപത്യ മുന്നണി സർക്കാർ ശ്രമിച്ചുവരുന്നത്. പുതിയ വ്യവസായങ്ങളും ആധുനിക കൃഷിയും അതിവേഗത്തിൽ വളരണമെന്ന് സർക്കാർ ആഗ്രഹിക്കുന്നു. അതോടൊപ്പം പരമ്പരാഗതമേഖലകളിൽ പണിയെടുക്കുന്ന തൊഴിലാളികൾക്ക് സമ്പൂർണ്ണ സാമൂഹിക സുരക്ഷിതത്വം ഉറപ്പാക്കാനും നടപടി സ്വീകരിച്ചുവരുന്നു. തൊഴിലാളികൾക്ക് സാമൂഹിക സുരക്ഷിതത്വം ഉറപ്പാക്കിയുള്ള കാർഷിക വ്യാവസായിക വികസനമാണ് നടപ്പിലാക്കിവരുന്നത്. ഈ ബദൽ വികസന നയമാണ് കേരളവികസനത്തെ അനന്യമാക്കുന്നത്.

പൊതുമേഖലാസ്ഥാപനങ്ങളെ സംരക്ഷിക്കുന്നതോടൊപ്പം സ്വകാര്യനിക്ഷേപങ്ങൾ കൊണ്ടുവരുന്നതിനും സാധിച്ചു. നോക്കുകൂലി ഇല്ലാ

താക്കി. വ്യവസായനടത്തിപ്പ് വ്യവസ്ഥകൾ ഉദാരമാക്കി. പുതിയ നിക്ഷേപങ്ങൾക്കുള്ള നടപടിക്രമങ്ങൾ ലഘൂകരിക്കുകയും തടസ്സങ്ങൾ ഇല്ലാതാക്കുകയും ചെയ്തു. ഇത്തരം നടപടികളുടെ ഭാഗമായി നിസ്സാൻ, ടോറസ്, ടെക്ക് മഹേന്ദ്ര, ടെറാനെറ്റ് മുതലായ വൻകിട കമ്പനികൾ കേരളത്തിൽ നിക്ഷേപം നടത്തി. കിൻഫ്രയിൽ 428 യൂണിറ്റുകളിലായി 1,002.14 കോടി രൂപയുടെ നിക്ഷേപം ഉറപ്പാക്കാനായി.

സ്റ്റാർട്ടപ്പുകളുടെ കാര്യത്തിലും വലിയ കുതിച്ചുചാട്ടമാണ് സംഭവിച്ചത്. നേരത്തേ 300 സ്റ്റാർട്ടപ്പുകൾ പ്രവർത്തിച്ചിരുന്നു. അത് 3,900 ആയി വർദ്ധിച്ചു. സ്റ്റാർട്ടപ്പുകളുടെ നിക്ഷേപം 1,200 കോടി രൂപയായി. 32,000 പേർക്ക് തൊഴിൽ ലഭിച്ചു. സ്റ്റാർട്ടപ്പ് റാങ്കിങ്ങിൽ മികച്ച സംസ്ഥാനമെന്ന പദവി നേടി.

ചെറുകിട സൂക്ഷ്മസംരംഭങ്ങളുടെ കാര്യത്തിലും വലിയ മുന്നേറ്റമുണ്ടാക്കാൻ സാധിച്ചിട്ടുണ്ട്. 2016 ൽ 13,727 ചെറുകിട സംരംഭങ്ങളാണ് ഉണ്ടായിരുന്നത്. 2021 ആകുമ്പോഴേക്കും ഇത് 64,879 ആയി. ഐ ടി പാർക്കുകളിൽ 292 പുതിയ കമ്പനികൾ വന്നു. 102.7 ലക്ഷം ചതുരശ്ര അടി സ്ഥലം സൗകര്യം വർദ്ധിപ്പിച്ചു. ടെക്നോപാർക്കിൽ 3, 4 ഘട്ട വികസനം നടപ്പിലാക്കി.

തൊഴിൽരംഗത്ത് സംസ്ഥാന സർക്കാർ നടപ്പിലാക്കിവരുന്ന പ്രവർത്തനങ്ങൾ മെച്ചപ്പെടുത്തുന്നതിന് നിർദ്ദേശങ്ങൾ തേടിയാണ് 2024 ഫെബ്രുവരി 29 ന് കൊല്ലം യൂനുസ് കൺവെൻഷൻ സെന്ററിൽ തൊഴിലാളികളുമായുള്ള മുഖാമുഖം സംഘടിപ്പിച്ചത്. 78 തൊഴിൽ മേഖലകളിൽ നിന്നായി 1,878 പേർ പങ്കെടുത്തു. 46 പ്രതിനിധികളും 10 വിദഗ്ദ്ധരും ആശയങ്ങൾ പങ്കുവെച്ചു. മറ്റുള്ളവർ എഴുതി നൽകിയ നിർദ്ദേശങ്ങൾ കൂടി പരിഗണിച്ചാണ് തൊഴിലാളിക്ഷേമ പരിപാടികളും സാമൂഹ്യ സുരക്ഷാ പദ്ധതികളും ആവിഷ്കരിക്കുക.

മുഖാമുഖം പരിപാടിയിൽ മന്ത്രി വി ശിവൻകുട്ടി അദ്ധ്യക്ഷനായി. തൊഴിൽ വകുപ്പ് സെക്രട്ടറി ഡോ. കെ. വാസുകി സ്വാഗതവും ലേബർ കമ്മീഷണർ അർജ്ജുൻ പാണ്ഡ്യൻ നന്ദിയും പറഞ്ഞു.

പ്രസംഗം

കേരളത്തെ വിജ്ഞാന സമ്പദ്ഘടനയായും നൂതനത്വസമൂഹമായും പരിവർത്തിപ്പിച്ചുകൊണ്ട് ഒരു നവകേരളം കെട്ടിപ്പടുക്കാനുള്ള ശ്രമങ്ങളുടെ പശ്ചാത്തലത്തിലാണ് ഈ മുഖാമുഖം പരിപാടി. ലോകത്താകെയുള്ള നൂതന ആശയങ്ങളെ കേരളത്തിലേക്ക് ആകർഷിക്കാനും അവയെ പ്രയോജനപ്പെടുത്താൻ കഴിയുന്ന വിധത്തിൽ ജനങ്ങളുടെ കഴിവുകളെ വികസിപ്പിക്കാനും ശ്രമിക്കുന്നത് ഈ നവകേരള നിർമ്മാണത്തിന്റെ ഭാഗമായാണ്. നമ്മുടെ ഉന്നതവിദ്യാഭ്യാസ മേഖലയെ സമൂലമായി പരിഷ്കരിച്ചും ഇവിടെ വ്യത്യസ്ത മേഖലകളിലുള്ള മികവിന്റെ കേന്ദ്രങ്ങൾ ഒരുക്കിയും ഗവേഷണ സ്ഥാപനങ്ങളും വ്യവസായ സ്ഥാപനങ്ങളും തമ്മിലുള്ള ബന്ധം കൂടുതൽ ശക്തിപ്പെടുത്തണം.

ഇതേസമയം തന്നെ കാർഷിക-വ്യാവസായിക മേഖലകളിൽ ഉൾപ്പെടെ വ്യത്യസ്ത മേഖലകളിൽ തൊഴിലെടുത്തുകൊണ്ടിരിക്കുന്നവരെ ഈ മുന്നേറ്റത്തിന്റെ ഭാഗമാക്കാൻ ശ്രമിക്കുകയാണ്. തൊഴിലാളികൾക്കുവേണ്ടി ശേഷിവികസന പ്രവർത്തനങ്ങൾ നടത്തിയും പരമ്പരാഗത വ്യവസായങ്ങളെ ഉൾപ്പെടെ കാലാനുസൃതമായി പരിഷ്കരിക്കാനുള്ള ഇടപെടലുകൾ നടത്തിയുമാണ് ഇത് സാദ്ധ്യമാക്കാൻ ഉദ്ദേശിക്കുന്നത്. അതുകൊണ്ടുതന്നെ സ്വാഭാവികമായും ആ മേഖലകളിലാകെയുള്ള തൊഴിലാളികളുമായി ആശയവിനിമയം നടത്തേണ്ടതുണ്ട്. തൊഴിലാളികളുടെ നവകേരള കാഴ്ചപ്പാടുകൾ എന്താണെന്നും നവകേരള നിർമ്മിതിയിൽ അവർ എങ്ങനെയാണ് പങ്കാളികളാകാൻ താത്പര്യ

പ്പെടുന്നതെന്നും കൃത്യമായി മനസ്സിലാക്കേണ്ടതുണ്ട്.

മുൻകാലങ്ങളിൽ കർഷകത്തൊഴിലാളികളും പരമ്പരാഗത തൊഴിലാളികളും മാത്രമാണ് നമ്മുടെ നാട്ടിലുണ്ടായിരുന്നത്. പിന്നീട് ഒരു ഘട്ടത്തിൽ വ്യാവസായിക തൊഴിലാളികളും വന്നു. ഇപ്പോഴാകട്ടെ, സാങ്കേതികവിദ്യകളെ ഉൾപ്പെടെ പ്രയോജനപ്പെടുത്തുന്ന അഭ്യസ്തവിദ്യരും നൂതനശേഷികൾ ഉള്ളവരുമായ തൊഴിലാളികൾ നമുക്കുണ്ട്. ഈ എല്ലാ വിഭാഗം തൊഴിലാളികളുടെയും സംരക്ഷണം ഉറപ്പുവരുത്തുക എന്നതാണ് സർക്കാരിന്റെ നിലപാട്.

എന്നാൽ, പുതിയ തൊഴിലുകൾ പഴയ തൊഴിലുകളെ അപഹരിക്കും എന്ന പ്രചാരണവും നിലവിലുള്ള തൊഴിലാളികളുടെ ഐക്യത്തെ തന്നെ ശിഥിലീകരിക്കാനുള്ള ബോധപൂർവ്വമായ ശ്രമങ്ങളും ഉണ്ടാകുന്നുണ്ട്. തൊഴിലാളികളുടെ ഐക്യം ഉറപ്പുവരുത്തിക്കൊണ്ടുമാത്രമേ നാടിനു മുന്നേറാനാവൂ. തൊഴിലാളി ഐക്യത്തെ ശക്തിപ്പെടുത്തുന്ന വിധം പുതിയ തൊഴിലുകളും പുതിയ സാങ്കേതികവിദ്യകളും ഒന്നും പഴയ തൊഴിലുകളെ അപഹരിക്കുകയോ പഴയ തൊഴിലാളികളുടെ ഉപജീവനമാർഗ്ഗത്തെ ഇല്ലാതാക്കുകയോ ചെയ്യില്ല എന്നുറപ്പുവരുത്താൻ പ്രതിജ്ഞാബദ്ധമാണ് സർക്കാർ.

തൊഴിലാളികൾ എവിടെയും സമാനതകളില്ലാത്ത ഒരു വിഭാഗമാണ്. തൊഴിൽ ഉണ്ടെങ്കിൽ മാത്രം ജീവിക്കുകയും തൊഴിൽ ഇല്ലെങ്കിൽ ജീവിതമില്ലാതാവുകയും ചെയ്യുന്ന വർഗം. അതുകൊണ്ടുതന്നെ എല്ലാ വ്യത്യാസങ്ങൾക്കും അതീതമായ തൊഴിലാളികളുടെ ഐക്യമാണ് ഉണ്ടാവേണ്ടത്. ഏതു സമൂഹത്തിന്റെയും പുരോഗതിയുടെ മുഖ്യചാലകശക്തിയാകേണ്ടത് അതാണ്. ഈ ചിന്തയോടെയാണ് എല്ലാ തൊഴിലാളി വിഭാഗങ്ങളുടെയും പ്രതിനിധികളുമായുള്ള സംവാദം നിശ്ചയിച്ചത്.

ആധുനിക ജനാധിപത്യ റിപ്പബ്ലിക് ആയ ഇന്ത്യ എന്ന മഹത്തായ ആശയവും ആ ആശയത്തിന്റെ ആവിഷ്കാരമായ ഭരണഘടനയും ഇന്ന് പലവിധ വെല്ലുവിളികളെ നേരിടുകയാണ്. ബഹുസ്വരതയും മതനിരപേക്ഷതയും ഫെഡറലിസവും പാർലമെന്ററി ജനാധിപത്യവും വെല്ലുവിളി നേരിടുന്ന ഇന്നത്തെ ഘട്ടത്തിൽ തൊഴിലാളികളുടെ സംഘടിതമായ ഇടപെടൽ തന്നെയാണ് രാജ്യത്തിനു വഴികാട്ടിയാകേണ്ടത്.

കഴിഞ്ഞ ദശകങ്ങളിൽ കേരളം കൈവരിച്ച നേട്ടങ്ങൾ നമുക്ക് അഭിമാനകരമാണ്. ഭൂമിയുടെ ഉൾപ്പെടെ വിഭവങ്ങളുടെയാകെ വിതരണം കഴിയുന്നത്ര സാദ്ധ്യമാക്കാൻ നമുക്കു കഴിഞ്ഞു. അതുകൊണ്ടുതന്നെ കേരളത്തിന്റെ സാമൂഹിക ജീവിതനിലവാരം ആഗോള വികസിത നാടുകൾക്ക് ഒപ്പമെത്തിക്കാൻ നമുക്കു കഴിഞ്ഞിട്ടുണ്ട്. എന്നാൽ ഇന്നത്തെ നിലയിൽനിന്നും മുൻപോട്ട് പോകാനാകട്ടെ, പല പരിമിതികൾ ഉണ്ടു

താനും. വിഭവത്തിന്റെ കാര്യത്തിലും അധികാരത്തിന്റെ കാര്യത്തിലും പരിമിതികളുണ്ട്. ഇതിനെ ക്രിയാത്മകമായി മുറിച്ചുകടക്കണമെങ്കിൽ രാജ്യത്തിന്റെ ഫെഡറൽ സാമ്പത്തികബന്ധങ്ങളെ കാലോചിതമായി സംസ്ഥാനങ്ങൾക്ക് സഹായകമാംവിധം അഴിച്ചുപണിയേണ്ടതുണ്ട്. അതിനായി ദേശീയ തലത്തിൽത്തന്നെ അഭിപ്രായസമന്വയം ഉണ്ടാക്കാനുള്ള മുൻകൈകൾ നമ്മൾ എടുക്കുന്നുണ്ട്.

ലോക്കൗട്ടോ ലേ ഓഫോ ഒന്നും ഇല്ലാത്ത സംസ്ഥാനമാണ് കേരളം. തൊഴിൽദിന നഷ്ടം ഏറ്റവും കുറവുള്ള സംസ്ഥാനവും നമ്മുടേതാണ്. എന്നിട്ടും, കേരളത്തിനെതിരെ വൻ വ്യാജപ്രചാരണങ്ങൾ നടത്തപ്പെടുകയാണ്. ഈ നാട് വ്യവസായസൗഹൃദവും തൊഴിൽസൗഹൃദവുമല്ലെന്നും മലയാളികൾ നാടിനു പുറത്തുപോയി മാത്രം ജോലി ചെയ്യുന്നവരാണെന്നുമൊക്കെയാണ് ബോധപൂർവ്വം പ്രചരിപ്പിക്കുന്നത്. ഇത് കേരളത്തിലേക്ക് വരാൻ താല്പര്യമുള്ള പുതിയ വ്യവസായങ്ങളെ തടയാനുള്ള ഒരു തന്ത്രമാണെന്നത് നാം മനസ്സിലാക്കണം. ഏതായാലും കേരളം വ്യവസായസൗഹൃദമാണെന്ന് തെളിയിക്കാനും അത്തരത്തിലുള്ള ഒരു പൊതുബോധം ദേശീയതലത്തിൽത്തന്നെ സൃഷ്ടിക്കാനും വലിയ തോതിൽ നമുക്കിന്ന് കഴിഞ്ഞിരിക്കുന്നു. ഈ വഴിക്കുള്ള തുടർശ്രമങ്ങളിൽ നിങ്ങളുടെ എല്ലാവരുടെയും പിന്തുണ ഉണ്ടാവണമെന്ന് ആദ്യമേതന്നെ അഭ്യർത്ഥിക്കട്ടെ.

രാജ്യത്ത് ആദ്യമായി ഒരു തൊഴിൽനയം ആവിഷ്കരിച്ചത് കേരളത്തിലാണെന്ന് നിങ്ങൾക്കറിയാം. സംതൃപ്തവും സദാ പ്രവർത്തനനിരതവുമായ ഒരു തൊഴിൽമേഖല സംസ്ഥാനത്തിന്റെ സാമൂഹിക-സാമ്പത്തിക വളർച്ചയ്ക്കും സമഗ്രവികസനത്തിനും അത്യന്താപേക്ഷിതമാണ് എന്ന ഉത്തമബോദ്ധ്യത്തിലാണ് തൊഴിൽനയത്തിന് രൂപം കൊടുത്തത്. അതിന്റെ അടിസ്ഥാനത്തിൽ മികച്ച തൊഴിലിടസംസ്കാരം ഉറപ്പാക്കാനും തൊഴിൽസംബന്ധമായ പ്രതിബന്ധങ്ങളെ സാമൂഹിക പ്രതിബദ്ധതയോടെ നേരിടാൻ തൊഴിലാളികളെ സജ്ജമാക്കാനും നമുക്ക് കഴിഞ്ഞു. ഇവിടെ മികച്ച നിലയിൽ മുന്നോട്ടുപോകുന്ന തൊഴിലാളി - തൊഴിലുടമാ ബന്ധങ്ങൾ, കുറയുന്ന തൊഴിൽ കേസുകളും തർക്കങ്ങളും, വിവേചനരഹിത സ്ത്രീസൗഹൃദ തൊഴിലിടങ്ങൾ തുടങ്ങിയവയെല്ലാം പ്രത്യേകതയുള്ളവയാണ്.

കേന്ദ്ര പൊതുമേഖലാസ്ഥാപനങ്ങൾ ഒന്നൊന്നായി വിറ്റുകൊണ്ടിരിക്കുമ്പോൾ, കേരളത്തിലുള്ള അത്തരം പൊതുമേഖലാസ്ഥാപനങ്ങളെ ഏറ്റെടുത്ത് രാജ്യത്തിനുതന്നെ മുതൽക്കൂട്ടാക്കുകയും അവയിലെ തൊഴിലാളികളെയും കുടുംബാംഗങ്ങളെയും സംരക്ഷിക്കുകയുമാണ് സംസ്ഥാന സർക്കാർ ചെയ്യുന്നത്. വെള്ളൂരിലെ കേരള പേപ്പർ പ്രോഡക്ട് കമ്പനി,

കാസർഗോഡ് ബി ഇ എം എൽ, പാലക്കാട്ടെ ഇൻസ്ട്രുമെന്റേഷൻ തുടങ്ങിയവ കേരളം ഏറ്റെടുത്ത് നടത്തിവരുന്ന കാര്യം അറിയാവുന്നവരാണ് നിങ്ങൾ.

നമ്മുടെ നാട്ടിലെ തൊഴിലില്ലായ്മ പരിഹരിക്കാൻ പൊതുമേഖല, സ്വകാര്യ മേഖല, ചെറുകിട വ്യവസായ മേഖല തുടങ്ങിയവയുടെ വിപുലീകരണം സാദ്ധ്യമാക്കി. കേരളത്തെ നിക്ഷേപസൗഹൃദ സംസ്ഥാനമാക്കി മാറ്റി. ദേശീയപാത ഉൾപ്പെടെ പശ്ചാത്തല വികസനരംഗത്ത് വലിയ കുതിപ്പുണ്ടാക്കി. അതോടൊപ്പം അനുബന്ധവികസനവും സാദ്ധ്യമാക്കി. വിഴിഞ്ഞം തുറമുഖം യാഥാർത്ഥ്യമാക്കി. ഇതോടെ കേരളത്തിൽനിന്നുള്ള ചരക്ക് വ്യാപാരം വിപുലപ്പെടുകയും വലിയ തൊഴിലവസരങ്ങൾ സൃഷ്ടിക്കപ്പെടുകയും ചെയ്യും. ഈ നിലയിൽ നമ്മുടെ തൊഴിൽമേഖലയെ പരിപോഷിപ്പിക്കുകയാണ് സർക്കാർ ചെയ്തുവരുന്നത്.

നമ്മുടെ നാട്ടിലെ അഭ്യസ്തവിദ്യരുടെ കഴിവുകൾ നാടിന്റെ അഭിവൃദ്ധിക്കായി മൂല്യവർദ്ധിതമേഖലയിൽ ഉപയോഗപ്പെടുത്തുന്നതിനായാണ് നോളജ് ബേസ്ഡ് ഡെവലപ്മെന്റ് മിഷൻ ആരംഭിച്ചത്. എഞ്ചിനീയർമാർക്കും മറ്റു സാങ്കേതികവിദഗ്ദ്ധർക്കും അനിവാര്യമായ തൊഴിലിടം സൃഷ്ടിക്കാൻ ഈ പദ്ധതി ഉപയോഗപ്പെടും. കേരളത്തിൽ വളർന്നുവരുന്ന നൂതന സംരംഭകസ്ഥാപനങ്ങളും വൻതോതിൽ തൊഴിലവസരങ്ങൾ സൃഷ്ടിക്കുന്നുണ്ട്.

കേരളത്തിന്റെ വ്യവസായമേഖലയിലും എണ്ണപ്പെട്ട മാറ്റങ്ങളാണ് സംഭവിച്ചുകൊണ്ടിരിക്കുന്നത്. നമ്മുടെ യുവാക്കളെ തൊഴിൽ അന്വേഷകർ എന്നതിലുപരി തൊഴിൽദാതാക്കളും സംരംഭകരുമാക്കി മാറ്റാനുള്ള നടപടികളുമായാണ് സർക്കാർ മുന്നോട്ടുപോകുന്നത്. ആശയങ്ങളെ ഉൽപ്പന്നങ്ങളാക്കി പരിവർത്തിപ്പിക്കാൻ യുവാക്കൾക്കു പിന്തുണ നൽകുന്ന സ്റ്റാർട്ടപ്പ് നയമാണ് സർക്കാർ നടപ്പാക്കിവരുന്നത്. 2016 ൽ സംസ്ഥാനത്ത് 300 സ്റ്റാർട്ടപ്പുകളാണ് പ്രവർത്തിച്ചിരുന്നതെങ്കിൽ ഇന്ന് അവയുടെ എണ്ണം 5,000 കടന്നിരിക്കുന്നു. വെഞ്ച്വർ ക്യാപിറ്റൽ ഫണ്ടിങ്ങിലൂടെ കേരളത്തിന്റെ സ്റ്റാർട്ടപ്പ് മേഖലയിൽ 5,500 കോടി രൂപയുടെ നിക്ഷേപം സമാഹരിക്കാനും 50,000 തൊഴിലവസരങ്ങൾ സൃഷ്ടിക്കാനും നമുക്കു കഴിഞ്ഞിട്ടുണ്ട്. സംസ്ഥാനത്തെ 778 സ്റ്റാർട്ടപ്പുകൾക്കായി 35 കോടി രൂപ വിതരണം ചെയ്തിട്ടുണ്ട്.

സംസ്ഥാനത്താകെ എം എസ് എം ഇകളെ പ്രോത്സാഹിപ്പിക്കുന്നതും സ്വകാര്യ വ്യവസായ പാർക്കുകൾക്ക് അനുമതി നൽകുന്നതും എല്ലാം അതിന്റെ ഭാഗമായാണ്.

സംസ്ഥാനത്ത് 16 സ്വകാര്യ വ്യവസായ പാർക്കുകൾക്ക് ഇതിനോടകം പെർമിറ്റ് അനുവദിച്ചിട്ടുണ്ട്. 8 എണ്ണം നിലവിൽ സർക്കാരിന്റെ

പരിഗണനയിലുമാണ്. ഇത്തരം പാർക്കുകളിൽ അടിസ്ഥാനസൗകര്യങ്ങൾ ഒരുക്കുന്നതിനുവേണ്ടി 3 കോടി രൂപ വരെയാണ് സംസ്ഥാന സർക്കാർ സബ്സിഡിയായി നൽകുന്നത്. അടുത്ത വർഷം 25 സ്വകാര്യ വ്യവസായ പാർക്കുകൾക്ക് അനുമതി നൽകാൻ കഴിയുമെന്നാണ് നമ്മൾ പ്രതീക്ഷിക്കുന്നത്.

കഴിഞ്ഞ അഞ്ച് വർഷത്തിനുള്ളിൽ കേരളത്തിൽ ഏകദേശം 92,000 കോടി രൂപയുടെ നിക്ഷേപം വന്നതായാണ് എം എസ് എം ഇ എക്സ്പോർട്ട് പ്രൊമോഷൻ കൗൺസിലിന്റെ റിപ്പോർട്ട് പറയുന്നത്. അതിൽ 33,815 കോടി രൂപയുടെ പദ്ധതികൾ പൂർത്തിയാക്കുകയും 5 ലക്ഷത്തോളം തൊഴിലവസരങ്ങൾ സൃഷ്ടിക്കുകയും ചെയ്തിട്ടുണ്ട്. മുടങ്ങിക്കിടന്ന 12,240 കോടി രൂപയുടെ പദ്ധതികൾ പുനരുജ്ജീവിപ്പിച്ചിട്ടുണ്ട്. കഴിഞ്ഞ സാമ്പത്തികവർഷം കേരളം 17.3 ശതമാനം വ്യാവസായിക വളർച്ച കൈവരിച്ചതായും ഈ റിപ്പോർട്ട് പറയുന്നു.

സംരംഭകവർഷം പദ്ധതിയുടെ ഭാഗമായി കഴിഞ്ഞ സാമ്പത്തിക വർഷം 1,39,000 സംരംഭങ്ങൾ ആരംഭിക്കുന്നതിനും 8,500 കോടി രൂപയുടെ നിക്ഷേപം കൈവരിക്കുന്നതിനും 3 ലക്ഷം തൊഴിലവസരങ്ങൾ സൃഷ്ടിക്കുന്നതിനും കഴിഞ്ഞിട്ടുണ്ട്. ഈ സർക്കാർ അധികാരത്തിൽ വന്നശേഷം സൂക്ഷ്മ ഇടത്തരം വ്യവസായങ്ങളുടെ മേഖലയിൽ മാത്രം 2,35,000 ത്തോളം സംരംഭങ്ങൾ ആരംഭിച്ചിട്ടുണ്ട്. ഇതുവഴി 15,000 കോടി രൂപയുടെ നിക്ഷേപവും 5 ലക്ഷത്തിലധികം തൊഴിലവസരങ്ങളും സൃഷ്ടിക്കപ്പെട്ടിട്ടുണ്ട്.

സംരംഭകവർഷം പദ്ധതിയുടെ തുടർച്ചയായി മിഷൻ 1000 പദ്ധതി ആവിഷ്കരിച്ചുവരികയാണ്. കേരളത്തിൽനിന്നും തെരഞ്ഞെടുക്കപ്പെട്ട 1,000 എം എസ് എം ഇകളെ നാലു വർഷത്തിനുള്ളിൽ ആകെ ഒരു ലക്ഷം കോടി രൂപ വിറ്റുവരവുള്ള സംരംഭങ്ങളാക്കി മാറ്റിത്തീർക്കാനാണ് ഉദ്ദേശിക്കുന്നത്. ഇതിനോടകംതന്നെ 552 അപേക്ഷകൾ ലഭിച്ചു കഴിഞ്ഞു. ഇതിൽ 88 എണ്ണത്തിന്റെ പരിശോധന പൂർത്തിയാക്കുകയും അവയെ പദ്ധതിയിൽ ഉൾപ്പെടുത്തുകയും ചെയ്തിട്ടുണ്ട്.

അസംഘടിതരും പാർശ്വവൽക്കരിക്കപ്പെട്ടവരുമായ തൊഴിലാളികളെയും തൊഴിൽമേഖലകളെയും മുഖ്യധാരയുടെ ഭാഗമാക്കുന്നതിനായി ശ്രദ്ധേയമായ ഇടപെടലുകളാണ് തൊഴിൽ- നൈപുണ്യ വകുപ്പ് നടത്തിവരുന്നത്. അവയിലേറെയും രാജ്യത്തിനുതന്നെ മാതൃകാപരമായ പദ്ധതികളാണ്. അവയെക്കുറിച്ചെല്ലാം ഇവിടെ പറയുക പ്രായോഗികമല്ല. എങ്കിലും, പ്രധാനപ്പെട്ട ചിലത് നിങ്ങളുടെ ശ്രദ്ധയിൽപ്പെടുത്തുകയാണ്.

രാജ്യത്ത് ഏറ്റവും കൂടുതൽ വേതനം ലഭിക്കുന്നതും ഏറ്റവും കൂടുതൽ തൊഴിൽമേഖലകളിൽ മിനിമം വേതനം പ്രഖ്യാപിച്ചതുമായ

സംസ്ഥാനം കേരളമാണ്. പ്രതിദിനം ശരാശരി 837.30 രൂപ ലഭിക്കുന്ന കേരളത്തിലെ തൊഴിലാളികൾക്കാണ് നിർമ്മാണമേഖലയിൽ ഏറ്റവും കൂടുതൽ കൂലി ലഭിക്കുന്നതെന്ന് റിസർവ്വ് ബാങ്കിന്റെയും കേന്ദ്ര സർക്കാരിന്റെയും കണക്കുകൾ വ്യക്തമാക്കുന്നു.

കാർഷിക-കാർഷികേതര നിർമ്മാണമേഖലകളിൽ ദേശീയ ശരാശരിയേക്കാൾ ഇരട്ടിയിലധികം കൂലിയാണ് കേരളത്തിലെ തൊഴിലാളിക്ക് പ്രതിദിനം ലഭിക്കുന്നത്.

ആരോഗ്യ-വിദ്യാഭ്യാസ മേഖലകളിൽ കേരളം രാജ്യത്തിനു മാതൃകയാകുന്നതിനെക്കുറിച്ചാണ് പൊതുവിൽ ചർച്ച ചെയ്യപ്പെടാറുള്ളത്. എന്നാൽ, തൊഴിൽമേഖലയിലും കേരളം രാജ്യത്തിനു മാതൃകയാണ് എന്നതാണ് വസ്തുത.

തൊഴിൽനയത്തിന്റെ കാര്യം നേരത്തേ സൂചിപ്പിച്ചിരുന്നു. രാജ്യത്ത് 84 തൊഴിൽമേഖലകളിൽ മിനിമം വേതനം പുതുക്കിയിട്ടുള്ള ഏക സംസ്ഥാനം കേരളമാണ്. ഇത് കൂടുതൽ മേഖലകളിലേക്ക് വ്യാപിപ്പിക്കുന്ന കാര്യം പരിഗണിക്കും. സ്ത്രീ തൊഴിലാളികൾക്കു തൊഴിലിടങ്ങളിൽ ഇരിക്കാനുള്ള അവകാശം ഉറപ്പാക്കിക്കൊണ്ടും സംസ്ഥാനം മാതൃകയായിത്തീർന്നിട്ടുണ്ട്.

തൊഴിലാളികളുടെയും കുടുംബാംഗങ്ങളുടെയും സാമൂഹിക, സാമ്പത്തികസുരക്ഷ ഉറപ്പുവരുത്തുന്നതിനായി സംസ്ഥാനത്ത് 16 ക്ഷേമനിധി ബോർഡുകൾ നിലവിലുണ്ട്. ഇതിൽ 70 ലക്ഷത്തിലധികം അംഗങ്ങളുമുണ്ട്. ഇതുകൂടാതെ അസംഘടിതരായ തൊഴിലാളികൾക്കായി പ്രത്യേക ക്ഷേമനിധി സംവിധാനവും നിലവിലുണ്ട്. ഈ സർക്കാർ അധികാരത്തിലെത്തിയശേഷം വിവിധ ക്ഷേമനിധി ബോർഡുകൾ വഴി തൊഴിലാളികൾക്കും അവരുടെ കുടുംബങ്ങൾക്കും നാളിതുവരെ 2,764.37 കോടി രൂപയുടെ ആനുകൂല്യങ്ങൾ വിതരണം ചെയ്തു. അഡ്വാൻസ്ഡ് ഇൻഫർമേഷൻ ഇന്റർഫേസ് സിസ്റ്റം എന്ന പ്രത്യേക സോഫ്റ്റ്‌വെയറിലൂടെ മുഴുവൻ തൊഴിലാളി ക്ഷേമനിധി ബോർഡുകളെയും ഓൺലൈൻ സംവിധാനത്തിന് കീഴിലാക്കി. അർഹമായ ആനുകൂല്യങ്ങൾ സമയബന്ധിതമായി വിതരണം ചെയ്യുന്നതിന് ഇത് സഹായകരമായിട്ടുണ്ട്.

കേരളത്തിലെ തൊഴിൽമേഖലയിൽ അതിഥിത്തൊഴിലാളികളുടെ എണ്ണം ചെറുതല്ല. മറ്റ് സംസ്ഥാനക്കാർ എന്ന നിലയിൽ അവരെ മാറ്റിനിർത്തുകയല്ല, മറിച്ച്, ചേർത്തുപിടിക്കുകയാണ് സംസ്ഥാന സർക്കാർ ചെയ്യുന്നത്. അതിഥിത്തൊഴിലാളികൾക്ക് ഇത്രയധികം ക്ഷേമപദ്ധതികൾ പ്രഖ്യാപിച്ചിട്ടുള്ള മറ്റൊരു സംസ്ഥാനവും രാജ്യത്തില്ല. രാജ്യത്താദ്യമായി അതിഥിത്തൊഴിലാളികൾക്ക് ആരോഗ്യ ഇൻഷുറൻസ് ഏർപ്പെടുത്തിയ സംസ്ഥാനം കേരളമാണ്. 25,000 രൂപയുടെ സൗജന്യ

ചികിത്സാസഹായം, അപകടത്തിൽ മരിക്കുന്നവരുടെ ആശ്രിതർക്ക് 2 ലക്ഷം രൂപ, അംഗവൈകല്യം സംഭവിക്കുന്നവർക്ക് 1 ലക്ഷം രൂപ എന്നിങ്ങനെയാണ് സഹായം. മാത്രമല്ല, മരണമടയുന്ന അതിഥിത്തൊഴിലാളികളുടെ മൃതശരീരം നാട്ടിലെത്തിക്കുന്നതിനുള്ള ചെലവും സർക്കാരാണ് വഹിക്കുന്നത്. അതിഥിത്തൊഴിലാളികൾക്ക് ആവശ്യമായ സഹായങ്ങൾ നൽകുന്നതിനായി എല്ലാ ജില്ലയിലും ശ്രമിക് ബന്ധു ഫെസിലിറ്റേഷൻ സെന്ററുകൾ, താമസത്തിനായി അപ്നാഘർ ഫ്ളാറ്റുകളും ഹോസ്റ്റലുകളും, സുരക്ഷിത പാർപ്പിടസൗകര്യം അന്വേഷിക്കുന്നവർക്ക് ആശ്രയിക്കാവുന്ന തരത്തിൽ ആലയ സോഫ്റ്റ്‌വെയർ, രജിസ്ട്രേഷനായി അതിഥി ആപ്പും, അതിഥി പോർട്ടലും തുടങ്ങി ധാരാളം പദ്ധതികൾ ആവിഷ്കരിച്ചിട്ടുണ്ട്.

രാജ്യത്ത് തൊഴിൽമികവിനും മികച്ച തൊഴിലിടങ്ങൾക്കും പുരസ്കാരം നൽകുന്ന ഒരേയൊരു സംസ്ഥാനം കേരളമാണ്. ഒരു ലക്ഷം രൂപയും പ്രശസ്തിപത്രവും ഫലകവുമടങ്ങുന്ന 'തൊഴിലാളി ശ്രേഷ്ഠ' പുരസ്കാരം 19 മേഖലകളിലെ മികച്ച തൊഴിലാളികൾക്ക് നൽകിവരുന്നുണ്ട്. കൂടാതെ മികച്ച 11 തൊഴിലിടങ്ങൾക്ക് മുഖ്യമന്ത്രിയുടെ എക്സലൻസ് അവാർഡും നൽകിവരുന്നുണ്ട്.

തൊഴിലിടങ്ങളിൽ ലിംഗനീതി ഉറപ്പാക്കുന്നതിന് ഒട്ടേറെ നടപടികൾ സർക്കാർ കൈക്കൊണ്ടിട്ടുണ്ട്. രാത്രികാലങ്ങളിലും തൊഴിലെടുക്കുന്നതിന് സ്ത്രീകൾക്ക് അവസരമൊരുക്കി. ഒപ്പം അവരുടെ സുരക്ഷ ഉറപ്പാക്കുന്നതിന് കർശന നിർദ്ദേശങ്ങൾ പുറപ്പെടുവിച്ചു. സഹജ കോൾ സെന്റർ ആരംഭിച്ചത് ഇതിന്റെ ഭാഗമായാണ്. നഗരങ്ങളിലെ സ്ത്രീത്തൊഴിലാളികൾക്ക് സുരക്ഷിതമായ താമസസൗകര്യം ഉറപ്പാക്കുന്നതിന് സ്റ്റുഡിയോ അപാർട്ട്മെന്റ്സ് പദ്ധതി നടപ്പാക്കി. ഇതിനായി മേനംകുളം കിൻഫ്ര ഇന്റർനാഷണൽ അപ്പാരൽ പാർക്കിനുള്ളിൽ ഭൂമി പാട്ടത്തിനെടുത്തു. 272.04 ചതുരശ്ര അടി വിസ്തീർണത്തിൽ 130 അപാർട്ട്മെന്റുകളാണ് ഇവിടെ നിർമ്മിക്കുന്നത്.

കൂടുതൽ സ്ത്രീകൾ ജോലി ചെയ്യുന്നതും അസംഘടിതവുമായ ഗാർഹികമേഖലയിലെ തൊഴിലാളികൾക്ക് അസംഘടിത തൊഴിലാളി ക്ഷേമനിധി ബോർഡിൽ അംഗത്വം നൽകി. വിവിധ ആനുകൂല്യങ്ങൾക്കു പുറമെ, മറ്റ് പെൻഷനുകൾ ഇല്ലെങ്കിൽ ക്ഷേമപെൻഷനും, പതിനായിരം രൂപവരെ ചികിത്സാസഹായവും ഗാർഹികത്തൊഴിലാളികൾക്ക് ലഭിക്കും.

നിരവധി തൊഴിലാളികളാണ് കേരളത്തിന്റെ ട്രാൻസ്പോർട്ട് മേഖലയിൽ പ്രവർത്തിക്കുന്നത്. അതിൽത്തന്നെ സവിശേഷ പ്രാധാന്യമർഹിക്കുന്നതാണ് കെ എസ് ആർ ടി സി. 2011-16 കാലയളവിൽ 1,463.86

കോടി രൂപയാണ് സംസ്ഥാന സർക്കാർ കെ എസ് ആർ ടി സിക്ക് അനുവദിച്ചത്. എന്നാൽ, 2016 മുതൽക്കിങ്ങോട്ട് ഇതേവരെ സംസ്ഥാന സർക്കാർ 9,920.05 കോടി രൂപയാണ് കെ എസ് ആർ ടി സിക്ക് അനുവദിച്ചിട്ടുള്ളത്.

ബജറ്റിൽ നിന്നും ബജറ്റിതര മാർഗ്ഗങ്ങളിലൂടെയും സംസ്ഥാന സർക്കാർ കെ എസ് ആർ ടി സിയെ സഹായിക്കാറുണ്ട്. ഈ വർഷം സംസ്ഥാന ബജറ്റിൽത്തന്നെ കെ എസ് ആർ ടി സിയുടെ വിവിധ പ്രവർത്തനങ്ങൾക്കായി 128.54 കോടി രൂപയും പരിസ്ഥിതി സൗഹൃദ ബി എസ് 6 നിലവാരത്തിലുള്ള ബസുകൾ വാങ്ങാനായി 92 കോടി രൂപയും വകയിരുത്തിയിട്ടുണ്ട്. സംസ്ഥാന സർക്കാർ കെ എസ് ആർ ടി സിയെ എത്രമാത്രം സഹായിക്കുന്നുണ്ടെന്നും അതിന്റെ പുനരുദ്ധാരണത്തിന് എത്രത്തോളം പ്രതിജ്ഞാബദ്ധമാണെന്നും തെളിയിക്കുന്നതാണ് ഈ കണക്കുകൾ.

പരമ്പരാഗതമേഖലകളുടെ കാര്യമെടുത്താലും ഇത്തരത്തിലുള്ള പ്രതിബദ്ധത വ്യക്തമാണ്. കൈത്തറിമേഖലകളിലുള്ളവർക്ക് ആശ്വാസം പകരുന്ന വിധത്തിലാണ് സ്കൂൾ വിദ്യാർത്ഥികൾക്ക് യൂണിഫോമുകൾ ലഭ്യമാക്കുന്നത്. കശുവണ്ടി മേഖലയിലുള്ളവർക്ക് ആശ്വാസം പകരാനായി അസംസ്കൃത കശുവണ്ടി ഇറക്കുമതി ചെയ്യുന്നതടക്കമുള്ള നടപടികൾ കൈക്കൊണ്ടിട്ടുണ്ട്. കയർ ഉൾപ്പെടെയുള്ള പരമ്പരാഗതമേഖലകളുടെ ആധുനികവൽക്കരണത്തിനായി പ്രത്യേക പദ്ധതികൾ ആവിഷ്കരിക്കുകയും പ്രത്യേകമായി തുക വകയിരുത്തുകയും ചെയ്തിട്ടുണ്ട്.

ഈ സർക്കാർ അധികാരത്തിൽ വന്നശേഷം ഇന്ത്യയ്ക്കകത്തും പുറത്തുംനിന്ന് അസംസ്കൃത കശുവണ്ടി ശേഖരിച്ച് കേരളത്തിലെ കശുവണ്ടി വ്യവസായ മേഖലയിൽ വിതരണം ചെയ്യുന്നതിനായി 166.70 കോടി രൂപ സ്പെഷ്യൽ പർപ്പസ് വെഹിക്കിളായ കേരള കാഷ്യൂ ബോർഡിന് അനുവദിച്ചിട്ടുണ്ട്. ഇത്തവണത്തെ ബജറ്റിൽ റിവോൾവിങ് ഫണ്ടായി ബോർഡിന് 40.81 കോടി രൂപ അനുവദിച്ചിട്ടുണ്ട്. കശുവണ്ടി വ്യവസായത്തെയും തൊഴിലാളികളെയും സഹായിക്കാൻ ഉദ്ദേശിക്കുന്ന കശുവണ്ടി പുനരുജ്ജീവന പദ്ധതിക്ക് 30 കോടി രൂപയാണ് വകയിരുത്തിയിട്ടുള്ളത്.

ഇത്തവണത്തെ ബജറ്റിൽ നെയ്ത്തുകാരുടെയും അനുബന്ധ തൊഴിലാളികളുടെയും ഉല്പാദനക്ഷമത വർദ്ധിപ്പിക്കാനായി 4.5 കോടി രൂപയാണ് വകയിരുത്തിയിരിക്കുന്നത്. കൈത്തറിഗ്രാമങ്ങൾ രൂപീകരിക്കുന്ന പദ്ധതിക്ക് 4 കോടി രൂപ വകയിരുത്തിയിട്ടുണ്ട്. കൈത്തറി - യന്ത്രത്തറി മേഖലയ്ക്കായി ആകെ 51.89 കോടി രൂപയാണ് വകയിരുത്തിയിരിക്കുന്നത്. കയർമേഖലയുടെ പുനരുജ്ജീവനത്തിനും ആധുനികവൽക്കരണത്തിനു

മായി 32 കോടി രൂപയാണ് വകയിരുത്തിയിരിക്കുന്നത്. ഗവേഷണ വികസന പദ്ധതികൾക്കായി 7 കോടി രൂപയും ആ മേഖലയിൽ വകയിരുത്തിയിട്ടുണ്ട്. കയറിന്റെ വിലസ്ഥിരത ഉറപ്പുവരുത്തുന്നതിനായി 38 കോടി രൂപയാണ് വകയിരുത്തിയിരിക്കുന്നത്.

കശുവണ്ടി വ്യവസായ മേഖലയിലെ തൊഴിലാളികളുടെ മിനിമം വേതനം അടിസ്ഥാനശമ്പളത്തിന്റെ 23% വർദ്ധിപ്പിച്ചു. സംസ്ഥാനത്തെ തേയില, കാപ്പി, റബ്ബർ, ഏലം തുടങ്ങിയ തോട്ടംമേഖലകളിലെ തൊഴിലാളികളുടെ വേതനം 2022 ഡിസംബർ മാസത്തിലെ അടിസ്ഥാന ശമ്പളത്തോടൊപ്പം 41 രൂപ കൂടി വർദ്ധിപ്പിക്കാൻ തീരുമാനിച്ചു. 2023 ജനുവരി ഒന്നു മുതൽ മുൻകാലപ്രാബല്യത്തിലാണ് വർദ്ധന വരുത്തിയിട്ടുള്ളത്.

ബീഡി, ഖാദി, ഈറ്റ, മത്സ്യം, കയർ എന്നീ പരമ്പരാഗത തൊഴിൽ മേഖലകളിലെ മിനിമം വേതനത്തിലുള്ള കുറവ് പരിഹരിക്കുന്നതിന് ഇൻകം സപ്പോർട്ട് സ്കീം എന്ന പ്രത്യേക പദ്ധതി നടപ്പാക്കിവരുന്നുണ്ട്.

അസംഘടിതമേഖലയിലുള്ളവർക്കും താഴ്ന്ന വരുമാനക്കാരായ തൊഴിലാളികൾക്കുമായി ജനനി ഭവനപദ്ധതി നടപ്പാക്കിവരുന്നുണ്ട്. ഇതിന്റെ ഭാഗമായി ഇടുക്കി അടിമാലിയിൽ 217 അപ്പാർട്ട്മെന്റുകൾ നിർമ്മിച്ച് ഗുണഭോക്താക്കൾക്ക് കൈമാറി. എറണാകുളം ജില്ലയിലെ പോഞ്ഞശ്ശേരിയിൽ 12 നിലകളിലായി 74 അപ്പാർട്ട്മെന്റുകളും നിർമ്മിച്ചു.

തോട്ടംമേഖലയിലെ തൊഴിലാളികൾക്ക് തൊഴിലിടത്തിനടുത്ത് പാർപ്പിടസൗകര്യം ഒരുക്കുന്നതിനായി 'ഓൺ യുവർ ഓൺ ഹൗസിങ്' പദ്ധതി ആരംഭിച്ചു. മൂന്നാറിലെ, കെ ഡി എച്ച് വില്ലേജിൽ 9 സ്വതന്ത്ര വീടുകളുടെ നിർമ്മാണം പൂർത്തിയാക്കി തോട്ടംതൊഴിലാളികൾക്ക് കൈമാറി. കുളത്തുപ്പുഴയിലെ തിങ്കൾകരിക്കം വില്ലേജിൽ ആർ പി എല്ലിന്റെ കൈവശമുള്ള 5 ഏക്കർ സ്ഥലത്ത് ഇരട്ട ഭവന മാതൃകയിൽ 6 വീടുകളുടെ നിർമ്മാണം പൂർത്തീകരിച്ച്, ആർ പി എല്ലിന് കൈമാറി.

വിവിധ മേഖലകളിൽ പണിയെടുക്കുന്ന തൊഴിലാളികൾക്ക് ഗുണകരമായ വിധത്തിൽ തൊഴിൽനിയമങ്ങളിൽ ആവശ്യമായ ഭേദഗതി വരുത്താനും സർക്കാർ തയ്യാറായി. അതിൽ ഏറ്റവും പ്രധാനമാണ് തോട്ടം തൊഴിലാളികളുടെ പെൻഷൻ പ്രായം 58 ൽ നിന്നും 60 വയസ്സായി വർദ്ധിപ്പിച്ചത്. ചുമട്ടുതൊഴിലാളികൾക്ക് ആശ്വാസകരമാംവിധം ചുമട്ടുഭാരം കുറച്ചുകൊണ്ടും നിയമഭേദഗതി വരുത്തി. പരമാവധി ചുമട് ഭാരം പുരുഷന്മാർക്ക് 75 കിലോയിൽനിന്ന് 55 കിലോഗ്രാമായും സ്ത്രീകൾക്കും കൗമാരക്കാർക്കും 35 കിലോ ആയും കുറച്ചു.

മരങ്ങൾ, ചെറുവൃക്ഷങ്ങൾ, മറ്റു തടസ്സങ്ങൾ എന്നിവ നീക്കുന്നതിനി

ടെ അപകടമരണം സംഭവിച്ചാലും അത് ജോലിസ്ഥലത്തെ മരണമായി കണക്കാക്കി നിർമ്മാണത്തൊഴിലാളികൾക്ക് ആനുകൂല്യം നൽകുന്നതിനുള്ള നിയമഭേദഗതിയും നടപ്പിലാക്കി. അസംഘടിതമേഖലയിലെ തൊഴിലാളികൾക്ക് അപകടമരണ ഇൻഷുറൻസ് ഏർപ്പെടുത്തി. ഈ പദ്ധതിപ്രകാരം അപകടമരണം സംഭവിക്കുന്ന തൊഴിലാളികളുടെ അനന്തരാവകാശികൾക്ക് 5 ലക്ഷം രൂപ ധനസഹായം ലഭിക്കും.

പഠനത്തോടൊപ്പം തൊഴിൽ ചെയ്യുന്നതിന് വിദ്യാർത്ഥികൾക്ക് അവസരമൊരുക്കുന്നതിനായി കർമ്മചാരി പദ്ധതി ആരംഭിച്ചു. വിവിധ തൊഴിൽമേഖലകളിൽ പ്രവൃത്തിപരിചയം നേടുന്നതിനും നൈപുണ്യ വികസനത്തിലൂടെ മികച്ച തൊഴിൽസാദ്ധ്യതകൾ കണ്ടെത്തുന്നതിനും വിദ്യാർത്ഥികളെ പ്രാപ്തരാക്കുന്ന ഈ പദ്ധതിയുടെ ആദ്യഘട്ടത്തിന് എറണാകുളത്ത് തുടക്കമായി.

തൊഴിലാളികൾക്കിടയിലെ ലഹരിവിരുദ്ധ ബോധവൽക്കരണത്തിനായി 'കവച്' പദ്ധതി ആരംഭിച്ചു. ഇതിന്റെ ഭാഗമായി ഊർജ്ജിതമായ ബോധവൽക്കരണപ്രവർത്തനങ്ങളും നടത്തിവരുന്നു.

ഓട്ടോ, ടാക്സി ഡ്രൈവർമാരടക്കമുള്ള മോട്ടോർ തൊഴിലാളികൾക്ക് യാത്രയ്ക്കിടെ മിതമായ നിരക്കിൽ തങ്ങുന്നതിനായി തിരുവനന്തപുരം, കോഴിക്കോട്, എറണാകുളം ജില്ലകളിൽ വിശ്രമകേന്ദ്രങ്ങൾ നിർമ്മിക്കാൻ അനുമതിയായി. ഉടനെ ഇതിന്റെ നിർമ്മാണം ആരംഭിക്കും.

തൊഴിൽ-തൊഴിലാളിക്ഷേമം മേഖലയിലെ വിവിധ പ്രവർത്തനങ്ങൾക്കായി ഇത്തവണത്തെ ബജറ്റിൽ 464 കോടി രൂപയാണ് നീക്കിവച്ചിരിക്കുന്നത്. തോട്ടംതൊഴിലാളികളുടെ ദുരിതാശ്വാസനിധിയിലേക്കായി ഒരു കോടി രൂപ വകയിരുത്തിയിട്ടുണ്ട്. അസംഘടിതമേഖലയിലെ തൊഴിലാളികൾക്കുള്ള സാമൂഹ്യസംരക്ഷണ പദ്ധതിക്കായി 8 കോടി രൂപ വകയിരുത്തിയിട്ടുണ്ട്. ഇതിൽ അസംഘടിതമേഖലയിലെ സ്ത്രീത്തൊഴിലാളികൾക്ക് പ്രസവാനുകൂല്യം നൽകുന്നതിനുള്ള 6 കോടി രൂപയും ഉൾപ്പെടുന്നു.

പരമ്പരാഗത തൊഴിൽമേഖലകളായ ബീഡി, ഖാദി, മുള, ചൂരൽ, മത്സ്യബന്ധനവും സംസ്കരണവും, കശുവണ്ടി, കയർ, തഴപ്പായ, കരകൗശലം എന്നീ മേഖലകളിലെ തൊഴിലാളികൾക്ക് 1,250 രൂപ നിരക്കിൽ ധനസഹായം നൽകുന്നതിനായി 90 കോടി രൂപയും വകയിരുത്തിയിട്ടുണ്ട്.

നിലവിൽ വാടകക്കെട്ടിടങ്ങളിൽ പ്രവർത്തിച്ചുവരുന്ന മൂന്നാറിലെ തൊഴിൽ -തോട്ടം മേഖലകളിലെ ഓഫീസുകൾ ഒരു കുടക്കീഴിൽ കൊണ്ടുവരുന്നതിനായി തൊഴിൽസമുച്ചയം നിർമ്മിക്കുകയാണ്. അതിഥിത്തൊഴിലാളികൾക്ക് 25,000 രൂപയുടെ ആരോഗ്യ ഇൻഷുറൻസ് സഹാ

യമാണുള്ളത്. അപകടമരണത്തിനും വൈകല്യങ്ങൾക്കും സഹായം ഉറപ്പാക്കുന്ന ആവാസ് പദ്ധതിക്കായി ഒന്നേകാൽ കോടി രൂപയാണ് നീക്കിവെച്ചിട്ടുള്ളത്. കേരള അക്കാദമി ഫോർ സ്കിൽ ആന്റ് എക്സല ൻസിന്റെ വിവിധ കർമ്മപദ്ധതികൾക്കായി 33 കോടി രൂപ വകയിരു ത്തിയിട്ടുണ്ട്. ഐ ടി ഐകളുടെ ആധുനികവൽക്കരണത്തിനായി 25 കോടി രൂപയും കൂടുതൽ ട്രെയിനികൾക്ക് പരിശീലനം നൽകുന്നതിനു ള്ള പദ്ധതികൾക്കായി 4.5 കോടി രൂപയും നീക്കിവെച്ചിട്ടുണ്ട്.

എംപ്ലോയ്മെന്റ് എക്സ്ചേഞ്ചിൽ രജിസ്റ്റർ ചെയ്തിട്ടുള്ള വിധവകൾ, ഉപേക്ഷിക്കപ്പെട്ടതോ വിവാഹമോചനം നേടിയതോ അവിവാഹിതരോ ആയ വനിതകൾ, ഭിന്നശേഷിക്കാരായ വനിതകൾ, കിടപ്പുരോഗികളു ടെ ഭാര്യമാർ എന്നിവർക്ക് സ്വയംതൊഴിൽ നൽകുന്നതിനുള്ള ശരണ്യ പദ്ധതിക്ക് 17 കോടി രൂപ വകയിരുത്തിയിട്ടുണ്ട്.

ഇങ്ങനെ കേരളത്തിന്റെ വികസന സ്വപ്നങ്ങൾക്ക് ചിറകു നൽകുന്ന തരത്തിൽ തൊഴിൽമേഖലയെ ആകെ മാറ്റത്തിന്റെ പാതയിലേക്ക് നയി ക്കാനാണ് സംസ്ഥാന സർക്കാർ ശ്രമിക്കുന്നത്. ഒപ്പം തൊഴിലാളികളു ടെ അവകാശസംരക്ഷണത്തിനും സാമൂഹിക-സാമ്പത്തികസുരക്ഷയ്ക്കും വലിയ പ്രാധാന്യം നൽകുകയും ചെയ്യുന്നുണ്ട്. ലോകവ്യാപകമായി തൊ ഴിലാളിക്ഷേമം ഉറപ്പുവരുത്തുന്ന നിയമങ്ങളും നയങ്ങളും അട്ടിമറിക്കപ്പെ ടുന്ന സാഹചര്യത്തിൽ, തൊഴിലാളികളുടെ അവകാശങ്ങൾ സംരക്ഷി ച്ചും അവരെ വിശ്വാസത്തിലെടുത്തുംകൊണ്ടാണ് സംസ്ഥാന സർക്കാർ മുന്നോട്ടുപോകുന്നത്.

രാജ്യത്ത് ട്രേഡ് യൂണിയൻ നിയമങ്ങൾ പരിഷ്കരിക്കുന്ന ഘട്ട ത്തിൽ, ട്രേഡ് യൂണിയന്റെ അഭിപ്രായം പരിഗണിക്കാനോ വരുത്തുന്ന മാറ്റങ്ങളുടെ കാര്യത്തിൽ അവരെ വിശ്വാസത്തിലെടുക്കാനോ കേന്ദ്ര സർക്കാർ തയ്യാറാവുന്നില്ല. തൊഴിൽമേഖലയിൽ ഇതിനോടകം ഉണ്ടാ ക്കിയ ഒരുപാട് നേട്ടങ്ങൾ നഷ്ടപ്പെടുത്തുന്നവയാണ് പുതിയ തൊഴിൽ നിയമ ഭേദഗതികൾ. രാഷ്ട്രീയത്തിന് അതീതമായ ട്രേഡ് യൂണിയനുകളു ടെ യോജിപ്പ് അതിനെതിരെ ഉണ്ടായി എന്നത് ആശാവഹമാണ്.

കൂലിക്കൂടുതലിനും മെച്ചപ്പെട്ട സേവനവേതന വ്യവസ്ഥയ്ക്കും വേണ്ടി വിലപേശാനുള്ള കഴിവ് യൂണിയനുകൾക്ക് നഷ്ടപ്പെട്ടാൽ സമൂഹത്തിലാ കെയുള്ള വേതനത്തിന്റെ അളവ് കുറയും. അത് അസമത്വം കൂട്ടുകയും ചെയ്യും. കഴിഞ്ഞ 10 കൊല്ലങ്ങളായി രാജ്യത്ത്, വിശേഷിച്ച് ഗ്രാമീണമേ ഖലയിൽ കൂലി കുറഞ്ഞുകൊണ്ടിരിക്കുന്നതായി ഇന്ത്യ ലേബർ ബ്യൂറോ ചൂണ്ടിക്കാണിക്കുന്നു. വേറൊരു തരത്തിൽ പറഞ്ഞാൽ ജി ഡി പിയുടെ വളർച്ച സംബന്ധിച്ച അവകാശവാദങ്ങൾ ജനങ്ങളുടെ ജീവിതത്തിൽ പ്രതിഫലിക്കുന്നില്ല എന്നർത്ഥം.

ലേബർ കോഡുകളെപോലെ തൊഴിലാളികളെ പ്രതികൂലമായി ബാധിക്കുന്ന കേന്ദ്രനിയമങ്ങളുടെ ആഘാതങ്ങളെ ചെറുക്കാൻ സംസ്ഥാനത്ത് ചട്ടങ്ങൾ രൂപീകരിക്കുന്ന ഘട്ടത്തിൽ തൊഴിലാളികളുടെ താല്പര്യം സംരക്ഷിക്കാൻ സംസ്ഥാന സർക്കാർ പരമാവധി പരിശ്രമിക്കുന്നുണ്ട്. കേരള സർക്കാർ തൊഴിലാളി സംരക്ഷണ കാര്യത്തിൽ അതിശക്തമായ ഇടപെടലുകൾ നടത്തിക്കൊണ്ടിരിക്കുന്ന കാര്യം നിങ്ങൾക്കറിയാം.

ഒരു വിജ്ഞാന നൂതനത്വസമൂഹമായി കേരളത്തെ മാറ്റിത്തീർക്കാനുള്ള സർക്കാരിന്റെ ശ്രമങ്ങൾക്ക് ഗുണകരമാകുന്ന നിർദ്ദേശങ്ങൾ നിങ്ങളുടെ ഭാഗത്തുനിന്നുണ്ടാകണം എന്ന് അഭ്യർത്ഥിച്ചുകൊണ്ട്, ഈ യോഗം ഉദ്ഘാടനം ചെയ്തതായി അറിയിക്കുന്നു.

മറുപടി

ഗിഗ് പ്ലാറ്റ്ഫോം

സംസ്ഥാന തൊഴിൽമേഖലയുടെ അവിഭാജ്യഘടകമായി മാറിക്കൊണ്ടിരിക്കുന്ന തൊഴിലാളി സമൂഹമാണ് ഗിഗ് ആന്റ് പ്ലാറ്റ്ഫോം വർക്കേഴ്സ്. നിയതമായ തൊഴിൽനിയമങ്ങളോ തൊഴിലാളി-തൊഴിലുടമ ബന്ധമോ ഈ മേഖലയിലില്ല. പരമ്പരാഗത തൊഴിൽ മേഖലയിലെ തൊഴിൽസാഹചര്യങ്ങൾക്ക് വിഭിന്നമായാണ് ഗിഗ് വർക്കേഴ്സ് പ്രവർത്തിച്ചുവരുന്നത്. ഇവർക്ക് കൃത്യമായ സേവന വേതന വ്യവസ്ഥകൾ നിഷ്കർഷിക്കാനാണ് സർക്കാർ ഉദ്ദേശിക്കുന്നത്.

തൊഴിൽതർക്കത്തിന് പ്രത്യേക തർക്കപരിഹാര സംവിധാനം രൂപീകരിക്കും. അഗ്രഗേറ്റർമാരെ നിയമത്തിന്റെ പരിധിയിൽ കൊണ്ടുവരും. സാമ്പത്തികമായ എല്ലാ കൊടുക്കൽവാങ്ങലുകളും നിയന്ത്രിക്കുന്നതിന് മോണിറ്ററിങ് സംവിധാനം ആവിഷ്കരിക്കും. പുതുതായി തൊഴിൽ മേഖലയിലേക്ക് ചേക്കേറിയ ന്യൂജെൻ തൊഴിലെന്ന നിലയിൽ ഗിഗ് തൊഴിലാളികൾ നേരിടുന്ന പ്രശ്നങ്ങൾ പരിഹരിക്കുന്നതിനും സാമൂഹിക സുരക്ഷ ഉറപ്പുവരുത്തുന്നതിനുമായി നിയമനിർമ്മാണവും ക്ഷേമപദ്ധതിയും നടപ്പിലാക്കും.

ഗാർഹികത്തൊഴിലാളികളുടെ സേവന വേതന വ്യവസ്ഥകൾ

അസംഘടിതരും കൂടുതൽ സ്ത്രീകൾ ജോലി ചെയ്യുന്നതുമായ മേഖലയാണ് ഗാർഹികത്തൊഴിലാളി മേഖല. പാർശ്വവൽക്കരിക്കപ്പെട്ട

തൊഴിൽമേഖലയായിരുന്ന ഗാർഹികത്തൊഴിലാളി മേഖലയിലെ തൊഴിലാളികൾക്ക് അസംഘടിതത്തൊഴിലാളി ക്ഷേമനിധി ബോർഡിൽ അംഗത്വം നൽകിയത് എൽ ഡി എഫ് സർക്കാരാണ്. അസംഘടിത തൊഴിലാളി സാമൂഹ്യസുരക്ഷാ പദ്ധതിയിൽ അംഗങ്ങളാകുന്ന ഗാർഹിക തൊഴിലാളികൾക്ക് റിട്ടയർമെന്റ് ആനുകൂല്യം, വിവാഹ ധനസഹായം, പ്രസവ ധനസഹായം, അവശതാ പെൻഷൻ, വിദ്യാഭ്യാസാനുകൂല്യം, ചികിത്സാസഹായം, മരണാനന്തര ആനുകൂല്യം, അപകടാനുകൂല്യം തുടങ്ങിയവയ്ക്ക് അർഹതയുണ്ട്. മറ്റ് പെൻഷനുകളില്ലെങ്കിൽ ക്ഷേമപെൻഷനും യോഗ്യതയുണ്ട്. അംഗത്വ കാലയളവിൽ 10,000 രൂപവരെ ചികിത്സാസഹായവും ലഭിക്കും. ഇതിലൂടെ ഗാർഹികത്തൊഴിലാളികളുടെ തൊഴിൽസമയം ക്രമീകരിക്കും. കൃത്യമായ വേതനം, അവധി, അവധി ശമ്പളം, ആവശ്യമായ വിശ്രമം എന്നിവ ഉറപ്പാക്കുന്നതിനൊപ്പം പ്ലേസ്മെന്റ് ഏജൻസികൾ വഴിയുള്ള ചൂഷണവും അവസാനിപ്പിക്കും.

ഏജൻസികളുടെ പ്രവർത്തനം നിയമത്തിന്റെ പരിധിയിൽ കൊണ്ടുവരും. തൊഴിലാളികൾക്ക് സുരക്ഷിതമായ താമസസൗകര്യം, വൈദ്യസഹായം എന്നിവ ഉറപ്പുവരുത്തും. ഓൺലൈൻ പ്ലാറ്റ്ഫോം വഴി തൊഴിലാളി- തൊഴിലുടമാ രജിസ്ട്രേഷൻ നടപ്പിൽവരുത്തും. ഇക്കാര്യങ്ങൾ ഉറപ്പാക്കുന്നതിനുള്ള നിയമനിർമ്മാണം അന്തിമഘട്ടത്തിലാണ്.

തൊഴിലിടങ്ങളിൽ സ്ത്രീകൾക്ക് സംരക്ഷണം

വിവേചനരഹിതവും സ്ത്രീസൗഹൃദവുമായ തൊഴിലിടസംസ്കാരമാണ് കേരളം ഉയർത്തിപ്പിടിക്കുന്നത്. ഇതിന്റെ ഭാഗമായി എല്ലാ മേഖലകളിലും തൊഴിലെടുക്കുന്ന സ്ത്രീകളുടെ അവകാശസംരക്ഷണങ്ങൾക്കൊപ്പം സുരക്ഷയും ഉറപ്പാക്കുന്നതിന് ഈ സർക്കാർ പ്രത്യേക ശ്രദ്ധ നൽകിവരുന്നു. സംസ്ഥാനത്ത് രാത്രികാലങ്ങളിലും സ്ത്രീകൾക്ക് തൊഴിലെടുക്കുന്നതിന് ഷോപ്പ് ആന്റ് കൊമേഴ്ഷ്യൽ ആക്ടിൽ ഭേദഗതി വരുത്തി. സ്ത്രീ തൊഴിലാളി സുരക്ഷ ഉറപ്പാക്കുന്നതിന് നിർദ്ദേശങ്ങൾ പുറപ്പെടുവിച്ചു. തൊഴിലിടങ്ങളിൽ ഇരിപ്പിടാവകാശം ഉറപ്പാക്കി. നഗരങ്ങളിൽ ജോലി ചെയ്യുന്ന സ്ത്രീത്തൊഴിലാളികൾക്ക് സുരക്ഷിതമായി താമസസൗകര്യം ഉറപ്പാക്കുന്നതിന് വാടകയ്ക്ക് സ്റ്റുഡിയോ അപ്പാർട്ട്മെന്റ്സ് പദ്ധതി തിരുവനന്തപുരം മേനംകുളത്ത് നടപ്പിലാക്കിവരുന്നു. ഈ പദ്ധതി മറ്റിടങ്ങളിലേക്ക് വ്യാപിപ്പിക്കുന്നത് പരിഗണിക്കും. സ്ത്രീകൾ തൊഴിലിടങ്ങളിൽ നേരിടുന്ന പ്രശ്നങ്ങൾ പരിഹരിക്കുന്നതിന് 'സഹജ' കോൾ സെന്റർ സംവിധാനം ഏർപ്പെടുത്തിയിട്ടുണ്ട്.

അതിഥിത്തൊഴിലാളികളുടെ പരാതി ബോധിപ്പിക്കൽ

സംസ്ഥാനത്ത് തൊഴിലെടുക്കുന്ന അതിഥിത്തൊഴിലാളികൾക്ക് അവരുടെ ഭാഷയിൽത്തന്നെ പരാതി ബോധിപ്പിക്കാനുള്ള മൊബൈൽ ആപ്ലിക്കേഷൻ ഫാക്ടറീസ് ആന്റ് ബോയിലേഴ്സ് വകുപ്പ് വികസിപ്പിക്കും. ഈ ആപ്പ് ഉപയോഗിച്ച് തൊഴിലാളിക്ക് അവരവരുടെ ഭാഷയിൽ പരാതി ബോധിപ്പിക്കാനും ബന്ധപ്പെട്ട ഉദ്യോഗസ്ഥന് മലയാളത്തിൽ പരാതി കാണാനും അവസരം ഒരുക്കും.

ആവാസ് പദ്ധതി

അതിഥിത്തൊഴിലാളികളുടെ വിവരശേഖരണത്തിനൊപ്പം സാമൂഹിക സുരക്ഷ ഉറപ്പാക്കുകയെന്ന സർക്കാർ നയത്തിന്റെ ഭാഗമായാണ് സംസ്ഥാനത്തെത്തുന്ന എല്ലാ അതിഥിത്തൊഴിലാളികളെയും വകുപ്പിന് കീഴിൽ രജിസ്റ്റർ ചെയ്യിക്കുന്നതിനുള്ള നടപടികൾ ആരംഭിച്ചിട്ടുള്ളത്. ജില്ലാ ഫെസിലിറ്റേഷൻ സെന്ററുകൾ, വർക്ക്സൈറ്റുകൾ, ലേബർ ക്യാമ്പുകൾ എന്നിവിടങ്ങളിൽ രജിസ്റ്റർ ചെയ്യുന്നതിന് സൗകര്യമൊരുക്കിയിട്ടുണ്ട്. രജിസ്ട്രേഷൻ കൂടുതൽ കുറ്റമറ്റതും സുതാര്യവും ലളിതവും ആക്കുന്നതിന്റെ ഭാഗമായാണ് അതിഥി പോർട്ടൽ വികസിപ്പിച്ചത്. പോർട്ടൽ വഴി ഇതുവരെ 1,17,005 പേർ രജിസ്റ്റർ ചെയ്തിട്ടുണ്ട്. ആവാസ് ഇൻഷുറൻസ് ഉൾപ്പെടെ ആവാസ് പദ്ധതിയുടെ എല്ലാ ആനുകൂല്യങ്ങളും അതിഥി പോർട്ടലിൽ രജിസ്റ്റർ ചെയ്തവർക്ക് ലഭ്യമാക്കും. ഇത് സബന്ധിച്ച് 30.09.2023 ന് സർക്കാർ ഉത്തരവ് പുറപ്പെടുവിച്ചിട്ടുണ്ട്.

അപ്നാഘർ

പാലക്കാട് കഞ്ചിക്കോട്ട് അപ്നാഘർ പദ്ധതി ആരംഭിച്ചു. കോഴിക്കോട് കിനാലൂരിലെ കെ എസ് ഐ ഡി സിയുടെ ഇൻഡസ്ട്രിയൽ ഗ്രോത്ത് സെന്ററിലും കളമശ്ശേരിയിലെ കിൻഫ്ര ഹൈടെക് പാർക്കിലും പുതിയ അപ്നാഘർ ആരംഭിക്കും. കിനാലൂരിൽ 520 അതിഥിത്തൊഴിലാളികൾക്ക് താമസിക്കാനുള്ള പുതിയ കെട്ടിടസമുച്ചയമാണ് ഉയരുന്നത്. ഇതിൽ 180 കിടക്കകളുള്ള ആദ്യഘട്ടം പൂർത്തിയായി. കളമശ്ശേരിയിൽ 49,000 ചതുരശ്ര അടിയിൽ 534 കിടക്കകളോടുകൂടിയ ഹോസ്റ്റൽ കെട്ടിടമാണ് നിർമ്മിക്കുക. അതിഥിത്തൊഴിലാളികൾക്ക് മെച്ചപ്പെട്ടതും സുരക്ഷിതവുമായ പാർപ്പിടസൗകര്യം ഒരുക്കുന്നതിനായി വീടുകൾ വാടകയ്ക്ക് ലഭ്യമാക്കാൻ 'ആലയ' സോഫ്റ്റ്‌വെയർ വികസിപ്പിച്ചിട്ടുണ്ട്.

പ്ലാന്റേഷൻ തൊഴിലാളികളുടെ ഭവന നിർമ്മാണം

തോട്ടംതൊഴിലാളികളുടെ ഉന്നമനത്തിനായി നിയമഭേദഗതിയുൾപ്പെടെ ഒട്ടേറെ നടപടികൾ ഇതിനോടകം സർക്കാർ സ്വീകരിച്ചിട്ടുണ്ട്.

പ്ലാന്റേഷൻ മേഖലയുടെ ഉന്നമനം ലക്ഷ്യമാക്കി പ്രത്യേക പ്ലാന്റേഷൻ ഡയറക്ടറേറ്റും രൂപീകരിച്ചിട്ടുണ്ട്. തോട്ടംതൊഴിലാളികളുടെ പാർപ്പിടപ്രശ്നം പരിഹരിക്കുന്നതിനായി ലയങ്ങളുടെ പുനരുദ്ധാരണം ലക്ഷ്യമാക്കി ബജറ്റിൽ 10 കോടി രൂപ വകയിരുത്തിയിട്ടുണ്ട്. തുറന്നു പ്രവർത്തിക്കുന്ന തോട്ടങ്ങൾക്ക് അനുബന്ധമായി പ്രവർത്തിക്കുന്ന ലയങ്ങളുടെ പുനരുദ്ധാരണമാണ് ആദ്യഘട്ടത്തിൽ പരിഗണിക്കുക. ഇതു സംബന്ധിച്ച് പഠനം നടത്തി റിപ്പോർട്ട് സമർപ്പിക്കാൻ കമ്മിറ്റിയെ നിയോഗിച്ചു. റിപ്പോർട്ട് കിട്ടുന്ന മുറയ്ക്ക് തുടർനടപടികൾ സ്വീകരിക്കും. തൊഴിൽ വകുപ്പ് മുഖേന വിവിധ ഭവനപദ്ധതികൾ പൂർത്തീകരിച്ചിട്ടുണ്ട്.

ടൂറിസം ഡെസ്റ്റിനേഷനിൽ താമസ സൗകര്യം

ദീർഘദൂര സർവ്വീസ് നടത്തുന്ന ഡ്രൈവർമാർക്ക് താമസിക്കുന്നതിനും വിശ്രമിക്കുന്നതിനുമുള്ള വിശ്രമകേന്ദ്രങ്ങൾ തുടങ്ങാൻ ബജറ്റിൽ തുക (25 ലക്ഷം) വകയിരുത്തിയിട്ടുണ്ട്. ആദ്യഘട്ടത്തിൽ തിരുവനന്തപുരം, എറണാകുളം, കോഴിക്കോട് ജില്ലകളിൽ വിശ്രമകേന്ദ്രങ്ങൾ ആരംഭിക്കും. സ്ത്രീകൾക്കും പുരുഷൻമാർക്കും പ്രത്യേക സൗകര്യങ്ങളാണ് ഒരുക്കുക. വാഹനം പാർക്ക് ചെയ്യാനും കഴുകാനും ഇവിടെ സൗകര്യം ഉണ്ടാകും. കഫറ്റീരിയയും വിശ്രമകേന്ദ്രങ്ങളിൽ ഉണ്ടായിരിക്കും. ഘട്ടം ഘട്ടമായി ഇത് മറ്റ് ജില്ലകളിലേക്ക് വ്യാപിപ്പിക്കും.

ആശ, അങ്കണവാടി, സ്‌കൂൾ പാചകത്തൊഴിലാളികളെ സർക്കാർ ജീവനക്കാരായി അംഗീകരിക്കൽ

പ്രളയം, കോവിഡ് കാലങ്ങളിലുൾപ്പെടെ സർക്കാരിന്റെ എല്ലാ പ്രവർത്തനങ്ങളിലും സജീവസാന്നിദ്ധ്യം അറിയിച്ചവരാണ് അങ്കണവാടി ജീവനക്കാരും ആശാ വർക്കർമാരും. ഇവരുടെ ഉന്നമനം ലക്ഷ്യമാക്കി ക്ഷേമനിധി അംഗങ്ങളാകാൻ കഴിയുന്നവിധം അസംഘടിത തൊഴിലാളി സാമൂഹിക സുരക്ഷാ പദ്ധതിയിൽ ഉൾപ്പെടുത്തിയിട്ടുണ്ട്.

സ്‌കൂൾ പാചകതൊഴിലാളികൾക്കും ഈ ക്ഷേമപദ്ധതിയിൽ അംഗങ്ങളാകാവുന്നതാണ്. ഇവർക്ക് മിനിമം വേതനം നിശ്ചയിച്ച് സർക്കാർ വിജ്ഞാപനം പുറപ്പെടുവിച്ചിട്ടുണ്ട്. വിജ്ഞാപനപ്രകാരമുള്ള മിനിമം വേതനം ലഭ്യമാക്കുന്നതിന് നടപടികൾ സ്വീകരിക്കും.

അൺ എയ്ഡഡ് സ്‌കൂൾ

സ്വകാര്യ അൺ എയ്ഡഡ് സ്‌കൂളുകളിൽ തൊഴിൽ ചെയ്യുന്ന അദ്ധ്യാപകർക്ക് ഈ സർക്കാർ അധികാരത്തിൽ വന്നശേഷം ഗ്രാറ്റുവിറ്റി, മെറ്റേണിറ്റി ബെനിഫിറ്റ് എന്നിവ ലഭ്യമാക്കുന്നതിന് ഉത്തരവ്

പുറപ്പെടുവിച്ചിട്ടുണ്ട്. ഈ മേഖലയിൽ പ്രവർത്തിക്കുന്നവരെ പിരിച്ചുവിടുന്നത് സർക്കാരിന്റെ ശ്രദ്ധയിൽപ്പെട്ടിട്ടുണ്ട്. നിലവിലെ നിയമത്തിൽ ഭേദഗതി വരുത്തുന്നതിനോ ആവശ്യമെങ്കിൽ പ്രത്യേക നിയമനിർമ്മാണത്തിനോ ഉള്ള സാദ്ധ്യതകൾ പരിശോധിക്കും.

പ്ലാന്റേഷൻ തൊഴിലാളികൾക്ക് ഇ എസ് ഐ

പ്ലാന്റേഷൻ ആക്ട് പ്രകാരം തോട്ടം തൊഴിലാളികൾക്ക് സൗജന്യ ചികിത്സ ഉറപ്പാക്കാൻ തൊഴിലുടമ ബാദ്ധ്യസ്ഥനാണ്. പൂട്ടിക്കിടക്കുന്ന തോട്ടങ്ങളിലെ തൊഴിലാളികളുടെ ഇ എസ്ഐ സ്കീം കേന്ദ്ര സർക്കാരിന്റേതാണ്. പദ്ധതി നടപ്പിലാക്കലിലെ കുറവുകൾ പരിഹരിക്കാൻ സംസ്ഥാന സർക്കാരിന് പരിമിതികളുണ്ട്. ഇക്കാര്യം കേന്ദ്ര സർക്കാരിന്റെ ശ്രദ്ധയിൽ കൊണ്ടുവരും.

തോട്ടംതൊഴിലാളികൾക്ക് കൂലിവർദ്ധന

കേരളത്തിലെ തോട്ടംതൊഴിലാളികളുടെ വേതനം, പാർപ്പിടം, സാമൂഹ്യസുരക്ഷ മുതലായവ ഉൾപ്പെടുത്തിയാണ് പ്ലാന്റേഷൻ നയം പ്രഖ്യാപിച്ചത്. തോട്ടംതൊഴിലാളികളുടെ അടിസ്ഥാനവേതനത്തിൽ 41 രൂപ വർദ്ധന വരുത്തി 06.09.2023 ന് പ്രാഥമികവിജ്ഞാപനം പുറപ്പെടുവിച്ചു. മിനിമം വേതന സമിതി മുമ്പാകെ ലഭ്യമാകുന്ന ആക്ഷേപങ്ങളും നിർദ്ദേശങ്ങളും പരിഗണിച്ച് സർക്കാർ അന്തിമവിജ്ഞാപനം പുറപ്പെടുവിക്കും. 1972 ലെ പേയ്മെന്റ് ഓഫ് ഗ്രാറ്റുവിറ്റി നിയമപ്രകാരം മാനേജ്മെന്റ് ഗ്രാറ്റുവിറ്റി നൽകാത്തപക്ഷം കൺട്രോളിങ് അതോറിറ്റിയായ ഡെപ്യൂട്ടി ലേബർ കമ്മീഷണർമാർക്ക് അപേക്ഷ സമർപ്പിക്കാവുന്നതാണ്. ഇത്തരം അപേക്ഷകളിന്മേൽ ഉചിതമായ തീരുമാനം കൈക്കൊള്ളാൻ നിർദ്ദേശം നൽകും.

ചെമ്മീൻ പീലിങ് തൊഴിലാളികൾക്ക് കുറഞ്ഞ കൂലി

കേരളത്തിൽ ചെമ്മീൻ പീലിങ് മേഖലയിൽ കുറഞ്ഞ കൂലി നിശ്ചയിച്ചിട്ടുണ്ട്. നിലവിലെ കൂലി പുതിയ കാലത്തെ ജീവിതച്ചെലവുകൾ നിർവ്വഹിക്കാൻ വേണ്ടത്ര പര്യാപ്തമല്ല. വേതനം പുതുക്കി നിശ്ചയിക്കുന്നതിനായി സബ് കമ്മിറ്റി രൂപീകരിച്ച് പ്രവർത്തനം ആരംഭിച്ചിട്ടുണ്ട്.

ആനപരിപാലന തൊഴിലാളികൾക്ക് മിനിമം കൂലി

ആന പരിപാലനത്തിൽ ഏർപ്പെട്ടിരിക്കുന്ന തൊഴിലാളികൾക്ക് മിനിമം വേതനം നടപ്പിലാക്കിയിട്ടുണ്ട്. ഒന്നാം പാപ്പാന്റെ പ്രതിമാസ അടിസ്ഥാനശമ്പളം 22,500 രൂപയും രണ്ടാം പാപ്പാന്റെ പ്രതിമാസ

അടിസ്ഥാനശമ്പളം 22,000 രൂപയുമാണ്. ഇതിന് പുറമെ നിലവിലെ ഉപഭോക്തൃ വിലസൂചിക പ്രകാരം ശരാശരി 600 രൂപ പ്രതിമാസ ക്ഷാമബത്തയും നൽകണം. വിജ്ഞാപനപ്രകാരം ഇൻഷുറൻസ് പദ്ധതിയും നടപ്പിലാക്കണം. പ്രതിമാസം 3,000 രൂപയിൽ കുറയാത്ത വൈദ്യസഹായം, സൗജന്യ യൂണിഫോം എന്നിവയും ആനപരിപാലനത്തിൽ ഏർപ്പെട്ടിരിക്കുന്നവർക്ക് ലഭ്യമാക്കണമെന്ന് സർക്കാർ ഉത്തരവ് വ്യക്തമാക്കിയിട്ടുണ്ട്.

നഴ്സിങ് തൊഴിലാളികൾക്ക് തൊഴിലിന് ആനുപാതികമായ ശമ്പളം

കേരളത്തിലെ നഴ്സുമാർ മികച്ച പ്രവർത്തനമാണ് കാഴ്ചവയ്ക്കുന്നത്. സംസ്ഥാനത്തെ സ്വകാര്യ ആശുപത്രികളിൽ ജോലി ചെയ്യുന്ന നഴ്സുമാരും മികച്ച രീതിയിൽ പ്രവർത്തിക്കുന്നവരാണ്. നഴ്സുമാരുൾപ്പെടെ ആശുപത്രി ജീവനക്കാരുടെ ശമ്പളം വർദ്ധിപ്പിച്ച് സർക്കാർ ഉത്തരവ് പുറപ്പെടുവിച്ചിട്ടുണ്ട്. ഈ ഉത്തരവിനെതിരെ ആശുപത്രി മാനേജ്മെന്റുകൾ ഹൈക്കോടതിയെ സമീപിച്ചതിനാൽ പുതുക്കിയ മിനിമം വേതനം നിശ്ചയിക്കുന്നതിന് തെളിവെടുപ്പ് യോഗങ്ങൾ നടന്നുവരികയാണ്. നഴ്സിങ് മേഖലയിലെ തൊഴിലാളികൾക്ക് മെച്ചപ്പെട്ട ശമ്പളം ലഭ്യമാക്കുന്നതിന് സാദ്ധ്യമായ നടപടികളെല്ലാം സ്വീകരിക്കും.

അംഗൻവാടി പെൻഷൻ

മസ്റ്റർ ചെയ്യാത്ത കാലയളവിലെ പെൻഷൻ നൽകുന്ന കാര്യത്തിൽ ഉചിതമായ തീരുമാനം സ്വീകരിക്കണമെന്ന് നിർദ്ദേശം നൽകും.

നിർമ്മാണത്തൊഴിലാളി, മരംകയറ്റത്തൊഴിലാളി പെൻഷൻ

നിർമ്മാണത്തൊഴിലാളി ക്ഷേമനിധി ബോർഡുവഴിയുള്ള ആനുകൂല്യങ്ങളും പെൻഷനും വിതരണംചെയ്യുന്നതിനുള്ള ഫണ്ട് കണ്ടെത്തുന്നത് കെട്ടിട ഉടമകളിൽനിന്നും പിരിച്ചെടുക്കുന്ന കെട്ടിടതൊഴിലാളി ക്ഷേമനിധി സെസ്സിലൂടെയാണ്. സെസ്സ് പിരിവ് ഊർജ്ജിതമാക്കുന്നതിന് തദ്ദേശ സ്വയംഭരണ സ്ഥാപനങ്ങൾ മുഖേന സെസ്സ് പിരിക്കാൻ തീരുമാനിച്ചിട്ടുണ്ട്. കുടിശ്ശിക പിരിവിനുള്ള ശക്തമായ നടപടികൾ തൊഴിൽ വകുപ്പും ആരംഭിച്ചിട്ടുണ്ട്. പ്രതിമാസം 30 കോടി രൂപ വരെ പിരിച്ചുകിട്ടുന്ന തരത്തിൽ ആശാവഹമായ പുരോഗതിയാണ് ഇതിലൂടെ സാദ്ധ്യമായിട്ടുള്ളത്. ഈ സാഹചര്യത്തിൽ കുടിശ്ശിക പെൻഷനും ആനുകൂല്യങ്ങളും ഉടൻ വിതരണം ചെയ്യാൻ സാധിക്കും.

മരംകയറ്റത്തൊഴിലാളികളുടേതുൾപ്പെടെ എല്ലാ ക്ഷേമ പെൻഷനുകളും 1,600 രൂപയായി വർദ്ധിപ്പിച്ചത് എൽ ഡി എഫ് സർക്കാരാണ്. ഈ

സർക്കാർ അധികാരമേറ്റശേഷം ഇതുവരെ മരംകയറ്റത്തൊഴിലാളി ധന സഹായ പദ്ധതി പ്രകാരം 3,37,50,000 രൂപയുടെ ധനസഹായവും മരം കയറ്റത്തൊഴിലാളി അവശതാ പെൻഷൻ പദ്ധതി പ്രകാരം 6,81,32,100 രൂപയുടെ ധനസഹായവും നൽകി. പെൻഷൻ വാങ്ങുന്നവരെക്കാളുമോ അതിനൊപ്പമോ എല്ലാ സാമൂഹ്യ പെൻഷനുകളും കൃത്യമായും സമയ ബന്ധിതമായും വിതരണം ചെയ്യണമെന്ന താൽപ്പര്യമാണ് സർക്കാരിനുള്ളത്. സംസ്ഥാന സർക്കാരിന് ലഭിക്കാനുള്ള അർഹമായ ഫണ്ട് നിഷേധിക്കുന്ന കേന്ദ്രനയത്തിന്റെ ഭാഗമായാണ് പെൻഷൻ വിതരണത്തിൽ കാലതാമസം നേരിടുന്നത്. എന്നിരുന്നാലും സാമൂഹികസുരക്ഷാ പെൻഷനുകൾ മുടങ്ങാതെ നൽകുന്നതിനുള്ള ശ്രമങ്ങൾ സർക്കാർ നടത്തിവരുന്നുണ്ട്.

തയ്യൽത്തൊഴിലാളി റിട്ടയർമെന്റ് ആനുകൂല്യം

തയ്യൽത്തൊഴിലാളി ക്ഷേമനിധി വിഹിതം വർദ്ധിപ്പിച്ചതിനെ തുടർന്ന് നൽകിവരുന്ന റിട്ടയർമെന്റ് ആനുകൂല്യം കുറവാണെന്ന ആക്ഷേപം ശ്രദ്ധയിൽപ്പെട്ടിട്ടുണ്ട്. ഇത് പരിശോധിച്ച് പരിഹരിക്കും.

കെ എസ് ആർ ടി സിയിൽ ശമ്പളവും പെൻഷനും

കെ എസ് ആർ ടിസിയെ പൊതുമേഖലയിൽത്തന്നെ നിലനിർത്തുകയാണ് സർക്കാർ ലക്ഷ്യം. ഇതിനായി വലിയ തോതിലുള്ള പിന്തുണയാണ് സർക്കാർ നൽകിവരുന്നത്. ഒറ്റത്തവണ ശമ്പളം നൽകണമെന്നു തന്നെയാണ് സർക്കാർ ലക്ഷ്യംവെക്കുന്നത്. മാസശമ്പളത്തിന്റെ ആദ്യ ഗഡു (50%) 10-ാം തീയതിക്ക് മുമ്പും രണ്ടാം ഗഡു (50%) 20 ന് മുമ്പും നൽകണമെന്നാണ് ഹൈക്കോടതി ഉത്തരവ്. സർക്കാരിന്റെ സാമ്പത്തികഞെരുക്കത്തിലും ഇത് പരമാവധി പാലിച്ചുപോരുന്നു. ശമ്പളയിനത്തിൽ പ്രതിമാസം 80 കോടി രൂപയാണ് ആവശ്യം. അതിൽ 50 കോടി രൂപ സർക്കാർ രണ്ട് ഗഡുക്കളായി അനുവദിക്കും. 30 കോടി രൂപ ആദ്യത്തെ ഗഡുവും 20 കോടി രൂപ രണ്ടാം ഗഡുവുമായാണ് അനുവദിക്കുന്നത്. 2016 മുതൽ ഇതുവരെ വായ്പയായും പദ്ധതിവിഹിതമായും കെ എസ് ആർ ടി സിക്ക് 1,094.81 കോടി രൂപ അനുവദിച്ചിട്ടുണ്ട്.

ഒറ്റത്തവണയായി ശമ്പളം നൽകാൻ സാധിക്കുമോ എന്നത് സബന്ധിച്ച് ബാങ്കിങ് സ്ഥാപനങ്ങളുമായി ചർച്ച നടത്തിവരുകയാണ്. 2023 ഡിസംബർ മുതൽ അടുത്ത ഒരു വർഷത്തേക്ക് പെൻഷൻ നൽകുന്നതിന് സഹകരണ ബാങ്കുകളുടെ കൺസോർഷ്യവുമായി ഉടമ്പടി ഒപ്പുവച്ചു. ഇതിനായുള്ള ഇടപെടൽ ഊർജ്ജിതമാക്കും.

ഇ പി എഫ്

വളരെ ഗൗരവപൂർണ്ണമായ പ്രശ്നമാണ് ഇ പി എഫുമായി ബന്ധപ്പെട്ട് നിലവിലുള്ളത്. കേരളം പോലെയുള്ള സംസ്ഥാനത്ത് ജീവിക്കുന്നവർക്ക് സങ്കൽപ്പിക്കാൻപോലും കഴിയാത്തവിധം ചെറിയ തുക ഇ പി എഫ് പെൻഷനായി ലഭിക്കുന്നവരുണ്ടെന്നാണ് മനസ്സിലാക്കുന്നത്. സംസ്ഥാന സർക്കാർ നൽകുന്ന ക്ഷേമപെൻഷനുകളുമായി താരതമ്യം ചെയ്യുമ്പോൾ തുച്ഛമായ തുകയാണ് ലഭിക്കുന്നത്. കേന്ദ്ര സർക്കാരും കേന്ദ്ര തൊഴിൽമന്ത്രാലയത്തിന്റെ ഭരണനിയന്ത്രണത്തിന് കീഴിൽ പ്രവർത്തിക്കുന്ന എംപ്ലോയീസ് പ്രോവിഡന്റ് ഫണ്ട് ഓർഗനൈസേഷനുമാണ് ഇ പി എഫ് പെൻഷൻ പദ്ധതിയുടെ പരിഷ്കരണവുമായി ബന്ധപ്പെട്ട വിഷയത്തിൽ തീരുമാനമെടുക്കേണ്ടത്.

നിങ്ങൾ അഭിമുഖീകരിക്കുന്ന ഗുരുതരമായ അവഗണന അർഹിക്കുന്ന വിധത്തിൽ പ്രതിഷേധസ്വരമായി ഉയർന്നുവന്നു കണ്ടിട്ടില്ല. വിവിധ തൊഴിൽ മേഖലകളിൽ ജോലിയെടുത്ത് ഇ പി എഫ് പെൻഷന് അർഹരായവർ ഈ പ്രശ്നം പൊതുസമൂഹത്തിൽ ഉയർത്തിക്കൊണ്ടുവരേണ്ടതുണ്ട്. ഇതിനായി ദേശീയതലത്തിൽ പ്രവർത്തിക്കുന്ന തൊഴിലാളി സംഘടനകളുടെ സഹായം തേടാവുന്നതാണ്. ഇ പി എഫ് കാര്യത്തിൽ ഇടപെടാൻ സംസ്ഥാന സർക്കാരിന് പരിമിതികളുണ്ട്. ഇ പി എഫ് പെൻഷൻകാരുടെ ബുദ്ധിമുട്ടുകൾ കേന്ദ്ര സർക്കാരിന്റെ ശ്രദ്ധയിൽപ്പെടുത്തും.

ക്ഷേമനിധി ബോർഡുകളിൽ സ്പെഷ്യൽ റൂൾ

രാജ്യത്തിന് മാതൃകയായ തരത്തിലാണ് സംസ്ഥാനത്ത് ക്ഷേമനിധി ബോർഡുകൾ പ്രവർത്തിച്ചുവരുന്നത്. തൊഴിലാളികളുടെയും കുടുംബാംഗങ്ങളുടെയും സാമൂഹിക സാമ്പത്തിക സുരക്ഷ ഉറപ്പുവരുത്തൽ ലക്ഷ്യമിട്ട് തൊഴിൽ വകുപ്പിനുകീഴിൽ മാത്രം 16 ക്ഷേമനിധി ബോർഡുകൾ പ്രവർത്തിക്കുന്നുണ്ട്. ഈ സംവിധാനത്തിൽ 70 ലക്ഷം അംഗങ്ങളാണുള്ളത്. അവർക്ക് പെൻഷൻ, കുട്ടികളുടെ വിദ്യഭ്യാസത്തിനും മറ്റുമുള്ള ആനുകൂല്യങ്ങൾ, ജോലി ഇല്ലാതാവുന്നതും ജോലി ചെയ്യാൻ സാധിക്കാത്തതുമായ സാഹചര്യങ്ങളിലെ ധനസഹായങ്ങൾ തുടങ്ങി ഒട്ടേറെ പദ്ധതികൾ നടപ്പിലാക്കിവരുന്നു. അസംഘടിതരായ തൊഴിലാളികൾക്കുള്ള ക്ഷേമനിധി സംവിധാനവും കേരളത്തിൽ നിലവിലുണ്ട്. ഈ സർക്കാർ നിലവിൽ വന്ന ശേഷം വിവിധ ക്ഷേമനിധി ബോർഡുകൾ വഴി തൊഴിലാളികൾക്കും അവരുടെ കുടുംബങ്ങൾക്കും നിരവധി ആനുകൂല്യങ്ങൾ നൽകിയിട്ടുണ്ട്.

അഡ്വാൻസ്ഡ് ഇൻഫർമേഷൻ ഇന്റർഫേസ് സിസ്റ്റം എന്ന സോഫ്റ്റ്‌വെയറിലൂടെ 16 തൊഴിലാളി ക്ഷേമനിധി ബോർഡുകളുടെയും പ്രവ

ർത്തനം ഓൺലൈനിലാക്കൽ ഒന്നാംഘട്ടം പൂർത്തിയായി. പെൻഷൻ ഇരട്ടിപ്പ് തടയാനും അർഹരായവർക്ക് വേഗത്തിൽ ആനുകൂല്യങ്ങളെത്തിക്കാനും ഈ സോഫ്റ്റ്‌വെയർ സഹായകരമാണ്. നാലു ബോർഡുകളിൽ ഇതിനോടകം സ്പെഷ്യൽ റൂൾ നടപ്പിലാക്കിയിട്ടുണ്ട്. മറ്റു ബോർഡുകളിൽ സ്പെഷ്യൽ റൂൾ രൂപീകരണം സംബന്ധിച്ച പ്രൊപ്പോസലുകൾ സർക്കാരിന്റെ പരിഗണനയിലാണ്. ക്ഷേമനിധി ബോർഡുകളുടെ സംയോജനവുമായി ബന്ധപ്പെട്ട നടപടികൾ അന്തിമഘട്ടത്തിലാണ്.

കേന്ദ്രം അടച്ചുപൂട്ടിയ പൊതുമേഖലാസ്ഥാപനങ്ങൾ

പൊതുമേഖലാ സ്വകാര്യവൽക്കരണം എൽ ഡി എഫ് സർക്കാരിന്റെ നയമല്ല. എന്തെല്ലാം പരിമിതികൾ ഉണ്ടായാലും പൊതുമേഖലാ സ്ഥാപനങ്ങളെ സംരക്ഷിക്കുവാനുള്ള നടപടികളുമായാണ് സർക്കാർ മുന്നോട്ടു പോകുന്നത്.

കേന്ദ്ര സർക്കാരിൽ നിന്ന് ഏറ്റെടുത്ത ഹിന്ദുസ്ഥാൻ ന്യൂസ്പ്രിന്റ് ലിമിറ്റഡിന്റെ കുടിശ്ശിക തീർത്ത് പുതുതായി നിർമ്മിച്ച കേരള പേപ്പർ പ്രൊഡക്റ്റ്സ് ലിമിറ്റഡ് വാണിജ്യോല്പാദനത്തിലേക്ക് കടന്നു. ഇന്ത്യയിൽ 25 ലധികം പത്രമാധ്യമങ്ങൾക്ക് കെ പി പി എൽ ഇപ്പോൾ കടലാസ് വിതരണം ചെയ്യുന്നു. 46 മാസം കൊണ്ട് 3,000 കോടി ടേണോവറിലേക്ക് എത്താൻ കഴിയുന്ന, 5 ലക്ഷം മെട്രിക് ടൺ ഉൽപ്പാദനമുള്ള ഇന്ത്യയിലെ പ്രധാനപ്പെട്ട സ്ഥാപനമാക്കി കേരള പേപ്പർ പ്രൊഡക്റ്റ്സിനെ മാറ്റാനാണ് സർക്കാർ ലക്ഷ്യമിടുന്നത്.

എച്ച് എൻ എല്ലിന്റെ അധികഭൂമിയിൽ റബ്ബർ അധിഷ്ഠിത മൂല്യവർധിത ഉൽപ്പന്നങ്ങൾ നിർമ്മിക്കാൻ സംസ്ഥാന സർക്കാർ രൂപം നൽകിയ കേരള റബ്ബർ ലിമിറ്റഡിന്റെ നിർമ്മാണം നടന്നുവരുന്നു. 1,050 കോടി രൂപ ചെലവ് പ്രതീക്ഷിക്കുന്ന പദ്ധതിയിലൂടെ ലാറ്റക്സ് അധിഷ്ഠിത ഉല്പന്നങ്ങളുടെ നിർമ്മാണ ഹബ്ബാക്കി വെള്ളൂരിനെ മാറ്റും. അമൂൽ മാതൃകയിൽ റബ്ബർ സംഭരണവും ലക്ഷ്യമിടുന്നു.

കേന്ദ്ര സർക്കാരിന്റെ സ്വകാര്യവൽക്കരണനയത്തിന്റെ ഭാഗമായുള്ള ഓഹരി വിറ്റഴിക്കൽ പ്രക്രിയയിൽ എച്ച് എൽ എൽ ലൈഫ് കെയർ ലിമിറ്റഡിനെ ഉൾപ്പെടുത്തിയിരുന്നു. ഇതേത്തുടർന്നാണ് സംസ്ഥാന സർക്കാർ ഹിന്ദുസ്ഥാൻ ലാറ്റക്സ് ലിമിറ്റഡ് ഏറ്റെടുക്കാൻ സന്നദ്ധമായത്. അതിനായി കെ എസ് ഐ ഡി സിയെ ചുമതലപ്പെടുത്തി. എന്നാൽ സംസ്ഥാന സർക്കാരിന് ലേലത്തിൽ പങ്കെടുക്കാൻ കഴിയില്ലെന്ന് വ്യക്തമാക്കി കേന്ദ്രം കത്തയച്ചു. സംസ്ഥാന സർക്കാരുകൾക്കോ, സർക്കാർ അധീനതയിലുള്ള പൊതുമേഖലാ സംരംഭങ്ങൾക്കോ ഇത്തരം ടെൻഡർ നടപടികളിൽ പങ്കെടുക്കാൻ കഴിയില്ലെന്നാണ് കേന്ദ്രത്തിന്റെ വാദം.

കേന്ദ്ര സർക്കാരിൽ നിന്നും ഏറ്റെടുത്ത കാസർഗോഡ് കെല്ലിന്റെ പ്രവർത്തനോദ്ഘാടനം 2022 ഏപ്രിൽ 1 ന് നിർവ്വഹിച്ചു. കമ്പനിയുടെ പുനരുദ്ധാരണത്തിന് 43 കോടി രൂപയും രണ്ടു വർഷമായി തൊഴിലോ ശമ്പളമോ ഇല്ലാതെ കഷ്ടപ്പെടുന്ന ജീവനക്കാരുടെ ശമ്പള കുടിശ്ശികയുൾപ്പെടെ കമ്പനി വരുത്തിയ 34 കോടി രൂപയുടെ ബാദ്ധ്യതയും സംസ്ഥാന സർക്കാർ ഏറ്റെടുത്തു.

തൊഴിൽ വകുപ്പിന്റെ പരിശോധന

തൊഴിൽ കേന്ദ്രങ്ങളിൽ ഉദ്യോഗസ്ഥതല പരിശോധന നടത്തിവരുന്നുണ്ട്. കുറ്റക്കാരായ തൊഴിലുടമകൾക്കെതിരെ കർശനമായ നടപടി സ്വീകരിക്കുന്നതിനൊപ്പം വ്യവസായ സൗഹൃദ അന്തരീക്ഷം സൃഷ്ടിച്ച് തൊഴിലാളി - തൊഴിലുടമ ബന്ധം ആരോഗ്യപരമായി നിലനിർത്തുന്നതിനുള്ള ഇടപെടലുകളാണ് സ്വീകരിച്ചുവരുന്നത്. ഈ സർക്കാരിന്റെ കാലത്ത് തൊഴിൽ സമരങ്ങളൊന്നും ഉണ്ടാകാതിരുന്നത് ഈ നയത്തിന്റെ ഭാഗമായാണ്.

പത്തൊമ്പത് തൊഴിൽമേഖലകളിലെ മികച്ച തൊഴിലാളികൾക്ക് തൊഴിലാളി ശ്രേഷ്ഠ പുരസ്കാരം, മികച്ച 11 തൊഴിലിടങ്ങൾക്ക് മുഖ്യമന്ത്രിയുടെ എക്സലൻസ് അവാർഡ്, രണ്ടാമത്തെയും മൂന്നാമത്തെയും മികച്ച സ്ഥാപനങ്ങൾക്ക് വജ്ര, സുവർണ്ണ എന്നീ അവാർഡുകൾ നൽകി വരുന്നു.

പരമ്പരാഗത വ്യവസായ നവീകരണം

മൂല്യവർദ്ധിത ഉല്പന്നങ്ങൾ തയ്യാറാക്കുന്നതിനും വിപണനത്തിനുമുള്ള സാദ്ധ്യതകൾ കണ്ടെത്തി നടപ്പിലാക്കിവരുന്നു. പാരമ്പര്യതൊഴിലുകളെ ആധുനിക കാലത്തിന്റെ ആവശ്യത്തിനനുസരിച്ച് രൂപപ്പെടുത്തുന്നതിനായി നൈപുണ്യപരിശീലനം നൽകിവരുന്നു. ബീഡി, ഖാദി, ഈറ്റ കാട്ടുവള്ളി, മത്സ്യം, കയർ എന്നീ പരമ്പരാഗത തൊഴിൽ മേഖലകളിൽ മിനിമം വേതനം ഉറപ്പാക്കുന്നതിന് സർക്കാർ ധനസഹായം നൽകിവരുന്നു. സാമ്പത്തിക താങ്ങൽ പദ്ധതി പ്രകാരം ഈ സാമ്പത്തികവർഷം 90 കോടി രൂപ വകയിരുത്തിയിട്ടുണ്ട്.

കൈത്തറിമേഖലയുടെ ആധുനികവൽക്കരണത്തിന് 13 സംഘങ്ങൾക്ക് 58,90,420 രൂപയും ഡൈ ഹൗസ് നവീകരണത്തിന് നാല് സംഘങ്ങൾക്ക് 18,07,400 രൂപയും സാങ്കേതികവിദ്യ അപ്ഗ്രഡേഷന് 5 സംഘങ്ങൾക്ക് 29,73,555 രൂപയും തറി വാങ്ങൽ, സ്റ്റോറേജ് റൂം നിർമ്മാണം, ടോയ്‌ലറ്റ് നവീകരണം എന്നിവയ്ക്ക് 2,26,70,453 രൂപയും അനുവദിച്ചു. ആകെ 3,33,41,828 രൂപ ആധുനികവൽക്കരണത്തിനാ

യി അനുവദിച്ചിട്ടുണ്ട്. പൊതുവിദ്യാഭ്യാസ വകുപ്പിന്റെയും കൈത്തറി വകുപ്പിന്റെയും സംയുക്താഭിമുഖ്യത്തിൽ സൗജന്യ കൈത്തറി സ്കൂൾ യൂണിഫോം പദ്ധതി നടപ്പിലാക്കി. 53 ലക്ഷം വിദ്യാർത്ഥികൾക്ക് യൂണിഫോം ലഭ്യമാക്കി. 6,222 നെയ്ത്തുകാരും 1,600 അനുബന്ധ തൊഴിലാളികളും ഇതുമായി ബന്ധപ്പെട്ട് ജോലി ചെയ്തുവരുന്നു. ഈ പദ്ധതിക്കായി ഇതുവരെ 534.40 കോടി രൂപ ചെലവഴിച്ചു. ഇതിൽ 318.97 കോടി രൂപ കൂലി നൽകാനാണ് വിനിയോഗിച്ചത്.

കേരള ഖാദി ഗ്രാമ വ്യവസായ ബോർഡിന് 2016-17 മുതൽ 552.9 കോടി രൂപയുടെ ധനസഹായം നൽകിയിട്ടുണ്ട്. കൂടാതെ ഇൻകം സപ്പോർട്ട് സ്കീം പ്രകാരം 206 കോടി രൂപയും അനുവദിച്ചു. കൂടുതൽ തൊഴിലവസരങ്ങൾ സൃഷ്ടിക്കാനും ഉല്പാദനം വർദ്ധിപ്പിക്കാനും നെയ്ത്തുപകരണങ്ങൾ നവീകരിക്കാനും സാധിച്ചു. ഖാദി വസ്ത്ര മേഖലയിൽ കാലാനുസൃതമായ മാറ്റങ്ങൾ വരുത്തി. പാപ്പിലിയോ എന്ന പുതിയ ബ്രാൻഡ് വിപണിയിൽ എത്തിച്ചു.

കശുവണ്ടി വ്യവസായ മേഖലയുടെ പുനരുദ്ധാരണത്തിന് 37 കോടി രൂപ അനുവദിച്ചു. 20 കോടി രൂപ സ്വകാര്യമേഖലയിൽ ഉൾപ്പെടെ തൊഴിലാളികളുടെ ഇ എസ് ഐ, ഇ പി എഫ്, മറ്റ് ക്ഷേമപ്രവർത്തനങ്ങൾ എന്നിവയ്ക്കും 5 കോടി രൂപ തൊഴിലിടം സ്ത്രീ സൗഹൃദമാക്കുന്നതിനും 5 കോടി രൂപ ഷെല്ലിങ് യൂണിറ്റുകളുടെ നവീകരണത്തിനും ഉപയോഗിക്കും. അടുത്ത വർഷം പദ്ധതി ആരംഭിക്കും. 7 കോടി രൂപ ചെറുതും ഇടത്തരവുമായ കശുവണ്ടി ഫാക്ടറി യൂണിറ്റുകളുടെ പുനരുദ്ധാരണത്തിനും നവീകരണത്തിനുമായുള്ള വായ്പകളുടെ പലിശ ഇളവിന് ഉപയോഗിക്കും. ഈ സാമ്പത്തികവർഷം 17,000 മെട്രിക് ടൺ തോട്ടണ്ടി ഇറക്കുമതി ചെയ്യാൻ 175 കോടി രൂപ ചെലവഴിക്കും. കാഷ്യൂ ബോർഡ് രൂപീകരിച്ചതിനുശേഷമുള്ള ഏറ്റവും വലിയ സംഭരണമാണിത്.

കയർ വ്യവസായം ആധുനികവൽക്കരിച്ച് രണ്ടാം കയർ പുനഃസംഘടന നടത്തിയ മുന്നേറ്റം ശ്രദ്ധേയമാണ്. യു ഡി എഫ് സർക്കാരിന്റെ കാലത്ത് 2011 മുതൽ 2016 വരെ ഈ മേഖലയ്ക്കായി ചെലവഴിച്ചത് 599 കോടി രൂപയാണ്. 2016 മുതൽ 2021 വരെ എൽ ഡി എഫ് സർക്കാർ 1,112 കോടി രൂപ ചെലവഴിച്ചു. 2021 മുതൽ 2023 വരെ ഈ സർക്കാർ 343 കോടി രൂപ ചെലവഴിച്ചു. 2016 മുതൽ കഴിഞ്ഞ ഏഴ് വർഷംകൊണ്ട് ആകെ 1,455 കോടി രൂപ കയർ മേഖലയ്ക്കായി ചെലവഴിച്ചു. രണ്ടാം പുനഃസംഘടനയുടെ ഭാഗമായി കയർ ഉല്പാദനം 77,218 ടണ്ണായി വർദ്ധിപ്പിച്ചു. 2021 മുതൽ 2023 ഒക്ടോബർ വരെ 51,331 ടൺ കയർ ഉല്പാദിപ്പിച്ചിട്ടുണ്ട്.

ആധുനികവൽക്കരണംകൊണ്ട് കയർ, ചുമട്ടുതൊഴിലാളികൾക്കുണ്ടാകുന്ന തൊഴിൽ നഷ്ടം

മാറുന്ന ലോകത്ത് ആധുനികവൽക്കരണം അനിവാര്യമാണ്. സ്വാഭാവികമായും ഇതിന്റെ ഭാഗമായി പരമ്പരാഗതമേഖല പരിവർത്തനങ്ങൾക്ക് വിധേയമാകും. ഇതുവഴി പരമ്പരാഗത തൊഴിലാളികൾക്ക് തൊഴിൽ നഷ്ടപ്പെടുന്നതിനൊപ്പം പുതിയ തൊഴിലുകൾ ആവിർഭവിക്കുകയും ചെയ്യും. കാലാനുസൃതമായ ഈ മാറ്റം ഉൾക്കൊണ്ട് പുതിയ തൊഴിലിൽ പരിശീലനം നേടി അവസരങ്ങൾ പ്രയോജനപ്പെടുത്തണം. വിജ്ഞാനാധിഷ്ഠിതമായ ജോലികൾക്ക് ആവശ്യമായ വൈദഗ്ധ്യവും നൈപുണിയും വളർത്തി തൊഴിലാളികളെ സജ്ജരാക്കുന്നതിന് വിവിധ പരിശീലനങ്ങൾ സംഘടിപ്പിക്കുന്നുണ്ട്.

പരമ്പരാഗത തൊഴിൽമേഖലയിൽ തൊഴിൽ ചെയ്യുന്ന തൊഴിലാളികൾക്ക് മികച്ച പരിശീലനം ഉറപ്പുവരുത്തി ആധുനികവൽക്കരണത്തിന്റെ ഭാഗമാക്കുന്നതിന് കേരള അക്കാദമി ഫോർ സ്കിൽസ് എക്സലൻസ് മുഖാന്തരം നൈപുണ്യപരിശീലനം നടത്തിവരുന്നു. 'പ്രതീക്ഷ' എന്ന പേരിൽ പരമ്പരാഗതമേഖലയെ പുനരുജ്ജീവിപ്പിക്കാൻ നൈപുണ്യപരിശീലന പരിപാടികൾ നടപ്പിലാക്കുന്നുണ്ട്. ഇതിലൂടെ ലാഭകരമല്ലാത്ത പരമ്പരാഗത വ്യവസായങ്ങളിൽ തൊഴിലെടുക്കുന്നവർക്ക് ആധുനിക സാങ്കേതികവിദ്യ ഉപയോഗിച്ച് തങ്ങളുടെ തൊഴിൽചെയ്യുവാനും അനുബന്ധമായ മറ്റ് തൊഴിൽ മേഖലയിൽ നൈപുണ്യം ആർജിച്ച് പുതിയ തൊഴിലവസരങ്ങൾ കണ്ടെത്താനും സാധിക്കും.

ചുമട്ടുതൊഴിലാളികളുടെ വൈദഗ്ധ്യം വർദ്ധിപ്പിക്കുന്നതിനും ചുമടുകളുടെ കയറ്റിറക്കത്തിന് പുതിയ കാലത്ത് ഉപയോഗിക്കുന്ന ക്രെയിൻ പോലുള്ള ആധുനിക ഉപകരണങ്ങൾ പ്രവർത്തിപ്പിക്കുന്നതിന് പ്രാപ്തമാക്കുന്നതിനും നവശക്തി നൈപുണ്യ വികസന പദ്ധതിയിലൂടെ പ്രത്യേക പരിശീലനാവസരം ഒരുക്കിയിട്ടുണ്ട്.

കർമ്മചാരി പദ്ധതി

പഠനത്തോടൊപ്പം തൊഴിൽ ചെയ്യുന്നതിന് വിദ്യാർത്ഥികൾക്ക് അവസരമൊരുക്കുന്ന പദ്ധതിയാണ് കർമ്മചാരി. വിവിധ തൊഴിൽ മേഖലകളിൽ പ്രാവീണ്യം നേടുന്നതിനും നൈപുണ്യവികസനത്തിലൂടെ മികച്ച തൊഴിൽസാദ്ധ്യതകൾ കണ്ടെത്തുന്നതിനും ഈ പദ്ധതി വിദ്യാർത്ഥികളെ പ്രാപ്തരാക്കുന്നു. ഉന്നത വിദ്യാഭ്യാസ വകുപ്പുമായി ചേർന്ന് തൊഴിൽ വകുപ്പ് നടപ്പിലാക്കുന്ന പദ്ധതിയുടെ ആദ്യഘട്ടത്തിന് എറണാകുളത്ത് തുടക്കമായി. പദ്ധതി വിവിധ നഗരങ്ങളിലേക്ക് വ്യാപിപ്പിക്കും.

നൈപുണ്യപരിശീലനത്തിൽ സ്വകാര്യപങ്കാളിത്തം

കേരളം നിക്ഷേപസൗഹൃദ സംസ്ഥാനമായി പരിണമിച്ചിട്ടുണ്ട്. നൈപുണ്യ പരിശീലന മേഖലയിലും വിവിധ സ്വകാര്യ ഏജൻസികൾ കേരളത്തിൽ നിക്ഷേപം നടത്തിയിട്ടുണ്ട്. അഡീഷണൽ സ്കിൽ അക്വസിഷൻ പ്രോഗ്രാം (അസാപ്) സ്ഥാപിച്ച 16 കമ്മ്യൂണിറ്റി സ്കിൽ പാർക്കുകളിൽ 15 എണ്ണത്തിൽ സ്വകാര്യപങ്കാളിത്തത്തോടെ നൈപുണ്യ പരിശീലന പദ്ധതി നടപ്പിലാക്കിവരുന്നു. കുടുംബശ്രീ നടപ്പിലാക്കുന്ന നൈപുണ്യപരിശീലന പദ്ധതിയിൽ 30 സ്വകാര്യ ഏജൻസികൾ 31 സെന്ററുകളിലായി 41 കോഴ്സുകൾ നടപ്പിലാക്കിവരുന്നു.

നൈപുണ്യപരീശിലന കോഴ്സുകളുടെ ഗുണനിലവാരം ഉറപ്പാക്കുന്നതിന് നാഷണൽ സ്കിൽ ക്വാളിഫിക്കേഷൻ ഫ്രെയിംവർക്ക് (എൻ എസ് ക്യൂ എഫ്) നിലവിലുണ്ട്. ഈ ചട്ടക്കൂടിന് അനുസൃതമായി വികസിപ്പിച്ച കോഴ്സുകൾക്കുമാത്രമേ സർക്കാർ അംഗീകാരം ലഭ്യമാവുകയുള്ളൂ. കേരളത്തിൽ സംസ്ഥാന നൈപുണ്യവികസന മിഷനാണ് കോഴ്സുകൾ അംഗീകരിക്കുന്നതിനുള്ള ഏജൻസി. കോഴ്സുകളുടെ ഉള്ളടക്കവും പരിശീലനസൗകര്യങ്ങളും കൃത്യമായി പരിശോധിച്ചാണ് അംഗീകാരം നൽകുന്നത്. അംഗീകാരമുള്ള കോഴ്സുകളിൽ ചേരാൻ ശ്രദ്ധിക്കുക എന്നതാണ് ഇക്കാര്യത്തിൽ ചെയ്യേണ്ടത്.

പരിശീലകരുടെ ഗുണനിലവാരം ഉറപ്പുവരുത്തുന്നതിന് സംസ്ഥാന നൈപുണ്യ മിഷൻ പരിശീലക പരിശീലന അക്കാദമി സ്ഥാപിച്ചിട്ടുണ്ട്. വിവിധ മേഖലകളിൽ പരിശീലകരാകാൻ ഉദ്ദേശിക്കുന്നവർ ഈ അക്കാദമിയിൽനിന്ന് പരിശീലക പരിശീലനം പൂർത്തിയാക്കണമെന്ന നിബന്ധന നിർബ്ബന്ധമാക്കും.

ലോകത്തിന്റെ വിവിധ ഭാഗങ്ങളിൽ നിന്നും റിപ്പോർട്ട് ചെയ്യപ്പെടുന്ന ഒഴിവുകളിലേക്ക് പരിഗണിക്കപ്പെടാൻ പ്രാപ്തമാക്കുന്ന രീതിയിൽ സമകാലികമായ തൊഴിൽ പരിശീലനവും തൊഴിലനുഭവങ്ങളും ഉറപ്പാക്കേണ്ടതുണ്ട്. വിദേശസ്ഥാപനങ്ങളുമായി ചേർന്ന് സംയുക്ത പരിശീലന പരിപാടികളും ഇക്കാര്യത്തിൽ അനിവാര്യമാകും. അത്തരം പരിശീലന പരിപാടികൾഇതിനകംആരംഭിച്ചിട്ടുണ്ട്.ഗൾഫ്രാജ്യങ്ങളിലെഓയിൽ& ഗ്യാസ് മേഖലയിലെ വിവിധ തൊഴിലവസരങ്ങളിലേക്ക് അനുയോജ്യമായ കോഴ്സുകൾ നൽകാൻ ഖത്തർ ആസ്ഥാനമായി പ്രവർത്തിക്കുന്ന ഇറാം ഗ്രൂപ്പുമായി ചേർന്ന് എസ്പോയിർ എന്ന മികവിന്റെ കേന്ദ്രം സ്ഥാപിച്ചു.

വ്യാവസായികദുരന്തങ്ങൾ ഉണ്ടായാൽ സമീപവാസികളെ അറിയിക്കൽ

ഫാക്ടറീസ് & ബോയിലേഴ്സ് വകുപ്പ് മുഖാന്തരം നടപ്പിലാക്കുന്ന റിമോട്ട് സെൻസിങ് എനേബിൾഡ് ഓൺലൈൻ കെമിക്കൽ എമർജൻസി റെസ്പോൺസ് സിസ്റ്റം പദ്ധതിയിലൂടെ സംസ്ഥാനത്ത് പ്രവർത്തിക്കുന്ന അപകടതീവ്രത കൂടിയ ഫാക്ടറികളിൽ വിഷവാതക ചോർച്ച, തീപിടിത്തം, പൊട്ടിത്തെറി തുടങ്ങിയ വ്യാവസായിക ദുരന്തങ്ങളുണ്ടായാൽ മുന്നറിയിപ്പ് നൽകാൻ സംവിധാനമുണ്ട്. ജിയോ സ്പേഷ്യൽ സാങ്കേതികവിദ്യയുടെ സഹായത്തോടെയാണ് സമീപവാസികൾക്കും ദുരന്തനിവാരണ ഏജൻസികൾക്കും, പോലീസ്, ഫയർ & റെസ്ക്യൂ, റവന്യൂ ഉൾപ്പെടെയുള്ള അധികാരികൾക്കും ജാഗ്രതാസന്ദേശം നൽകുന്നത്. ഇതിനായി മൊബൈൽ ആപ്ലിക്കേഷനും നിലവിലുണ്ട്. പദ്ധതിയുടെ ആദ്യഘട്ടം ഹൈദരാബാദിലെ നാഷണൽ റിമോട്ട് സെൻസിങ് സെന്റർ, തമിഴ്നാട് കൽപ്പാനകത്തെ ഇന്ദിരാഗാന്ധി സെന്റർ ഫോർ അറ്റോമിക് റിസർച്ച് എന്നിവരുമായി ചേർന്ന് എറണാകുളം ജില്ലയിലെ അമ്പലമുകളിൽ നടപ്പിലാക്കി. ആദ്യമായാണ് ഇത്തരത്തിലൊരു പദ്ധതി നടപ്പിലാക്കുന്നത്.

ഫാക്ടറികളിൽ തൊഴിലപകടങ്ങൾ കുറയ്ക്കൽ

സംസ്ഥാനത്തെ വിവിധ ഫാക്ടറികളിലെ തൊഴിലാളികൾക്കും സൂപ്പർവൈസർമാർക്കും നിർമ്മാണപ്രക്രിയക്ക് അനുസൃതമായ സുരക്ഷിതത്വ ആരോഗ്യവിഷയങ്ങളിലും അടിസ്ഥാന സുരക്ഷിതത്വ വിഷയങ്ങളിലും പരിശീലനം നൽകിവരുന്നു. കൃത്യമായ ഇടവേളകളിൽ എല്ലാ ജില്ലകളിലും ആരോഗ്യ സുരക്ഷിതത്വ ശില്പശാല സംഘടിപ്പിക്കാറുണ്ട്. ഫാക്ടറീസ് & ബോയിലേഴ്സ് വകുപ്പിന്റെ 'സുരക്ഷാരഥം' മൊബൈൽ പരിശീലന പദ്ധതി പ്രകാരം ഫാക്ടറികളിൽ നേരിട്ടെത്തി തൊഴിലാളികൾക്കും സൂപ്പർവൈസർമാർക്കും പരിശീലനം നൽകുന്നു. ഇതിലൂടെ തൊഴിലപകടങ്ങൾ ഗണ്യമായി കുറയ്ക്കുവാൻ കഴിഞ്ഞിട്ടുണ്ട്. അപകടസാദ്ധ്യത കൂടിയ ഫാക്ടറികളിൽ അപകടങ്ങൾ സംബന്ധിച്ച മോക്ഡ്രില്ലുകൾ നടത്തി തൊഴിലാളികൾക്കും പരിസരവാസികൾക്കും അപകടങ്ങൾ എങ്ങനെ നേരിടണമെന്ന അറിവ് നൽകുന്നു.

തൊഴിൽജന്യരോഗങ്ങൾ കണ്ടുപിടിക്കൽ

ഓരോ തൊഴിൽമേഖലയിലും പ്രവർത്തിച്ചുവരുന്ന തൊഴിലാളികൾക്ക് പ്രത്യേകതരം രോഗങ്ങൾ വരുന്നതിനുള്ള സാദ്ധ്യതയുണ്ട്. ഇവയെ തൊഴിൽജന്യരോഗങ്ങളെന്നാണ് വിശേഷിപ്പിക്കാറുള്ളത്. ഫാക്ടറികളിലും ഇഷ്ടിക കളങ്ങളിലും പൊടിയും പുകയുമുള്ള തൊഴിലിടങ്ങ

ളിലും പ്രവർത്തിക്കുന്നവർക്ക് ക്രോണിക് ഒബ് സ്ട്രക്റ്റീവ് പൾമണറി ഡിസീസസ്, ആസ്ബെസ്റ്റോസിസ്, സിലിക്കോസിസ് തുടങ്ങിയ രോഗങ്ങൾ വരുന്നതിനുള്ള സാദ്ധ്യതകളുണ്ട്. സംസ്ഥാന ആരോഗ്യ വകുപ്പ് നടപ്പിലാക്കുന്ന ഗുരുതര ശ്വാസകോശരോഗമായ ക്രോണിക് ഒബസ്ട്രക്റ്റീവ് പൾമണറി ഡിസീസസ് നിയന്ത്രിക്കുന്നതിനുള്ള 'ശ്വാസ്' പദ്ധതിയിലൂടെ പൊടിയുള്ളതും പുകയുള്ളതുമായ സാഹചര്യങ്ങളിൽ പ്രവർത്തിക്കുന്ന തൊഴിലാളികൾക്ക് ശ്വാസകോശാരോഗ്യ പരിശോധന നിർബ്ബന്ധമാക്കിയിട്ടുണ്ട്.

കശുവണ്ടിമേഖലയിൽ പണിയെടുക്കുന്ന സ്ത്രീത്തൊഴിലാളികൾക്ക് മൂത്രാശയസംബന്ധമായ രോഗങ്ങളും വലിയ ശബ്ദമുള്ള തൊഴിലിടങ്ങളിൽ പണിയെടുക്കുന്ന തൊഴിലാളികൾക്ക് കേൾവിസംബന്ധമായ ആരോഗ്യപ്രശ്നങ്ങളും കണ്ടുവരുന്നു.

തൊഴിലിടങ്ങളിലെ ഏറ്റവും പ്രധാനപ്പെട്ട രണ്ട് ആരോഗ്യപ്രശ്നങ്ങളാണ് മാനസികാരോഗ്യപ്രശ്നങ്ങളും ജീവിതശൈലീരോഗങ്ങളും. കൂടാതെ ചിലതരം ക്യാൻസറുകളും കണ്ടുവരുന്നു. മാനസികാരോഗ്യ പദ്ധതിയുടെ ഭാഗമായി കടുത്ത മാനസികസമ്മർദ്ദത്തിൽ തൊഴിലെടുക്കുന്ന തൊഴിലാളികൾക്ക് കൗൺസലിങ്ങും, മാനസികാരോഗ്യചികിത്സയും ഉറപ്പാക്കിയിട്ടുണ്ട്. ജീവിതശൈലീ രോഗനിർണ്ണയ ക്യാമ്പുകളും ക്യാൻസർ സ്ക്രീനിങ്ങും തൊഴിലിടങ്ങളിൽ നടത്തുന്നതിനുള്ള വർക്ക്പ്ലേസ് ഇന്റർവെൻഷൻ പരിപാടികൾ നടപ്പിലാക്കിവരുന്നു.

ഫാക്ടറീസ് & ബോയിലേഴ്സ് വകുപ്പിനുകീഴിൽ കൊല്ലത്ത് സ്ഥാപിതമായ ഒക്യൂപ്പേഷണൽ ഹെൽത്ത് റിസർച്ച് സെന്ററിന്റെ സഹായത്തോടെ തൊഴിൽജന്യരോഗ നിർണ്ണയ സർവേ നടത്തിവരുന്നു. കയർ, കശുവണ്ടി, മത്സ്യസംസ്കരണം, ക്രഷർ, പാക്കിങ്, ടെക്സ്റ്റൈൽ, പ്ലൈവുഡ് തുടങ്ങിയ മേഖലകളിൽ ജോലി ചെയ്യുന്ന തൊഴിലാളികളിൽ ഇതിനകം തൊഴിൽജന്യരോഗ നിർണ്ണയ സർവേ പൂർത്തിയാക്കി.

ഇ-സഞ്ജീവനി പദ്ധതിയിലൂടെ തൊഴിൽദിനങ്ങൾ നഷ്ടപ്പെടാതെ ഫാക്ടറി തൊഴിലാളികൾക്ക് അവരവരുടെ തൊഴിൽശാലകളിൽ ഇരുന്നുതന്നെ ഡോക്ടർമാരുമായി ഓൺലൈൻ മുഖേന കൺസൾട്ടേഷൻ നടത്താൻ അവസരം ഒരുക്കിയിട്ടുണ്ട്.

അപകടമരണം സംഭവിച്ചാൽ ആനുകൂല്യം

തൊഴിലിനിടെ അപകടമരണം സംഭവിക്കുന്ന തൊഴിലാളികളുടെ കുടുംബത്തിന്റെ സാമ്പത്തികസുരക്ഷയ്ക്കായി ഈ ബജറ്റിൽ സർക്കാർ പുതിയ ഒരു പദ്ധതിക്ക് തുടക്കം കുറിച്ചിട്ടുണ്ട്. ഈ അപകടമരണ ഇൻഷ്വറൻസ് പദ്ധതിപ്രകാരം ഏതെങ്കിലും തരത്തിലുള്ള അപകടങ്ങളിൽ

പെട്ട് മരണമടയുന്ന തൊഴിലാളികളുടെ കുടുംബത്തിന് കുറഞ്ഞത് അഞ്ചു ലക്ഷം രൂപ ധനസഹായമായി ലഭിക്കും. 1923 ലെ എംപ്ലോയ്മെന്റ് കോമ്പൻസേഷൻ ആക്ട് പ്രകാരമുള്ള ധനസഹായത്തിന് പുറമെയാണിത്. തൊഴിൽ വകുപ്പിൽ രജിസ്റ്റർ ചെയ്തിട്ടുള്ളതും വേജ് പ്രൊട്ടക്ഷൻ സിസ്റ്റത്തിൽ ഉൾപ്പെട്ടിട്ടുള്ളതുമായ എല്ലാ തൊഴിലാളികളും ആനുകൂല്യത്തിന് അർഹരായിരിക്കും.

പൊതുവിതരണമേഖലയെ ശക്തിപ്പെടുത്തൽ

നിത്യോപയോഗ സാധനങ്ങളുടെ വിലനിലവാരം പിടിച്ചുനിർത്തുന്നതിനും വിപണി ഇടപെടലിലും വലിയ സേവനമാണ് സപ്ലൈകോ സ്ഥാപനങ്ങളും മാവേലി സ്റ്റോറുകളും വഹിക്കുന്നത്. കോവിഡ് കാലം ഉൾപ്പെടെ കേരളം വിറങ്ങലിച്ചുനിന്ന ഘട്ടങ്ങളിലെല്ലാം ഇവിടത്തെ ജീവനക്കാർ നൽകിയ സേവനം വിലമതിക്കാനാകാത്തതാണ്. സർക്കാർ അംഗീകൃത തസ്തികകളിൽ കരാർ/ദിവസ വേതനടിസ്ഥാനത്തിൽ ജോലി ചെയ്യുന്നവർക്ക് സർക്കാർ നിശ്ചയിച്ച പ്രകാരമുള്ള വേതനം നൽകി വരുന്നുണ്ട്. ഭക്ഷ്യസുരക്ഷാമേഖലയുമായി പ്രവർത്തിച്ചുവരുന്ന കയറ്റിറക്ക് തൊഴിലാളികളുടെ വേതനം സംസ്ഥാനമൊട്ടാകെ ഏകീകരിച്ച് സർക്കാർ ഉത്തരവ് പുറപ്പെടുവിച്ചിട്ടുണ്ട്. ആയതിന്റെ കാലാവധി അവസാനിച്ചതിനാൽ പുതുക്കി നിശ്ചയിക്കും.

നവകേരള

കാർഷിക സദസ്സ്

ആലപ്പുഴ

02 മാർച്ച്, 2024

ആമുഖം

കാർഷികരംഗത്ത് കഴിഞ്ഞ ഏഴ് വർഷത്തിനിടയിൽ ശ്രദ്ധേയമായ പുരോഗതിയുണ്ടായിട്ടുണ്ട്. ഉല്പാദനക്ഷമത, വരുമാനം, സുസ്ഥിരത എന്നിവയിലൂന്നിനിന്നുകൊണ്ടുള്ള വികസന നയമാണ് കാർഷിക മേഖലയിൽ സർക്കാർ സ്വീകരിച്ചത്. കാർഷികമേഖലയിലെ ദൗർബല്യങ്ങൾ പരിഹരിച്ച് സ്വയംപര്യാപ്തത കൈവരിക്കൽ ലക്ഷ്യമാക്കിയാണ് 'സുഭിക്ഷ' കേരളം പദ്ധതി ആവിഷ്കരിച്ചത്. നെല്ല്, പച്ചക്കറി, പാൽ, മുട്ട മുതലായവയുടെ ഉൽപ്പാദനത്തിലും വിതരണത്തിലും ശ്രദ്ധേയമായ മുന്നേറ്റമുണ്ടായിട്ടുണ്ടെങ്കിലും ഉല്പാദനക്ഷമത ഇനിയും വർധിപ്പിക്കേണ്ടതുണ്ട്. ധാന്യങ്ങൾ, നാണ്യവിളകൾ മുതലായവയുടെ ഉൽപ്പാദനക്ഷമത വർദ്ധിപ്പിക്കുന്നതിന് നടപടികൾ കൈക്കൊള്ളും. മൂല്യവർദ്ധിത ഉൽപ്പന്നങ്ങൾക്ക് പ്രത്യേക ശ്രദ്ധയും ഊന്നലും നൽകേണ്ടതുണ്ട്. കൃഷി, വ്യവസായം, സഹകരണം, തദ്ദേശസ്വയംഭരണം മുതലായ വകുപ്പുകളുടെ യോജിച്ച പ്രവർത്തനത്തിലൂടെ കോൾഡ് സ്റ്റോറേജ് സംവിധാനം ശക്തിപ്പെടുത്തണം. ഇതിനെല്ലാം ഉതകുംവിധം കാർഷികരംഗത്തെ ഗവേഷണപ്രവർത്തനങ്ങൾ ശക്തിപ്പെടുത്തേണ്ടതുണ്ട്.

കാർഷികമേഖലയുടെ വളർച്ചയ്ക്കും വികാസത്തിനും സഹായകരമായ നിർദ്ദേശങ്ങൾ തേടിയാണ് 2024 മാർച്ച് 2 ന് ആലപ്പുഴ കാംലോട്ട് കൺവെൻഷൻ സെന്ററിൽ മുഖാമുഖം സംഘടിപ്പിച്ചത്. കർഷകർ, കർഷകത്തൊഴിലാളികൾ, കാർഷികസംരംഭകർ, കർഷക-കർഷകത്തൊഴിലാളി സംഘടനാ പ്രതിനിധികൾ മുതലായവരെ പ്രതിനിധീക

രിച്ച് 2,500 പേർ പങ്കെടുത്തു. 46 പ്രതിനിധികളും 18 വിദഗ്ധരും ആശയങ്ങൾ പങ്കുവെച്ചു. മറ്റുള്ളവർ എഴുതി നൽകിയ നിർദ്ദേശങ്ങൾ കൂടി പരിഗണിച്ചാണ് കാർഷികമേഖലയുടെ വികസനത്തിനാവശ്യമായ പദ്ധതികൾ ആവിഷ്കരിക്കുക.

മുഖാമുഖം പരിപാടിയിൽ മന്ത്രി പി പ്രസാദ് അദ്ധ്യക്ഷനായി. അഗ്രികൾച്ചറൽ പ്രൊഡക്ഷൻ കമ്മീഷണർ ഡോ. ബി അശോക് സ്വാഗതവും കൃഷിവകുപ്പ് ഡയറക്ടർ സാംബശിവ റാവു നന്ദിയും പറഞ്ഞു. മുഖാമുഖം പരിപാടിയോടനുബന്ധിച്ച് സംഘടിപ്പിച്ച കാർഷികപ്രദർശനം പരിപാടിയെ വേറിട്ടതാക്കി.

പ്രസംഗം

നവകേരളസൃഷ്ടിയുമായി മുന്നേറിക്കൊണ്ടിരിക്കുന്ന ഘട്ടത്തിലാണ് കാർഷിക മേഖലയിലുള്ളവരുമായി സംവദിക്കുന്ന ഈ മുഖാമുഖം പരിപാടി നടത്തപ്പെടുന്നത്.

സുസ്ഥിര വികസനവും ഉൾച്ചേർക്കലുമാണ് വിജ്ഞാനസമ്പദ്ഘടനയും നൂതനത്വസമൂഹവുമാവുന്ന നവകേരളത്തിന്റെ മുഖമുദ്രകൾ. കാർഷികനവീകരണം, വ്യവസായ പുനഃസംഘടന, നൈപുണ്യ വികസനം എന്നീ കാര്യങ്ങൾ ഉറപ്പുവരുത്തിക്കൊണ്ടാണ് നവകേരളം യാഥാർത്ഥ്യമാക്കുന്നത്. ഇതിൽ കാർഷികനവീകരണത്തിന് വലിയ പ്രാധാന്യമുണ്ട്.

കർഷകർ നേരിടുന്ന പ്രശ്നങ്ങളെക്കുറിച്ചെല്ലാം സർക്കാരിനു വ്യക്തമായ ധാരണയുണ്ട്. നെല്ലുസംഭരണം, കാർഷികോൽപ്പന്നങ്ങളുടെ ന്യായവില, തുടങ്ങിയ പ്രശ്നങ്ങളൊക്കെ വലിയ പ്രാധാന്യമർഹിക്കുന്നവയാണ്. നാളികേര കർഷകരുടേതുമുതൽ റബ്ബർ കർഷകരുടേതുവരെയുള്ള പ്രശ്നങ്ങൾ പലതും കേന്ദ്ര ഇറക്കുമതി നയം അടക്കമുള്ളവയുമായി കൂടി ബന്ധപ്പെട്ടുനിൽക്കുന്നതാണ്. എങ്കിലും പരിമിതികൾക്കുള്ളിൽ നിന്നുകൊണ്ട് കഴിയാവുന്നതൊക്കെ ചെയ്യാനാണ് സംസ്ഥാന സർക്കാർ ശ്രമിക്കുന്നതെന്ന് നിങ്ങൾക്കറിയാമല്ലോ.

കൃഷി ഒരുപാടു കാര്യങ്ങളെ ആശ്രയിച്ചാണു നിലനിൽക്കുന്നത്, വരൾച്ച, വെള്ളപ്പൊക്കം, കീടബാധ ഇങ്ങനെ പലതും. അതുകൊണ്ടുതന്നെ കാർഷിക ഇൻഷ്വറൻസ് എന്നതടക്കമുള്ള ആവശ്യങ്ങൾ ന്യായമാണ്. കാർഷികമേഖല ആകർഷകമായ, അന്തസ്സുറ്റ ഒന്നായി സമൂ

ഹത്തിലെ എല്ലാ വിഭാഗങ്ങളും കാണുന്ന ഒരു നിലയിലേക്ക് വളർച്ച കൈവരിക്കേണ്ടതുണ്ട്. അതുവഴി കർഷകന്റെ അന്തസ്സും വർദ്ധിക്കേണ്ടിയിരിക്കുന്നു. കൃഷി ഒരു മുഖ്യ തൊഴിലായി കാണേണ്ട അവസ്ഥ സംജാതമാകണം. ഇതിനെല്ലാമുള്ള നടപടികൾ ഓരോന്നായി സ്വീകരിച്ചു വരികയാണ് സർക്കാർ. കർഷകരുടെ പെൻഷൻ, ക്ഷേമനിധി തുടങ്ങിയ ആവശ്യങ്ങൾ ന്യായമാണെന്നതിനെക്കുറിച്ചും സർക്കാറിന് യാതൊരു സംശയവുമില്ല.

അടുത്ത 25 വർഷംകൊണ്ട് കേരളത്തെ മദ്ധ്യവരുമാന വികസിത രാജ്യങ്ങളുടെ നിലയിലേക്ക് ഉയർത്താനാണ് നമ്മൾ ശ്രമിക്കുന്നത്. അതിനുതകുന്ന വിധത്തിൽ കാർഷികമേഖലയിൽ ഉല്പാദനവും ഉല്പാദനക്ഷമതയും വർദ്ധിപ്പിച്ച് കർഷകരുടെ വരുമാനം വർദ്ധിപ്പിക്കാനാണ് ലക്ഷ്യമിട്ടിരിക്കുന്നത്. അതിനായി പുതിയ സാങ്കേതികവിദ്യകളെ പ്രയോജനപ്പെടുത്തുകയും സഹകരണമേഖലയുമായി ബന്ധപ്പെടുത്തി കാർഷികമേഖലയ്ക്കുവേണ്ട അടിസ്ഥാനസൗകര്യങ്ങൾ ഒരുക്കുകയും ചെയ്യും. കാർഷികോത്പാദനങ്ങളുടെ മൂല്യവർദ്ധനയ്ക്കും മൂല്യവർദ്ധിത ഉല്പന്നങ്ങളുടെ വിതരണത്തിനും സഹായകമാകുന്ന അന്തരീക്ഷം സൃഷ്ടിച്ച് സംഭരണമടക്കമുള്ള കാര്യങ്ങൾ ശക്തിപ്പെടുത്തും.

ഇതൊക്കെ ചെയ്യുമ്പോൾത്തന്നെ അഗ്രി കോർപ്പറേറ്റുകളുടെ സ്വാധീനത്തിൽനിന്ന് കേരളത്തിലെ കാർഷികമേഖലയെയും കർഷകരെയും സംരക്ഷിക്കാനുള്ള ശ്രമങ്ങൾ സംസ്ഥാന സർക്കാർ വിട്ടുവീഴ്ച കൂടാതെ നടത്തുന്നുണ്ട്. അഗ്രി കോർപ്പറേറ്റുകളുടെ താത്പര്യങ്ങൾക്കു വഴങ്ങി ജലസേചനവും ഊർജ്ജലഭ്യതയും ഉറപ്പുവരുത്തുന്നതിൽനിന്ന് പിന്മാറുകയും കൃഷിക്കുള്ള സബ്സിഡികൾ ഇല്ലാതാക്കുകയും വളങ്ങളുടെ വില കൂട്ടുകയും ഒക്കെ ചെയ്യുന്ന പൊതു സ്ഥിതിയിൽനിന്ന് മാറി സഞ്ചരിക്കുകയാണ് നമ്മൾ. കാർഷികമേഖലയുമായി ബന്ധപ്പെട്ട നിയമങ്ങളെ വരെ കോർപ്പറേറ്റുകൾക്ക് അനുകൂലമാക്കി ഭേദഗതി ചെയ്യുന്ന സ്ഥിതി രാജ്യത്തുണ്ട്.

കൃഷിയും കർഷകരും വലിയ വെല്ലുവിളികൾ നേരിടുമ്പോൾ പോലും കാർഷികവിളകളുടെ വിലസ്ഥിരത ഉറപ്പുവരുത്താനോ ഭക്ഷ്യധാന്യങ്ങളുടെ സംഭരണം കാര്യക്ഷമമായി നടത്താനോ തയ്യാറാവാത്ത പൊതു ദേശീയ സാഹചര്യത്തിലാണ്, കൃഷിക്കുള്ള വിഹിതവും കർഷകർക്കുള്ള സഹായങ്ങളും വർദ്ധിപ്പിച്ചും വിപണിയിൽ ഇടപെട്ടും അഗ്രികോർപ്പറേറ്റുകളെ അകറ്റിനിർത്തിയുമൊക്കെ സംസ്ഥാന സർക്കാർ മുന്നോട്ടുപോകുന്നത്. ഇത് ഒരു ബദൽ വഴിയാണ്.

ആധുനിക കാലഘട്ടത്തിലെ കൃഷി അല്ലെങ്കിൽ കാർഷികവ്യവസായം സാങ്കേതികവിദ്യയിൽ അധിഷ്ഠിതമാണ്. അതിന്റെ ഫലമായി മുൻകാലഘട്ടങ്ങളിൽ ഇല്ലാതിരുന്ന ധാരാളം സാദ്ധ്യതകൾ സംരംഭകത്വ

മേഖലയിൽ ഉൾപ്പെടെ ഇന്ന് കാർഷികമേഖലയിൽ ഉണ്ട്. അതൊക്കെ കേരളത്തിലും കാണാൻ സാധിക്കും. കഴിഞ്ഞ അരനൂറ്റാണ്ട് കാലം കാർഷികവിളകളുടെ ഉല്പാദനത്തിൽ മാത്രമാണ് നമ്മൾ ശ്രദ്ധ കേന്ദ്രീകരിച്ചിരുന്നതെങ്കിൽ ഇന്ന് ഉൽപ്പാദനത്തിനൊപ്പം സംസ്കരണം, മൂല്യവർദ്ധന, വിപണനം എന്നീ മേഖലകളിൽ കൂടി ശ്രദ്ധ കേന്ദ്രീകരിക്കുന്നുണ്ട്. മാത്രമല്ല, നമ്മുടെ യുവകർഷകർക്ക് ഇവയിലൊക്കെ വേണ്ട അറിവ് ലഭ്യമാക്കുന്നതിനും സഹായങ്ങൾ എത്തിക്കുന്നതിനുമുള്ള ശ്രമങ്ങൾ കൂടി നടത്തിവരികയാണ്.

കർഷകപക്ഷത്തു നിന്നുകൊണ്ട് വ്യക്തമായ നയപരിപാടികൾ കൃത്യതയോടും സുതാര്യമായും നടപ്പിലാക്കാനാണ് സംസ്ഥാന സർക്കാർ 2016 ന് ശേഷം ശ്രമിച്ചുപോരുന്നത്. പൊതുജന പങ്കാളിത്തത്തോടെയും കാര്യക്ഷമതയോടെയും അവയെല്ലാം വിജയിപ്പിക്കുവാൻ സാധിക്കുന്നുണ്ട്. പ്രതിസന്ധികളെ അവസരങ്ങളാക്കി മാറ്റുന്നവരാണ് തങ്ങൾ എന്ന് മലയാളികൾ തെളിയിച്ച കാലമാണിത്. പ്രളയകാലത്തും കോവിഡിന്റെ വ്യാപനസമയത്തുൾപ്പെടെ കേരളത്തിന്റെ കാർഷികമേഖലയിലുണ്ടായ മുന്നേറ്റം ഇതിനു തെളിവാണ്.

കൃഷിയുടെ വില നമ്മൾ തിരിച്ചറിഞ്ഞ കാലം വന്നപ്പോൾ മട്ടുപ്പാവിലും തരിശുനിലങ്ങളിലും അടുക്കളത്തോട്ടങ്ങളിലും നമ്മൾ ഭക്ഷ്യവിഭവങ്ങൾ ഉല്പാദിപ്പിച്ചു. ക്രമേണ അത് ഒരു ശീലമായി മാറി. അങ്ങനെ ഒരു പുതിയ കാർഷികസംസ്കാരത്തിലേക്ക് മലയാളികൾ ഇന്ന് മാറിയിട്ടുണ്ട്. മാതൃകാപരമായ ഈ കാർഷികപരിവർത്തനം സമൂഹമാകെ വ്യാപിപ്പിക്കാനാണ് സർക്കാർ ശ്രമിക്കുന്നത്.

കാലാവസ്ഥാവ്യതിയാനവും വന്യമൃഗ ആക്രമണങ്ങളും ഉയർന്ന ജനസാന്ദ്രതമൂലം കൃഷിഭൂമിയിലുണ്ടായിട്ടുള്ള കുറവും കേരളത്തിന്റെ കാർഷികമേഖലയിൽ സൃഷ്ടിക്കുന്ന ഭീഷണി ചെറുതല്ല. ഇതിനെയൊക്കെ മറികടക്കാൻ ഉതകുന്ന പദ്ധതികളാണ് നടപ്പാക്കിവരുന്നത്. സംസ്ഥാനത്തിന്റെ സമ്പദ്‌വ്യവസ്ഥയുടെ അടിത്തറയായ കാർഷിക മേഖലയെ ശക്തിപ്പെടുത്തുന്നതിന് അവശ്യംവേണ്ടത് കർഷകരുടെ നിലനിൽപ്പ് ഉറപ്പുവരുത്തുക എന്നതാണ്. അതുകൊണ്ടാണ് കർഷകരുടെ വരുമാനം നിലവിലുള്ളതിനേക്കാൾ 50 ശതമാനമെങ്കിലും വർദ്ധിപ്പിക്കണമെന്നുമുള്ള കാഴ്ചപ്പാടോടെ സംസ്ഥാന സർക്കാർ പ്രവർത്തിച്ചുപോരുന്നത്.

കാർഷികമേഖലയ്ക്ക് ഈ സർക്കാർ നൽകിവരുന്ന പ്രാധാന്യം എത്രയെന്ന് ഇത്തവണത്തെ ബജറ്റ് പരിശോധിച്ചാൽ വ്യക്തമാകും. വിളപരിപാലനത്തിന് 535.9 കോടി രൂപയും വിള ആരോഗ്യപരിപാലന പദ്ധതികൾക്ക് 13 കോടി രൂപയും മാറ്റിവെച്ചിട്ടുണ്ട്. വിഷരഹിത പച്ചക്കറി വികസനത്തിന് 78.45 കോടി രൂപയും കുട്ടനാട് മേഖലയിലെ

കാർഷികവികസനത്തിന് 36 കോടി രൂപയും മാറ്റിവച്ചു. റബ്ബറിന്റെ താങ്ങുവില നമ്മുടെ പരിമിതികളുള്ളിൽനിന്ന് 180 രൂപയായി വർദ്ധിപ്പിച്ചു.

നെല്ലുൽപ്പാദക കാർഷിക ആവാസ യൂണിറ്റുകൾക്ക് 93.60 കോടി രൂപയും നാളികേര കൃഷിവികസനത്തിന് 65 കോടി രൂപയും ഫലവർഗ കൃഷിവികസനത്തിന് 18.92 കോടി രൂപയുമാണ് നീക്കിവെച്ചിട്ടുള്ളത്. ഇത്തരം പദ്ധതികളുടെ ഗുണഭോക്താക്കളിൽ 25 ശതമാനം സ്ത്രീകളാണ്. കാർഷികോൽപ്പന്ന വിപണന പദ്ധതിക്ക് 43.90 കോടി രൂപയും മണ്ണ് ജലസംരക്ഷണത്തിന് 83.99 കോടി രൂപയും മൃഗസംരക്ഷണത്തിന് 277.14 കോടി രൂപയും ക്ഷീരവികസനത്തിന് 109.25 കോടി രൂപയും വകയിരുത്തിയിട്ടുണ്ട്.

സംസ്ഥാനത്തെ മുഴുവൻ കുടുംബങ്ങളെയും കൃഷിയിലേക്ക് കൊണ്ടുവരിക എന്ന ഉദ്ദേശ്യത്തോടെ ആരംഭിച്ച 'ഞങ്ങളും കൃഷിയിലേക്ക്' എന്ന പദ്ധതി വിജയകരമായി മുന്നോട്ടുപോകുകയാണ്. ഉല്പാദനം, മൂല്യവർദ്ധനയും വിപണനവും, സേവനം എന്നീ മൂന്ന് മേഖലകളിൽ ഫലപ്രദമായി ഇടപെടുന്നതിന് കൃഷിക്കൂട്ടങ്ങൾ രൂപീകരിക്കുക എന്നതാണ് ഈ പദ്ധതിയുടെ ഉദ്ദേശ്യം. ഇതിനകം 23,245 കൃഷിക്കൂട്ടങ്ങൾ സംസ്ഥാനത്ത് രജിസ്റ്റർ ചെയ്തിട്ടുണ്ട്. ഇതിൽ 20 ശതമാനത്തോളം വിവിധ ഉത്പന്നങ്ങളുടെ മൂല്യവർദ്ധനയുമായി ബന്ധപ്പെട്ട് പ്രവർത്തിക്കുന്നവയാണ്. കൃഷിക്കൂട്ടങ്ങളുടെ രൂപീകരണത്തോടെ മൂന്ന് ലക്ഷത്തിലധികം തൊഴിലവസരങ്ങൾ നമ്മുടെ കാർഷികമേഖലയിൽ സൃഷ്ടിക്കാൻ കഴിഞ്ഞിട്ടുണ്ട്.

കോവിഡാനന്തര കേരളം ആരോഗ്യകാര്യത്തിൽ കൂടുതൽ ശ്രദ്ധ ചെലുത്തിയതും കേരളത്തിലെ വിദ്യാർത്ഥികളും യുവതലമുറയടക്കം കൃഷിയെ സ്നേഹിക്കുവാൻ തുടങ്ങിയതും കാർഷികമേഖലയ്ക്ക് വലിയ ഉണർവ്വ് നൽകി. നൂതന കാർഷിക സാങ്കേതികവിദ്യകളായ പോളിഹൗസുകൾ, മഴമറകൾ, അക്വാപോണിക്സ്, ഹൈഡ്രോപോണിക്സ് എന്നിവയിൽ താൽപ്പര്യമുള്ള ധാരാളം യുവജനങ്ങൾ നമ്മുടെ നാട്ടിലുണ്ട്. അവരെ ഈ രംഗത്ത് പിടിച്ചുനിർത്തുവാനും പ്രോത്സാഹനം നൽകാനുമുള്ള പദ്ധതികളും നടപ്പാക്കിവരികയാണ്.

നെൽക്കൃഷിയുടെ കാര്യത്തിൽ സവിശേഷ ശ്രദ്ധയാണ് സർക്കാർ ചെലുത്തിക്കൊണ്ടിരിക്കുന്നത്. അതിന്റെ ഫലമായാണ് നെല്ലിന്റെ ഉല്പാദനക്ഷമത ഹെക്ടറിന് 2,547 കിലോയിൽ നിന്ന് 4,560 കിലോയിലേക്ക് ഉയർത്താൻ കഴിഞ്ഞത്. 2016 ൽ 1,71,398 ഹെക്ടറിലാണ് നെൽക്കൃഷി നടന്നിരുന്നത്. ഇന്നത് 2,05,040 ഹെക്ടറിലേക്ക് വ്യാപിപ്പിച്ചിട്ടുണ്ട്. നെൽക്കൃഷി പ്രോത്സാഹിപ്പിക്കുന്നതിനായി നെൽവയൽ ഉടമകൾക്ക് ഓരോ ഹെക്ടറിനും 3,000 രൂപാവീതം റോയൽറ്റി അനുവദിച്ചിട്ടുണ്ട്.

നെല്ല് സംഭരണം കാര്യക്ഷമമാക്കുന്നതിന് ഒട്ടേറെ നടപടികളാണ് സർക്കാർ കൈക്കൊണ്ടുവരുന്നത്. ഈ സീസണിൽ ഇതുവരെ 2,34,573 കർഷകരിൽ നിന്നായി 1.47 ലക്ഷം മെട്രിക് ടൺ നെല്ല് സംഭരിച്ചിട്ടു ണ്ട്. സംഭരണവിലയായി 65,535 കർഷകർക്കായി 335.10 കോടി രൂപ വിതരണം ചെയ്തിട്ടുണ്ട്. ഇക്കഴിഞ്ഞ ദിവസം നെല്ലുസംരംഭണത്തിനായി സിവിൽ സപ്ലൈസ് കോർപ്പറേഷന് 203.9 കോടി രൂപ കൂടി അനുവദി ച്ചു. നെല്ല് സംഭരണത്തിനുള്ള താങ്ങുവില സഹായം കേന്ദ്ര സർക്കാർ ഏറെ നാളായി കുടിശ്ശികയാക്കിയിരിക്കുകയാണ്. ഈ സാഹചര്യത്തി ലാണ് സംസ്ഥാനം അടിയന്തരമായി തുക ലഭ്യമാക്കിയത്. താങ്ങുവില സഹായ ഇനത്തിൽ കേന്ദ്രസർക്കാർ മൂന്നുവർഷമായി വരുത്തിയ കുടി ശ്ശിക 763 കോടി രൂപയാണ്. ഈ വർഷത്തെ കുടിശ്ശിക മാത്രം 388.81 കോടി രൂപയുണ്ട്.

കേന്ദ്ര സർക്കാർ വിഹിതത്തിനായി കാത്തുനിൽക്കാതെ, നെല്ല് സംഭരിക്കുമ്പോൾത്തന്നെ കർഷകർക്ക് വില നൽകുന്നതാണ് കേരള ത്തിലെ രീതി. സംസ്ഥാന സബ്സിഡി ഉറപ്പാക്കി നെല്ലിന് ഏറ്റവും ഉയർന്ന വില ലഭ്യമാക്കുന്നത് കേരളത്തിൽ മാത്രമാണ്. മറ്റ് സംസ്ഥാന ങ്ങളിൽ കേന്ദ്ര സർക്കാർ താങ്ങുവില നൽകുമ്പോൾ മാത്രമാണ് കർഷക ന് നെൽവില ലഭിക്കുന്നത്. കേരളത്തിൽ പി ആർ എസ് വായ്പാപദ്ധതി യിൽ കർഷകന് നെൽവില ബാങ്കിൽനിന്ന് അപ്പോൾത്തന്നെ ലഭിക്കും. പലിശയും മുതലും ചേർത്തുള്ള വായ്പാ തിരിച്ചടവ് ബാധ്യത സംസ്ഥാന സർക്കാരാണ് വഹിക്കുന്നത്. ഉല്പാദന ബോണസിന്റെയും വായ്പാപലിശ യുടെയും ബാധ്യത തീർക്കുന്നതും സംസ്ഥാന സർക്കാരാണ്.

ഈ സർക്കാർ അധികാരമേറ്റതിനുശേഷം നാളിതുവരെ 11,082 ഏക്കർ തരിശുനിലങ്ങൾ കൃഷിയോഗ്യമായി. പച്ചക്കറി വികസന ത്തിനായി ശക്തമായ ഇടപെടലുകളാണ് സർക്കാർ നടത്തിവരുന്നത്. അതിലേറ്റവും പ്രധാനമാണ് ഓണത്തിന് ഒരു മുറം പച്ചക്കറി പദ്ധതി. ഈ പദ്ധതി പ്രകാരം ഈ സർക്കാരിന്റെ കാലത്ത് 55,277 ഹെക്ടർ സ്ഥലത്ത് പച്ചക്കറിക്കൃഷി വ്യാപിപ്പിക്കാനായി. 5.57 ലക്ഷം മെട്രിക് ടൺ പച്ചക്കറി ഇതുവഴി ഉൽപ്പാദിപ്പിച്ചു. ഈ സാമ്പത്തികവർഷത്തിൽ മാത്രം 1.21 ലക്ഷം ഹെക്ടർ സ്ഥലത്ത് പച്ചക്കറി കൃഷി വ്യാപിപ്പിക്കുന്ന തിനും അതിലൂടെ 17.23 ലക്ഷം മെട്രിക് പച്ചക്കറി ഉൽപ്പാദിപ്പിക്കുന്നതും ലക്ഷ്യമിട്ടുള്ള പ്രവർത്തനങ്ങളാണ് നടന്നുവരുന്നത്.

സെപ്റ്റംബർ മുതൽ ഫെബ്രുവരി വരെയുള്ള കാലയളവിൽ കൃഷി ചെയ്യപ്പെടുന്നവയാണല്ലോ ശീതകാല പച്ചക്കറിയിനങ്ങൾ. വട്ടവട, കാ ന്തല്ലൂർ പ്രദേശങ്ങളെ ശീതകാല പച്ചക്കറിവിളകളുടെ ഹബ്ബ് ആക്കി മാ റ്റുന്നതിനുള്ള പ്രവർത്തനങ്ങളാണ് സർക്കാർ നടത്തിവരുന്നത്. മറയൂർ

ശർക്കര, കാന്തല്ലൂർ വെളുത്തുള്ളി എന്നിവയ്ക്ക് ഭൗമസൂചകപദവി നേടിയെടുക്കാൻ കഴിഞ്ഞതും ഇത്തരം പ്രവർത്തനങ്ങളുടെ ഫലമായാണ്. ഹോർട്ടികോർപ്പ് മുഖാന്തരം പച്ചക്കറികളുടെ സംഭരണം, സ്റ്റോറേജ് എന്നിവയും നല്ല രീതിയിൽത്തന്നെ നടന്നുവരികയാണ്.

കേരകൃഷിയുടെ സമഗ്രവികസനം ലക്ഷ്യമിട്ട് നടപ്പിലാക്കുന്ന പദ്ധതിയാണ് കേരഗ്രാമം. 232 കേരഗ്രാമങ്ങൾ സംസ്ഥാനത്ത് പുതുതായി സ്ഥാപിച്ചു. നാളികേരവികസന കൗൺസിലിന്റെ ഭാഗമായി 36.9 ലക്ഷം തെങ്ങിൻതൈകൾ 50 ശതമാനം സബ്സിഡി നിരക്കിൽ കർഷകർക്ക് വിതരണം ചെയ്തു. നാളികേരസംഭരണത്തിന് ഒരു തെങ്ങിന്റെ വാർഷിക ഉല്പാദനം 50 നാളികേരമെന്നത് 70 ആക്കി ഉയർത്തി. മാത്രമല്ല ഭൂമിയുടെ പരിധി 5 ഏക്കറിൽനിന്ന് 15 ഏക്കർ ആയി വർദ്ധിപ്പിക്കുകയും ചെയ്തു.

റബ്ബർ കർഷകരുടെ ക്ഷേമം ഉറപ്പാക്കുന്നതിനുള്ള നിരവധി പ്രവർത്തനങ്ങളാണ് സംസ്ഥാന സർക്കാർ ഏറ്റെടുത്തിട്ടുള്ളത്. തീരുവയില്ലാതെയുള്ള സ്വാഭാവിക റബ്ബർ ഇറക്കുമതി അവസാനിപ്പിക്കുന്നതിനുള്ള നടപടികൾ സ്വീകരിക്കണമെന്നും ഉണക്ക റബ്ബറിന്റെ ഇറക്കുമതി തീരുവ 70 ശതമാനത്തിലേക്ക് ഉയർത്തണമെന്നും മേക്ക് ഇൻ ഇന്ത്യ പദ്ധതിയിൽ റബ്ബറിനെ ഉൾപ്പെടുത്തണമെന്നുമുള്ള ആവശ്യങ്ങൾ ഉയർത്തിയത് കേരള സർക്കാരാണ്.

സംസ്ഥാനത്തെ റബ്ബർ കർഷകർക്ക് പുതുതായി കൃഷിയിറക്കുന്നതിനും ആവർത്തന കൃഷിക്കും ഹെക്ടറിന് 25,000 രൂപ നിരക്കിൽ ധനസഹായം നൽകിവരുന്നുണ്ട്. അതുകൂടാതെ ഉല്പാദനക്ഷമതാ വർദ്ധനയ്ക്കുവേണ്ടിയും വിവിധ പദ്ധതികൾ സംസ്ഥാന സർക്കാർ നടപ്പാക്കി വരുന്നുണ്ട്. റബ്ബർ തോട്ടങ്ങളിൽ റെയിൻ ഗാർഡ് ചെയ്യുന്നതിന് ഹെക്ടറിന് 5,000 രൂപയും മരുന്നു തളിക്കുന്നതിന് ഹെക്ടറിന് 7,500 രൂപയും ധനസഹായം നൽകിവരുന്നുണ്ട്.

ഇതിനുപുറമെ റബ്ബർ ഉല്പാദനസംഘങ്ങളുടെ നവീകരണത്തിന്റെ ഭാഗമായി സംസ്കരണശാലയുടെ പ്രവർത്തനങ്ങൾക്കായി പരമാവധി 6 ലക്ഷം രൂപ വരെ ലഭ്യമാക്കുന്നുണ്ട്. റബ്ബർ മേഖലയിൽ സർക്കാരിന്റെ പ്രധാനപ്പെട്ട ഒരു ഇടപെടലാണ് 1,050 കോടി രൂപ മുതൽമുടക്കിൽ സ്ഥാപിക്കുന്ന കേരള റബ്ബർ ലിമിറ്റഡ് കമ്പനി. ഇതിനായി വെള്ളൂരിലെ കേരള പേപ്പർ പ്രോഡക്ട് ലിമിറ്റഡ് ക്യാമ്പസിൽ സ്ഥലം കണ്ടെത്തിയിട്ടുണ്ട്. ആദ്യഘട്ടത്തിൽ 200 കോടി രൂപ മുതൽമുടക്ക് പ്രതീക്ഷിക്കുന്ന കമ്പനി യാഥാർത്ഥ്യമാകുന്നതോടെ കേരളത്തിലെ റബ്ബർ മേഖലയ്ക്ക് ഉണർവ്വ് ലഭിക്കുമെന്ന കാര്യത്തിൽ സംശയമില്ല.

'കേരളാഗ്രോ' എന്ന ഒറ്റ ബ്രാൻഡിൽ കേരളത്തിലെ 23 സർക്കാർ ഫാമുകളിലെ 205 ഉല്പന്നങ്ങൾ ഇനി മുതൽ ആമസോൺ, ഫ്ളിപ്പ്കാർട്ട്

പ്ലാറ്റ്ഫോമുകളിലൂടെ ലഭ്യമാകും. മൂല്യവർദ്ധിത ഉത്പന്നങ്ങൾ, നടീൽ വസ്തുക്കൾ, വിത്തുകൾ, അലങ്കാരസസ്യങ്ങൾ, ജൈവ വളങ്ങൾ എന്നിവയും ഓൺലൈൻ പ്ലാറ്റ്ഫോമുകളിലൂടെ കൃഷി വകുപ്പ് ലഭ്യമാക്കിയിരിക്കുകയാണ്.

2021 ഏപ്രിൽ മുതൽ 2023 ആഗസ്റ്റ് വരെ 2,06,743 ചെറുകിട നാമമാത്ര കർഷകർക്ക് പെൻഷൻ ഇനത്തിൽ 1,108.47 കോടി രൂപ വിതരണം ചെയ്തു. കാർഷിക കടാശ്വാസപദ്ധതിയുടെ ഒമ്പതാം ഘട്ടമാണ് ഇപ്പോൾ നടപ്പിലാക്കി വരുന്നത്. ഇതുപ്രകാരം നാളിതുവരെ 720.53 കോടി രൂപയുടെ ആശ്വാസം കർഷകർക്ക് ലഭ്യമാക്കിയിട്ടുണ്ട്. ഈ പദ്ധതിയിൽ പുതിയതായി രജിസ്റ്റർ ചെയ്യുവാൻ കർഷകർക്ക് മൂന്നു മാസംകൂടി അവസരം നൽകിയിട്ടുണ്ട്.

ക്ഷീരകൃഷി അഭിവൃദ്ധിപ്പെടുത്തുന്നതിന് മികച്ച ഇടപെടൽ നടത്താൻ സർക്കാരിന് സാധിക്കുന്നുണ്ട്. അതിന്റെ ഫലമായി പാൽ ഉല്പാദനക്ഷമത, സങ്കരയിനം കന്നുകാലികളുടെ എണ്ണം എന്നിവയിൽ ഇന്ത്യയിൽ മികച്ച സ്ഥാനം നിലനിർത്താൻ നമ്മുടെ സംസ്ഥാനത്തിനായി. കന്നുകാലികളുടെ എണ്ണത്തിൽ കുറവുണ്ടായപ്പോഴും ഉല്പാദനക്ഷമതയിലുണ്ടായ വർദ്ധന ഉല്പാദനമേഖലയിലെ നേട്ടത്തിനു കാരണമാവുകയും ചെയ്തു.

പാൽ ഉല്പാദനത്തിൽ സ്വയംപര്യാപ്തത എന്ന ലക്ഷ്യം കൈവരിക്കുന്നതിനായി സർക്കാർ നടത്തിയ ഇടപെടലുകൾ ക്ഷീരമേഖലയെ ശക്തിപ്പെടുത്തിയതോടൊപ്പം ക്ഷീരകർഷകരുടെ സാമൂഹിക-സാമ്പത്തിക സുരക്ഷിതത്വം ഉറപ്പാക്കുക കൂടി ചെയ്തിട്ടുണ്ട്. ക്ഷീരമേഖലയിൽ ഏതാണ്ട് 8 ലക്ഷം കുടുംബങ്ങൾ പശുവളർത്തൽ പ്രധാന വരുമാനമാർഗ്ഗമായോ ഉപവരുമാന സ്രോതസ്സായോ ഉപയോഗപ്പെടുത്തുന്നു.

കേരളീയരുടെ ഒഴിവാക്കാനാവാത്ത ഭക്ഷ്യവിഭവമാണ് മത്സ്യം. കടൽ മുതൽ ചെറിയ ജലാശയങ്ങളിൽ നിന്നുവരെ ലഭിക്കുന്ന വ്യത്യസ്ത മത്സ്യ ഇനങ്ങൾ സ്വാദ് കൊണ്ടും പോഷകസമൃദ്ധി കൊണ്ടും ഏറെ പ്രത്യേകതയുള്ളതാണ്. രാജ്യത്ത് ഒരു ശരാശരി മനുഷ്യൻ കഴിക്കുന്നതിനെക്കാൾ മൂന്നിരട്ടിയാണ് മലയാളിയുടെ മത്സ്യ ഉപഭോഗം. കടൽ മത്സ്യങ്ങളാണ് ഉല്പാദനത്തിൽ മുന്നിട്ടു നിൽക്കുന്നതെങ്കിലും കാലാവസ്ഥാവ്യതിയാനംകൊണ്ട് മാറ്റങ്ങൾ വന്നിട്ടുണ്ട്.

ഉൾനാടൻ മത്സ്യകൃഷിയിൽ എയറേഷൻ, ജൈവസുരക്ഷ, പ്രോബയോട്ടിക്കുകളുടെ ഉപയോഗം എന്നിവ ഉറപ്പുവരുത്തി കൂടുതൽ ശാസ്ത്രീയമായ മാർഗ്ഗങ്ങൾ അവലംബിക്കാൻ കഴിഞ്ഞതിലൂടെ ഉല്പാദനക്ഷമത 0.5-3 മെട്രിക് ടൺ ആയിരുന്നത് 1.5-4 മെട്രിക് ടൺ ആയി ഉയർത്താൻ സാധിച്ചിട്ടുണ്ട്.

ജനകീയ മത്സ്യക്കൃഷിയുടെ ഭാഗമായി 4,951 ഹെക്ടർ പാടശേഖരങ്ങളിൽ ഒരു നെല്ലും ഒരു മീനും കൃഷിയും, 4,319 ഹെക്ടർ കുളങ്ങളിൽ മറ്റു മത്സ്യക്കൃഷി രീതികളും വ്യാപിപ്പിച്ചിട്ടുണ്ട്. കൂടാതെ 2,083 കൂട് കൃഷി യൂണിറ്റുകളും 240 റീ സർക്കുലേറ്ററി അക്വാകൾച്ചർ യൂണിറ്റുകളും 3,475 പടുത കുളങ്ങളിലെ മത്സ്യക്കൃഷി യൂണിറ്റുകളും 1,610 കല്ലുമ്മക്കായ കൃഷി യൂണിറ്റുകളും സ്ഥാപിച്ച് മത്സ്യക്കൃഷി നടപ്പാക്കിവരികയാണ്. ഇത്തരത്തിൽ മത്സ്യക്കൃഷി പ്രവർത്തനങ്ങൾ ഏറ്റെടുത്ത് നടപ്പിലാക്കിയ കർഷകർക്ക് മത്സ്യത്തീറ്റയ്ക്ക് 40 ശതമാനവും മത്സ്യവിത്തിന് 70-100 ശതമാനവും സർക്കാർ ഗ്രാന്റായി നൽകിവരുന്നുണ്ട്.

തദ്ദേശീയ മത്സ്യവിത്ത് കേരളത്തിൽത്തന്നെ ഉല്പാദിപ്പിക്കുക എന്ന ലക്ഷ്യത്തോടെ ജനകീയ മത്സ്യക്കൃഷി പദ്ധതിയിൽ ഉൾപ്പെടുത്തി 2022-23 വർഷം മുതൽ പിന്നാമ്പുറ മത്സ്യവിത്തുൽപ്പാദന യൂണിറ്റ് സ്ഥാപിക്കുന്നതിന് 9 കോടി രൂപ വകയിരുത്തിയിരുന്നു. നാടൻ മത്സ്യങ്ങളായ കരിമീൻ, വരാൽ, മഞ്ഞക്കൂരി, കല്ലേമുട്ടി, കാരി തുടങ്ങിയ മത്സ്യങ്ങളുടെ വിത്തുകളാണ് ഉൽപ്പാദിപ്പിക്കുന്നതിന് ലക്ഷ്യമിട്ടത്. നാളിതുവരെ 522 യൂണിറ്റുകൾ സ്ഥാപിക്കപ്പെട്ടു. 40 ലക്ഷം മത്സ്യക്കുഞ്ഞുങ്ങളെ ഉൽപ്പാദിപ്പിക്കുന്നതിന് കഴിഞ്ഞിട്ടുണ്ട്.

കാർഷികമേഖലയുടെ വികസനത്തിന് സാധ്യമായ എല്ലാ സ്രോതസ്സുകളും പ്രയോജനപ്പെടുത്തേണ്ടത് അനിവാര്യമാണ്. സഹകരണപ്രസ്ഥാനങ്ങളുടെ പ്രാധാന്യം ഇക്കാര്യത്തിൽ ഓർക്കേണ്ടതാണ്. സാമ്പത്തികസഹായത്തിനായി കർഷകർക്ക് ഏറ്റവും വേഗത്തിൽ ആശ്രയിക്കാവുന്ന സ്ഥാപനങ്ങളാണിവ.

സംസ്ഥാനത്തിന്റെ കാർഷികനവീകരണം സാധ്യമാക്കുന്നതിനും സംസ്ഥാനത്തെ കൃഷിക്കാരുടെ വരുമാനം വർദ്ധിപ്പിക്കുന്നതിനുമുള്ള ഇടപെടലുകളാണ് സർക്കാരിന്റെ ഭാഗത്തുനിന്നും ഉണ്ടാകുന്നത്. വ്യത്യസ്ത മേഖലകളിലുള്ള കർഷകരുടെ പ്രശ്നങ്ങൾ തിരിച്ചറിഞ്ഞ് അവയ്ക്ക് കാലാനുസൃതമായ പരിഹാരം കാണുന്നതിനും സർക്കാർ ശ്രദ്ധ ചെലുത്തുന്നുണ്ട്. കേരളത്തിന്റെ കാർഷികമേഖലയുടെ സമ്പൂർണനവീകരണം സാധ്യമാക്കാൻ ഉതകുന്ന അഭിപ്രായങ്ങളും നിർദ്ദേശങ്ങളും പങ്കുവയ്ക്കണമെന്ന് അഭ്യർത്ഥിക്കുന്നു.

മറുപടി

രണ്ടാം കുട്ടനാട് പാക്കേജ്

രണ്ടാം കുട്ടനാട് പാക്കേജിന്റെ പ്രവർത്തനം നല്ല രീതിയിൽ പുരോഗമിക്കുകയാണ്.

ഡച്ച് അനുഭവത്തിന്റെ അനുരൂപീകരണമായ 'പമ്പയ്ക്കൊരിടം' (റൂം ഫോർ പമ്പ) എന്ന 'റൂം ഫോർ ദ റിവർ' ആണ് ഇവിടെ നടപ്പിലാക്കുന്ന പ്രധാന പ്രവർത്തനം. തോട്ടപ്പള്ളി സ്പിൽവേ ഭാഗത്തെ പൊഴി മുറിക്കുകയും വെള്ളത്തിന്റെ ഒഴുക്ക് വേഗത്തിലാക്കുകയും ചെയ്യുന്ന പ്രവൃത്തി പൂർത്തീകരിച്ചു. അടുത്ത പടിയായി ചെയ്യേണ്ട പ്രവൃത്തികൾ സംബന്ധിച്ച് ശാസ്ത്രീയപഠനം നടത്താൻ മദ്രാസ് ഐ ഐ ടിയെ ചുമതലപ്പെടുത്തി. ഈ റിപ്പോർട്ടിന്റെ അടിസ്ഥാനത്തിൽ പമ്പാ നദിയിലെ പ്രധാന പ്രവർത്തനങ്ങൾ ഈ വർഷം ആരംഭിക്കും. ഏകദേശം 875 കോടി രൂപയുടെ പ്രവർത്തനങ്ങളാണ് നടപ്പിലാക്കുക. ഡി പി ആർ തയ്യാറാക്കുന്നതിന് അഞ്ചു കോടി രൂപയുടെ ഭരണാനുമതി നൽകി.

വേമ്പനാട്കായലിന്റെസംരക്ഷണവും സുസ്ഥിരമായമാനേജ്മെന്റും രണ്ടാം കുട്ടനാട് പാക്കേജിന്റെ ഭാഗമാണ്. കായലിന്റെ പ്രധാന ഭാഗങ്ങളിൽ ഡ്രെഡ്ജിങ് നടത്തി വൃത്തിയാക്കുക, ആഴം വർദ്ധിപ്പിക്കുക, കായലിന്റെ അതിർത്തികളും ബണ്ടുകളും ശക്തിപ്പെടുത്തുക എന്നിവയാണ് പ്രധാന പരിപാടികൾ. ഇതിനായി 137 കോടി രൂപ ബജറ്റിൽ അനുവദിച്ചു.

കുട്ടനാട്ടിലെ കൃഷിവികസനത്തിനായി 130 ദിവസത്തിന് പകരം

105 ദിവസങ്ങൾക്കുള്ളിൽ മൂപ്പെത്തുന്ന പുതിയ ഉല്പാദനക്ഷമതയുള്ള പ്രത്യാശ, പൗർണമി, ശ്രേയസ്സ്, മകം പോലുള്ള വിത്തിനങ്ങൾ കേരള കാർഷിക സർവകലാശാല വികസിപ്പിച്ചു. 2022ൽ 'മനരത്ന' എന്ന പുതിയ വിത്തിനം നോട്ടിഫൈ ചെയ്തു. ഇവ പ്രചാരത്തിൽ വന്നാൽ മാർച്ച് മാസം മധ്യത്തോടെ എല്ലാ പുഞ്ചകൃഷി പ്രദേശങ്ങളിലും കൊയ്ത്ത് പൂർത്തീകരിച്ച് തണ്ണീർമുക്കം ബണ്ട് കൃത്യസമയത്ത് തുറക്കാൻ സാധിക്കും. രണ്ടാം കുട്ടനാട് പാക്കേജിൽ നിർദ്ദേശിച്ച കാർഷിക കലണ്ടർ സമയബന്ധിതമായി നടപ്പാക്കും. അടുത്ത പുഞ്ചക്കാലത്ത് കുട്ടനാട്ടിൽ വിതരണം ചെയ്യാനുള്ള വിത്തുകൾ തയ്യാറാക്കാൻ കൃഷി വകുപ്പിന്റെ ഫാമുകളെയും രജിസ്റ്റേഡ് സീഡ് ഗ്രോവേഴ്സ് പ്രോഗ്രാമിനെയും ശക്തിപ്പെടുത്തും.

കുട്ടനാട്ടിലെ രണ്ടായിരത്തിൽ കൂടുതലുള്ള പെട്ടി-പറ ജലസേചനസംവിധാനങ്ങളെ സൗജന്യമായി സബ്മേഴ്സിബിൾ വെർട്ടിക്കൽ ആക്സിയൽ ഫ്ളോ പമ്പുകളായി പരിവർത്തിപ്പിക്കും. ഇതിന് 17 കോടി രൂപ അധികമായി വകയിരുത്തിയിട്ടുണ്ട്.

രണ്ടാം കുട്ടനാട് പാക്കേജിൽ ഉൾപ്പെട്ട മൃഗസംരക്ഷണ വകുപ്പിനു കീഴിൽ ചേമ്പുപുറത്തും ചമ്പക്കുളത്തും തറനിരപ്പിൽനിന്നും ഉയരത്തിലുള്ള 'എലിവേറ്റഡ് ക്യാറ്റിൽ ഷെഡു'കൾ തയ്യാറായി. പ്രളയമുണ്ടാവുമ്പോൾ കന്നുകാലികളെ കയറ്റിനിർത്തി സംരക്ഷിക്കാനാണ് ഈ ഷെഡുകൾ. ചേമ്പുപുറത്തെ ഷെഡ് 2022 ൽ ഉദ്ഘാടനം ചെയ്തു. ചമ്പക്കുളത്തെ ഷെഡ് ഉടൻ ഉദ്ഘാടനസജ്ജമാകും.

കുട്ടനാട്ടിലെ കൃഷിക്കാരുടെ ഏറെക്കാലത്തെ ആവശ്യമാണ് പ്രദേശത്ത് ഒരു റൈസ് മിൽ. രണ്ടാം കുട്ടനാട് പാക്കേജിൽ ഉൾപ്പെടുത്തി കേരള സ്റ്റേറ്റ് ടെക്സ്റ്റയിൽ കോർപ്പറേഷന്റെ കീഴിലെ പ്രഭുറാം മിൽസിന്റെ 5.18 ഏക്കർ ഭൂമിയിൽ രണ്ട് വർഷത്തിനുള്ളിൽ ഈ റൈസ് മില്ല് ഉദ്ഘാടനം ചെയ്യും. കേരള റൈസ് മില്ലിനായി 66 കോടി രൂപ ആവശ്യമായിവരും.

രൂക്ഷമായ കുടിവെള്ളപ്രശ്നം പരിഹരിക്കുന്നതിന് രണ്ടാം കുട്ടനാട് പാക്കേജിൽ ഉൾപ്പെടുത്തി നീരേറ്റുപുറത്ത് കുടിവെള്ളപദ്ധതി ആസൂത്രണം ചെയ്തിട്ടുണ്ട്. 387.91 കോടി രൂപയുടെ പുതുക്കിയ ഭരണാനുമതി ലഭ്യമാക്കി. കുട്ടനാട് താലൂക്കിലെ 13 പഞ്ചായത്തുകൾക്ക് ഇതിന്റെ ഗുണഫലം ലഭ്യമാകും.

കുട്ടനാട്ടുകാരുടെ നീണ്ടകാലത്തെ മറ്റൊരു ആവശ്യമാണ് കുട്ടനാട്ടിൽ വൈദ്യുതി സബ് - സ്റ്റേഷൻ. കിടങ്ങറയിലും കാവാലത്തും കുട്ടനാട്ടിലുമുള്ള വൈദ്യുതി സബ് - സ്റ്റേഷനുകളുടെ പണി പുരോഗമിക്കുകയാണ്. കിടങ്ങറയിൽ ഭൂമി ഏറ്റെടുത്ത് പ്രവൃത്തി പുരോഗമിക്കുന്നു. കാവാലത്തെയും കുട്ടനാട്ടിലെയും സബ് - സ്റ്റേഷനുകൾ രണ്ട് വർഷത്തിനുള്ളിൽ കമ്മീഷൻ ചെയ്യാനാകും.

സംസ്ഥാനത്തെ ഉത്തരവാദിത്വ ടൂറിസം പ്രവർത്തനങ്ങളുടെ ഭാഗമായി ഏറിയ പങ്കും കേന്ദ്രീകരിക്കപ്പെട്ടിട്ടുള്ളത് കുട്ടനാട് - അപ്പർ കുട്ടനാട് മേഖലയിലാണ്. ലോകത്തെ ഏറ്റവും പ്രധാന ഉത്തരവാദിത്ത ടൂറിസം കേന്ദ്രമായി ഐക്യരാഷ്ട്രസഭയുടെ വേൾഡ് ടൂറിസം ഓർഗനൈസേഷനും വേൾഡ് ട്രാവൽ മാർക്കറ്റും പ്രഖ്യാപിച്ചിട്ടുള്ള കുമരകം, മാതൃകാ ഉത്തരവാദിത്വ ടൂറിസം ഗ്രാമമായി പ്രഖ്യാപിക്കപ്പെട്ടിട്ടുള്ള അയ്മനം, ഇന്ത്യയിലെ ആദ്യത്തെ വാട്ടർ സ്ട്രീറ്റ് പദ്ധതികൾ നടപ്പാക്കപ്പെടുന്ന മറവൻതുരുത്ത്, പെപ്പർ പദ്ധതിയുടെ ഭാഗമായ വൈക്കം മുനിസിപ്പാലിറ്റി, കല്ലറ, ഉദയനാപുരം, വെച്ചൂർ, തലയാഴം, തലയോലപ്പറമ്പ്, ചെമ്പ്, ടി വി പുരം പഞ്ചായത്തുകൾ എന്നിവ അപ്പർ കുട്ടനാട് മേഖലയിലാണ് സ്ഥിതിചെയ്യുന്നത്. 2022 ൽ ലോകത്ത് സന്ദർശിച്ചിരിക്കേണ്ട 30 സ്ഥലങ്ങളിൽ ഒന്നായി അയ്മനം മാതൃകാ ഉത്തരവാദിത്വ ടൂറിസം ഗ്രാമത്തെ *ട്രാവൽ + ലെഷർ മാഗസിൻ* തിരഞ്ഞെടുത്തിരുന്നു. മാതൃകാ ഉത്തരവാദിത്ത ടൂറിസം ഗ്രാമം പദ്ധതിയിൽ ഉൾപ്പെടുത്തി പ്രവർത്തനങ്ങൾ നടന്നുവരുന്ന നീണ്ടൂർ, തിരുവാർപ്പ്, ആർപ്പൂക്കര എന്നീ പഞ്ചായത്തുകളും കടുത്തുരുത്തി പഞ്ചായത്തിലെ എഴുമാന്തുരുത്ത് പ്രദേശവും അപ്പർ കുട്ടനാട് മേഖലയിലാണ്. ഇവിടങ്ങളിലെല്ലാം പ്ലാസ്റ്റിക് - വിമുക്ത ടൂറിസം സാദ്ധ്യമാക്കുന്നതിന് ഹൗസ് ബോട്ടുകൾ, ശിക്കാരകൾ, ഹോട്ടലുകൾ, ഹോം സ്റ്റേകൾ, റിസോർട്ടുകൾ എന്നിവിടങ്ങളിലായി 50,000 തുണി സഞ്ചികൾ വിതരണം ചെയ്തിട്ടുണ്ട്. 2022ൽ ഈ പ്രവർത്തനത്തിന് ഇന്റർനാഷണൽ സെന്റർ ഫോർ റെസ്പോൺസിബിൾ ടൂറിസത്തിന്റെ ഇന്ത്യൻ സബ്-കോണ്ടിനന്റ് ഗോൾഡ് അവാർഡ് ലഭിച്ചു. ഈ പ്രദേശത്ത് ഉത്തരവാദിത്വ ടൂറിസം മിഷന് കീഴിൽ 4,218 യൂണിറ്റുകൾ പ്രവർത്തിക്കുന്നു. ഈ യൂണിറ്റുകൾക്ക് 2021-2022 സാമ്പത്തികവർഷത്തിൽ 1.88 കോടി രൂപയും 2022-23 സാമ്പത്തികവർഷത്തിൽ 2.04 കോടി രൂപയും വരുമാനം ലഭിച്ചിട്ടുണ്ട്.

കുട്ടനാട് വെള്ളപ്പൊക്കഭീഷണി മൂലമുള്ള കൃഷിനാശം

കുട്ടനാട് മേഖലയിലെ വെള്ളപ്പൊക്കഭീഷണി മൂലമുള്ള നെൽകൃഷി നാശം ഒഴിവാക്കാനായി ബണ്ടുകൾ ദൃഢപ്പെടുത്തുന്നതിനും ചാലുകളുടെ ആഴം കൂട്ടുന്നതിനും വിവിധ വകുപ്പുകളുമായി ചേർന്ന് പദ്ധതികൾ ആസൂത്രണം ചെയ്തുവരുന്നു.

2019-20 സാമ്പത്തികവർഷം 19 പദ്ധതികൾ ആവിഷ്കരിച്ചു. 18 പ്രവൃത്തികൾ പൂർത്തീകരിച്ചു. ഒരു പ്രവൃത്തി പുരോഗമിക്കുന്നു. ഇതുവഴി 46.45 കിലോമീറ്റർ ബണ്ട് നിർമ്മിച്ചു, 1,020 ഹെക്ടർ സംരക്ഷിച്ചു. 2,600 മീറ്റർ തോടുകളിൽനിന്നും എക്കലും ചെളിയും നീക്കി.

2020-21 സാമ്പത്തികവർഷം 42 പദ്ധതികൾ ആവിഷ്കരിച്ചു. മുഴുവൻ പ്രവൃത്തികളും പൂർത്തീകരിച്ചു. നബാർഡ് ആർ ഐ ഡി എഫിൽ അനുവദിച്ച 7 പ്രവൃത്തികളിൽ 2 എണ്ണം പൂർത്തീകരിച്ചു. 5 എണ്ണം പുരോഗമിക്കുന്നു. ഇതുവഴി 71.95 കിലോമീറ്റർ ബണ്ട് നിർമ്മിച്ചു. 1,859 ഹെക്ടർ സംരക്ഷിച്ചു. 55,468 മീറ്റർ തോടുകളിൽനിന്ന് എക്കലും ചെളിയും നീക്കി.

2022-23 സാമ്പത്തികവർഷം 38 പദ്ധതികൾ ആവിഷ്കരിച്ചു. 13 പ്രവൃത്തികൾ പൂർത്തീകരിച്ചു. ബാക്കിയുള്ളവ പുരോഗമിക്കുന്നു. നബാർഡ് ആർ ഐ ഡി എഫിൽ അനുവദിച്ച 4 പ്രവൃത്തികളിൽ 1 പുരോഗമിക്കുന്നു. മറ്റുള്ളവയുടെ ടെണ്ടർ നടപടി പുരോഗമിക്കുന്നു. 2023-24 സാമ്പത്തിക വർഷം അനുവദിച്ച 42 പ്രവൃത്തികളിൽ 32 എണ്ണം ടെണ്ടർ നടപടി പൂർത്തീകരിച്ചു. 13 എണ്ണത്തിന്റെ സൈറ്റ് കൈമാറി. ബജറ്റിൽ പ്രഖ്യാപിച്ച 100 കോടി രൂപയുടെ, 75 പ്രവൃത്തികളുടെ ടെണ്ടർ നടപടികൾ പുരോഗമിക്കുന്നു.

വന്യമൃഗശല്യം പരിഹരിക്കൽ

വന്യമൃഗാക്രമണം രൂക്ഷമായ പശ്ചാത്തലത്തിൽ വന്യജീവി സംഘർഷ പ്രതിരോധത്തിന് മുന്തിയ പരിഗണനയാണ് സർക്കാർ നൽകുന്നത്. സമീപകാലത്ത് വന്യജീവി ആക്രമണം കൂടുതലായി റിപ്പോർട്ട് ചെയ്യപ്പെട്ട വയനാട്ട് മന്ത്രിതല സംഘം സന്ദർശനം നടത്തി സ്ഥിതിഗതികൾ വിലയിരുത്തി. വനത്തോടു ചേർന്നുകിടക്കുന്ന തദ്ദേശ സ്വയംഭരണ സ്ഥാപനങ്ങളിൽ ജനകീയ കമ്മിറ്റികൾ രൂപീകരിച്ച് പ്രശ്നങ്ങൾക്ക് പരിഹാരം കണ്ടെത്തുകയെന്ന ജനകീയ ജനാധിപത്യരീതി അവലംബിക്കാനാണ് സർക്കാർ ശ്രമിക്കുന്നത്.

വന്യജീവി ആക്രമണവുമായി ബന്ധപ്പെട്ട കാര്യങ്ങൾ ഏകോപിപ്പിക്കാൻ കേരള, കർണ്ണാടക, തമിഴ്നാട് സംസ്ഥാനങ്ങളിലെ വനം വകുപ്പ് ഉദ്യോഗസ്ഥർ ഉൾപ്പെട്ട ഇന്റർ സ്റ്റേറ്റ് കോ-ഓർഡിനേഷൻ കമ്മിറ്റി രൂപീകരിച്ചു. കൃത്യമായ ഇടവേളകളിൽ ഈ കമ്മിറ്റി യോഗം ചേർന്ന് സ്ഥിതിഗതികൾ വിലയിരുത്തും. വയനാട്ടിൽ റവന്യൂ, പോലീസ്, ഫോറസ്റ്റ്, തദ്ദേശസ്വയംഭരണം, പട്ടികജാതി പട്ടികവർഗ വികസന വകുപ്പുകൾ ചേർന്നുള്ള കമാന്റ് കൺട്രോൾ സെന്റർ ആരംഭിക്കും. പുതിയ രണ്ട് റാപ്പിഡ് റസ്പോൺസ് ടീമുകളെ സജ്ജമാക്കി. പോലീസിന്റെ സഹായത്തോടെ ജനവാസമേഖലകളിൽ ജാഗ്രതാനിർദ്ദേശം നൽകും.

അതിർത്തിമേഖലകളിൽ നിരീക്ഷണം ശക്തിപ്പെടുത്തും. ചീഫ് ഫോറസ്റ്റ് കൺസർവേറ്റർ റാങ്കിലുള്ള ഉദ്യോഗസ്ഥനെ വയനാട് സ്പെഷ്യൽ ഓഫീസറായി നിയമിക്കും. രാത്രികാല പട്രോളിങ് ശക്തിപ്പെടുത്തും.

ഏകവിള തോട്ടങ്ങൾ സ്വാഭാവികവനങ്ങളാക്കി മാറ്റും. സെന്ന പോലുള്ള അധിനിവേശസസ്യങ്ങൾ സമയബന്ധിതമായി നശിപ്പിക്കും. വന്യജീവികളുടെ ആവാസവ്യവസ്ഥ മെച്ചപ്പെടുത്തും.

ജനവാസമേഖലയിൽ വന്യമൃഗം എത്തിയാൽ ജനങ്ങളുടെ സുരക്ഷ മുൻനിർത്തി അടിയന്തര പ്രതിരോധ നടപടികൾ സ്വീകരിക്കും. വന്യമൃഗാക്രമണത്തിൽ പരിക്കേൽക്കുന്നവർക്ക് സൂപ്പർ സ്പെഷ്യാലിറ്റി ആശുപത്രികളിൽ ചികിത്സ ഉറപ്പാക്കും.

പൊക്കാളിക്കൃഷി പ്രോത്സാഹനം

എറണാകുളം ജില്ലയിൽ ഞാറയ്ക്കൽ, പറവൂർ, ആലുവ, വൈറ്റില, കളമശ്ശേരി എന്നീ ബ്ലോക്കുകളിലെ 15 പഞ്ചായത്തുകളിലായി 536 ഹെക്ടർ പൊക്കാളിക്കൃഷി ചെയ്തുവരുന്നു. കേരളത്തിന്റെ തനത് കൃഷി രീതിയാണ് ഇവിടെ നടപ്പിലാക്കുന്നത്. തനതു നെല്ലും ചെമ്മീനും ഉല്പാദിപ്പിക്കാൻ പര്യാപ്തമായ ആവാസവ്യവസ്ഥയെന്നതാണ് പൊക്കാളി നിലങ്ങളെ വ്യത്യസ്തമാക്കുന്നത്.

പൊക്കാളിക്കൃഷി വികസനം, പൊക്കാളി നെല്ലിന് ഉയർന്ന സംഭരണവില ലഭ്യമാക്കൽ മുതലായവ സംബന്ധിച്ച് പഠനം നടത്തുന്നതിന് സംസ്ഥാന കാർഷിക വില നിർണ്ണയ ബോർഡിനെ ചുമതലപ്പെടുത്തി. റിപ്പോർട്ടിന്റെ അടിസ്ഥാനത്തിൽ തുടർനടപടികൾ സ്വീകരിക്കും.

പൊക്കാളി നെല്ലിനങ്ങളുടെ പോഷകമൂല്യം പ്രചരിപ്പിക്കാൻ പോഷക സമൃദ്ധിമിഷൻ നടപടികൾ കൈക്കൊണ്ടിട്ടുണ്ട്. പൊക്കാളി ഉല്പന്നങ്ങളെ ബ്രാന്റ് ചെയ്ത് ജൈവ സർട്ടിഫിക്കേഷൻ നൽകി വിപണിയിൽ എത്തിച്ച് ഉയർന്ന വില ഉറപ്പാക്കാൻ നടപടി സ്വീകരിച്ചുവരുന്നു.

തൊഴിലുറപ്പ് പദ്ധതിയിലെ സേവനങ്ങൾ ഈ മേഖലയിൽ ഫലപ്രദമായി ഉൾക്കൊള്ളിക്കുന്നതിനുള്ള നടപടികൾ തദ്ദേശഭരണ സ്ഥാപനങ്ങളുമായി കൂടിയാലോചിച്ച് നടപ്പാക്കും.

സംരക്ഷിതവിഭാഗത്തിൽ ഉൾപ്പെടുന്ന ജീവികൾ മൂലമുണ്ടാകുന്ന കൃഷിനാശം പരിഹരിക്കുന്നതിന് വിദഗ്ധരുമായി ചർച്ച ചെയ്ത് നടപടി കൈക്കൊള്ളും.

കോൾ കൃഷി പ്രോത്സാഹനം

റീ ബിൽഡ് കേരള (298.38 കോടി രൂപ), നബാർഡ് ആർ ഐ ഡി എഫ് (220 കോടി രൂപ), രാഷ്ട്രീയ കൃഷി വികാസ് യോജന (5 കോടി രൂപ) എന്നീ പദ്ധതികളിലുൾപ്പെടുത്തി 523.38 കോടി രൂപയുടെ അടിസ്ഥാന സൗകര്യ വികസന പദ്ധതികൾ കോൾ മേഖലയിൽ ആവിഷ്കരിച്ചു.

കോൾ കൃഷിക്ക് ഭീഷണിയായി നിൽക്കുന്ന കളകളും കുളവാഴകളും യഥാസമയം നീക്കം ചെയ്യുന്നതിന് നടപടി സ്വീകരിച്ചു. റീ ബിൽഡ് കേരള പദ്ധതിയിൽ ഉൾപ്പെടുത്തി കുളവാഴ, ചണ്ടി, ചെളി മുതലായവ നീക്കം ചെയ്യുന്നതിന് ആംഫിബിയൻ വീഡ് റിമൂവർ, അക്വാട്ടിക് മെഷീൻ എന്നിവ വാങ്ങി. മിനി എസ്കവേറ്റർ, അഗ്രോ ഡ്രെഡ്ജ് ക്രാഫ്റ്റ് എന്നീ യന്ത്രങ്ങൾ ബോട്ടുപോലെ സഞ്ചരിച്ച് ഏതു സമയവും കുളവാഴ, ചണ്ടി, ചെളി മുതലായവ നീക്കം ചെയ്യും. കേരള സ്റ്റേറ്റ് അഗ്രികൾച്ചറൽ മെക്കനൈസേഷൻ മിഷൻ മുഖേന ഈ പ്രവർത്തനങ്ങൾ ഊർജിതമാക്കും.

കോൾ മേഖലയിലെ നെല്ലിന്റെ മൂല്യവർദ്ധിത ഉല്പന്നങ്ങൾക്കുള്ള വിപണനസൗകര്യം, പരിസ്ഥിതിക്ക് കോട്ടംതട്ടാതെയുള്ള ഫാം ടൂറിസം എന്നിവ പ്രോത്സാഹിപ്പിക്കും. വെള്ളം തേവാൻ നിലവിലുണ്ടായിരുന്ന പെട്ടിയും പറയും പൂർണമായും മാറ്റി വെർട്ടിക്കൽ ആക്സിയൽ പമ്പുകൾ സ്ഥാപിച്ചു. ഘട്ടംഘട്ടമായി പമ്പുകളുടെ പ്രവർത്തനം സൗരോർജ്ജ വൈദ്യുതിയിലേക്ക് മാറ്റും.

നെൽക്കൃഷിക്ക് ജലം ലഭ്യമാക്കൽ

മൂവാറ്റുപുഴയിൽനിന്നും ഒഴുകിയെത്തുന്ന ജലം കായലിലേക്ക് നേരിട്ട് ഒഴുകിപ്പോകുന്നത് തടഞ്ഞ് പടിഞ്ഞാറൻ മേഖലയിലെ തോടുകളിലെത്തിച്ച് ജലസേചനത്തിന് സൗകര്യമൊരുക്കലും തോടുകൾക്ക് ആഴം കൂട്ടലും നബാർഡ് ആർ ഐ ഡി എഫ് പദ്ധതി ആവിഷ്കരിക്കും.

നെല്ല് സംഭരണം

സമയബന്ധിതമായി നെല്ല് സംഭരണം നടത്തി കർഷകർക്ക് യഥാസമയം നെല്ലിന്റെ വില നൽകുന്നതിന് നടപടി സ്വീകരിച്ചിട്ടുണ്ട്. നെല്ല് സംഭരണം സംബന്ധിച്ച് സമഗ്രമായി പഠനം നടത്തുന്നതിന് ഒരു കമ്മിറ്റിയെ സർക്കാർ നിയോഗിച്ചു. കമ്മിറ്റിയുടെ റിപ്പോർട്ട് സർക്കാർ പരിശോധിച്ചുവരികയാണ്. സംഭരിക്കുന്ന നെല്ലിന്റെ വില കൃത്യമായി നൽകുവാൻ വിവിധ ധനകാര്യസ്ഥാപനങ്ങളുമായി ചേർന്ന് നടപടികൾ കൈക്കൊണ്ടിട്ടുണ്ട്. യഥാസമയം സംഭരണം ഉറപ്പാക്കുവാൻ കൂടുതൽ മില്ലുകൾ കണ്ടെത്താനുള്ള നടപടികളും ആരംഭിച്ചിട്ടുണ്ട്.

സർക്കാർ/അർദ്ധ സർക്കാർ ഉടമസ്ഥതയിലുള്ള മില്ലുകളെ കൂടുതൽ ശാക്തീകരിക്കുവാനുള്ള നടപടികൾ കൈക്കൊണ്ടിട്ടുണ്ട്. സംഭരിക്കുന്ന നെല്ല് കേടുകൂടാതെ സംരക്ഷിക്കുന്നതിന് കൂടുതൽ സംഭരണകേന്ദ്രങ്ങൾ അഥവാ സൈലോസ് ആരംഭിക്കുവാനുള്ള നടപടികൾ ആരംഭിച്ചു.

നെല്ലിന്റെ സംഭരണത്തിലുള്ള കൈകാര്യച്ചെലവ് കാലാനുസൃതമായി പരിഷ്കരിക്കണമെന്ന ആവശ്യം സർക്കാരിന്റെ ശ്രദ്ധയിൽപ്പെട്ടിട്ടുണ്ട്. കേ

രളത്തിൽ കാർഷികപ്രവർത്തനങ്ങൾക്ക് ഉയർന്ന കൂലിയാണ് നൽകി വരുന്നത്. മറ്റു സംസ്ഥാനങ്ങളുമായി താരതമ്യം ചെയ്യുമ്പോൾ കേരളത്തിന്റെ സവിശേഷ സാഹചര്യത്തിൽ കൈകാര്യച്ചെലവ് വർദ്ധിക്കും. കൈകാര്യച്ചെലവ് കേന്ദ്ര സർക്കാർ താങ്ങുവിലയോടൊപ്പം അനുവദിക്കുന്ന ഘടകമാണ്. ക്വിന്റലിന് 12 രൂപ ക്രമത്തിൽ നൽകുന്ന ഈ തുക പരിഷ്കരിക്കേണ്ടത് കേന്ദ്ര സർക്കാരാണ്. ഇക്കാര്യം കേന്ദ്രസർക്കാരിന്റെ ശ്രദ്ധയിൽപ്പെടുത്തിയിട്ടുണ്ടെങ്കിലും അനുകൂലമായ തീരുമാനമുണ്ടായിട്ടില്ല. ഇക്കാര്യം ചൂണ്ടിക്കാട്ടി ഇനിയും കേന്ദ്ര സർക്കാരിനെ സമീപിക്കും.

കാലാവസ്ഥാവ്യതിയാനം നെൽകർഷകരെ പ്രതികൂലമായി ബാധിക്കുന്നുവെന്നതിനാൽ ഹ്രസ്വകാല നെൽ വിത്തിനങ്ങൾ കൂടുതലായി കർഷകർക്ക് വിതരണം ചെയ്യാൻ നടപടി കൈക്കൊണ്ടു.

നെല്ല് സംസ്കരണ കേന്ദ്രം

ആധുനികയന്ത്രങ്ങൾ സ്ഥാപിച്ച് ആലപ്പുഴ കളർകോട്, പാലക്കാട് എരുത്യാമ്പതി എന്നീ സംസ്കരണകേന്ദ്രങ്ങൾ നവീകരിക്കും. ഇവയുടെ സംസ്കരണ ശേഷി വർദ്ധിപ്പിക്കും. വിത്തുകളുടെ ഗുണമേന്മ പരിശോധിക്കുന്നതിന് തൃശ്ശൂർ ജില്ലയിൽ വിത്തു പരിശോധനാ ലാബ് സ്ഥാപിക്കും.

നെൽവിത്തിന്റെ സംഭരണവില നെല്ലിന്റെ സംഭരണവിലയുമായി താരതമ്യം ചെയ്താണ് നിശ്ചയിക്കുന്നത്. നെല്ല് സംഭരണവില വർദ്ധിപ്പിക്കുന്നതിന് ആനുപാതികമായി നെൽവിത്തിന്റെ സംഭരണവില വർദ്ധിക്കും.

ചെറുധാന്യകൃഷി എല്ലാ ഊരുകളിലേക്കും വ്യാപിപ്പിക്കൽ

ആദിവാസി വിഭാഗക്കാരുടെ പരമ്പരാഗത കൃഷിയായ ചെറുധാന്യകൃഷി പ്രോത്സാഹിപ്പിക്കുന്നതിന് ആരംഭിച്ച പദ്ധതിയാണ് മില്ലറ്റ് വില്ലേജ് അട്ടപ്പാടി. 96 ഊരുകളിൽ 2 വിളകളിലായി 3,121 കർഷകരാണ് ചെറുധാന്യകൃഷി ചെയ്യുന്നത്. ഇതിൽ 1,236 കർഷകർക്ക് ജൈവ സർട്ടിഫിക്കേഷൻ ലഭിച്ചു. ഈ മാതൃക ചെറുധാന്യകൃഷി സാധ്യതയുള്ള എല്ലാ ആദിവാസി ഊരുകളിലേക്കും/കുടികളിലേക്കും വ്യാപിപ്പിക്കുന്നത് പ്രോത്സാഹിപ്പിക്കും. സെക്കൻഡറി പ്രോസസിങ് യൂണിറ്റ് ആരംഭിക്കുന്നതിന് ധനസഹായം നൽകുന്നതും പരിഗണിക്കും.

സ്റ്റാർട്ടപ്പുകൾക്ക് പ്രോത്സാഹനം

ചേർത്തല കിൻഫ്രാ പാർക്കിൽ റോഡ് സൗകര്യമില്ലാത്തതിനാൽ നിർമ്മാണ യൂണിറ്റ് തുടങ്ങാൻ കഴിയുന്നില്ലെന്ന പരാതിയിന്മേൽ പരിശോധന നടത്തി തുടർ നടപടികൾ കൈക്കൊള്ളും.

കാർഷികമേഖലയിലെ സ്റ്റാർട്ട് അപ്പുകൾക്ക് പ്രോത്സാഹനം നൽകുന്നതിന് കേരപദ്ധതിയിൽ 66.73 കോടി രൂപ വകയിരുത്തിട്ടുണ്ട്. തുറസ്സായ സ്ഥലത്ത് പുതുതായി ആരംഭിച്ച കൃത്യതാ കൃഷിക്ക് ഡ്രോൺ ഉപയോഗിച്ച് സ്പ്രെയിങ് നടത്തുന്നത് പരിശോധിക്കും. ഏരിയൽ സ്പ്രേയിങ് നടത്തുമ്പോൾ പാരിസ്ഥിതികാഘാതം ഉൾപ്പെടെ വിവിധ വശങ്ങൾ പരിഗണിക്കേണ്ടതുണ്ട്.

യന്ത്രവൽക്കരണം പ്രോത്സാഹിപ്പിച്ചുവരുന്നതിന്റെ ഭാഗമായി ഡ്രോൺ ഉപയോഗിച്ചുള്ള സേവനങ്ങളും പ്രോത്സാഹിപ്പിക്കും. ഇത് സംബന്ധിച്ച് ശിപാർശകൾ സമർപ്പിക്കുവാൻ കേരള കാർഷിക സർവകലാശാലയ്ക്ക് നിർദ്ദേശം നൽകി.

നവീനാശയ പദ്ധതികൾ

കാർഷികരംഗത്ത് നവീനാശയ പ്രവർത്തനങ്ങൾ നടപ്പിലാക്കുന്നത് പ്രോത്സാഹിപ്പിക്കും. കാർഷിക, പാരിസ്ഥിതികമേഖല ആധാരമാക്കിയ കൃഷിരീതിയും നവീന കാർഷിക സാങ്കേതികവിദ്യകളും പ്രയോജനപ്പെടുത്തി ആധുനികവൽക്കരണം യാഥാർത്ഥ്യമാക്കും. കാർഷിക മേഖലയിലെ പ്രവർത്തനങ്ങൾ അവലോകനം ചെയ്യാൻ എല്ലാ കൃഷി ഭവനുകളിലും സോഷ്യൽ ഓഡിറ്റിങ് നടത്തും. ഇതിനും സാങ്കേതിക വിദ്യയുടെ സാധ്യതകൾ പ്രയോജനപ്പെടുത്തും. നിർമ്മിതബുദ്ധിയുടെ ഉപയോഗം സാധ്യമായ കാർഷികമേഖലകളിൽ പ്രയോജനപ്പെടുത്തും.

കർഷകത്തൊഴിലാളികളുടെ ക്ഷാമം

കർഷകത്തൊഴിലാളികൾക്ക് വരുമാനം ഉറപ്പാക്കി തൊഴിലാളികളുടെ ക്ഷാമം പരിഹരിക്കുന്നതിന് നടപടി കൈക്കൊണ്ടുവരുന്നു. കർഷക തൊഴിലാളികളുടെ കൂട്ടായ്മ രൂപീകരിച്ച് സേവനമേഖലയിലെ കൃഷിക്കൂട്ടങ്ങളാക്കി മാറ്റി ധനസഹായം നൽകിവരുന്നുണ്ട്. പുതുതായി 200 കൃഷിക്കൂട്ടങ്ങൾ ഈ മേഖലയിൽ പ്രവർത്തിച്ചുവരുന്നു. ഈ കൃഷിക്കൂട്ടങ്ങൾക്ക് വിവിധ കാർഷികയന്ത്രങ്ങൾ കൈകാര്യം ചെയ്യുന്നതിന് പരിശീലനം നൽകി തൊഴിലാളികളുടെ വരുമാനം വർദ്ധിപ്പിക്കുവാനുള്ള നടപടികൾ കൈക്കൊണ്ടു. കേരള സ്റ്റേറ്റ് മെക്കനൈസേഷൻ മിഷന്റെ ഭാഗമായി 6,200 സർവീസ് പ്രൊവൈഡർമാർ പ്രവർത്തിക്കുന്നുണ്ട്.

മൂല്യവർദ്ധിതമേഖലയിൽ പ്രവർത്തിക്കുന്ന കൃഷിക്കൂട്ടങ്ങൾക്ക് 50,000 രൂപ വരെ വെഞ്ച്വർ ക്യാപിറ്റൽ ഫണ്ടായി പദ്ധതിരേഖയുടെ അടിസ്ഥാനത്തിൽ നൽകിവരുന്നുണ്ട്. കൂടുതൽ ആനുകൂല്യങ്ങൾ കൃഷിക്കൂട്ടങ്ങൾക്ക് നൽകുന്നത് പരിഗണനയിലാണ്. കൃഷിക്കൂട്ടങ്ങളെ ഫാർമർ

പ്രൊഡ്യൂസർ ഓർഗനൈസേഷനുകളാക്കി മാറ്റി വിവിധ പദ്ധതികളിൽ ഉൾപ്പെടുത്തി ധനസഹായം നൽകുന്നുണ്ട്.

കേരാപദ്ധതി, സ്മാൾ ഫാർമേഴ്സ് അഗ്രിബിസിനസ് കൺസോർഷ്യം

സ്മാൾ ഫാർമേഴ്സ് അഗ്രിബിസിനസ് കൺസോർഷ്യം (എസ് എഫ് എ സി) വഴിയുള്ള ധനസഹായം, സബ്മിഷൻ ഓൺ അഗ്രികൾച്ചറൽ മെക്കനൈസേഷൻ (എസ് എം എ എം) പദ്ധതി, പ്രധാനമന്ത്രി ഫോർമലൈസേഷൻ ഓഫ് മൈക്രോ ഫുഡ് പ്രോസസിങ് എന്റർപ്രൈസസ്, ജില്ലാ ബ്ലോക്ക് പഞ്ചായത്തുകളുടെ പദ്ധതി വിഹിതം, അഗ്രികൾച്ചറൽ ഇൻഫ്രാസ്ട്രക്ചറൽ ഫണ്ട് എന്നിവ പ്രയോജനപ്പെടുത്തി സംസ്ഥാനത്തെ കൃഷിക്കൂട്ടങ്ങളെ ശാക്തീകരിക്കും.

ഭൂമി തരംമാറ്റം, ഭൂമി രജിസ്ട്രേഷൻ തുടങ്ങിയവ നടക്കുമ്പോൾ ഈടാക്കുന്ന ഫീസിന്റെ നിശ്ചിത ഭാഗം കർഷകരുടെയും കർഷകത്തൊഴിലാളികളുടെയും ക്ഷേമത്തിനായി ഉപയോഗപ്പെടുത്തുന്നത് പരിഗണിക്കും.

വിപണനശൃംഖല

കാർഷികോല്പന്നങ്ങളുടെ വിപണനം വ്യാപിപ്പിക്കുന്നതിന് വിപണന ശൃംഖല ശാക്തീകരിക്കും. ഇതിനായി ലോകബാങ്ക് സഹായത്തോടെ 'കേര' പദ്ധതി ആവിഷ്കരിച്ചു. പദ്ധതി നിലവിൽവരുമ്പോൾ ശീതകാല പച്ചക്കറികളുടെ മൂല്യ വർദ്ധന വിതരണശൃംഖല ശക്തിപ്പെടും.

കാർഷികസേവനങ്ങൾക്ക് ഓൺലൈൻ പ്ലാറ്റ്ഫോം

അഗ്രോ സർവീസ് സെന്ററുകളുടെ പ്രവർത്തനങ്ങൾ വിപുലീകരിക്കാൻ നടപടികൾ കൈക്കൊണ്ടു. കൂടുതൽ കാർഷികോപകരണങ്ങൾ ഈ സെന്ററുകൾക്ക് വിവിധ പദ്ധതികളിൽ ഉൾപ്പെടുത്തി നൽകാൻ നടപടി ആരംഭിച്ചു. അഗ്രോ സർവീസ് സെന്റർ, കാർഷിക കർമ്മസേന, കസ്റ്റം ഹയറിങ് സെന്റർ, കൃഷിശ്രീ സെന്റർ എന്നിവയുടെ സേവനങ്ങൾ ഓൺലൈനായി ലഭ്യമാക്കാൻ എൻ ഐ സി വഴി ഓട്ടോമേഷൻ സിസ്റ്റം ഫോർ അഗ്രോ സർവീസസ് ആന്റ് ഹയറിങ് സെന്റർ ആക്ടിവിറ്റീസ് (ആഷ) പോർട്ടൽ വികസിപ്പിച്ചു.

കേരളാഗ്രോ ബ്രാൻഡ്

കേരളത്തിൽ ഉല്പാദിപ്പിക്കുന്ന കാർഷികോല്പന്നങ്ങൾക്ക് ഗുണനിലവാരം ഉറപ്പാക്കി ഏകീകൃത ബ്രാൻഡായ കേരളാഗ്രോ നൽകിവരുന്നു. സർക്കാർ ഉടമസ്ഥതയിലുള്ള കൃഷിഫാമുകളിൽനിന്നുള്ള ഉൽപ്പന്നങ്ങൾക്കാ

ണ് കേരളാഗ്രോ ബ്രാന്റ് നൽകിയിരുന്നത്. ഇത് വിപുലീകരിച്ച് കർഷകർക്കും കർഷക കൂട്ടായ്മകൾക്കും ബ്രാന്റിങ് നൽകാൻ തീരുമാനിച്ചു. കർഷകർക്ക് കേരളാഗ്രോ നിശ്ചയിച്ചിട്ടുള്ള ഗുണമേന്മ ഉറപ്പാക്കി കേരളാഗ്രോ ബ്രാന്റിങ്ങിന് അപേക്ഷ സമർപ്പിക്കാവുന്നതാണ്. 400 ഉൽപ്പന്നങ്ങൾക്ക് ഉടൻ ബ്രാന്റ് ലഭ്യമാക്കും.

ഓൺലൈൻ മാർക്കറ്റിങ് നടത്തുന്നതിന് നടപടി സ്വീകരിച്ചു. സർക്കാർ ഫാമുകളിൽ നിന്നുള്ള 205 ഉൽപ്പന്നങ്ങൾ ഇപ്പോൾ ഓൺലൈനിൽ ലഭ്യമാണ്. ബ്രാന്റിങ് ലഭിക്കുന്നതോടെ കർഷകരുടെ ഉൽപ്പന്നങ്ങൾ കൂടി ഓൺലൈനിൽ ലഭ്യമാകും. ജില്ലകൾതോറും കേരളാഗ്രോ ഫെസ്റ്റ് ആസൂത്രണം ചെയ്തിട്ടുണ്ട്. കേരളഗ്രോ ബ്രാൻഡഡ് ഷോപ്പുകൾ, കേരളഗ്രോ റീട്ടെയിൽ ഔട്ട്ലെറ്റുകൾ എന്നിവ ആരംഭിക്കും. മുംബൈയിലെ ഇന്ത്യൻ ഇൻസ്റ്റിറ്റ്യൂട്ട് ഓഫ് പാക്കേജിങ്ങിന്റെ സാങ്കേതികസഹായത്തോടെ ആകർഷകമായ പാക്കിങ് നടത്തുന്നതിന് പരിശീലനം സംഘടിപ്പിച്ചു. കേരളഗ്രോ ബ്രാന്റ് വ്യാപിപ്പിച്ച് വിപുലമായ വിപണനസൗകര്യം ഉറപ്പാക്കും.

ജൈവകൃഷി പ്രോത്സാഹനം

ജൈവകൃഷി പ്രോത്സാഹനത്തിനും ഉല്പന്നങ്ങളുടെ വിപണനത്തിനും മുൻഗണന നൽകി സുരക്ഷിതഭക്ഷണം ലഭ്യമാക്കാനായി 2023 ഒക്ടോബറിൽ ജൈവകാർഷിക മിഷൻ രൂപീകരിച്ചു. ഓരോ വർഷവും കുറഞ്ഞത് 10,000 ഹെക്ടർ വീതം സ്ഥലത്ത് തിരഞ്ഞെടുത്ത പഞ്ചായത്തുകളിൽ ജൈവകൃഷി വ്യാപിപ്പിച്ച് അഞ്ച് വർഷത്തിനുള്ളിൽ 50,000 ഹെക്ടർ സ്ഥലത്ത് ജൈവകൃഷി നടപ്പിലാക്കും.

ഗുണമേന്മയുള്ള സങ്കരയിനം വിത്തുകൾ വെജിറ്റബിൾ ആന്റ് ഫ്രൂട്ട്സ് പ്രൊമോഷൻ കൗൺസിൽ കേരളം (വി എഫ് പി സി കെ) വഴി ലഭ്യമാക്കിവരുന്നു. കൂടുതൽ ഉല്പാദനക്ഷമതയുള്ള വിത്തുകൾ കേരള കാർഷിക സർവകലാശാല മുഖാന്തരം ലഭ്യമാക്കും. വി എഫ് പി സി കെ, അഗ്രോ സർവീസ് സെന്റർ, കൃഷിക്കൂട്ടം എന്നിവ വഴി നല്ലയിനം പച്ചക്കറിത്തൈ ഉല്പാദനം വർദ്ധിപ്പിക്കും.

പഴം കയറ്റുമതി

വിവിധ കാർഷികവിളകളുടെ വിപണനം ലക്ഷ്യമാക്കിയാണ് കേരള അഗ്രോ ബിസിനസ് കമ്പനി (കാബ്കോ) ആരംഭിച്ചത്. കയറ്റുമതിയുൾപ്പെടെ വിവിധ വിപണനതന്ത്രങ്ങൾ ആവിഷ്കരിക്കൽ കാബ്കോയുടെ പരിഗണനയിലുണ്ട്.

റംബൂട്ടാൻ ഉൾപ്പെടെയുള്ള പുതിയ വിളകളെ വിള ഇൻഷ്വറൻസ് പദ്ധതിയിൽ ഉൾപ്പെടുത്തുന്ന കാര്യം പരിഗണിക്കും. കീഴിൽ വിദേശ ഫലവൃക്ഷങ്ങളെ തോട്ടവിളകളായി പരിഗണിക്കണമെന്ന നിർദ്ദേശം പരിശോധിച്ച് തീരുമാനം കൈക്കൊള്ളും.

പുഷ്പക്കൃഷി പ്രോത്സാഹനം

നെതർലാന്റ് സാങ്കേതികസഹായത്തോടെ വയനാട് അമ്പലവയലിൽ ആരംഭിച്ച സെന്റർ ഓഫ് എക്സലൻസ് ഗുണനിലവാരമുള്ള തൈകൾ ഉല്പാദിപ്പിക്കൽ ലക്ഷ്യമിട്ട് ആരംഭിച്ച സ്ഥാപനമാണ്. ഈ സ്ഥാപനം പൂർണതോതിൽ പ്രവർത്തിച്ച് തുടങ്ങുന്നതോടെ കേരളത്തിനാവശ്യമായ ഗുണനിലവാരമുള്ള തൈകൾ ഉല്പാദിപ്പിക്കാൻ സാധിക്കും. പുഷ്പ-പച്ചക്കറി കൃഷിക്കാവശ്യമായ വിദഗ്ധപരിശീലനം ഇവിടെ നൽകുന്നുണ്ട്. തിരുവനന്തപുരത്ത് കഴക്കൂട്ടത്തുള്ള ബയോടെക്നോളജി & മോഡൽ ഫ്ളോറികൾച്ചർ സെന്ററിൽനിന്നും ഓർക്കിഡ്, ആന്തൂറിയം എന്നിവയുടെ ഗുണമേന്മയുള്ള തൈകൾ മിതമായ നിരക്കിൽ നൽകി വരുന്നുണ്ട്.

കേരള കാർഷിക സർവകലാശാലയുടെ അധീനതയിലുള്ള അമ്പലവയൽ പ്രദേശിക ഗവേഷണകേന്ദ്രം പുഷ്പക്കൃഷി പഠനത്തിനും അപൂർവ്വ സസ്യങ്ങളുടെ സംരക്ഷണത്തിനുമുള്ള ഗവേഷണകേന്ദ്രമാക്കും.

വയനാടിൽ ഉല്പാദിപ്പിക്കുന്ന പൂക്കളുടെ വിപണി കണ്ടെത്തുന്നതിനും കൂടുതൽ കർഷകരെ പൂക്കൃഷിയിലേക്ക് ആകർഷിക്കുന്നതിനും നടപടി കൈക്കൊള്ളും.

പച്ചക്കറിക്കൃഷിക്ക് പ്രോത്സാഹനം

പച്ചക്കറിക്കൃഷിക്ക് മികച്ച പ്രോത്സാഹനമാണ് സർക്കാർ നൽകി വരുന്നത്. അതിന്റെ ഫലവും നല്ലനിലയിൽ കാണാനുണ്ട്. 2016-17 ൽ 7.25 ലക്ഷം മെട്രിക് ടണ്ണായിരുന്ന ഉൽപ്പാദനം. 2022-23 ൽ 17.1 ലക്ഷം മെട്രിക് ടണ്ണായി വർദ്ധിച്ചു. പച്ചക്കറിക്കൃഷിയിൽ ഏതാണ്ട് സ്വയംപര്യാപ്തത കൈവരിക്കാൻ കഴിഞ്ഞുവെന്നതാണ് നമ്മുടെ അനുഭവം. പൂർണതോതിൽ സ്വയംപര്യാപ്തത നേടലാണ് നാം ലക്ഷ്യമിടുന്നത്. അതിനായുള്ള പ്രവർത്തനങ്ങൾ പുരോഗമിക്കുന്നു.

പി എം കെ എസ് വൈ പദ്ധതി പ്രകാരം 'പെർ ഡ്രോപ്പ്, മോർ ക്രോപ്പ്' പദ്ധതിയിലുൾപ്പെടുത്തി തുള്ളിനന (ഡ്രിപ്പ് ഇറിഗേഷൻ) നടത്തുന്ന കർഷകർക്ക് ധനസഹായം നൽകുന്ന നടപടി 2023-24 സാമ്പത്തികവർഷത്തിൽ സർക്കാർ പുനരാരംഭിച്ചിട്ടുണ്ട്. 5 കോടി രൂപയുടെ പദ്ധതികളാണ് നടപ്പിലാക്കുക.

കർഷകർക്ക് ധനകാര്യസ്ഥാപനങ്ങളിൽ നിന്നും ലോൺ ലഭ്യമാക്കുന്നതിനുള്ള തടസ്സങ്ങൾ നീക്കാൻ സർക്കാർ നടപടികൾ കൈക്കൊണ്ടു. തടസ്സങ്ങൾ രേഖാമൂലം അറിയിക്കുന്നപക്ഷം ബന്ധപ്പെട്ട ഉദ്യോഗസ്ഥർ വഴി ജില്ലാ- സംസ്ഥാനതല ബാങ്കേഴ്സ് കമ്മിറ്റികളുടെ ശ്രദ്ധയിൽപ്പെടുത്തി പരിഹരിക്കുന്നതാണ്.

മൂല്യവർദ്ധിത ഉല്പന്നങ്ങൾക്ക് വിപണി കണ്ടെത്താനും കർഷകർക്ക് വരുമാനവർദ്ധന ഉറപ്പാക്കാനും കേരള അഗ്രോ ബിസിനസ് കമ്പനി (കാബ്കോ) ആരംഭിച്ചു. ഈ കമ്പനി പൂർണതോതിൽ പ്രവർത്തനക്ഷമമാകുന്നതോടെ മൂല്യവർദ്ധിത ഉല്പന്നങ്ങൾക്ക് കൂടുതൽ വിപണി കണ്ടെത്താൻ കഴിയും. ദേശീയ, അന്തർദേശീയ വിപണികളിൽ കേരളഗ്രോ ബ്രാൻഡഡ് ഉൽപ്പന്നങ്ങൾ എത്തിക്കുന്നതിന് കാബ്കോ പ്രവർത്തനങ്ങൾ ആസൂത്രണം ചെയ്തുവരുന്നു.

സുഗന്ധവിള പ്രോത്സാഹനം

കുരുമുളക് ഉൾപ്പെടെയുള്ള സുഗന്ധവിളകളുടെ കൃഷി പ്രോത്സാഹിപ്പിക്കുന്നതിനായി കുരുമുളക്, ജാതി, ഗ്രാമ്പു, ഇഞ്ചി, മഞ്ഞൾ തുടങ്ങിയ വിളകളുടെ പ്രോത്സാഹനത്തിന് നടപടികൾ സ്വീകരിച്ചു.

വികേന്ദ്രീകൃത നഴ്സറികൾ സ്ഥാപിക്കൽ, മെച്ചപ്പെട്ട പരിപാലന മുറകൾ നടപ്പാക്കുന്നതിനുള്ള പിന്തുണ, ഗവേഷണപദ്ധതികളിൽ രോഗനിയന്ത്രണത്തിന് പ്രാമുഖ്യം നൽകി രോഗപ്രതിരോധശേഷിയുള്ള നടീൽ വസ്തുക്കൾ ഉല്പാദിപ്പിക്കൽ എന്നിവയ്ക്ക് കേരള കാർഷിക സർവകലാശാല, സ്പൈസസ് ബോർഡ് എന്നീ സ്ഥാപനങ്ങൾക്ക് നിർദ്ദേശം നൽകും.

വരൾച്ച പ്രതിരോധിക്കുന്നതിന് മൈക്രോ ഇറിഗേഷൻ പദ്ധതി വ്യാപകമാക്കും. വയനാട് പാക്കേജ് പുനരുജ്ജീവിപ്പിക്കും. ആദ്യ ഘട്ടത്തിൽ അമ്പലവയലിൽ കീടനാശിനി അവശിഷ്ട പരിശോധന ലാബ്, കാലാവസ്ഥ അനുരോധ സേവനങ്ങളുടെ മെച്ചപ്പെടുത്തൽ എന്നിവ പരിഗണിക്കും. കേരള കാർഷിക സർവകലാശാല ക്യാമ്പസിലാണ് ഇവ സ്ഥാപിക്കുന്നത്.

വന്യമൃഗങ്ങളുടെ ആക്രമണം തടയുന്നതിന് വിവിധ തീരുമാനങ്ങൾ കൈക്കൊണ്ടിട്ടുണ്ട്.

പ്രകൃതി സൗഹൃദ ഏലം കൃഷി

2020-21 സാമ്പത്തിക വർഷം മുതൽ നടപ്പിലാക്കിവരുന്ന ഭാരതീയ പ്രകൃതിക് കൃഷി പദ്ധതിയിൽ 82,000 ഹെക്ടർ സ്ഥലത്ത് പ്രകൃതി സൗഹൃദ

കൃഷി നടപ്പിലാക്കുന്നതിന് ബോധവൽക്കരണ പ്രവർത്തനങ്ങൾ, ക്ലസ്റ്റർ മെമ്പർമാർക്കുള്ള പരിശീലനം, കിസാൻ മേളകൾ, ഫാർമർ ഇൻട്രസ്റ്റ് ഗ്രൂപ്പുകൾക്കുള്ള ആനുകൂല്യം, തദ്ദേശീയ കാർഷിക അറിവുകളുടെ വികസനത്തിനുള്ള ആനുകൂല്യം, പാരമ്പര്യ വിത്തിനങ്ങളുടെ സംരക്ഷണം, മാതൃക കൃഷി തോട്ടങ്ങൾ തുടങ്ങിയവ നടപ്പിലാക്കുന്നു. ഇത് ഏലം കൃഷിക്കും പ്രയോജനപ്പെടുത്താം.

മണ്ണിര കമ്പോസ്റ്റ് നിർമ്മിക്കുന്നതിന് പ്രതിവർഷം 2 മുതൽ 5 ടൺ വരെ ഉല്പാദനക്ഷമതയുള്ള യൂണിറ്റിന് 30,000 രൂപ നിരക്കിൽ, 100 യൂണിറ്റുകൾക്ക് 30.00 ലക്ഷം രൂപ നടപ്പ് സമ്പത്തിക വർഷം വകയിരുത്തി. അതാത് പ്രദേശങ്ങളിൽ ലഭ്യമായ ജൈവാംശത്തെ ഉപയോഗിച്ച് ജൈവോൽപ്പാദന ഉപാധികളാക്കി മാറ്റി സൗജന്യമായി നൽകുന്നതിന് ഫാർമർ ഇന്ററസ്റ്റ് ഗ്രൂപ്പുകൾക്ക് ഭാരതീയ പ്രകൃതിക് കൃഷി പദ്ധതിവഴി ആനുകൂല്യം നൽകിവരുന്നു.

ജൈവ ഏലക്കായ്ക്ക് നാഷണൽ പ്രോഗ്രാം ഫോർ ഓർഗാനിക് പ്രൊഡക്ഷൻ സർട്ടിഫിക്കേഷൻ പ്രകാരം തേർഡ് പാർട്ടി സർട്ടിഫിക്കേഷൻ ലഭ്യമാക്കും. ഇതുവഴി കയറ്റുമതിയും വിപണനവും വിപുലമാക്കും.

കാപ്പിക്കൃഷി പ്രോത്സാഹനം

ഒറ്റവിളയായാണ് കാപ്പി കൃഷി ചെയ്തുവരുന്നത്. ഇതിൽ നിന്നും വ്യത്യസ്തമായി തണൽ മരങ്ങൾക്കിടയിൽ ഇടവേളയായി കാപ്പിക്കൃഷി നടത്താമെന്ന് തെളിയിച്ചുവെന്നാണ് ഒരു കർഷകൻ (റോയിമോൻ) ഇവിടെ പരാമർശിച്ചിട്ടുള്ളത്. ഈ രീതി സംസ്ഥാനവ്യാപകമാക്കണമെന്ന നിർദ്ദേശവും അദ്ദേഹം മുന്നോട്ടുവച്ചു. കൃഷിവകുപ്പിന്റെ സ്റ്റേറ്റ് ഫാമിങ് കോർപ്പറേഷൻ തോട്ടങ്ങളിൽ സംസ്ഥാന കൃഷി വകുപ്പ് ഇത് സംബന്ധിച്ച് പരീക്ഷണം നടത്തി വിജയകരമാണെന്ന് സ്ഥിരീകരിച്ചാൽ റബ്ബറുൾപ്പെടെയുള്ള വൃക്ഷങ്ങൾക്കിടയിൽ കാപ്പിക്കൃഷി പ്രോത്സാഹിപ്പിക്കുവാൻ നടപടിയെടുക്കും.

വയനാട് കോഫി പാർക്ക് യാഥാർത്ഥ്യമാക്കുന്നതിനുള്ള നടപടികൾ പുരോഗതിയിലാണ്. ജലസേചനസൗകര്യങ്ങൾ വർധിപ്പിക്കും. മൈക്രോ ഇറിഗേഷൻ പദ്ധതിയിൽ ഇപ്പോൾ 55% സബ്സിഡി നൽകിവരുന്നുണ്ട്. വിവിധ വകുപ്പുകളുമായി സംയോജിപ്പിച്ച് പദ്ധതിയിൽ കൂടുതൽ ആനുകൂല്യങ്ങൾ നൽകുന്നത് പരിഗണനയിലാണ്. ക്ലസ്റ്റർ അടിസ്ഥാനത്തിൽ മൈക്രോ ഇറിഗേഷൻ പദ്ധതി നടപ്പാക്കുന്നതിന് ഇടപെടലുകളുണ്ടാകും.

പൈനാപ്പിൾകൃഷി പ്രോത്സാഹനം

ഭൗമസൂചിക പദവി ലഭിച്ചിട്ടുള്ള വാഴക്കുളം പൈനാപ്പിൾകൃഷി പ്രോത്സാഹിപ്പിക്കാൻ നടപടി ആരംഭിച്ചിട്ടുണ്ട്. കപ്പൽ മാർഗ്ഗം ഫ്രഷ് ഫ്രൂട്ട്സ് വിദേശരാജ്യങ്ങളിലേക്ക് കയറ്റുമതി ചെയ്യുന്നതിന് സഹായകമായ പ്രോട്ടോകോൾ തയ്യാറാക്കാൻ കാർഷിക സർവകലാശാലയെ ചുമതലപ്പെടുത്തി.

മറ്റ് സംസ്ഥാനങ്ങളിലേക്ക് റോ-റോ ട്രെയിൻ സർവീസ് ഉപയോഗിച്ച് ഫ്രഷ് ഫ്രൂട്ട്സ് കയറ്റി അയക്കുന്നതിന് നിലവിലുള്ള തടസ്സങ്ങൾ സംസ്ഥാനത്തിന് സ്വന്തം നിലയ്ക്ക് പരിഹരിക്കാൻ കഴിയില്ല. ഇക്കാര്യം കേന്ദ്ര സർക്കാരിന്റെ ശ്രദ്ധയിൽ കൊണ്ടുവരും.

വാഴക്കുളം അഗ്രോ ഫ്രൂട്ട് പ്രോസസിങ് കമ്പനി ലിമിറ്റഡ് നടുക്കരയുടെ നവീകരണശിപാർശ പരിശോധിച്ചുവരികയാണ്.

വാഴക്കൃഷി പ്രോത്സാഹനം

കാലാവസ്ഥാവ്യതിയാനത്തെയും കീടരോഗ ആക്രമണങ്ങളെയും ചെറുക്കുന്ന വാഴയിനങ്ങൾ വികസിപ്പിക്കാൻ കേരള കാർഷിക സർവകലാശാലയുടെ കീഴിലുള്ള കണ്ണാറ വാഴഗവേഷണ കേന്ദ്രത്തിന് നിർദ്ദേശം നൽകും. സൂക്ഷ്മ ജലസേചന സൗകര്യത്തിന് സബ്സിഡി നൽകാൻ പദ്ധതികൾ ആവിഷ്കരിച്ചിട്ടുണ്ട്.

സുസ്ഥിരമായ വിപണനസൗകര്യം ഒരുക്കി കയറ്റുമതി മെച്ചപ്പെടുത്തുന്നതിനും മൂല്യവർദ്ധിതസംരംഭങ്ങൾ പ്രോത്സാഹിപ്പിക്കുന്നതിനും നടപ്പിലാക്കിവരുന്ന പദ്ധതികൾ വിപുലീകരിക്കും.

കൂൺകൃഷി പ്രോത്സാഹനം

രാഷ്ട്രീയ കൃഷിവികസന യോജന (ആർ കെ വി വൈ) പദ്ധതിയിൽ ഉൾപ്പെടുത്തി 'നൂറ് കൂൺ ഗ്രാമങ്ങൾ' പദ്ധതി സംസ്ഥാന ഹോർട്ടികൾച്ചർ മിഷൻ മുഖേന നടപ്പിലാക്കിവരുന്നു. കൂൺകൃഷിയും സംസ്കരണവും പരിശീലിക്കുന്നതിന് സൊളാനിലെ ഭാരതീയ കൂൺ ഗവേഷണ കേന്ദ്രത്തിൽ കേരളത്തിൽനിന്നുള്ള തിരഞ്ഞെടുക്കപ്പെട്ട 5 കർഷകർക്ക് പരിശീലനം നൽകി. ഇവരുടെ നേതൃത്വത്തിൽ കൂൺകൃഷിയിലെ പുതിയ സംരംഭകർക്ക് കൂൺ ഗ്രാമം പദ്ധതിയുടെ ഭാഗമായി പരിശീലനം നൽകും.

കേരള കാർഷികസർവകലാശാലയുടെ വെള്ളായണി, വെള്ളാനിക്കര,പടന്നക്കാട്കാർഷികകോളേജുകളിൽവിവിധയിനംകൂണിനങ്ങൾ

പരിചയപ്പെടുന്നതിനും കൃഷിരീതികൾ പരീക്ഷിക്കുന്നതിനും സൗകര്യങ്ങളുണ്ട്. ഈ അറിവുകൾ പ്രയോജനപ്പെടുത്തി കൃഷിക്കൂട്ടങ്ങൾ വഴി തദ്ദേശ സ്വയംഭരണ സ്ഥാപനങ്ങളുടെ സഹകരണത്തോടെ കൂൺ കൃഷി വ്യാപിപ്പിക്കുന്നു.

വിപണനം വിപുലീകരിക്കുന്നതിന് 'കേരളാഗ്രോ' ബ്രാൻഡ് നൽകി മുൻനിര ഓൺലൈൻ വിപണികളിലൂടെ വിറ്റഴിക്കുന്നതിന് സൗകര്യമൊരുക്കി.

ഔഷധസസ്യക്കൃഷി പ്രോത്സാഹനം

ഔഷധസസ്യക്കൃഷി മേഖലയിലെ കർഷകരെ സഹായിക്കാൻ ഔഷധ നിർമ്മാണ കമ്പനികളുമായി ബന്ധപ്പെട്ട് പദ്ധതികൾ ആവിഷ്കരിച്ചു. 2023-24 വർഷം ഔഷധക്കൃഷി വികസനത്തിനായി ഒരു കോടി രൂപയുടെ വികസനപ്രവർത്തനങ്ങൾ നടപ്പിലാക്കിവരുന്നു. 2024-25 വർഷത്തെ ബജറ്റിലും 1 കോടി രൂപ വകയിരുത്തിയിട്ടുണ്ട്. പദ്ധതിയുടെ ഭാഗമായി ഔഷധസസ്യ സംഭരണ - സംസ്കരണ കേന്ദ്രങ്ങൾ ആരംഭിക്കും.

കശുമാവ് കൃഷി

കാസർഗോഡ് ആദൂർ, ഗാളിമുഖ ഫാമുകളിൽ കശുമാവിൽനിന്നും മൂല്യവർദ്ധിത ഉല്പന്നങ്ങൾ നിർമ്മിക്കുന്നതിന് രാഷ്ട്രീയ കൃഷിവികസന യോജന (ആർ കെ വി വൈ) പദ്ധതിയിൽ 40 ലക്ഷം രൂപയുടെ പദ്ധതി ആരംഭിക്കും. മൂല്യവർദ്ധിത ഉല്പന്നങ്ങളുടെ നിർമ്മാണത്തിനൊപ്പം കർഷകർക്ക് പരിശീലനവും ഈ കേന്ദ്രത്തിൽ ലഭ്യമാക്കും. പദ്ധതി നിലവിൽ വരുന്നതോടെ കശുമാങ്ങയ്ക്ക് ഉയർന്ന വില ലഭിക്കുമെന്നാണ് പ്രതീക്ഷിക്കുന്നത്.

സംസ്ഥാന ഹോർട്ടികൾച്ചർ മിഷൻ, കേരള സ്റ്റേറ്റ് ഏജൻസി ഫോർ ദി എക്സ്പാൻഷൻ ഓഫ് കാഷ്യൂ കൾട്ടിവേഷൻ, തദ്ദേശ സ്വയംഭരണ സ്ഥാപനങ്ങൾ എന്നിവയുടെ ആഭിമുഖ്യത്തിൽ കശുമാവിന്റെ പുതുകൃഷിക്കും അതിസാന്ദ്രതാകൃഷിക്കും ധനസഹായം നൽകി വരുന്നു.

കൃഷിവകുപ്പിന്റെ ജൈവകൃഷി, നല്ല കൃഷിമുറകൾ സർട്ടിഫിക്കേഷൻ പദ്ധതിയിൽ ഉൾപ്പെടുത്തി തേർഡ് പാർട്ടി ജൈവ സർട്ടിഫിക്കേഷന് സബ്സിഡി അനുവദിച്ചിട്ടുണ്ട്. ഈ സൗകര്യം കശുവണ്ടി കർഷകർക്ക് പ്രയോജനപ്പെടുത്താവുന്നതാണ്.

കമുക് കൃഷി

മഞ്ഞളിപ്പ് രോഗം പരിഹരിക്കുന്നതിന് ആവശ്യമായ നിർദ്ദേശം നൽകുന്നതിന് കേന്ദ്ര തോട്ടവിള ഗവേഷണകേന്ദ്രം, കാർഷിക സർവകലാശാല എന്നിവിടങ്ങളിലെ വിദഗ്ധരെ ഉൾപ്പെടുത്തി ടീം രൂപീകരിച്ചു.

തിരൂർ വെറ്റില

വെറ്റില കൃഷി ചെയ്യുന്ന കർഷകരുടെ വരുമാനം വർദ്ധിപ്പിക്കൽ ലക്ഷ്യമിട്ട് 2 വർഷം മുൻപ് കൃഷിവകുപ്പിന്റെ പ്രത്യേക സാമ്പത്തിക സഹായത്തോടെ ഫാർമർ പ്രൊഡ്യൂസർ കമ്പനി രൂപീകരിച്ചു. തിരൂർ വെറ്റിലയ്ക്ക് ഭൗമസൂചികപദവി ലഭ്യമാക്കി. 2016ൽ പാകിസ്ഥാൻ സർക്കാർ വെറ്റിലയുടെ ഇറക്കുമതി തീരുവ 140% ആയി വർദ്ധിപ്പിച്ചതിനാലാണ് കയറ്റുമതി നിലച്ചുപോയത്. ഭൗമസൂചികപദവി ലഭിച്ച തിരൂർ വെറ്റിലയ്ക്ക് അഗ്രികൾച്ചറൽ ആന്റ് പ്രോസസ്ഡ് ഫുഡ് പ്രോഡക്ട്സ് എക്സ്പോർട്ട് ഡെവലപ്മെന്റ് അതോറിറ്റിയുമായി ചേർന്ന് പുതിയ വിപണികൾ കണ്ടെത്തും.

മംഗള എക്സ്പ്രസിൽ തിരൂർ വെറ്റില കയറ്റി അയക്കാനുള്ള സൗകര്യം ഏർപ്പെടുത്തുന്നതുമായി ബന്ധപ്പെട്ട് നിലവിലുള്ള തടസ്സം പരിഹരിക്കൽ റെയിൽവേ മന്ത്രാലയത്തിന്റെ ശ്രദ്ധയിൽപ്പെടുത്തും.

ചേലക്കര പട്ടികജാതി സഹകരണസംഘവുമായി ബന്ധപ്പെട്ട് വെറ്റില ഉല്പാദകർക്ക് കുറഞ്ഞ നിരക്കിൽ കുട്ട ലഭ്യമാക്കാൻ നിർദ്ദേശിക്കും. തൊഴിലുറപ്പ് പദ്ധതി കേന്ദ്ര സർക്കാരിന്റെ മാർഗരേഖയ്ക്ക് വിധേയമായാണ് നടപ്പിലാക്കുന്നത്. നിലവിലെ മാർഗരേഖ പ്രകാരം ഇത്തരം ആവർത്തന സ്വഭാവമുള്ള ജോലികൾ തൊഴിലുറപ്പ് പദ്ധതിയിലൂടെ നിർവ്വഹിക്കാനാവില്ല.

നാളികേരവികസനം

നാളികേരവികസന കൗൺസിലിന്റെ ആഭിമുഖ്യത്തിൽ 2018 മുതൽ ആരംഭിച്ച നാളികേരവികസന പദ്ധതിയുടെ ഭാഗമായാണ് സബ്സിഡി അടിസ്ഥാനത്തിൽ തെങ്ങിൻതൈകൾ വിതരണം ചെയ്തു വരുന്നത്. കർഷകരുടെ ആവശ്യം പരിഗണിച്ച് തെങ്ങിൻതൈകളുടെ ഉൽപാദനവും വിതരണവും ക്രമീകരിക്കൽ പരിഗണിക്കും. പച്ചത്തേങ്ങാസംഭരണം 2022 മുതൽ തുടർപദ്ധതിയായി നടത്തിവരുന്നു. എം എൽ എമാരുടെ ആവശ്യാനുസരണം സംഭരണകേന്ദ്രങ്ങൾ തുടങ്ങാൻ അനുമതി നൽകിയിട്ടുണ്ട്.

തേൻകൃഷി പ്രോത്സാഹനം

തേനിന്റെ വിവിധ ഗുണഗണങ്ങൾ വർണ്ണിക്കുന്ന പാഠഭാഗങ്ങൾ സ്കൂൾ പാഠ്യപദ്ധതിയിൽ ഉൾപ്പെടുത്തിയിട്ടുണ്ട്.

തേനിന്റെ വിപണനം ശക്തിപ്പെടുത്താൻ 'കേരളാഗ്രോ' ബ്രാന്റ് ലഭ്യമാക്കും. കാബ്കോ മുഖേന വിപണന - വിതരണശൃംഖല ശക്തിപ്പെടുത്തും. 'തേൻ ഗ്രാമങ്ങൾ' സ്ഥാപിക്കുന്നതിന്റെ സാധ്യതകൾ പരിശോധിക്കും. വാർഡുതല അഗ്രോക്ലിനിക്കുകളും ബോധവൽക്കരണ പരിപാടികളും സംഘടിപ്പിക്കും.

റബ്ബർ താങ്ങുവില

കർഷകതാത്പര്യം മുൻനിർത്തിയാണ് റബ്ബറിന്റെ താങ്ങുവില 180 രൂപയായി വർദ്ധിപ്പിച്ചിട്ടുള്ളത്. തുടർന്നും വർദ്ധിപ്പിക്കണമെന്നാണ് സർക്കാർ ആഗ്രഹിക്കുന്നത്. ഇതിന് കേന്ദ്ര സർക്കാരിന്റെ സഹായം ആവശ്യമാണ്. അതിനായി കേന്ദ്ര സർക്കാരിൽ നിരന്തരം സമ്മർദ്ദം ചെലുത്തിവരുന്നു.

റബ്ബർ തടിയുടെ വില ഗ്രെയ്ഡ് അടിസ്ഥാനത്തിൽ നിർണ്ണയിക്കുന്നത് റബ്കോയുടെ സാങ്കേതികവിഭാഗം പരിശോധിക്കും. മൂല്യവർദ്ധിത ഉൽപ്പന്നങ്ങൾ നിർമ്മിക്കുന്നതിനുള്ള ഫാക്ടറികൾ കർഷകരുടെ നേതൃത്വത്തിൽ ആരംഭിക്കുന്നത് പരിഗണിക്കും. ഔഷധ സസ്യങ്ങൾ 'ഔഷധി'ക്ക് നൽകുന്നതിന് തടസ്സമില്ല.

കിഴങ്ങുവർഗകൃഷി പ്രോത്സാഹനം

കിഴങ്ങുവർഗങ്ങളുടെ ഉല്പാദനത്തിന് കൃഷിവകുപ്പിന്റെ വിവിധ സ്കീമുകളിലും ജനകീയാസൂത്രണപദ്ധതിയിലും ഉൾപ്പെടുത്തി പ്രത്യേക സഹായങ്ങൾ നൽകിവരുന്നു. കേന്ദ്രാവിഷ്കൃത പദ്ധതികളിലൂടെയും ധനസഹായം ലഭ്യമാക്കാൻ നടപടികൾ കൈക്കൊള്ളും. കിഴങ്ങു വർഗങ്ങളുടെ മൂല്യവർദ്ധിത ഉല്പന്നങ്ങളുടെ വിപണി കണ്ടെത്തുന്നതിന് കേന്ദ്ര കിഴങ്ങുവിള ഗവേഷണ കേന്ദ്രവുമായി സഹകരിച്ച് നടപടികൾ കൈക്കൊണ്ടുവരുന്നു.

സഹകരണമേഖലയുടെ ഇടപെടൽ

കാർഷികമേഖലയിൽ സഹകരണസ്ഥാപനങ്ങൾ കാര്യക്ഷമമായി ഇടപെടുന്നുണ്ട്. വായ്പ ലഭ്യമാക്കൽ, കാർഷികോൽപ്പന്നങ്ങൾക്ക് വിപണി കണ്ടെത്തൽ മുതലായ കാര്യങ്ങളിൽ പ്രാഥമിക കാർഷിക സഹകരണ

ബാങ്കുകൾ മുൻപന്തിയിലാണ്. സഹകരണസ്ഥാപനങ്ങളുടെ ഇടപെടൽ കൂടുതൽ കാര്യക്ഷമമാക്കും.

പാടശേഖരങ്ങളിൽ അടിസ്ഥാനസൗകര്യ വികസനം

പാടശേഖരങ്ങളുടെ അടിസ്ഥാനസൗകര്യ വികസനത്തിന്റെ ഭാഗമായി മണ്ണ് ജല സംരക്ഷണ പദ്ധതികൾ നടപ്പിലാക്കിവരുന്നു. നബാർഡ് ആർ ഐ ഡി എഫ് പദ്ധതിയിലുൾപ്പെടുത്തി വിവിധ ജില്ലകൾക്കായുള്ള അടിസ്ഥാനസൗകര്യവികസന പദ്ധതികൾ നടപ്പിലാക്കും.

എയ്റേറ്ററുകൾ പ്രവർത്തിപ്പിക്കാൻ വൈദ്യുതി

വൈദ്യുതി തകരാർ, വോൾട്ടേജ് ക്ഷാമം എന്നിവമൂലം എയ്റേറ്റർ പ്രവർത്തിപ്പിക്കാൻ കഴിയാതെ മത്സ്യക്കുഞ്ഞുങ്ങളും ചെമ്മീൻ കുഞ്ഞുങ്ങളും ചത്തൊടുങ്ങുന്നത് മത്സ്യകർഷകർക്ക് വൻ സാമ്പത്തികബാധ്യതയുണ്ടാക്കും. ഉൾനാടൻ മത്സ്യ ഉല്പാദനത്തെയും കയറ്റുമതിയെയും ഇത് ദോഷകരമായി ബാധിക്കുകയും ചെയ്യും. മത്സ്യ ഫാമുകൾ കൂടുതലായി കേന്ദ്രീകരിച്ചിട്ടുള്ള പ്രദേശങ്ങളിൽ ഇത്തരം പ്രശ്നങ്ങൾ പരിഹരിക്കുന്നതിന് പ്രദേശത്ത് പ്രത്യേകമായി ട്രാൻസ്ഫോർമർ സ്ഥാപിക്കേണ്ടതുണ്ട്. ഫിഷറീസ് വകുപ്പ് നേരിട്ടും ജില്ലാ പഞ്ചായത്ത് ജനകീയ ആസൂത്രണ പദ്ധതിയിൽ ഉൾപ്പെടുത്തിയും ചിലയിടങ്ങളിൽ ട്രാൻസ്ഫോർമർ സ്ഥാപിച്ചിട്ടുണ്ട്. കൊല്ലം ജില്ലയിലെ മൺറോതുരുത്തിൽ സ്ഥാപിച്ച ട്രാൻസ്ഫോർമർ ഇതിന് ഉദാഹരണമാണ്. പ്രാദേശിക ഭരണകൂടത്തിന്റെ സഹായത്താൽ കൂടുതൽ സ്ഥലങ്ങളിൽ ട്രാൻസ്ഫോർമർ സ്ഥാപിക്കും.

സംസ്ഥാനത്തെ മത്സ്യകർഷകർക്ക് കുറഞ്ഞ നിരക്കിൽ വൈദ്യുതി നൽകിവരുന്നുണ്ടെങ്കിലും കൃഷിക്ക് നൽകുന്ന നിരക്കിനേക്കാൾ കൂടിയ യൂണിറ്റ് നിരക്കാണ്. അയൽ സംസ്ഥാനങ്ങളിൽ ഇതിനേക്കാൾ ഉയർന്ന നിരക്കാണ് നിലവിലുള്ളത്. ഏറെ സാമ്പത്തിക ബുദ്ധിമുട്ടുകളുള്ളപ്പോഴും കേരള സർക്കാർ മത്സ്യകർഷകർക്ക് ഒപ്പംതന്നെയാണ്. അതിനാൽ എങ്കിലും തുക ഏകീകരിച്ച് കൃഷിക്ക് തുല്യമാക്കി മാറ്റുന്ന കാര്യം പരിശോധിക്കും. ഉല്പാദനച്ചെലവ് കുറച്ച് വരുമാനം വർദ്ധിപ്പിക്കാൻ കഴിയുന്ന നൂതന കൃഷിരീതികൾ അവലംബിക്കും.

അലങ്കാര മത്സ്യക്കൃഷി

അലങ്കാര മത്സ്യക്കൃഷിയുടെ വ്യാപനത്തിനും വിപണനത്തിലുമുള്ള സാധ്യതകൾ പ്രയോജനപ്പെടുത്തുന്നതിന് കേരള അക്വാവെഞ്ചേഴ്സ് ഇന്റർനാഷണൽ ലിമിറ്റഡ് (കാവിൽ) 2010ൽ ആരംഭിച്ചെങ്കിലും പ്രവർത്തനം

ആശാവഹമായിരുന്നില്ല.കമ്പനിയെപുനരുജ്ജീവിപ്പിച്ച്അലങ്കാരമത്സ്യ കർഷകരുടെ കൂട്ടായ്മ രൂപപ്പെടുത്തി അലങ്കാരമത്സ്യോൽപാദനം, വിപ ണനം എന്നിവ പ്രോത്സാഹിപ്പിക്കും. ഗുണനിലവാരമുള്ള ബ്രൂഡ് മത്സ്യ ങ്ങൾ കാവിൽ മുഖേന ഇറക്കുമതി ചെയ്യും. അലങ്കാര മത്സ്യ വിപണി യുടെ ഉത്തേജനത്തിന് ഭംഗി, ഗുണം എന്നിവ അടിസ്ഥാനമാക്കി ഗപ്പി, ഡിസ്കസ്, ഫൈറ്റർ മത്സ്യങ്ങളുടെ അക്വാഷോകൾ സംഘടിപ്പിക്കും.

മത്സ്യകൃഷി പ്രോത്സാഹനം

ഗിഫ്റ്റ് മത്സ്യങ്ങൾ ശേഖരിച്ച് മത്സ്യഫെഡ് ഔട്ട്ലെറ്റ് വഴി വില്പന നടത്തിവരുന്നു. മത്സ്യവിപണി സജീവമാക്കുന്നതിന് ലൈവ് ഫിഷ് മാർക്കറ്റുകൾ ആരംഭിക്കും. വിപണന ഔട്ട്ലെറ്റുകൾ തുറക്കുന്നതിന് 10 ലക്ഷം രൂപ യൂണിറ്റ് ചെലവ് കണക്കാക്കിയിട്ടുള്ള പദ്ധതിയിൽ 4 ലക്ഷം രൂപ സർക്കാർ സഹായം അനുവദിക്കും. തദ്ദേശ സ്വയംഭരണ സ്ഥാപനങ്ങളുടെ സഹായത്തോടെ പ്രാദേശിക വിപണനകേന്ദ്രങ്ങൾ ആരംഭിക്കും. ഫിഷ് ഫാർമർ പ്രൊഡ്യൂസേഴ്സ് ഓർഗനൈസേഷനുക ളുടെ സാധ്യതകളും പ്രയോജനപ്പെടുത്തും. ഏറെ ആവശ്യക്കാരുള്ള തദ്ദേ ശീയമത്സ്യങ്ങളായ കരിമീൻ, വരാൽ, കാളാഞ്ചി, കാരി, മഞ്ഞക്കൂരി, കല്ലേമുട്ടി എന്നിവയുടെ കൃഷി പ്രോത്സാഹിപ്പിക്കും.

മാരി കൾച്ചർ അഥവാ കടലിൽ മത്സ്യകൃഷി ചെയ്ത് മത്സ്യോൽപാ ദനം വർധിപ്പിച്ച് ഭക്ഷ്യസുരക്ഷ ഉറപ്പാക്കും. സർക്കാരിന്റെ ഭാഗമായി നോർവേ സന്ദർശിച്ചപ്പോൾ കടലിൽ കൂടുകളിൽ മത്സ്യകൃഷി ചെയ്യു ന്നത് കണ്ടു. വിജയകരമായാണ് അവരിത് ചെയ്തുവരുന്നത്. നമ്മുടെ നാട്ടിലും കൂടുകളിൽ കടലിൽ മത്സ്യകൃഷി ചെയ്യാനുള്ള സാധ്യതകളുണ്ട്. നോർവേ സന്ദർശനത്തിന് ശേഷം കോഴിക്കോട് ജില്ലയിൽ ചോമ്പാല, കൊയിലാണ്ടി എന്നിവിടങ്ങളിൽ കടലിൽ കൂട് സ്ഥാപിച്ച് പരീക്ഷണാ ടിസ്ഥാനത്തിൽ മത്സ്യകൃഷി ആരംഭിച്ചു. അനുയോജ്യമായ സൈറ്റുകൾ തിരഞ്ഞെടുത്ത് കോബിയ, കാളാഞ്ചി എന്നീ മത്സ്യങ്ങളെ 10 മീറ്റർ വ്യാസമുള്ള എട്ടു കൂടുകളിൽ കൃഷി ചെയ്യുന്നതിന് 2.4 കോടി രൂപയുടെ പദ്ധതി പരിഗണനയിലാണ്. ഈ പദ്ധതിയിലൂടെ 40 ടൺ മത്സ്യം അധികമായി ഉല്പാദിപ്പിക്കാനാകുമെന്നാണ് പ്രതീക്ഷിക്കുന്നത്. ജപ്പാൻ പോലുള്ള രാജ്യങ്ങളിലെ ട്യൂണ ഉൾപ്പെടെയുള്ള വിവിധ സമുദ്രമത്സ്യ ഇനങ്ങളെ കൃഷിചെയ്യുന്ന സാങ്കേതികവിദ്യ പ്രാവർത്തികമാക്കുന്നതിന് ജപ്പാനിലെ ഗവേഷണസ്ഥാപനങ്ങളുമായി ചർച്ച പുരോഗമിക്കുന്നു.

ചെമ്മീൻകൃഷി പ്രോത്സാഹനം

ആലപ്പുഴ, എറണാകുളം, തൃശ്ശൂർ, മലപ്പുറം, കണ്ണൂർ ജില്ലകളിലായി ഓരുജലം കയറുന്ന 7,947 ഹെക്ടർ ഭൂമിയുള്ളതായാണ് കണ്ടെത്തിയിരിക്കുന്നത്. ഇതിൽ 1,643 ഹെക്ടർ പാടശേഖരങ്ങളിലാണ് നെൽക്കൃഷി നടക്കുന്നത്. ശേഷിക്കുന്ന 6,304 ഹെക്ടർ പാടശേഖരങ്ങളിൽ തരിശ് കിടക്കുന്നതും ഓരുജലം കയറുന്നതുമായ പാടശേഖരങ്ങൾ ചെമ്മീൻ കൃഷിക്ക് പ്രയോജനപ്പെടുത്താൻ പദ്ധതി ആവിഷ്കരിക്കും.

അടിയന്തര മൃഗചികിത്സ

വൈകിട്ട് 6 മണിമുതൽ രാവിലെ 6 മണിവരെ കർഷകരുടെ വീട്ടുപടിക്കൽ രാത്രികാല അടിയന്തര മൃഗചികിത്സാ സേവനം നൽകുന്ന പദ്ധതി നടപ്പിലാക്കിവരുന്നു. 152 ബ്ലോക്കുകളിലും തിരുവനന്തപുരം, കൊല്ലം, കൊച്ചി കോർപ്പറേഷനുകളിലും നെയ്യാറ്റിൻകര നഗരസഭയിലുമായി 156 കേന്ദ്രങ്ങളിൽ ഈ പദ്ധതിയുണ്ട്. 29 ബ്ലോക്കുകളും 2023 ജനുവരി മുതൽ മൊബൈൽ വെറ്ററിനറി സേവനങ്ങൾ നൽകിവരുന്നു. ഇത് എല്ലാ ബ്ലോക്കുകളിലേക്കും വ്യാപിപ്പിക്കും. മൊബൈൽ എക്സ്റേ, അൾട്രാ സൗണ്ട് സ്കാനിങ് മെഷീൻ, സർജറി സംവിധാനങ്ങൾ മുതലായ ആധുനികസംവിധാനങ്ങളോടുകൂടിയ സഞ്ചരിക്കുന്ന ടെലി വെറ്ററിനറി യൂണിറ്റുകൾ കൊല്ലം, കണ്ണൂർ, എറണാകുളം ജില്ലാ വെറ്ററിനറി കേന്ദ്രങ്ങളോടനുബന്ധിച്ച് റഫറൽ യൂണിറ്റുകളായി പ്രവർത്തിച്ചുവരുന്നു.

പൈലറ്റ് അടിസ്ഥാനത്തിൽ മൃഗസംരക്ഷണ, വെറ്ററിനറി പ്രവർത്തനങ്ങളുടെ എല്ലാ വശങ്ങളും ഡിജിറ്റലായി സംയോജിപ്പിക്കുന്ന ഇ-സമൃദ്ധ പദ്ധതി പത്തനംതിട്ട ജില്ലയിൽ നടപ്പിലാക്കിവരുന്നു.

ക്ഷീര കർഷക ക്ഷേമനിധി

ക്ഷീര കർഷക ക്ഷേമനിധിയിൽ കൂടുതൽ കർഷകരെ കൊണ്ടുവരുന്നതിന്റെ ഭാഗമായി ഒരു ലിറ്റർ പാൽ അളന്ന ക്ഷീരകർഷകർക്ക് ക്ഷേമനിധി അംഗത്വം ലഭിക്കുന്നതിന് കേരള ക്ഷീരകർഷക ക്ഷേമനിധി നിയമത്തിൽ ഭേദഗതി വരുത്തി. നിയമസഭ പാസ്സാക്കിയ ഭേദഗതി ബിൽ ഗവർണറുടെ അംഗീകാരം കാത്തിരിക്കുകയാണ്.

വനിതാ ശാക്തീകരണം

ക്ഷീരവകുപ്പ് നടപ്പിലാക്കുന്ന പദ്ധതികളിൽ വനിതകളുടെ പ്രാധാന്യം ഉറപ്പാക്കാൻ സ്ത്രീകൂട്ടായ്മകൾക്ക് പശുവളർത്തൽ, പുൽകൃഷി, മൂല്യ

വർദ്ധിത ഉൽപ്പന്നങ്ങളുടെ യൂണിറ്റ് എന്നിവയ്ക്ക് ധനസഹായം നൽകി വരുന്നു. വ്യക്തിഗത ധനസഹായപദ്ധതികളിൽ 30 ശതമാനം വനിതാ പ്രാതിനിധ്യം ഉറപ്പാക്കുന്നു. എല്ലാ ബ്ലോക്കുകളിലും വുമൺ കാറ്റിൽ കെയർ വർക്കറെ നിയോഗിച്ചിട്ടുണ്ട്. എല്ലാ ക്ഷീര സഹകരണ സംഘങ്ങളുടെയും ഭരണ സമിതിയിൽ വനിതാ പ്രാതിനിധ്യം ഉറപ്പാക്കി.

ഗുണനിലവാരമുള്ള കാലിത്തീറ്റ ലഭ്യമാക്കൽ

2022 ലെ കേരള കന്നുകാലിത്തീറ്റ, കോഴിത്തീറ്റ, ധാതുലവണ മിശ്രിതം (ഉൽപ്പാദനവും വിൽപ്പനയും നിയന്ത്രിക്കൽ) നിയമം നിയമസഭ പാസ്സാക്കി. ചട്ടങ്ങൾ നിർമ്മിച്ചുവരുന്നു.

പരസ്യങ്ങൾക്ക് ഫീസ് ഇളവു നൽകൽ

നവസംരംഭകർക്ക് വാഹനങ്ങളിൽ പരസ്യങ്ങൾ പ്രദർശിപ്പിക്കുന്നതിന് ഫീസ് ഇളവു നൽകുന്നതുമായി ബന്ധപ്പെട്ട് ഗതാഗതവകുപ്പുമായി ചർച്ച ചെയ്യും.

നവകേരള
റസിഡന്റ്സ് അസോസിയേഷൻ സദസ്സ്

എറണാകുളം

03 മാർച്ച്, 2024

ആമുഖം

നഗരങ്ങളിലും ഗ്രാമങ്ങളിലും ജീവിക്കുന്നവരുടെ പ്രാദേശിക കൂട്ടായ്മയായി റസിഡന്റ്സ് അസോസിയേഷനുകൾ വ്യാപകമായി രൂപംകൊണ്ടുതുടങ്ങിയത് അടുത്തകാലത്താണ്. ഒരു പ്രദേശത്തെ നിവാസികളുടെ ചെറുകൂട്ടായ്മ എന്ന നിലയിലാണ് ഇവ രൂപംകൊണ്ടിട്ടുള്ളത്. പ്രദേശവാസികൾ എന്ന നിലയിൽ പ്രാദേശികവികസനത്തിലും നാടിന്റെ പൊതുവായ വികസനകാര്യങ്ങളിലും ശ്രദ്ധിക്കുന്നവരാണ് റസിഡന്റ്സ് അസോസിയേഷനുകളുടെ ഭാഗമായി നിലകൊള്ളുന്നത്.

ഓരോ റസിഡന്റ്സ് അസോസിയേഷനും അവരുടേതുമാത്രമായ വികസനാവശ്യങ്ങൾ ഉണ്ട്. അതേസമയം നാടിന്റെ പൊതുവികസനം റസിഡന്റ്സ് അസോസിയേഷനുകളുടെ ഭാഗമായി നിലകൊള്ളുന്നവർക്കും സഹായകരമാണ്. റസിഡന്റ്സ് അസോസിയേഷനുകളിൽ നിന്നുമുള്ള അഭിപ്രായങ്ങളും നിർദ്ദേശങ്ങളും പ്രാദേശികവികസനത്തെ ശക്തിപ്പെടുത്തുന്നു. ഓരോ നാടിന്റെയും സവിശേഷപ്രശ്നങ്ങൾ തിരിച്ചറിയാൻ ഇതിലൂടെ സാധിക്കുകയും ചെയ്യും. റസിഡന്റ്സ് അസോസിയേഷനുകളിൽ നിന്നുമുള്ള വിവരശേഖരണം ജനാധിപത്യത്തിന്റെ പുതിയ പ്രയോഗരൂപമായി മാറുമെന്നാണ് പ്രതീക്ഷിക്കുന്നത്.

വികസന ആവശ്യങ്ങളും വികസനലക്ഷ്യങ്ങളും സംബന്ധിച്ച് പ്രാദേശികജനതയുടെ അഭിപ്രായങ്ങളും നിർദ്ദേശങ്ങളും പങ്കുവെക്കുന്നതിനാണ് റസിഡന്റ്സ് അസോസിയേഷൻ പ്രതിനിധികളുമായി 2024 മാർച്ച് 3ന് കൊച്ചി രാജീവ് ഗാന്ധി ഇൻഡോർ സ്റ്റേഡിയത്തിൽ

മുഖാമുഖം സംഘടിപ്പിച്ചത്. മുഖാമുഖത്തിൽ 1,551 പേർ പങ്കെടുത്തു. 61 പ്രതിനിധികളും 5 വിദഗ്ധരും ആശയങ്ങൾ പങ്കുവെച്ചു. മറ്റുള്ളവർ എഴുതി നൽകിയ നിർദ്ദേശങ്ങൾകൂടി പരിഗണിച്ചാണ് റസിഡന്റ്സ് അസോസിയേഷനുകളുമായി ബന്ധപ്പെട്ട പദ്ധതികളും പ്രാദേശിക വികസന പദ്ധതികളും ആവിഷ്കരിക്കുക.

മുഖാമുഖം പരിപാടിയിൽ മന്ത്രി എം ബി രാജേഷ് അധ്യക്ഷനായി. കൊച്ചി കോർപ്പറേഷൻ മേയർ അനിൽകുമാർ എം സ്വാഗതവും തദ്ദേശ സ്വയംഭരണ വകുപ്പ് പ്രിൻസിപ്പൽ ഡയറക്ടർ രാജമാണിക്യം നന്ദിയും പറഞ്ഞു.

പ്രസംഗം

നവകേരള സദസ്സിന് തുടർച്ചയായി സംഘടിപ്പിച്ച മുഖാമുഖം സംവാദത്തിന്റെ സമാപന പരിപാടിയാണിത്. കേരളത്തിന്റെ വിവിധ ജില്ലകളിൽ വ്യത്യസ്ത വിഭാഗങ്ങളോട് നേരിട്ട് സംവദിക്കുകയും നവകേരള നിർമ്മിതിയെക്കുറിച്ചുള്ള അവരുടെ കാഴ്ചപ്പാടുകൾ മനസ്സിലാക്കുകയും ചെയ്യുന്നതിന് ഇതുവരെയുള്ള മുഖാമുഖം സംവാദങ്ങൾ ഏറെ സഹായകരമായിട്ടുണ്ട്.

മതനിരപേക്ഷ ജനാധിപത്യസമൂഹം എന്ന കാഴ്ചപ്പാട് ഉയർത്തിപ്പിടിച്ചുകൊണ്ട് വിദ്യാഭ്യാസം, ആരോഗ്യം, തൊഴിൽ, വ്യവസായം, കൃഷി, സാമൂഹ്യനീതി എന്നിങ്ങനെ വ്യത്യസ്ത മേഖലകളിൽ സംസ്ഥാനം നടപ്പാക്കിവരുന്ന ജനപക്ഷനിലപാടുകൾ കൂടുതൽ ശക്തമായി കൊണ്ടുപോകുന്നതിനുള്ള ഊർജ്ജവും കൈത്താങ്ങുമാണ് ഇതുവരെയുള്ള സംവാദങ്ങളിൽനിന്ന് ലഭിച്ചിട്ടുള്ളത്. കേരളത്തെ ഒരു പുരോഗമനസമൂഹമായി നിലനിർത്തുന്നതിനും വരുംതലമുറകൾക്ക് കൂടി പര്യാപ്തമാംവിധം കേരളത്തെ മാറ്റിത്തീർക്കുന്നതിനും കലവറയില്ലാത്ത പിന്തുണയാണ് കേരളീയ പൊതുസമൂഹം ഒന്നടങ്കം നൽകിയിട്ടുള്ളത്. ഇത് സർക്കാരിന് വലിയ പ്രചോദനമാണ്.

വിദ്യാർത്ഥികൾ, യുവജനങ്ങൾ, സ്ത്രീകൾ, ആദിവാസി-ദലിത് ജനത, സാംസ്കാരികപ്രവർത്തകർ, ഭിന്നശേഷി വിഭാഗം, മുതിർന്ന പൗരന്മാർ, തൊഴിലാളികൾ, കർഷകർ എന്നിവരുമായാണ് ഇതിനോടകം സംവദിച്ചത്. ഇന്ന് നമ്മുടെ നാട്ടിൽ സ്വൈരജീവിതം ഉറപ്പുവരുത്തു

ന്നതിന് നേതൃപരമായ പങ്കു വഹിക്കുന്ന റസിഡന്റ്സ് അസോസിയേഷനുകളുടെ പ്രതിനിധികളുമായാണ് സംവദിക്കുന്നത്.

സർക്കാരിന്റെ ഏതു നയപരിപാടിയും അർത്ഥവത്താകുന്നത് പ്രാദേശികതലത്തിൽ അത് വേണ്ടുംവിധം നടപ്പിലാകുമ്പോഴാണ്. എല്ലാ പദ്ധതികളും നാം നടപ്പിലാക്കുന്നത് ജനകീയപങ്കാളിത്തത്തോടെയാണ്. അതുതന്നെയാണ് അവയുടെ വിജയരഹസ്യവും. കഴിഞ്ഞ ഏഴര വർഷക്കാലത്തിലേറെയായി കേരളത്തിൽ സംഭവിച്ചിട്ടുള്ള മാറ്റങ്ങളൊക്കെ വലിയ ജനകീയപങ്കാളിത്തത്തോടെ നടപ്പിലാക്കിയ പദ്ധതികളുടെ ഫലമായി ഉണ്ടായതാണ്. നവകേരള കർമ്മപദ്ധതിയുടെ ഭാഗമായി ആവിഷ്കരിച്ച ഹരിതകേരളം, ലൈഫ്, ആർദ്രം, പൊതുവിദ്യാഭ്യാസ സംരക്ഷണയജ്ഞം എന്നീ മിഷനുകൾ അതിന്റെ പ്രത്യക്ഷ ഉദാഹരണങ്ങളാണ്.

നമ്മുടെ നാട് അവിചാരിതമായ പ്രതിസന്ധികളിലൂടെ കടന്നുപോയ ഘട്ടങ്ങളിലും വലിയ ജനപങ്കാളിത്തത്തോടെയാണ് സംസ്ഥാനത്ത് രക്ഷാപ്രവർത്തനങ്ങൾ നടത്തിയതും ആശ്വാസനടപടികൾ കൈക്കൊണ്ടതും. കോവിഡുകാലത്തും പ്രളയകാലത്തും നടത്തിയ അത്തരം ഇടപെടലുകളിൽ അകമഴിഞ്ഞ് പിന്തുണ നൽകിയവരും ഭാഗഭാക്കായവരുമാണ് ഏറെയും. അതുകൊണ്ടുതന്നെ നവകേരള നിർമ്മിതി എപ്രകാരം ആയിരിക്കണം എന്നതിനെക്കുറിച്ച് വ്യക്തമായ ധാരണയുള്ളവരാണ് എല്ലാവരും.

റസിഡന്റ്സ് അസോസിയേഷനുകൾ എന്നത് നിയമപരമായിത്തന്നെ വ്യവസ്ഥ ചെയ്യപ്പെടുന്ന ഒരു ഘട്ടത്തിലാണ് ആധുനികസമൂഹം. ഇവിടെത്തന്നെ റിയൽ എസ്റ്റേറ്റ് റഗുലേറ്ററി അതോറിറ്റിയുണ്ട്. ആ അതോറിറ്റിയുടെ നിയമംതന്നെ റസിഡന്റ്സ് വെൽഫെയർ അസോസിയേഷനുകൾ വേണം എന്നു വ്യവസ്ഥ ചെയ്യുന്നുണ്ട്. ഇത് നമ്മുടെ സമൂഹത്തിൽ വ്യാപകമായി ഉണ്ടായാൽ ഇന്നുള്ള പല ദൂഷിപ്പുകളും അവസാനിപ്പിക്കാൻ സാധിക്കും.

കുട്ടികൾ വഴിതെറ്റിപ്പോകുന്നത്, അവർ മയക്കുമരുന്നിന് അടിമയായിപ്പോകുന്നത്, ചെറുപ്പക്കാർതന്നെ മയക്കുമരുന്നിന്റെ ക്യാരിയർമാരായി തീരുന്നത്, പെൺകുഞ്ഞുങ്ങൾ ഉപദ്രവിക്കപ്പെടുന്നത് തുടങ്ങിയവയൊക്കെ വലിയൊരളവിൽ ഒഴിവാക്കുന്നതിനുവേണ്ടി ഇടപെടാൻ റസിഡന്റ്സ് അസോസിയേഷനുകൾക്കു കഴിയും.

സാമൂഹികജീവിതം അർത്ഥവത്താകുന്നത് ഇത്തരം സംഘടനകൾ ഉണ്ടാകുമ്പോഴാണ്. ഗ്രാമങ്ങളിലായാലും നഗരങ്ങളിലായാലും ഇരുണ്ട ഇടവഴികളുണ്ടാവുന്നില്ല, അനാശാസ്യപരമായ കാര്യങ്ങൾ ഉണ്ടാകുന്നില്ല എന്നുറപ്പുവരുത്താൻ അസോസിയേഷനുകളുടെ ജാഗ്രതാപൂർവ്വമായ

പ്രവർത്തനങ്ങൾക്കു സാധിക്കും. നമുക്ക് സാർവ്വത്രികവും സുദൃഢവുമായ ജനമൈത്രി പോലീസ് സംവിധാനമാണുള്ളതെന്ന് എല്ലാവർക്കുമറിയുന്ന കാര്യമാണ്. അതുപോലെ ഒരു സിവിൽ ഡിഫൻസ് സേനയുമുണ്ട്. ഇവയുമായൊക്കെ ചേർന്നു പ്രവർത്തിക്കാൻ അസോസിയേഷനുകൾക്കു കഴിയണം.

ചെറുതും വലുതുമായ കാര്യങ്ങൾ ജനോപകാരപ്രദമാംവിധം നിറവേറ്റാൻ റസിഡന്റ്സ് അസോസിയേഷനുകളുടെ മുൻകൈയോടെയുള്ള പ്രവർത്തനങ്ങൾക്കു സാധിക്കും. പെട്ടെന്ന് ഒരു കുറ്റകൃത്യം ഉണ്ടാകുന്നതായി കണ്ടാൽ ഉടനെ പോലീസ് സഹായത്തിനായി വിളിക്കേണ്ട നമ്പർ 100 ആണെന്നതും തീപിടിത്തമുണ്ടായാൽ സഹായം തേടി വിളിക്കേണ്ട നമ്പർ 101 ആണെന്നതുമുള്ള കാര്യങ്ങൾ സാധാരണ നിലയിൽ നിസ്സാരങ്ങളായിത്തോന്നാം. എന്നാൽ ഇതറിയാത്ത കുടുംബങ്ങൾ നമ്മുടെ ഫ്ളാറ്റുകളിലടക്കം ഉണ്ട് എന്നതാണ് സത്യം.

അപകടഘട്ടങ്ങളിൽ മാത്രമാണ് പലപ്പോഴും പലരും ഈ നമ്പറുകൾ അന്വേഷിക്കുന്നത്. അപ്പോഴേക്കും അപകടമുണ്ടായിക്കഴിഞ്ഞിരിക്കും. അതുകൊണ്ടുതന്നെ ഇതുപോലെ അടിയന്തരസന്ദർഭങ്ങളിൽ ആവശ്യമായിവരുന്ന നമ്പറുകൾ ഓരോ വീടിന്റെയും ചുമരുകളിൽ തന്നെയുണ്ട് എന്നുറപ്പുവരുത്താൻ റസിഡന്റ്സ് അസോസിയേഷനുകൾക്കു കഴിയും. ചെറിയ കാര്യമായിത്തോന്നാം. എന്നാൽ, വളരെ വലിയ കാര്യംതന്നെയാണിത്.

അടുത്ത കാലത്ത് നൂറ്റാണ്ടിലെ മഹാപ്രളയം നേരിട്ടല്ലോ. അപ്പോൾ മത്സ്യത്തൊഴിലാളികളെ വളരെ പെട്ടെന്നുതന്നെ രംഗത്തിറക്കാൻ സാധിച്ചു. രക്ഷാപ്രവർത്തനത്തിന് ഏറ്റവും അനുയോജ്യരായ ആളുകളെ ഏറ്റവും എളുപ്പത്തിൽ കണ്ടെത്തുന്നതിന് സർക്കാരിനു സാധിച്ചത് കടലോര ജാഗ്രതാസമിതി അവിടെ ഉണ്ടായതുകൊണ്ടുകൂടിയാണ്. ഈ സമിതി റസിഡന്റ്സ് അസോസിയേഷന്റെ സ്വഭാവത്തിൽത്തന്നെ പ്രവർത്തിക്കുന്നതാണെന്നത് പ്രത്യേകതയുള്ള കാര്യമാണ്. ഇതുപോലെ അടിയന്തര രക്ഷാപ്രവർത്തനം വേണ്ട സന്ദർഭങ്ങളിൽ റസിഡന്റ്സ് അസോസിയേഷനുകൾക്കു നേതൃപരമായ പങ്കുവഹിക്കാൻ കഴിയും.

നമുക്ക് വലിയൊരു സിവിൽ ഡിഫൻസ് സേനയുണ്ട്. സിവിൽ ഡിഫൻസ് ആക്ട് പ്രകാരം രൂപീകരിക്കപ്പെട്ട സേനയാണത്. അതിലെ പരിശീലനം കിട്ടിയ വ്യക്തികൾ വാർഡുതോറുമുണ്ട്. അവരുടെ സഹായം അപകടസന്ദർഭങ്ങളിൽ ആദ്യംതന്നെ തേടാവുന്നതാണ്. അതിനായി നിയോഗിക്കപ്പെട്ട സേനയാണത്.

എന്നാൽ ഇങ്ങനെ ഒരു സേനയുണ്ട് എന്നതോ പരിശീലനം നേടിയവർ നമുക്കിടയിൽത്തന്നെയുണ്ട് എന്നതോ അവരുടെ സഹായം

ഇത്തരം ഘട്ടങ്ങളിൽ തേടാനാവും എന്നതോ എല്ലാവർക്കുമറിയില്ല. അതത് പ്രദേശങ്ങളിലുള്ള സിവിൽ ഡിഫൻസ് സേനാംഗങ്ങളുടെ ഒരു പട്ടിക റസിഡൻസ് അസോസിയേഷനുകളുടെ പക്കലുണ്ടെങ്കിൽ അത് എത്രയേറെ പ്രയോജനപ്പെടും എന്നത് ഒന്ന് ആലോചിച്ചുനോക്കൂ.

നമ്മുടെ പോലീസ് സേനയിലും അഗ്നിശമനസേനയിലും നാർക്കോട്ടിക്സ് വിരുദ്ധ വിഭാഗത്തിലും എക്സൈസ് വകുപ്പിലും ഒക്കെ ബോധവൽക്കരണത്തിനായി നിയുക്തമായ സമിതികൾ ഉണ്ട്. എന്നാൽ വിവിധ പ്രദേശങ്ങളിൽ അവയുമായൊക്കെ ബന്ധപ്പെട്ട പ്രശ്നങ്ങൾ ഉണ്ടാകുമ്പോൾ ബോധവൽക്കരണം എല്ലായിടങ്ങളിലും എത്തുന്നില്ല. റസിഡൻസ് അസോസിയേഷനുകൾ മനസ്സുവെച്ചാൽ വാർഡുതോറും ഈ ബോധവൽക്കരണം നടത്താം. അതിനു കഴിഞ്ഞാൽ നമ്മുടെ സമൂഹത്തിൽ വലിയ മാറ്റമുണ്ടാകും.

ജീവരക്ഷാനൈപുണ്യം, സ്വയംരക്ഷാനടപടികൾ എന്നിവയിലൊക്കെ പരിശീലനം നൽകാനുള്ള സംവിധാനങ്ങൾ പോലീസിലും അഗ്നിശമനസേനയിലുമൊക്കെയുണ്ട്. പെൺകുട്ടികൾക്ക് സെൽഫ് ഡിഫൻസ് ട്രെയിനിങ് കൊടുക്കാൻ സംവിധാനമുണ്ട്. വനിതാ പോലീസിനാകട്ടെ, ഇങ്ങനെ പെൺകുട്ടികളെ സജ്ജമാക്കാൻ വേണ്ട പരിശീലന ടീമുണ്ട്. റസിഡൻസ് അസോസിയേഷനുകൾ ജനമൈത്രി പോലീസുമായും മറ്റും സഹകരിച്ച് പ്രവർത്തിച്ചാൽ വാർഡുകൾ തോറും ഫ്ളാറ്റുകൾ തോറും നമ്മുടെ പെൺകുട്ടികൾക്ക് ഇത്തരം പരിശീലനങ്ങൾ ലഭിക്കും. ജനമൈത്രി പോലീസ് വിഭാവനം ചെയ്തിട്ടുള്ളതുപോലും ഇത്തരത്തിൽ ജനങ്ങളുമായി ചേർന്നു പ്രവർത്തിക്കാൻ വേണ്ടിയാണ്.

ഓരോ ഇടത്തും താമസിക്കുന്നവരുടെ കൃത്യമായ രജിസ്റ്റർ സൂക്ഷിക്കാൻ റസിഡൻസ് അസോസിയേഷനുകൾക്കു കഴിയണം. ഇക്കാര്യം ഒരു ഘട്ടത്തിൽ കൊച്ചി നഗരത്തിൽ നിർബ്ബന്ധമായി നടപ്പാക്കി. അപ്പോൾ ഒരു കാര്യം ശ്രദ്ധയിൽപ്പെട്ടു. മൂന്ന് മാസഘട്ടത്തിൽ വലിയ തോതിൽ ആളുകൾ പോയും വന്നുമിരിക്കുന്നു. അതായത്, ഒരു ഫ്ളോട്ടിങ് സമൂഹമുണ്ട്. ഇത് മനസ്സിൽവെച്ച് കൂടുതൽ അന്വേഷണം നടത്തിയപ്പോഴാണ് ഈ വിഭാഗത്തിൽ പലയിടത്തുനിന്നെത്തിയ ക്രിമിനലുകളുടെ വലിയ സാന്നിധ്യമുണ്ട് എന്നു കണ്ടെത്തിയത്.

ബീറ്റ് ഓഫീസർമാരും റസിഡൻസ് അസോസിയേഷനും സംയുക്തമായി നടത്തിയ ഡോക്യുമെന്റേഷന്റെ അടിസ്ഥാനത്തിലാണ് ഇതു കണ്ടെത്തിയത്. ഇതിന്റെ അടിസ്ഥാനത്തിൽ നടപടി നീക്കിയപ്പോൾ കുറ്റകൃത്യങ്ങൾ വളരെ കുറയുന്നു എന്നുറപ്പുവരുത്താനായി. പെരിന്തൽമണ്ണയിൽ ഇതേപോലെ ഒരു ഡോക്യുമെന്റേഷൻ സംവിധാനം ഏർപ്പെടുത്തിയപ്പോൾ വാടകവീട്ടിൽ താമസിച്ചിരുന്ന ചിലർ പെട്ടെന്ന് അപ്ര

ത്യക്ഷരായി. ക്രിമിനലുകളുടെ സംഘമായിരുന്നു അതെന്ന് തുടർന്നുള്ള അന്വേഷണത്തിൽ തെളിഞ്ഞു.

ഫ്ളാറ്റുകളിലായാലും വില്ലകളിലായാലും ഇതുപോലെയുള്ള രജിസ്റ്ററുകൾ സൂക്ഷിക്കുന്നത് കുറ്റകൃത്യനിവാരണം അടക്കമുള്ള കാര്യങ്ങൾക്ക് വലിയ തോതിൽ പ്രയോജനപ്പെടും. റസിഡന്റ്സ് അസോസിയേഷനുകൾക്ക് എപ്പോഴും ജാഗ്രതയുടേതായ ഒരു കണ്ണുവേണം. അപരിചിതർ ആവർത്തിച്ച് പ്രത്യക്ഷപ്പെടുന്നുണ്ടോ, അപരിചിതവാഹനങ്ങൾ അസമയങ്ങളിൽ വന്നുപോകുന്നുണ്ടോ, കുട്ടികൾ സംശയകരമായ സാഹചര്യങ്ങളിൽ ഇടവഴികളിൽ സംഘം ചേരുന്നുണ്ടോ എന്നൊക്കെ നോക്കാൻ കഴിയണം. ഉണ്ടെങ്കിൽ അത് അപ്പോൾത്തന്നെ പോലീസിനെ അറിയിക്കാൻ കഴിയണം.

പോലീസിന്റെ സഹായം തേടണമെന്നതിന് സദാചാര പോലീസായി ആരെങ്കിലും ചമഞ്ഞിറങ്ങണമെന്നല്ല അർത്ഥം. പോലീസിന്റെയും മറ്റും ജോലി റസിഡന്റ്സ് അസോസിയേഷനുകൾ ഏറ്റെടുക്കണം എന്നുമല്ല. പോലീസിനെ അവരുടെ കാര്യങ്ങൾ ചെയ്യാൻ സഹായിക്കുന്ന നിലപാട് ഉണ്ടാകണം എന്നുമാത്രമേ അർത്ഥമാക്കിയിട്ടുള്ളൂ. അങ്ങനെ വന്നാൽ ഇന്നത്തെ ആശാസ്യമല്ലാത്ത പല കാര്യങ്ങളിലും വലിയ മാറ്റം വരുത്താൻ സാധിക്കും.

നമ്മുടെ അപ്പാർട്ട്മെന്റുകളിൽ പ്രായംചെന്ന വ്യക്തികളുണ്ടാകും. അവരുടെ സേവനം കുഞ്ഞുങ്ങൾക്ക് നന്മയുടെ കഥ പറഞ്ഞുകൊടുക്കുന്നതിന് ഉപകരിക്കപ്പെടുമോ എന്ന് ആരായണം. കഥാരൂപത്തിലും പാട്ടുരൂപത്തിലും ഒക്കെ അവർ പകർന്നുകൊടുക്കുന്ന അറിവിന്റെ വെളിച്ചവും നന്മയുടെ തെളിച്ചവും കുഞ്ഞുങ്ങളെ നേർവഴിക്ക് നടത്താൻ സഹായിക്കും. കുഞ്ഞുങ്ങൾക്കും പ്രായമായവർക്കും ഒരുപോലെ സമയമുണ്ടാകുന്ന സന്ദർഭങ്ങളിൽ ഇത്തരം കൂട്ടായ്മയ്ക്കുള്ള അവസരമൊരുക്കണം.

റസിഡന്റ്സ് അസോസിയേഷന്റെ പ്രവർത്തനങ്ങൾ വാർഷിക കലാപരിപാടികൾ മാത്രമായി പരിമിതപ്പെടരുത്. ഗാനമേളയ്ക്കും നൃത്ത പരിപാടിക്കുമൊപ്പം കുഞ്ഞുങ്ങളുടെ കലാ അവതരണങ്ങൾക്കും കലാ പരിശീലനങ്ങൾക്കും ഉള്ള സമയം കണ്ടെത്തണം. കുട്ടികളുടെ കലാ ഗ്രൂപ്പും നാടക ഗ്രൂപ്പും അവരുടേതായി ഉണ്ടായിവന്നാൽ സമൂഹത്തിന്റെ ഇരുണ്ട ഇടനാഴികളിലേക്കും മയക്കുമരുന്നിന്റെ കൈമാറ്റങ്ങളിലേക്കും അവർ പോകില്ല.

ഏറ്റവും പ്രധാനപ്പെട്ട മറ്റൊരു കാര്യമുണ്ട്. പല ജാതിയിലും പല മതങ്ങളിലും പെട്ടവർ ഒരുമിച്ചാണ് അപ്പാർട്ട്മെന്റുകളിലും മറ്റും കഴിയുന്നത്. ജാതിമത ഭേദങ്ങൾക്കതീതമായ മനസ്സുകളുടെ ഒരുമ കാത്തുസൂക്ഷിക്കാൻ നമുക്ക് കഴിയണം. ആപത്തു വരുമ്പോൾ തൊട്ട് അയൽപ

ക്കത്തുള്ളവരാണ് സഹായിക്കാനുണ്ടാവുക എന്ന ബോധം എപ്പോഴും ഉണ്ടാവണം. അവരൊക്കെ ആരാണ് എന്നതുപോലും അന്വേഷിക്കാതെ സ്വകാര്യതയുടെ ചിമിഴിലേക്ക് ഒതുങ്ങുന്നത് പലപ്പോഴും അപകടം വരുത്തിവെക്കും.

ഒരുകാലത്ത് മാനവ വികസന സൂചികകളിലാണ് കേരളം രാജ്യത്തിനാകെ മാതൃകയായതെങ്കിൽ ഇന്ന് അതിനുപുറമെ അടിസ്ഥാന സൗകര്യ വികസനത്തിലും നമ്മൾ മാതൃകയാവുകയാണ്. രാജ്യത്തെ ആദ്യ വാട്ടർമെട്രോയും ഡിജിറ്റൽ യൂണിവേഴ്സിറ്റിയും ആദ്യ ഡിജിറ്റൽ സയൻസ് പാർക്കും എല്ലാം കേരളത്തിൽ യാഥാർത്ഥ്യമായത് ഇക്കഴിഞ്ഞ 8 വർഷത്തിനകത്താണ്. നമ്മുടെ തീരദേശ ഹൈവേയും മലയോര ഹൈവേയും ദേശീയ ജലപാതയും ദേശീയപാതാവികസനവും മാതൃകാപരമായിത്തന്നെ സംസ്ഥാനത്ത് പുരോഗമിക്കുകയാണ്.

ആരോഗ്യ-വിദ്യാഭ്യാസ രംഗങ്ങളിൽ എത്രയോ കാലംമുമ്പേ അനുകരണീയമായ മാതൃകകൾ മുന്നോട്ടുവച്ച സമൂഹമാണ് നമ്മുടേത്. ഇന്നിപ്പോൾ ആരോഗ്യമേഖലയിലെ രണ്ടും മൂന്നും തലമുറ പ്രശ്നങ്ങളെ അഭിമുഖീകരിക്കാൻ കേരളം തയ്യാറെടുക്കുകയാണ്. പൊതുവിദ്യാഭ്യാസ രംഗം അന്താരാഷ്ട്രനിലവാരത്തിലേക്ക് ഉയരുന്നു. അതിന്റെ ചുവടുപിടിച്ച് ഉന്നത വിദ്യാഭ്യാസ രംഗത്തെ സമഗ്രമായി നവീകരിക്കുകയാണ്. ഗവേഷണ-വ്യവസായ മേഖലകളെ ബന്ധപ്പെടുത്തി കേരളത്തെ അറിവുത്പാദനത്തിന്റെയും സേവനപ്രദാനത്തിന്റെയും ഹബ്ബാക്കി മാറ്റുകയാണ്.

ഇന്റർനെറ്റ് പൗരാവകാശമായി പ്രഖ്യാപിച്ച ഏക ഇന്ത്യൻ സംസ്ഥാനമാണ് കേരളം. സാധാരണക്കാർക്ക് കുറഞ്ഞ ചെലവിൽ ഇന്റർനെറ്റ് സൗകര്യം ലഭ്യമാക്കുക എന്ന ലക്ഷ്യത്തോടെ കെ-ഫോൺ പദ്ധതി ആവിഷ്കരിച്ചു നടപ്പാക്കിവരികയാണ്. ഇതുവരെ 5,000 ത്തോളം കുടുംബങ്ങൾക്ക് കണക്ഷൻ നൽകിക്കഴിഞ്ഞു. 30,000 ത്തോളം സർക്കാർ സ്ഥാപനങ്ങൾക്കും വിദ്യാഭ്യാസസ്ഥാപനങ്ങൾക്കും കെ-ഫോണിലൂടെ ഇന്റർനെറ്റ് സേവനങ്ങൾ ലഭ്യമാക്കും. ഇതിൽ 19,000 ത്തോളം സ്ഥാപനങ്ങൾക്ക് ഇതിനോടകം കണക്ഷൻ ലഭ്യമാക്കിക്കഴിഞ്ഞിട്ടുണ്ട്.

ഇതിനു പുറമെ കെ-ഫൈ എന്ന പദ്ധതിയിലൂടെ 2,023 പൊതു ഇടങ്ങളിൽ സൗജന്യ വൈ-ഫൈ ഹോട്ട്സ്പോട്ടുകൾ ഒരുക്കിയിട്ടുണ്ട്. അത്തരം 2,000 ഹോട്ട്സ്പോട്ടുകൾ കൂടി സ്ഥാപിക്കുന്നതിനുള്ള നടപടികൾ പുരോഗമിക്കുകയാണ്.

ജനങ്ങൾക്കു കൂടുതലായി പ്രയോജനപ്രദമാക്കാനാണ് സർക്കാർ സേവനങ്ങളെ ഒന്നടങ്കം ഓൺലൈനായി ലഭ്യമാക്കുന്നത്. 800 ലധികം സർക്കാർ സേവനങ്ങളെ ഇപ്രകാരം ലഭ്യമാക്കുകയാണ്. കെ-സ്മാർട്ട്, സ്മാർട്ട് വില്ലേജ് തുടങ്ങിയവ ഒരുക്കിക്കൊണ്ട് തദ്ദേശ സ്വയംഭരണ,

റവന്യൂ വകുപ്പുകൾ നൽകുന്ന സേവനങ്ങളെ സാങ്കേതികവിദ്യയുമായി ബന്ധപ്പെടുത്തി കാര്യക്ഷമമാക്കുകയാണ്.

ഇത്തരത്തിൽ സാങ്കേതികവിദ്യയുടെ ഗുണങ്ങൾ സമൂഹത്തിനാകെ ലഭിക്കുന്നു എന്നുറപ്പുവരുത്താൻ സർക്കാർ ശ്രദ്ധിക്കുന്നുണ്ട്. അതേസമയം, പ്രത്യേക സഹായം വേണ്ടവർക്ക് അത് ലഭ്യമാക്കുന്നു എന്നുറപ്പുവരുത്തുകയുമാണ്. ഉദാഹരണത്തിന് വാതിൽപ്പടി സേവനങ്ങളിലൂടെ പ്രായമായവർക്കും അംഗപരിമിതർക്കും അഗതികൾക്കും ഒക്കെ തങ്ങളുടെ വീട്ടുമുറ്റങ്ങളിൽ സേവനങ്ങൾ ലഭ്യമാക്കുകയാണ്. ഇത്തരം ഇടപെടലുകളിലൂടെ സാമൂഹ്യനീതി എന്ന ആശയത്തെ മുറുകെ പിടിക്കുകയാണ് സംസ്ഥാനസർക്കാർ. അതുകൊണ്ടാണ് സുസ്ഥിരവും പ്രകൃതിസൗഹൃദവും അതിജീവനശേഷിയുള്ളതുമായ നവകേരളത്തിന്റെ മുഖമുദ്രകളിലൊന്നാണ് അതിന്റെ ഉൾച്ചേർക്കൽ സ്വഭാവം എന്നു പറയുന്നത്.

ഒരു വൈജ്ഞാനിക നൂതനത്വസമൂഹമായി കേരളത്തെ പരിവർത്തിപ്പിക്കുകയാണ് സംസ്ഥാനസർക്കാരിന്റെ ലക്ഷ്യം. അതിനായി ലോകമെമ്പാടുമുള്ള അറിവുകൾ സ്വാംശീകരിക്കാനും അവയെ ഉല്പാദനോന്മുഖമായി പരിവർത്തിപ്പിക്കാനും നമുക്കു കഴിയണം. അതോടൊപ്പംതന്നെ നമ്മുടെ നാട്ടിൽ ഗവേഷണത്തിലൂടെയും മറ്റും ഉയർന്നുവരുന്ന പുതിയ അറിവുകളെ ലോകത്തിന്റെ നാനാഭാഗങ്ങളിലേക്ക് എത്തിക്കാനും കഴിയണം. അതിന് ഉതകുന്ന നിലയിലാണ് കേരളത്തിന്റെ ഉന്നത വിദ്യാഭ്യാസമേഖലയെ നവീകരിക്കുന്നത്.

പ്രാദേശികവികസനത്തിൽ ഗൗരവതരമായി ശ്രദ്ധ പതിപ്പിക്കാൻ എക്കാലത്തും ഇടതുപക്ഷ സർക്കാരുകൾക്ക് കഴിഞ്ഞിട്ടുണ്ട്. 1996 ൽ ഇടതുപക്ഷ ജനാധിപത്യ മുന്നണി സർക്കാർ മുന്നോട്ടുവച്ച ജനകീയാസൂത്രണ പദ്ധതിയാണ് കേരളത്തിന്റെ അധികാരവികേന്ദ്രീകരണത്തിലെ സുപ്രധാന നാഴികക്കല്ല്. സാമ്പത്തികാധികാരങ്ങൾ ഉൾപ്പെടെയാണ് വികേന്ദ്രീകരിച്ചത്. സംസ്ഥാനത്തിന്റെ പദ്ധതിവിഹിതത്തിൽ 35 മുതൽ 40 ശതമാനം വരെ തദ്ദേശ സ്വയംഭരണ സ്ഥാപനങ്ങൾക്ക് നീക്കിവെക്കുന്ന സ്ഥിതിയുണ്ടായി. ഓരോ പ്രദേശത്തിനും ആവശ്യമായ വികസനപദ്ധതികൾ അതത് ഇടങ്ങളിലെ ജനങ്ങൾക്കുതന്നെ തീരുമാനിക്കുന്നതിനുള്ള സ്വാതന്ത്ര്യമുണ്ടായി. അങ്ങനെ പ്രാദേശികവികസനത്തെ ജനകീയപങ്കാളിത്തത്തോടെ യാഥാർത്ഥ്യമാക്കി.

ഈ സർക്കാരും ഇതേ കാഴ്ചപ്പാടോടെയാണ് പ്രവർത്തിച്ചുപോരുന്നത്. ഇക്കാലഘട്ടത്തിൽ അനിവാര്യമായി പരിഹാരം കാണേണ്ട പുതുതലമുറ പ്രശ്നങ്ങൾ ഏറ്റെടുത്ത് മുന്നോട്ടുപോവുകയാണ്. അതിൽ അതിദാരിദ്ര്യ നിർമ്മാർജ്ജനം, പാർപ്പിടസൗകര്യം ലഭ്യമാക്കൽ, മാലിന്യസംസ്കരണം, സംരംഭകത്വവികസനം തുടങ്ങി പലതുമുണ്ട്. ഇവയെല്ലാ

റ്റിനെയും നാടിന്റെയും നാട്ടുകാരുടെയും ജീവിതനിലവാരത്തെ സമഗ്രമായി ഉയർത്താനുള്ള ഉപാധികളാക്കി മാറ്റുകയാണ്. തദ്ദേശ സ്വയംഭരണ സ്ഥാപനങ്ങളുടെ നേതൃത്വത്തിൽ നടപ്പാക്കുന്ന ഇത്തരം പ്രവർത്തനങ്ങളിലെല്ലാം നേതൃപരമായ പങ്കുവഹിക്കാൻ റസിഡന്റ്സ് അസോസിയേഷനുകൾക്ക് കഴിയേണ്ടതുണ്ട്.

എല്ലാവർക്കും പാർപ്പിടം ഉറപ്പാക്കിക്കൊണ്ട് ഭവനരഹിതരില്ലാത്ത കേരളമെന്ന ലക്ഷ്യത്തോടെയാണ് ലൈഫ് മിഷൻ നടപ്പാക്കിവരുന്നത്. ഈ പദ്ധതി വഴി 4 ലക്ഷത്തോളം കുടുംബങ്ങൾക്ക് അടച്ചുറപ്പുള്ള വീട് ലഭ്യമാക്കാൻ ഇതിനോടകം കഴിഞ്ഞു. ഇതുവരെ 16 ലക്ഷത്തോളം ആളുകൾക്ക് ഈ ഭവനപദ്ധതി പ്രയോജനപ്രദമായി എന്നർത്ഥം. 5 ലക്ഷത്തോളം കുടുംബങ്ങൾക്ക് ഭവനനിർമ്മാണ ധനസഹായം അനുവദിക്കാനും സാധിച്ചു. ലൈഫ് മിഷനുവേണ്ടി ഇതുവരെ 17,104 കോടി രൂപയാണ് ചെലവഴിച്ചത്. അതിൽ കേന്ദ്ര സർക്കാരിന്റെ വിഹിതം കേവലം 2,018 കോടി രൂപ മാത്രമാണ്. ആകെ ചെലവിന്റെ 12 ശതമാനത്തിനടുത്തുമാത്രം.

ഭൂരഹിതരില്ലാത്ത കേരളം എന്ന ലക്ഷ്യത്തോടെയാണ് നാം നീങ്ങുന്നത്. കഴിഞ്ഞ ഏഴര വർഷം കൊണ്ട് മൂന്നേകാൽ ലക്ഷത്തിലധികം പട്ടയങ്ങൾ ലഭ്യമാക്കാൻ നമുക്ക് കഴിഞ്ഞു. ശേഷിക്കുന്ന ഭൂരഹിതർക്ക് നൽകുന്നതിനുള്ള ഭൂമി കണ്ടെത്തുവാനുള്ള പ്രവർത്തനങ്ങൾ നടന്നുവരികയാണ്. അതിന് ലാന്റ് ബോർഡിലടക്കം തർക്കത്തിൽ കിടക്കുന്ന ഭൂമിയുടെ കാര്യത്തിൽ പരിഹാരം ഉണ്ടാകേണ്ടതുണ്ട്. അതോടൊപ്പം തന്നെ ഭൂമിക്കുമേലുള്ള തർക്കങ്ങളും പരിഹരിക്കപ്പെടേണ്ടതുണ്ട്. ഇതിനുതകുംവിധം വില്ലേജ് തലം മുതൽ സെക്രട്ടറിയേറ്റ് തലം വരെയുള്ള സമിതികൾ രൂപീകരിച്ച് മുന്നോട്ടുപോവുകയാണ്. ഇത്തരം പ്രവർത്തനങ്ങളുടെ അടിസ്ഥാനഘടകം വില്ലേജ്തല ജനകീയ സമിതികളാണ്. അതിൽ റസിഡന്റ്സ് അസോസിയേഷനുകൾക്ക് വഹിക്കാനുള്ള പങ്ക് വളരെ വലുതാണ്.

121 രാജ്യങ്ങൾ ഉൾപ്പെടുന്ന ആഗോള പട്ടിണിസൂചികയിൽ ഇന്ത്യയുടെ സ്ഥാനം 107 ആണ്. ഇങ്ങനെയുള്ള ഒരു രാജ്യത്താണ് ഒരു ശതമാനത്തിൽ താഴെ മാത്രം ദരിദ്രർ ഉള്ളപ്പോഴും അതിദരിദ്രരില്ലാത്ത സംസ്ഥാനമായി മാറുക എന്ന വലിയ ലക്ഷ്യം കേരളം മുന്നോട്ടുവച്ചിട്ടുള്ളത്. 64,006 കുടുംബങ്ങളിലെ ഒരു ലക്ഷത്തിലധികം പേരെയാണ് കേരളത്തിൽ അതിദരിദ്രരായി കണ്ടെത്തിയിട്ടുള്ളത്. ഓരോ കുടുംബത്തിന്റെയും അവസ്ഥ തിരിച്ചറിഞ്ഞ് അവർക്കായി പ്രത്യേക മൈക്രോപ്ലാനുകൾ രൂപീകരിച്ച് അവരെ അതിദാരിദ്ര്യത്തിൽനിന്ന് കൈപിടിച്ചുയർത്താനാണ് സംസ്ഥാന സർക്കാർ ശ്രമിക്കുന്നത്.

56,821 കുടുംബങ്ങൾക്കാണ് മൈക്രോപ്ലാനുകൾ ആവശ്യമായി വന്നത്. അവർക്ക് പ്രത്യേക തിരിച്ചറിയൽ രേഖകളും ലഭ്യമാക്കി. കഴിഞ്ഞ കേരളപ്പിറവി ദിനത്തോടെ 47.89 ശതമാനം കുടുംബങ്ങളെ അതിദാരിദ്ര്യത്തിൽനിന്നും മോചിപ്പിക്കാൻ കഴിഞ്ഞു. ഈ വർഷത്തെ കേരളപ്പിറവിയോടെ നല്ല പുരോഗതി ഉണ്ടാക്കാനാകും എന്നാണ് പ്രതീക്ഷ. 2025 നവംബറിൽ കേരളം പൂർണമായും അതിദാരിദ്ര്യമുക്ത സംസ്ഥാനമായി മാറും.

ഗ്രാമപ്രദേശങ്ങളിലെ ജനങ്ങൾക്ക് തൊഴിൽ ലഭ്യമാക്കുന്നതിൽ ഏറെ പ്രധാനപ്പെട്ടതാണ് ദേശീയ ഗ്രാമീണ തൊഴിലുറപ്പ് പദ്ധതി. ഇത് നടപ്പാക്കുന്ന കാര്യത്തിൽ കേരളം രാജ്യത്തിനുതന്നെ മാതൃകയാണ്. തൊഴിലുറപ്പുപദ്ധതികളുടെ നടത്തിപ്പിൽ 100 ശതമാനം സോഷ്യൽ ഓഡിറ്റിങ് പൂർത്തിയാക്കിയ ഒരേയൊരു സംസ്ഥാനമാണ് കേരളം. തൊഴിലുറപ്പുതൊഴിലാളികൾക്കായി പ്രത്യേക ക്ഷേമനിധി ബോർഡ് രൂപീകരിച്ച ആദ്യ സംസ്ഥാനമായും കേരളം മാറിയിട്ടുണ്ട്. ഈ സാമ്പത്തികവർഷത്തിന്റെ പ്രഖ്യാപിതലക്ഷ്യമായ 8 കോടി തൊഴിൽ ദിനങ്ങൾ ഇതിനോടകം നമ്മൾ പിന്നിട്ടുകഴിഞ്ഞു. ഈ സാമ്പത്തിക വർഷം അവസാനിക്കുമ്പോഴേക്കും അത് 10.5 കോടി തൊഴിൽദിനങ്ങളിലേക്ക് എത്തുമെന്നാണ് പ്രതീക്ഷിക്കുന്നത്. തൊഴിലുറപ്പ് പദ്ധതി വിഹിതത്തിൽ കേന്ദ്രം കുറവു വരുത്തുമ്പോഴും ആ പദ്ധതി മാതൃകാപരമായി നടപ്പാക്കുകയാണ് കേരളം ചെയ്യുന്നത്.

നഗരപ്രദേശങ്ങളിൽ തൊഴിൽ ലഭ്യമാക്കുക എന്ന ലക്ഷ്യത്തോടെയാണ് അയ്യൻകാളി നഗര തൊഴിലുറപ്പ് പദ്ധതി നടപ്പാക്കിയത്. ഇത്തരമൊരു പദ്ധതി നടപ്പാക്കിയ ഏക സംസ്ഥാനമാണ് കേരളം. 2010ൽ ആരംഭിച്ച ഈ പദ്ധതിക്ക് 2015-16 വർഷം 15 കോടി രൂപയായിരുന്നു ബജറ്റ് നീക്കിയിരുപ്പ്. എന്നാൽ അത് ഇപ്പോൾ 165 കോടി രൂപയായി വർദ്ധിപ്പിച്ചിട്ടുണ്ട്. ഒരു കോടിയിലേറെ തൊഴിൽ ദിനങ്ങൾ ലഭ്യമാക്കുന്നുമുണ്ട്. ഇത് രാജ്യത്തിനാകെ മാതൃകയായ മറ്റൊരു പ്രവർത്തനമാണ്.

നഗരവത്ക്കരണത്തിന്റെ തോത് വർദ്ധിക്കുന്നതുകൊണ്ടുതന്നെ നമ്മൾ ഏറ്റെടുക്കേണ്ട ഒരു സുപ്രധാന വിഷയമാണ് മാലിന്യസംസ്കരണം. 2023 മാർച്ചിൽ മാലിന്യമുക്ത നവകേരളം എന്ന പേരിൽ ഒരു പ്രത്യേക ക്യാമ്പയിൻ ആരംഭിച്ചിരുന്നു. ഈ വർഷം മാർച്ച് 31 ഓടെ ഈ ക്യാമ്പയിന്റെ ആദ്യഘട്ടം അവസാനിക്കുകയാണ്. ഇക്കാലയളവിൽ മാലിന്യനിർമ്മാർജ്ജനത്തിനുവേണ്ടി അടിസ്ഥാനസൗകര്യങ്ങൾ ഒരുക്കുന്ന കാര്യത്തിൽ വലിയ മുന്നേറ്റമുണ്ടാക്കാൻ നമുക്കു കഴിഞ്ഞിട്ടുണ്ട്. മാലിന്യമുക്ത നവകേരളം ലക്ഷ്യം വച്ചുകൊണ്ട് പൊതു-സ്വകാര്യ സംരംഭങ്ങളെയാകെ ഉപയോഗപ്പെടുത്തിവരികയാണ്. ഖരമാലിന്യ സം

സ്കരണരംഗത്ത് ഓരോ നഗരസഭയ്ക്കും 25 വർഷത്തേക്കുള്ള പദ്ധതി രൂപരേഖ തയ്യാറാക്കി വരികയാണ്. 37 ഇടങ്ങളിൽ ഇത് പൂർത്തിയായിട്ടുണ്ട്. 2024 ഏപ്രിൽ മാസത്തോടെ എല്ലാ നഗരസഭകളും സമ്പൂർണ രൂപരേഖ തയ്യാറാക്കുമെന്നാണ് പ്രതീക്ഷിക്കുന്നത്.

തദ്ദേശ സ്വയംഭരണ സ്ഥാപനങ്ങളുടെ സേവനങ്ങൾ ഓൺലൈൻ വഴി ലഭ്യമാക്കുന്ന കെ-സ്മാർട്ട് പദ്ധതിക്ക് കേരളത്തിൽ തുടക്കമായി. സേവനങ്ങൾ ഓൺലൈനാക്കുന്ന സംവിധാനം സർക്കാർ തലത്തിൽ നേരത്തേതന്നെ ആരംഭിച്ചിരുന്നു. അതിന്റെ തുടർച്ചയായാണ് കെ-സ്മാർട്ട് പദ്ധതി നടപ്പാക്കിയത്. അഴിമതി കുറയ്ക്കാനും കാര്യക്ഷമത വർദ്ധിപ്പിക്കാനും ഉതകുന്ന വിധത്തിൽ ആവിഷ്കരിച്ചിട്ടുള്ള ഈ പദ്ധതി പൊതുസമൂഹത്തിന് അങ്ങേയറ്റം ഉപകാരപ്രദമായിരിക്കും.

പ്രാദേശികവികസനത്തിന് ഊന്നൽ നൽകുന്നതിനായി സർക്കാർ ആവിഷ്കരിച്ച മറ്റൊരു പ്രധാന പദ്ധതിയാണ് സംരഭകത്വവികസനം. ജിയോ ടാഗിങ് സാധ്യമായ നിരവധി ഉത്പന്നങ്ങൾ നമുക്കുണ്ട്. ആറന്മുളക്കണ്ണാടിയും ബാലരാമപുരം കൈത്തറിയും മറയൂർ ശർക്കരയും എല്ലാം അത്തരത്തിലുള്ള ഉത്പന്നങ്ങളാണ്. ഓരോ പ്രദേശത്തിന്റെയും സവിശേഷമായ ഉല്പന്നങ്ങളെ പ്രചരിപ്പിക്കാൻ തദ്ദേശ സ്വയംഭരണ സ്ഥാപനങ്ങളുടെ സഹായത്തോടെ റസിഡന്റ്സ് അസോസിയേഷനുകൾ മുൻകൈ എടുക്കണം.

സംരംഭകത്വവികസനത്തിന് അനുയോജ്യമായ അന്തരീക്ഷമാണ് ഇന്ന് കേരളത്തിലുള്ളത്. കഴിഞ്ഞ അഞ്ച് വർഷത്തിനുള്ളിൽ കേരളത്തിൽ ഏകദേശം 92,000 കോടി രൂപയുടെ നിക്ഷേപം വന്നതായാണ് എം എസ് എം ഇ എക്സ്പോർട്ട് പ്രൊമോഷൻ കൗൺസിലിന്റെ റിപ്പോർട്ട് പറയുന്നത്. അതിൽ 33,815 കോടി രൂപയുടെ പദ്ധതികൾ പൂർത്തിയാക്കുകയും 5 ലക്ഷത്തോളം തൊഴിലവസരങ്ങൾ സൃഷ്ടിക്കുകയും ചെയ്തിട്ടുണ്ട്. മുടങ്ങിക്കിടന്ന 12,240 കോടി രൂപയുടെ പദ്ധതികളാണ് പുനരുജ്ജീവിപ്പിക്കപ്പെട്ടത്. കഴിഞ്ഞ സാമ്പത്തികവർഷം കേരളം 17.3 ശതമാനം വ്യാവസായികവളർച്ച കൈവരിച്ചതായും റിപ്പോർട്ടിൽ പറയുന്നു.

സംരംഭകവർഷം പദ്ധതിയുടെ ഭാഗമായി കഴിഞ്ഞ സാമ്പത്തിക വർഷം 1,39,000 സംരംഭങ്ങൾ ആരംഭിക്കുന്നതിനും 8,500 കോടി രൂപയുടെ നിക്ഷേപം ആകർഷിക്കുന്നതിനും 3 ലക്ഷം തൊഴിലവസരങ്ങൾ സൃഷ്ടിക്കുന്നതിനും കഴിഞ്ഞിട്ടുണ്ട്. ഈ സർക്കാർ അധികാരത്തിൽ വന്നശേഷം സൂക്ഷ്മ ഇടത്തരം വ്യവസായങ്ങളുടെ മേഖലയിൽമാത്രം 2,35,000 ത്തോളം സംരംഭങ്ങൾ ആരംഭിച്ചിട്ടുണ്ട്. ഇതുവഴി 15,000 കോടി രൂപയുടെ നിക്ഷേപവും 5 ലക്ഷത്തിലധികം തൊഴിലവസരങ്ങളും സൃഷ്ടിക്കപ്പെട്ടിട്ടുണ്ട്.

സംരംഭകവർഷം പദ്ധതിയുടെ തുടർച്ചയായി മിഷൻ 1000 പദ്ധതി ആവിഷ്കരിച്ചുവരികയാണ്. കേരളത്തിൽനിന്ന് തിരഞ്ഞെടുക്കപ്പെട്ട 1,000 എം എസ് എം ഇകളെ നാലു വർഷത്തിനുള്ളിൽ ആകെ ഒരു ലക്ഷം കോടി രൂപ വിറ്റുവരവുള്ള സംരംഭങ്ങളാക്കി മാറ്റിത്തീർക്കാനാണ് ഉദ്ദേശിക്കുന്നത്. ഇതിനോടകംതന്നെ 552 അപേക്ഷകൾ ലഭിച്ചു കഴിഞ്ഞു. ഇതിൽ 88 എണ്ണത്തിന്റെ പരിശോധന പൂർത്തിയാക്കുകയും അവയെ പദ്ധതിയിൽ ഉൾപ്പെടുത്തുകയും ചെയ്തിട്ടുണ്ട്. അതത് പ്രദേശങ്ങളിൽ അയൽവാസികളുടെ പങ്കാളിത്തത്തോടെ ചെറിയ വ്യവസായങ്ങൾ ആരംഭിക്കുന്നതിന് നേതൃത്വം നൽകാൻ റസിഡന്റ്സ് അസോസിയേഷനുകൾക്ക് കഴിയും.

സംസ്ഥാനത്തെ സമ്പദ്‌വ്യവസ്ഥയിൽ സുപ്രധാന പങ്കു വഹിക്കുന്ന ഒന്നാണ് വിനോദസഞ്ചാരമേഖല. തദ്ദേശീയമായ വിനോദസഞ്ചാര കേന്ദ്രങ്ങൾ കണ്ടെത്തുന്നതിനും വികസിപ്പിക്കുന്നതിനുമുള്ള ധാരാളം ഇടപെടലുകൾ സംസ്ഥാന സർക്കാർ നടത്തിവരുന്നുണ്ട്. പ്രാദേശിക ടൂറിസം കേന്ദ്രങ്ങളെ ബന്ധിപ്പിച്ചുകൊണ്ടുള്ള ടൂറിസം സർക്യൂട്ടുകൾക്കും കേരളത്തിൽ തുടക്കമായിട്ടുണ്ട്. നമ്മുടെ നാടിന്റെ സാംസ്കാരികത്തനിമ ഉയർത്തിപ്പിടിച്ചുകൊണ്ടു വിനോദസഞ്ചാരമേഖലയുമായി ബന്ധപ്പെട്ട പ്രവർത്തനങ്ങളിൽ റസിഡന്റ്സ് അസോസിയേഷനുകൾ പങ്കാളികളാകണം.

നാടിന്റെ സുരക്ഷ പോലീസിന്റെമാത്രം ഉത്തരവാദിത്തമായി കാണാൻ പറ്റില്ല. ഒരു ജനകീയസേന എന്ന നിലയിലാണ് കേരള പോലീസ് ഇന്ന് പ്രവർത്തിച്ചുവരുന്നത്. അതുകൊണ്ടുതന്നെ നാടിന്റെയും നാട്ടുകാരുടെയും സുരക്ഷയുമായി ബന്ധപ്പെട്ട പ്രവർത്തനങ്ങളിൽ റസിഡന്റ്സ് അസോസിയേഷനുകൾ പോലീസുമായി നല്ല നിലയിൽ സഹകരിക്കേണ്ടതുണ്ട്. സ്ത്രീകൾക്കും കുട്ടികൾക്കും മുതിർന്ന പൗരന്മാർക്കും ഉപയോഗപ്രദമായ ധാരാളം പദ്ധതികൾ നമ്മുടെ സംസ്ഥാനത്ത് നിലവിലുണ്ട്. വയോജനക്ഷേമം ഉറപ്പാക്കുന്നതിനായി പോലീസ് ഡിപ്പാർട്ട്മെന്റ് നടപ്പാക്കിവരുന്ന 'പ്രശാന്തി' ഹെൽപ്പ് ലൈൻ പദ്ധതി ഇതിന് ഒരു ഉദാഹരണമാണ്. ഇതിനായി പ്രത്യേക മൊബൈൽ ആപ്ലിക്കേഷൻ നിലവിലുണ്ട്. മെഡിക്കൽ ആവശ്യങ്ങൾക്കും മറ്റ് സഹായങ്ങൾക്കും ഈ ഹെൽപ്പ്ലൈൻ മുഖേന ബന്ധപ്പെടാം.

ഇത്തരത്തിലുള്ള സംവിധാനങ്ങൾ വേണ്ടുംവിധം ജനങ്ങൾ ഉപയോഗപ്പെടുത്തുന്നുണ്ടോ എന്ന് നാം ചിന്തിക്കണം. ആവശ്യാനുസരണം അവയുടെ സേവനം ലഭ്യമാക്കുന്നതിനായി പ്രാദേശികതലത്തിൽ റസിഡന്റ്സ് അസോസിയേഷനുകളുടെ നേതൃത്വത്തിൽ ബോധവൽക്കരണ പരിപാടികൾ സംഘടിപ്പിക്കാവുന്നതാണ്.

ഇതിനുംപുറമെ പ്രാദേശികമായി ഏറ്റെടുക്കേണ്ട ഒട്ടനവധി കാര്യങ്ങൾ ഇപ്പോഴുമുണ്ട്. ഉദാഹരണത്തിന് പല ജലാശയങ്ങളും നീർത്തടങ്ങളും ഇപ്പോഴും ഉപയോഗശൂന്യമായ അവസ്ഥയിലാണ്. അവയെക്കുറിച്ചെല്ലാം വ്യക്തമായ ധാരണയുള്ളവരാണ് നിങ്ങൾ. അതുമായി ബന്ധപ്പെട്ട കാര്യങ്ങൾ സമയബന്ധിതമായി അധികാരികളുടെ ശ്രദ്ധയിൽ പെടുത്തുന്നതിനും അവയൊക്കെ സംരക്ഷിക്കുകയും നവീകരിക്കുകയും ചെയ്യുന്ന പ്രവർത്തനങ്ങളിൽ പൂർണമായി പങ്കാളികളാകുന്നതിനും റസിഡന്റ്സ് അസോസിയേഷനുകൾക്ക് സാധിക്കണമെന്നഭ്യർത്ഥിക്കുന്നു.

മറുപടി

തൃപ്പൂണിത്തുറ മാർക്കറ്റ്- പുതിയകാവ് റോഡിൽ വൺവേ ട്രാഫിക് ഏർപ്പെടുത്തൽ

മോട്ടോർ വെഹിക്കിൾ ആക്ട് 1988, കേരള റോഡ് സേഫ്റ്റി അതോറിറ്റി ആക്ട് 2007, കേരള പോലീസ് ആക്ട് 2011 എന്നിവ പ്രകാരം എല്ലാ തദ്ദേശ സ്വയംഭരണ സ്ഥാപനങ്ങളിലും ട്രാഫിക് റഗുലേറ്ററി കമ്മിറ്റി പ്രവർത്തിച്ചുവരുന്നു. ജോയിന്റ് ആർ ടി ഒ കൺവീനറും തദ്ദേശ സ്വയംഭരണ സ്ഥാപന അദ്ധ്യക്ഷൻ ചെയർമാനുമായുള്ള ഈ കമ്മിറ്റിയാണ് തദ്ദേശ സ്വയംഭരണ സ്ഥാപന പരിധിയിലെ ട്രാഫിക് പരിഷ്കരണ കാര്യത്തിൽ തീരുമാനമെടുക്കുന്നത്. തൃപ്പൂണിത്തുറയിലെ വൺവേ ട്രാഫിക് പരിഷ്കാരം ഈ കമ്മിറ്റി പരിശോധിച്ച് ഉചിതമായ തീരുമാനം കൈക്കൊള്ളും.

സംരംഭങ്ങൾ ആരംഭിക്കാൻ പിന്തുണ

മലപ്പുറം ജില്ലയിലെ റസിഡൻസ് അസോസിയേഷൻ, ഒരു റസിഡൻസ് അസോസിയേഷന് ഒരു വ്യവസായം എന്ന നിലയിൽ നാനോ പദ്ധതികൾ ആരംഭിക്കാൻ തീരുമാനിച്ചുവെന്നത് അഭിനന്ദനാർഹമാണ്. തൊഴിൽസംരംഭങ്ങൾ ആരംഭിക്കുന്നതിന് സ്റ്റാർട്ടപ്പ് മിഷനും വ്യവസായ വകുപ്പ് ജില്ലാ ഓഫീസും പിന്തുണ നൽകും. വ്യവസായ സംരംഭങ്ങൾ ആരംഭിക്കുന്നതിന് മികച്ച പിന്തുണയാണ് സർക്കാർ ഉറപ്പാക്കുന്നത്. ഏകജാലകസംവിധാനം കൂടി വന്നതോടെ നടപടിക്രമങ്ങൾ ലളിതമാ

ക്കിയിട്ടുണ്ട്. ഇതിന്റെ പ്രയോജനം റസിഡൻസ് അസോസിയേഷനും ഉപയോഗപ്പെടുത്താവുന്നതാണ്. സ്റ്റാർട്ടപ്പായാണ് സംരംഭം ആരംഭിക്കുന്നതെങ്കിൽ കേരള സ്റ്റാർട്ടപ്പ് മിഷന്റെ സഹായവും പിന്തുണയും ലഭ്യമാകും. ചെറുകിട സൂക്ഷ്മസംരംഭങ്ങൾക്കും മതിയായ പിന്തുണ സർക്കാർ ഉറപ്പാക്കിയിട്ടുണ്ട്.

സൗരോർജ്ജപദ്ധതികൾ ആരംഭിക്കുന്നതിന് വിവിധങ്ങളായ സഹായസംവിധാനങ്ങൾ നിലവിലുണ്ട്. അനെർട്ടുമായി ബന്ധപ്പെട്ടാൽ നിങ്ങൾ ആരംഭിക്കാൻ ഉദ്ദേശിക്കുന്ന പദ്ധതി സംബന്ധിച്ച് കൂടുതൽ വിവരങ്ങൾ ലഭ്യമാകും.

പഞ്ചായത്ത് വികസന സമിതിയിൽ ഉൾപ്പെടുത്തൽ

വികേന്ദ്രീകൃത ആസൂത്രണവുമായി ബന്ധപ്പെട്ട് രൂപീകരിക്കുന്ന ആസൂത്രണ സമിതിയിലും വർക്കിങ് ഗ്രൂപ്പുകളിലും കാർഷിക വികസന സമിതികളിലും അതതു വിഷയവുമായി ബന്ധപ്പെട്ട റസിഡൻസ് അസോസിയേഷൻ അംഗങ്ങളെ ഉൾപ്പെടുത്തുന്നതിന് യാതൊരു തടസ്സവുമില്ല. ഏതെങ്കിലും തദ്ദേശ സ്വയംഭരണ സ്ഥാപനം റസിഡൻസ് അസോസിയേഷനുകളെ മാറ്റി നിർത്തിയിട്ടുണ്ടെങ്കിൽ പ്രത്യേകമായി പരിശോധിക്കാം.

ജനകീയ ഓഡിറ്റിങ്

മാലിന്യമുക്തം നവകേരളം ക്യാമ്പയിന്റെ ജനകീയ ഹരിത ഓഡിറ്റിങ്ങിന് 26.05.2023 ന് ഉത്തരവ് പുറപ്പെടുവിച്ചിട്ടുണ്ട്. റസിഡൻസ് അസോസിയേഷൻ പ്രതിനിധികൾ സമിതി അംഗമാണ്. സോഷ്യൽ ഓഡിറ്റ് മാതൃകയിലാണ് ഹരിത ഓഡിറ്റിങ് വിഭാവനം ചെയ്തിരിക്കുന്നത്. ജനകീയ ഓഡിറ്റിൽ കണ്ടെത്തുന്ന അപാകതകൾ പരിഹരിക്കുന്നതിനും തുടർവീഴ്ചകൾ ഉണ്ടായാൽ നടപടി സ്വീകരിക്കുന്നതിനും തടസ്സമില്ല.

മെട്രോ റെയിൽ പൂത്തോട്ട വരെ നീട്ടൽ

കൊച്ചി മെട്രോ റെയിലും വാട്ടർ മെട്രോയും ഉദയംപേരൂർ പഞ്ചായത്തിലെ പൂത്തോട്ട വരെ നീട്ടൽ, ഉദയംപേരൂർ ഗ്രാമപഞ്ചായത്തിന്റെ ടൂറിസം സാധ്യത എന്നിവ വിശദമായി പരിശോധിക്കും.

സി സി ടി വി ക്യാമറകൾ

തൃപ്പൂണിത്തുറ മേഖലയിൽ സ്ഥാപിച്ചിട്ടുള്ള സി സി ടി വി ക്യാമറകൾ പ്രവർത്തനക്ഷമമല്ലെന്ന പരാതിയിന്മേൽ അന്വേഷണം നടത്തി

തീരുമാനം കൈക്കൊള്ളും. തദ്ദേശ സ്വയംഭരണ സ്ഥാപനങ്ങൾ സി സി ടി വി ക്യാമറകൾ സ്ഥാപിച്ചുവരുന്നു. പല ഇടങ്ങളിലും പോലീസുമായി ചേർന്നാണ് സി സി ടി വി ക്യാമറകൾ സ്ഥാപിക്കുന്നത്. റസിഡൻസ് അസോസിയേഷനുകൾക്ക് തദ്ദേശ സ്വയംഭരണ സ്ഥാപനങ്ങളുമായി ചേർന്ന് സി സി ടി വി ക്യാമറകൾ സ്ഥാപിക്കുകയും പരിപാലിക്കുകയും ചെയ്യാം. എല്ലാ സ്വകാര്യസ്ഥാപങ്ങളുടെയും റസിഡൻസ് അസോസിയേഷനുകളുടെയും സി സി ടി വി ക്യാമറകൾ പോലീസ് സ്റ്റേഷനുകളിൽ ലിങ്ക് ചെയ്യുന്നത് പരിശോധിച്ച് തീരുമാനിക്കും.

സർവീസ് മേഖലയുടെ ആധുനികവൽക്കരണം

ഓൺലൈൻ സേവനം എല്ലാ സർക്കാർ വകുപ്പുകളിലും അനുബന്ധ സ്ഥാപനങ്ങളിലും ലഭ്യമാക്കുക എന്ന ലക്ഷ്യത്തോടെയാണ് സർക്കാർ സേവനങ്ങൾ ഓൺലൈനാക്കൽ പ്രക്രിയ ആരംഭിച്ചിട്ടുള്ളത്. അഴിമതിരഹിത സിവിൽ സർവീസ് എന്ന നവകേരളസങ്കൽപ്പം യാഥാർത്ഥ്യമാക്കുന്നതിനുള്ള ചുവടുവെയ്പ്പുകളിലൊന്നായാണ് ഇതിനെ കണക്കാക്കുന്നത്. തടസ്സരഹിതമായും അതിവേഗവും സേവനം ലഭ്യമാക്കുക എന്നത് ഇതിന്റെ ഭാഗമാണ്. ഓഫീസ് സന്ദർശിക്കാതെ ലോകത്തിന്റെ ഏതു ഭാഗത്തിരുന്നും സംസ്ഥാന സർക്കാർ സേവനങ്ങൾ പ്രയോജനപ്പെടുത്താനുള്ള അവസരമൊരുക്കുകകൂടിയാണ് ഓൺലൈൻ സംവിധാനത്തിലൂടെ ചെയ്യുന്നത്. ഏതാണ്ട് 900 സേവനങ്ങൾ ഓൺലൈനിൽ ലഭ്യമാക്കി. കോർപ്പറേഷനുകളിൽ കെ-സ്മാർട്ടിലൂടെ എല്ലാ സേവനങ്ങളും ഓൺലൈനിൽ ലഭ്യമാണ്. തദ്ദേശ സ്വയംഭരണ സ്ഥാപനങ്ങളുമായി ബന്ധപ്പെട്ട 227 സേവനങ്ങൾ ഇതുവഴി ഓൺലൈനിലായി. ഇത് എല്ലാ തദ്ദേശ സ്വയംഭരണ സ്ഥാപനങ്ങളിലേക്കും വ്യാപിപ്പിക്കും. ഇ-ഹെൽത്ത്, ടെലി മെഡിസിൻ പദ്ധതികളിലൂടെ ഡോക്ടർമാരുമായുള്ള കൺസൽട്ടേഷൻ ഉൾപ്പെടെ വിവിധ സേവനങ്ങൾ ഓൺലൈനിൽ ലഭ്യമാണ്.

ഓൺലൈൻ സംവിധാനമുൾപ്പെടെ അഴിമതിരഹിത സിവിൽ സർവീസ് നടപ്പിലാക്കുന്നതിന് കൈക്കൊണ്ട നടപടികൾ ശക്തമാണെങ്കിലും ഒരു ചെറിയ വിഭാഗം ജീവനക്കാർ ഇപ്പോഴും അഴിമതിയിൽ നിന്ന് മുക്തരായിട്ടില്ല. അങ്ങനെയുള്ളവരാണ് അനാവശ്യ/നിസ്സാര കാരണങ്ങൾ പറഞ്ഞ് അപേക്ഷകൾ മടക്കുന്നതും അകാരണമായി തീരുമാനം കൈക്കൊള്ളാതെ വൈകിക്കുന്നതും. അകാരണമായി വൈകിക്കൽ അഴിമതിയായിത്തന്നെ കണക്കാക്കും. ഏതു തരം അഴിമതിയോടും വിട്ടുവീഴ്ചയില്ലാത്ത സമീപനമാണ് സർക്കാർ കൈക്കൊള്ളുക. അഴിമതിക്കാർക്കെതിരെ കർശനമായ നടപടികൾ സ്വീകരിക്കും. ഇത്തരക്കാ

ർക്കെതിരെ പരാതി സമർപ്പിക്കാൻ ആരും മടിച്ചുനിൽക്കേണ്ടതില്ല. പരാതികളിന്മേൽ ഉചിതമായ പരിശോധന നടത്തി നടപടി ഉറപ്പാക്കും.

നൈറ്റ് ലൈഫ്

എല്ലാ നഗരങ്ങളിലും നൈറ്റ് ലൈഫ് സംവിധാനങ്ങൾ ഉണ്ടാവണമെന്നാണ് കരുതുന്നത്. ആദ്യഘട്ടമെന്ന നിലയിൽ തിരുവനന്തപുരം, കൊച്ചി, കോഴിക്കോട് എന്നീ നഗരങ്ങളിൽ നൈറ്റ് ലൈഫ് സംവിധാനം ഒരുക്കും.

കെട്ടിട നിർമ്മാണ മാലിന്യസംസ്കരണം

കെട്ടിട നിർമ്മാണ മാലിന്യങ്ങൾ ശാസ്ത്രീയമായി സംസ്കരിക്കുന്നതിന് കേരള ഖരമാലിന്യ പരിപാലന പദ്ധതിയുടെ ഭാഗമായി വിവിധ ഇടങ്ങളിൽ സംസ്കരണകേന്ദ്രങ്ങൾ ആരംഭിക്കും.

മാലിന്യസംസ്കരണം

നാപ്കിൻ ഡിസ്ട്രോയെർ, ഡബിൾ ചേംബേർഡ് ഇൻസിനറേറ്റർ എന്നിവ മാലിന്യസംസ്കരണ പദ്ധതിയുടെ ഭാഗമായി തദ്ദേശ സ്വയംഭരണ സ്ഥാപനങ്ങൾക്ക് സ്ഥാപിക്കാവുന്നതാണ്. ഇതിനായി മെയ്ന്റനൻസ് ഫണ്ട് ഒഴികെ ഏതു ഫണ്ടും ഉപയോഗിക്കാം. ഡയപ്പെർ പോലെയുള്ളവ പ്രകൃതിക്കു ദോഷം വരാത്ത രീതിയിൽ നശിപ്പിക്കുന്നതിന് ശാസ്ത്രീയമായ മാർഗ്ഗങ്ങൾ ആരായുന്നത് പരിഗണിക്കും.

കക്കൂസ് മാലിന്യങ്ങൾ ശാസ്ത്രീയമായി സംസ്കരിക്കുന്നതിന് ഏതാണ്ട് 25 സ്വീവേജ് ട്രീറ്റ്മെന്റ് പ്ലാന്റുകളുടെ നിർമ്മാണം പുരോഗമിക്കുകയാണ്. 5 എണ്ണം പൂർത്തീകരിച്ചു.

പുരപ്പുറ സോളാർ പദ്ധതി

പുരപ്പുറ സോളാർ പദ്ധതി സജീവമായി നടന്നുവരുന്നു. സർക്കാർ ഓഫീസുകളുടെ മേൽക്കൂരയിൽ സോളാർ പാനൽ സ്ഥാപിച്ച് വൈദ്യുതോൽപ്പാദനം നടത്തുന്നതിനുള്ള പദ്ധതികളുമുണ്ട്. തിരുവനന്തപുരം നഗരസഭ നഗരത്തിലെ വിവിധ സർക്കാർ സ്ഥാപനങ്ങളിൽ സോളാർ പാനൽ സ്ഥാപിച്ച് വൈദ്യുതോൽപ്പാദനം നടത്തുന്നത് ഈയിടെ മാധ്യമങ്ങൾ റിപ്പോർട്ടു ചെയ്തിരുന്നല്ലോ.

നദികളുടെ സംരക്ഷണം

പെരിയാറിന്റെ സംരക്ഷണത്തിന് പദ്ധതികൾ ആവിഷ്കരിക്കും. എല്ലാ നദികളെയും സംരക്ഷിക്കുക എന്ന ലക്ഷ്യത്തോടെയാണ്

ഹരിത കേരള മിഷൻ 'ഇനി ഞാൻ ഒഴുകട്ടെ' പദ്ധതി ആവിഷ്കരിച്ചത്. നീർത്തട പ്ലാനുകൾ വികസിപ്പിച്ച് നീർച്ചാലുകളുടെ ഒഴുക്ക് സുഗമമാക്കുകയും മാലിന്യമുക്തമാക്കുകയുമാണ് ഈ പദ്ധതിയിലൂടെ ചെയ്യുന്നത്. പ്രാദേശികമായ നീർച്ചാലുകൾ സുഗമമായി ഒഴുകുന്നതോടെ അവ വന്നു ചേരുന്ന നദികളും സുഗമമായി ഒഴുകും. ജനകീയമായാണ് ഈ പ്രവർത്തനങ്ങൾ നടത്തിവരുന്നത്. മാഞ്ഞായി തോടിന്റെ പുനർനിർമ്മാണം പരിഗണിക്കും.

ഭൂമി തരംമാറ്റൽ

ഭൂമി തരംമാറ്റവുമായി ബന്ധപ്പെട്ട് ലഭിക്കുന്ന അപേക്ഷകൾ പരിശോധിച്ച് വേഗത്തിൽ തീരുമാനം കൈക്കൊള്ളുന്നതിന് ഒട്ടേറെ നടപടികൾ സർക്കാർ സ്വീകരിച്ചിട്ടുണ്ട്. സംസ്ഥാനത്ത് 27 റവന്യൂ ഡിവിഷണൽ ഓഫീസർ / സബ് കളക്ടർമാരാണുള്ളത്. താലൂക്കിന് ഒരു ഡെപ്യൂട്ടി കളക്ടർ എന്ന നിലയിൽ 88 ഡെപ്യൂട്ടി കളക്ടർമാർക്ക് ചുമതല നൽകി നിയമഭേദഗതി നിയമസഭ പാസ്സാക്കി. ഈ ബില്ല് ഗവർണറുടെ പരിഗണനയിലാണ്. സമയബന്ധിതമായി ഒപ്പിട്ട് ബില്ല് നിയമമാക്കിയിരുന്നെങ്കിൽ അപേക്ഷകളിന്മേൽ തീർപ്പ് കൽപ്പിക്കുന്നത് വേഗത്തിലാകുമായിരുന്നു. 88 ഡെപ്യൂട്ടി കളക്ടർമാരെ സഹായിക്കാനുള്ള ഉദ്യോഗസ്ഥരുടെ നിയമനവും സർക്കാർ നടത്തിയിട്ടുണ്ട്. ഏകദേശം 4,02,000 അപേക്ഷകളാണ് തീർപ്പ് കൽപ്പിക്കാനുള്ളത്. പ്രതിദിനം ഏതാണ്ട് 600 അപേക്ഷകളെങ്കിലും ലഭിക്കുന്നുണ്ട്. ഇപ്പോഴത്തെ സാഹചര്യത്തിൽ പ്രവൃത്തിദിനങ്ങളിൽ ഏതാണ്ട് 200 അപേക്ഷകളാണ് തീർപ്പു കൽപ്പിക്കുന്നത്. എങ്കിലും ലൈഫിൽ വീട് ലഭിക്കേണ്ടവർ, ഗുരുതരമായ രോഗചികിത്സയ്ക്ക് വായ്പ എടുക്കേണ്ടവർ, ഉന്നതവിദ്യാഭ്യാസത്തിനായി വായ്പ എടുക്കേണ്ടവർ എന്നിവർക്ക് മുൻഗണന നൽകി അപേക്ഷകൾ പരമാവധി വേഗത്തിൽ തീർപ്പാക്കിവരുന്നു.

കൊച്ചി നഗരത്തിലെ വെള്ളക്കെട്ട്

കൊച്ചി നഗരത്തിലെ വെള്ളക്കെട്ട് ഒഴിവാക്കുന്നതിന് സ്വീകരിച്ച നടപടികളുടെ ഫലമായി അത് ഒരുപിരിധിവരെ ലഘൂകരിക്കാൻ കഴിഞ്ഞിട്ടുണ്ട് എന്നത് കൊച്ചിക്കാരുടെ അനുഭവമാണല്ലോ. ബ്രെയ്ക്ക് ത്രൂ പദ്ധതി വിജയകരമായി നടപ്പിലാക്കുകയും തുടർപ്രവർത്തനങ്ങൾ നടത്തിവരികയും ചെയ്യുന്നുണ്ട്. കൊച്ചി നഗരത്തിന്റെ ഭൂമിശാസ്ത്രപരമായ പ്രത്യേകത വെള്ളക്കെട്ടിന് പ്രധാന കാരണമാണ്. അതുകൊണ്ടുതന്നെ വെള്ളക്കെട്ടിന്റെ ശാശ്വതപരിഹാരമുണ്ടാക്കുന്നതിന് പരിമിതികളുണ്ട്. എങ്കിലും സാധ്യമായ എല്ലാ നടപടികളും സ്വീകരിക്കും.

കൊച്ചി നഗരത്തിലെ മാലിന്യപ്രശ്നം

ജൈവമാലിന്യങ്ങൾ സംസ്കരിക്കുന്നതിന് വിൻഡ്രോ കമ്പോസ്റ്റ് പ്ലാന്റ് പ്രവർത്തിച്ചുവരുന്നു. സി.ബി.ജി പ്ലാന്റ് നിർമ്മാണം പുരോഗമിക്കുന്നു. കൊച്ചി കോർപ്പറേഷൻ, ശുചിത്വ മിഷൻ, ക്ലീൻ കേരള കമ്പനി എന്നിവ ചേർന്ന് അജൈവ മാലിന്യസംസ്കരണത്തിന് യോജിച്ച പ്രവർത്തനങ്ങൾ നടത്തിവരുന്നു.

അതിഥിത്തൊഴിലാളികൾക്ക് താമസസൗകര്യം

അതിഥിത്തൊഴിലാളികൾക്ക് താമസസൗകര്യം ഉറപ്പാക്കാൻ സംസ്ഥാന സർക്കാർ നടപടി സ്വീകരിച്ചിട്ടുണ്ട്. പാലക്കാട് കഞ്ചിക്കോട് അപ്നാഘർ പദ്ധതി ആരംഭിച്ചു. കോഴിക്കോട് കിനാലൂരിലെ കെ എസ് ഐ ഡി സിയുടെ ഇൻഡസ്ട്രിയൽ ഗ്രോത്ത് സെന്ററിലും കളമശ്ശേരിയിലെ കിൻഫ്ര ഹൈടെക് പാർക്കിലും പുതിയ അപ്നാഘർ ആരംഭിക്കും. കിനാലൂരിൽ 520 അതിഥിത്തൊഴിലാളികൾക്ക് താമസിക്കാനുള്ള പുതിയ കെട്ടിടസമുച്ചയമാണ് ഉയരുന്നത്. ഇതിൽ 180 കിടക്കകളുള്ള ആദ്യഘട്ടം പൂർത്തിയായി. കളമശ്ശേരിയിൽ 49,000 ചതുരശ്ര അടിയിൽ 534 കിടക്കകളോടുകൂടിയ ഹോസ്റ്റൽ കെട്ടിടമാണ് നിർമ്മിക്കുക. അതിഥിത്തൊഴിലാളികൾക്ക് മെച്ചപ്പെട്ടതും സുരക്ഷിതവുമായ പാർപ്പിടസൗകര്യം ഒരുക്കുന്നതിനായി വീടുകൾ വാടകയ്ക്ക് ലഭ്യമാക്കാൻ 'ആലയ' സോഫ്റ്റ്‌വെയർ വികസിപ്പിച്ചിട്ടുണ്ട്. ഇതെല്ലാമുണ്ടെങ്കിലും റോഡ് വക്കിലും കടത്തിണ്ണകളിലും അതിഥിത്തൊഴിലാളികൾ അന്തിയുറങ്ങുന്നുവെന്നാണ് ഇവിടെ പരാമർശിച്ചുകണ്ടത്. ഇക്കാര്യത്തിൽ ഉചിതമായ നടപടി കൈക്കൊള്ളും. ആലംബഹീനരെ പുനരധിവസിപ്പിക്കും.

സർക്കാർ മേഖലയിൽ ഭവന നിർമ്മാണം

കേരള സംസ്ഥാന ഭവന നിർമ്മാണ ബോർഡ് ഭവന നിർമ്മാണ രംഗത്ത്‌വിവിധപദ്ധതികൾആവിഷ്കരിച്ചുനടപ്പിലാക്കുന്നു.372നിർമ്മാണങ്ങൾ പൂർത്തീകരിച്ചു. 18,45,283 സ്ക്വയർ ഫീറ്റ് നിർമ്മാണമാണ് ഇതുവരെ പൂർത്തീകരിച്ചത്. പാരസ്പര്യം, ഗൃഹശ്രീ എന്നീ ഭവന പദ്ധതികൾ നടപ്പിലാക്കിവരുന്നു. പതിനാലാം പഞ്ചവത്സര പദ്ധതി കാലയളവിൽ ശോചനീയാവസ്ഥയിലുള്ള 5,000 ഇരട്ട വീടുകൾ പുനർനിർമ്മിച്ച് ഉപഭോക്താക്കൾക്ക് കൈമാറാൻ ലക്ഷ്യമിട്ടുള്ള എം.എൻ ലക്ഷം വീട് പുനർനിർമ്മാണ പദ്ധതി ആവിഷ്കരിച്ചിട്ടുണ്ട്. ഇടത്തരം, താഴ്ന്ന വരുമാനക്കാർക്കായി 3 ലക്ഷം രൂപ സർക്കാർ സബ്സിഡി അനുവദിക്കുന്ന ലോൺ ലിങ്ക്ഡ് സബ്സിഡി സ്കീം ഭവന നിർമ്മാണ ബോർഡ് നടപ്പിലാക്കുന്നു.

ഗ്രാമസഭ

ഭരണഘടനയുടെ അനുച്ഛേദം 243 എ അനുസരിച്ച് രൂപീകൃതമായിട്ടുള്ള സംവിധാനമാണ് ഗ്രാമസഭകൾ. തദ്ദേശ സ്വയംഭരണ സ്ഥാപനങ്ങളുടെ ഭരണപരമായ തീരുമാനങ്ങൾ കൈക്കൊള്ളുന്നതിൽ ഗ്രാമസഭകൾക്ക് നിർണ്ണായകമായ പങ്കുവഹിക്കാനുണ്ട്. പ്രാദേശിക സർക്കാരുകളെ കൂടുതൽ ജനകീയമാക്കുന്നതിനും ജനാധിപത്യവൽക്കരിക്കുന്നതിനുമുള്ള വേദിയാണ് ഗ്രാമസഭകൾ. ഈ തത്വം ഉൾക്കൊണ്ടുകൊണ്ട് പൗരന്മാർ ഗ്രാമസഭകളിൽ പങ്കെടുക്കേണ്ടതുണ്ട്. എന്നാൽ, എല്ലാ വോട്ടർമാരും ഗ്രാമസഭകളിൽ പങ്കെടുക്കുന്നില്ലെന്നതാണ് നമ്മുടെ അനുഭവം.

ചില തദ്ദേശ സ്വയംഭരണ സ്ഥാപനങ്ങൾ സമൂഹത്തിലെ എല്ലാ വിഭാഗം അംഗങ്ങളും ഗ്രാമസഭയിൽ പ്രാതിനിധ്യസ്വഭാവത്തോടെയെങ്കിലും പങ്കെടുക്കുന്നുവെന്ന് ഉറപ്പാക്കാൻ അയൽസഭകൾ രൂപീകരിച്ചിട്ടുണ്ട്. അയൽസഭകളുടെ രൂപീകരണത്തിന് നിയമപരമായ അംഗീകാരം ലഭ്യമാക്കുന്നത് പരിശോധിക്കും.

പകൽവീട്

പകൽവീടുകൾ പ്രവർത്തനനിരതമല്ലെന്ന ആക്ഷേപം ശ്രദ്ധിച്ചു. നിയമസഭാ കമ്മിറ്റി പരിശോധിച്ച വിഷയമാണിത്. എല്ലാ പകൽ വീടുകളും പ്രവർത്തനനിരതമാക്കണമെന്ന് നിർദ്ദേശം നൽകും.

തദ്ദേശ സ്വയംഭരണസ്ഥാപനങ്ങൾ നടത്തുന്ന വയോജന പരിപാലന കേന്ദ്രങ്ങൾക്ക് അധികസൗകര്യങ്ങൾ നൽകി പകൽപരിപാലന കേന്ദ്രങ്ങളെ നവീകരിക്കുന്ന പദ്ധതിയാണ് സായംപ്രഭാ ഹോം. തദ്ദേശ സ്വയംഭരണ സ്ഥാപനങ്ങളിലെ 60 വയസ്സ് തികഞ്ഞ മുതിർന്ന പൗരന്മാരാണ് ഗുണഭോക്താക്കൾ. പകൽ ഒത്തുകൂടുന്നതിന് സൗകര്യമൊരുക്കുക, മാനസിക - ശാരീരിക ഉല്ലാസത്തിന് ഉതകുന്ന പ്രവർത്തനങ്ങൾ സംഘടിപ്പിക്കുക എന്നിവയാണ് പ്രധാന ലക്ഷ്യങ്ങൾ. 4,898 പേർക്ക് പദ്ധതിയുടെ പ്രയോജനം ലഭിക്കുന്നു.

കൂടുതൽ സായംപ്രഭാ ഹോമുകൾ സ്ഥാപിക്കും. ഈ കേന്ദ്രങ്ങളെ വയോജനമേഖലയിലെ റിസോർഴ്സ് സെന്റർ ആയി പരിവർത്തിപ്പിക്കും. സായംപ്രഭ പദ്ധതി നടത്തിപ്പിൽ തദ്ദേശസ്വയംഭരണ സ്ഥാപന പരിധിയിലെ വയോജനങ്ങളുടെ അറിവുകളും കഴിവുകളും പ്രയോജനപ്പെടുത്തും. സ്വകാര്യമേഖലയിലേതുൾപ്പെടെ വയോജനകേന്ദ്രങ്ങളുടെ രജിസ്ട്രേഷനും നടത്തിപ്പിനും വിശദമായ മാർഗരേഖ തയ്യാറാക്കിയിട്ടുണ്ട്. ഇത് കാലോചിതമായി പരിഷ്കരിക്കും.

വന്യമൃഗശല്യം പരിഹരിക്കൽ

വന്യമൃഗാക്രമണം രൂക്ഷമായ പശ്ചാത്തലത്തിൽ വന്യജീവി സംഘർഷ പ്രതിരോധത്തിന് മുന്തിയ പരിഗണനയാണ് സർക്കാർ നൽകുന്നത്. സമീപകാലത്ത് വന്യജീവി ആക്രമണം കൂടുതലായി റിപ്പോർട്ട് ചെയ്യപ്പെട്ട വയനാട്ട് മന്ത്രിതലസംഘം സന്ദർശനം നടത്തി സ്ഥിതിഗതികൾ വിലയിരുത്തി. വനവുമായി ചേർന്നുകിടക്കുന്ന തദ്ദേശ സ്വയംഭരണ സ്ഥാപനങ്ങളിൽ ജനകീയ കമ്മിറ്റികൾ രൂപീകരിച്ച് പ്രശ്നങ്ങൾക്ക് പരിഹാരം കണ്ടെത്തുകയെന്ന ജനകീയ ജനാധിപത്യ രീതി അവലംബിക്കാനാണ് സർക്കാർ ശ്രമിക്കുന്നത്.

വന്യജീവി ആക്രമണവുമായി ബന്ധപ്പെട്ട കാര്യങ്ങൾ ഏകോപിപ്പിക്കാൻ കേരള, കർണ്ണാടക, തമിഴ്നാട് സംസ്ഥാനങ്ങളിലെ വനം വകുപ്പ് ഉദ്യോഗസ്ഥർ ഉൾപ്പെട്ട ഇന്റർ സ്റ്റേറ്റ് കോ-ഓർഡിനേഷൻ കമ്മിറ്റി രൂപീകരിച്ചു. കൃത്യമായ ഇടവേളകളിൽ ഈ കമ്മിറ്റി യോഗം ചേർന്ന് സ്ഥിതിഗതികൾ വിലയിരുത്തും. വയനാട്ടിൽ റവന്യൂ, പോലീസ്, ഫോറസ്റ്റ്, തദ്ദേശസ്വയംഭരണം, പട്ടികജാതി പട്ടികവർഗ വികസന വകുപ്പുകൾ ചേർന്നുള്ള കമാന്റ് കൺട്രോൾ സെന്റർ ആരംഭിക്കും. പുതിയ രണ്ട് റാപ്പിഡ് റസ്പോൺസ് ടീമുകളെ സജ്ജമാക്കി. പോലീസിന്റെ സഹായത്തോടെ ജനവാസമേഖലകളിൽ ജാഗ്രതാനിർദ്ദേശം നൽകും.

അതിർത്തിമേഖലകളിൽ നിരീക്ഷണം ശക്തിപ്പെടുത്തും. ചീഫ് ഫോറസ്റ്റ് കൺസർവേറ്റർ റാങ്കിലുള്ള ഉദ്യോഗസ്ഥനെ വയനാട് സ്പെഷ്യൽ ഓഫീസറായി നിയമിക്കും. രാത്രികാല പെട്രോളിങ് ശക്തിപ്പെടുത്തും.

ഏകവിള തോട്ടങ്ങൾ സ്വാഭാവികവനങ്ങളാക്കി മാറ്റും. സെന്ന പോലുള്ള അധിനിവേശസസ്യങ്ങൾ സമയബന്ധിതമായി നശിപ്പിക്കും. വന്യജീവികളുടെ ആവാസവ്യവസ്ഥ മെച്ചപ്പെടുത്തും.

ജനവാസമേഖലയിൽ വന്യമൃഗം എത്തിയാൽ ജനങ്ങളുടെ സുരക്ഷ മുൻനിർത്തി അടിയന്തര പ്രതിരോധ നടപടികൾ സ്വീകരിക്കും. വന്യമൃഗാക്രമണത്തിൽ പരിക്കേൽക്കുന്നവർക്ക് സൂപ്പർ സ്പെഷ്യാലിറ്റി ആശുപത്രികളിൽ ചികിത്സ ഉറപ്പാക്കും.

റെയിൽവേ യാത്രാനുകൂല്യം

ട്രെയിൻ യാത്രയ്ക്ക് മുതിർന്ന പൗരന്മാർക്ക് ലഭ്യമാക്കിയിരുന്ന ഇളവുകൾ പുനഃസ്ഥാപിക്കണമെന്ന് ആവശ്യപ്പെട്ട് കേന്ദ്ര റെയിൽവേ മന്ത്രാലയത്തിന് സർക്കാർ കത്ത് നൽകിയിട്ടുണ്ട്. എന്നാൽ സേവന മേഖലകളിൽ നിന്നും പിൻമാറുന്ന സമീപനമാണ് കേന്ദ്ര സർക്കാർ സ്വീകരിച്ചു വരുന്നത്.

സഞ്ചരിക്കുന്ന മാവേലി സ്റ്റോറുകൾ

സഞ്ചരിക്കുന്ന മാവേലി സ്റ്റോറുകൾ പരമാവധി പ്രദേശങ്ങളിലെത്തിച്ച് ഗുണമേന്മയുള്ള സബ്സിഡി സാധനങ്ങൾ ലഭ്യമാക്കും.

ജലപാത

തിരുവനന്തപുരം മുതൽ കാസർഗോഡ് വരെ ദേശീയ ജലപാത സജ്ജമാക്കും. ഇതിന്റെ പ്രാരംഭപ്രവർത്തനങ്ങൾ ആരംഭിച്ചു. ജലപാത പൂർണതോതിൽ കമ്മീഷൻ ചെയ്യുന്നതോടെ ടൂറിസം രംഗത്തും ചരക്ക് ഗതാഗത മേഖലയിലും വലിയ മുന്നേറ്റമുണ്ടാകും. കേരളത്തിന്റെ വികസനത്തെ വലിയ തോതിൽ സഹായിക്കുന്ന ഒന്നായി ഇതു മാറും.

നെയ്യാർഡാം, പൊന്മുടി വികസനം

തിരുവനന്തപുരത്തെ നെയ്യാർഡാം, പൊന്മുടി എന്നീ വിനോദസഞ്ചാരകേന്ദ്രങ്ങൾ ജില്ലയിലെ പ്രധാന ടൂറിസം ഡെസ്റ്റിനേഷനുകളാണ്. അർഹിക്കുന്ന പ്രാധാന്യം നൽകി അടിസ്ഥാനസൗകര്യങ്ങൾ വികസിപ്പിക്കും. ടൂറിസം വികസനം സാധ്യമാക്കാൻ നടപടികൾ കൈക്കൊണ്ടിട്ടുണ്ട്.

ഡ്രെയിനേജ് സംവിധാനം

നഗരങ്ങളിലെ ഡ്രെയിനേജ് സംവിധാനം മെച്ചപ്പെടുത്തും. അമൃത്, സ്മാർട്ട് സിറ്റി, നഗരസഞ്ചയം എന്നീ പദ്ധതികളിലും നഗരസഭകളുടെ തനത് പദ്ധതികളായും ഡ്രെയിനേജ് സംവിധാനം വിപുലീകരിക്കുന്നതിനും ശാസ്ത്രീയമായി ചിട്ടപ്പെടുത്തുന്നതിനും പദ്ധതികൾ ആവിഷ്കരിച്ചു.

നഗരവികസന മാസ്റ്റർ പ്ലാൻ

തിരുവനന്തപുരം നഗരത്തിന്റെ സമഗ്രവികസനത്തിന് പുതിയ മാസ്റ്റർ പ്ലാൻ തയ്യാറായി. വിവിധ തലങ്ങളിൽ ചർച്ച ചെയ്ത് പൊതുജനാഭിപ്രായം രൂപീകരിക്കുന്നതിന് നഗരസഭയ്ക്ക് കൈമാറി. വിദഗ്ധരുടെയും പൊതുജനങ്ങളുടെയും അഭിപ്രായങ്ങൾ പരിഗണിച്ച് മാസ്റ്റർ പ്ലാൻ അന്തിമമാക്കും.

യാത്രാക്ലേശം പരിഹരിക്കൽ

വേഗത നമ്മുടെ ജീവിതത്തിന്റെ ഭാഗമായിക്കഴിഞ്ഞു. വേഗത്തിലെത്തുക എന്നത് ഇന്ന് പ്രധാനമാണ്. തടസ്സങ്ങളില്ലാതെ വേഗത്തിൽ ഉദ്ദേശിച്ച സ്ഥലത്ത് എത്തുക എന്നത് ലക്ഷ്യമാക്കി ദേശീയപാതാ

വികസനം ഊർജ്ജിതമായി നടന്നുവരുന്നു. സമയബന്ധിതമായി ഇത് പൂർത്തീകരിക്കും. മലയോര ഹൈവേ, തീരദേശ ഹൈവേ എന്നിവയുടെ നിർമ്മാണവും പുരോഗമിക്കുന്നു. ഇവ പൂർത്തീകരിക്കുന്നതോടെ റോഡ് യാത്രാക്ലേശത്തിന് വലിയ തോതിൽ പരിഹാരമാകും. കേരളത്തിന്റെ സൗന്ദര്യം നുകർന്നുകൊണ്ട് യാത്ര ചെയ്യാൻ അവസരമൊരുക്കിയാണ് ദേശീയ ജലപാത നിർമ്മാണം പുരോഗമിക്കുന്നത്. റെയിൽ യാത്രാ രംഗത്ത് കെ-റെയിൽ പദ്ധതി നടപ്പിലാക്കും.

ടേക്ക് എ ബ്രേക്ക്

കരവട്ടെ കുരിശിൽ ടേക്ക് എ ബ്രേക്ക് പദ്ധതി നടപ്പിലാക്കണമെന്ന നിർദ്ദേശം ഇവിടെ ഉയർന്നുവന്നിട്ടുണ്ട്. സ്ഥലലഭ്യതയും പദ്ധതിനടത്തിപ്പ് സാധ്യതയും പരിശോധിച്ച് തീരുമാനം കൈക്കൊള്ളും.

ബസ് സ്റ്റാൻഡ് നിർമ്മാണം

കോഴിക്കോട് മെഡിക്കൽ കോളേജ് പരിസരത്ത് ബസ് സ്റ്റാൻഡ് നിർമ്മിക്കും. കോർപ്പറേഷൻ നടപടികൾ ആരംഭിച്ചു.

രജിസ്ട്രേഷൻ പുതുക്കൽ

റസിഡൻസ് അസോസിയേഷനുകളുടെ രജിസ്ട്രേഷൻ സംബന്ധിച്ച് പുതുക്കിയ മാർഗരേഖ പുറപ്പെടുവിക്കും.

ജനമൈത്രി പോലീസ്

ജനമൈത്രി പോലീസ് സംവിധാനം കാര്യക്ഷമമായാണ് പ്രവർത്തിക്കുന്നത്. കൃത്യമായ ഇടവേളകളിൽ യോഗം ചേർന്ന് സ്ഥിതിഗതികൾ വിലയിരുത്തുന്നു. വീഴ്ചകൾ ശ്രദ്ധയിൽപ്പെടുത്തിയാൽ പരിശോധിച്ച് നടപടിയെടുക്കും.

www.ingramcontent.com/pod-product-compliance
Lightning Source LLC
LaVergne TN
LVHW042301051026
849519LV00012B/1731
9789348009272